AA000372

B08CDMLPJX-1

ಪಂಚವಟಿ

ಸಾಮಾಜಿಕ ಕಾದಂಬರಿ

ಸಾಯಿಸುತೆ

ಸುಧಾ ಎಂಟರ್‌ಪ್ರೈಸಸ್

ನಂ. 761, 8ನೇ ಮೈನ್, 3ನೇ ಬ್ಲಾಕ್,
ಕೋರಮಂಗಲ, ಬೆಂಗಳೂರು– 560 034

Panchavati (Kannada): a social novel written by Smt. Saisuthe; published by Sudha Enterprises, # 761, 8th Main, 3rd Block, Koramangala, Bangalore - 560 034.

All rights reserved by the Authoress.

ಮೊದಲನೆಯ ಮುದ್ರಣ	:	1993
ಎರಡನೆಯ ಮುದ್ರಣ	:	2012
ಮೂರನೆಯ ಮುದ್ರಣ	:	2022
ಪುಟಗಳು	:	176
ಬೆಲೆ	:	ರೂ. 160
ಉಪಯೋಗಿಸಿದ ಕಾಗದ	:	70 ಜಿ.ಎಸ್.ಎಂ. ಮ್ಯಾಪ್‌ಲಿಥೋ
ಮುಖಪುಟ ವಿನ್ಯಾಸ	:	ಪ.ಸ. ಕುಮಾರ್
ಹಕ್ಕುಗಳು	:	ಲೇಖಕಿಯವರದು

ಸಗಟು ಮಾರಾಟಗಾರರು
ವಸಂತ ಪ್ರಕಾಶನ
360, 10ನೇ 'ಬಿ' ಮುಖ್ಯರಸ್ತೆ, 3ನೇ ಬ್ಲಾಕ್,
ಜಯನಗರ, ಬೆಂಗಳೂರು – 560 011
ದೂರವಾಣಿ : 080–22443996/40917099
ಮೊ: 7892106719
email : vasantha_prakashana@yahoo.com
website: www.vasanthaprakashana.com

ಅಕ್ಷರ ಜೋಡಣೆ :
ಸುಧಾ ಎಂಟರ್‌ಪ್ರೈಸಸ್

ಮುದ್ರಣ :
ಶ್ರೀನಿವಾಸ ಬೈಂಡಿಂಗ್ ವರ್ಕ್ಸ್

ಮುನ್ನುಡಿ

ಪ್ರಿಯ ಓದುಗರಲ್ಲಿ,

"ಮರು ಹುಟ್ಟು ಇದ್ದರೆ, 'ಪಂಚವಟಿ'ಯಲ್ಲಿ ಪುಟ್ಟ ಹಕ್ಕಿಯಾಗಿ ಹುಟ್ಟುವ ಆಸೆ. ಈ ವಾತಾವರಣದಲ್ಲಿ ಹಾರುತ್ತ, ಹಾಡುತ್ತ ನೀವು ಉಸಿರಾಡಬಹುದಾದ ಗಾಳಿಯಲ್ಲಿಯೇ ಇರುವೆ. ನನ್ನ ಅಂತಿಮ ಆಸೆಯಂತೆ 'ಪಂಚವಟಿ'ಯ ಪವಿತ್ರ ನೆಲೆಯಲ್ಲಿ ನನ್ನ ಚಿತಾಭಸ್ಮವನ್ನು ಚಿಮುಕಿಬಿಡಿ. ಆ ಮಣ್ಣಲ್ಲಿ ಬೆರೆತು ಸದಾ ನಿಮ್ಮ ಸನ್ನಿಧಿಯಲ್ಲಿ ಇರುವೆ".

ಇಂಥ ಭಾವನಾತ್ಮಕ ಸಂಬಂಧ, ಶಮಂತ್ ಮತ್ತು ಮನಿಲಾನ ಬೆಸೆದಿತ್ತು. ಈ ಕಾದಂಬರಿಯನ್ನು ಓದಿದವರು ಕಣ್ಣೀರು ಮಿಡಿದು ಪತ್ರ ಬರೆದಿದ್ದಾರೆ.

ಮರು ಮುದ್ರಣಕ್ಕೆ ಮುನ್ನುಡಿ ಬರೆಯುವಾಗ ನನ್ನ ಕೆನ್ನೆಯ ಮೇಲೆ ಉರುಳಿದ್ದು ಕಂಬನಿಯ ಬಿಂದುಗಳು.

ಈ ಕಾದಂಬರಿಯ ಮರು ಮುದ್ರಣದ ಪ್ರಕಾಶಕರಾದ 'ಸುಧಾ ಎಂಟರ್‌ಪ್ರೈಸಸ್' ಸಂಸ್ಥೆಯವರಿಗೆ ಧನ್ಯವಾದಗಳು.

– ಸಾಯಿಸುತೆ
"ಸಾಯಿಸದನ"
12, 2ನೇ ಮುಖ್ಯರಸ್ತೆ, 2ನೇ ಅಡ್ಡರಸ್ತೆ,
ಮಾರುತಿನಗರ, ಕೋಗಿಲೆ ಕ್ರಾಸ್, ಯಲಹಂಕ
ಓಲ್ಡ್ ಟೌನ್, ಬೆಂಗಳೂರು – 560064.
ದೂ: 080–28571361
Email: saisuthe1942@gmail.com

ನಮ್ಮಲ್ಲಿ ದೊರೆಯುವ ಸಾಯಿಸುತೆಯವರ ಇತರ ಕಾದಂಬರಿಗಳು

ಮನ ಮೋಹಕ ನಿಸರ್ಗ. ಊಟಿ ಅಥವಾ ಕೊಡೈಕೆನಾಲ್ ನೆನಪಾಗುವಂಥ ಪ್ರದೇಶ. ಪಶ್ಚಿಮ ಘಟ್ಟಗಳ ಸಹ್ಯಾದ್ರಿಯ ಒಡಲಿನ ಮುಗ್ಧ ಮಗುವನ್ನು ಜ್ಞಾಪಿಸುವಂಥ ಚೇತೋಹಾರಿ.

ಮನೀಲಾ, ಅಗ್ನಿಹೋತ್ರಿ ಕಾಲು ನಡಿಗೆಯಲ್ಲೇ ಇಡೀ ಪ್ರದೇಶವನ್ನು ಸುತ್ತಾಡಿ ದಣಿದರೂ ಅವರಲ್ಲಿನ ಉತ್ಸಾಹವೇನು ಕುಗ್ಗಲಿಲ್ಲ.

"ಬ್ಯೂಟಿಫುಲ್, ನಂಗೆ ತುಂಬ ಇಷ್ಟವಾಯ್ತು, ಮಾವ. ಐ ಲೈಕ್ ಸೋ ಮಚ್..." ಅವರನಪ್ಪಿ ಕುಣಿದಾಡಿ ಬಿಟ್ಟಳು.

ಅಗ್ನಿಹೋತ್ರಿಗಳು ಮುದ್ದಾದ ಮುಖದ ಮೇಲಿನ ಬೆವರಿನ ಬಿಂದುಗಳನ್ನು ತೊಡೆದು ಕೂದಲಲ್ಲಿ ಕೈಯಾಡಿಸಿದರು. ಪ್ರತಿಸಲ ಮಾತಾಡುವಾಗಲು ಅವರಿಗೆ ತೊಡರಿಸಿದಂತಾಗುತ್ತಿತ್ತು.

"ನಿಂಗೆ ಇಷ್ಟವಾಗುತ್ತೇಂತ, ನಂಗೆ ಗೊತ್ತಿತ್ತು" ತೋಳಿಗೆ ತಗುಲಿ ಹಾಕಿಕೊಂಡಿದ್ದ ಕಾಫೀಯನ್ನು ಬಗ್ಗಿಸಿ "ತಗೋ, ನನ್ನ ಪುಟ್ಟ ಮನ್ನೀ ಬಹಳ ಓಡಾಡಿಬಿಟ್ಟಿದೆ" ಮುದ್ದು ಮಾಡಿ ಅವಳಿಗೆ ಕೊಟ್ಟರು.

ಒಂದೊಂದೆ ಸಿಪ್ ಗುಟುಕರಿಸುತ್ತ ಸುತ್ತಲಿನ ಪ್ರಕೃತಿಯನ್ನು ಅವಲೋಕಿಸ ತೊಡಗಿದಳು.

"ಇಲ್ಲೇ ಇದ್ದರೆ.... ಹೇಗೆ?" ತನ್ಮಯತೆಯಿಂದ ನುಡಿದಳು. ಅವರು ಮುಕ್ತವಾಗಿ ನಕ್ಕುಬಿಟ್ಟರು. "ಹೇಗೆ ಸಾಧ್ಯ ? ನಮ್ಹತ್ರ ಇರೋದು ಬರೀ ಕಾಫೀ...... ಹೊಟ್ಟೆ ಹಸಿವು ಷುರುವಾದ್ರೆ..." ಅವಳು ನಕ್ಕುಬಿಟ್ಟಳು.

ಮನೆ ತಲುಪಿದಾಗ ಸೂರ್ಯ ಮೇಲೇರಿದ್ದ. ದಾರಿಯುದ್ದಕ್ಕೂ ಪಟ ಪಟ ಅಂತ ಮಾತಾಡುತ್ತಿದ್ದ ಮನೀಲಾ ಮ್ಲಾನವದನಳಾಗಿ ಕೂತಾಗ ಹೌಹಾರಿದರು.

ಅವಳೆದುರು ಕೂತು ಛೇಡಿಸಿದರು. "ನಿನ್ನ ವಯಸ್ಸು, ನನ್ನ ವಯಸ್ಸು ಹೋಲಿಸಿ ನೋಡು. ನೀನೇ ಸುಸ್ತಾಗಿ ಕೂತರೆ ನನ್ನಗತೀಯೇನು?" ತಟ್ಟನೆ ಎದ್ದಳು "ಓಕೆ.... ಓಕೆ.... ಬ್ರೇಕ್ ಫಾಸ್ಟ್‌ಗೆ ರೆಡಿ ಮಾಡಬೇಕಷ್ಟೆ ಅಟೆನ್‌ಷನ್ ಯುವರ್ ವಾಚ್... ನಾನೂರೂ ಎಂಬತ್ತು ಒಂದನೇ ಸೆಕೆಂಡ್‌ಗೆ ಡೈನಿಂಗ್ ಟೇಬಲ್ ಮುಂದಿರಬೇಕು. ಒಂದು ಸೆಕೆಂಡ್...." ಅವಳು ಪೂರ್ತಿ ಮಾಡುವ ಮುನ್ನವೇ 'ಓಹೋ' ಎಂದು ನಕ್ಕು ಬಿಟ್ಟರು.

"ಎಲ್ಲರೂ ನಿಮಿಷ ಗಂಟೆಗಳ್ನ ಲೆಕ್ಕ ಮಾಡಿದ್ರೆ ನೀನು ಸೆಕೆಂಡ್ಸ್.... ಮೈ ಗಾಡ್.... ಇಲ್ಲು ಮಿಲಿಟರಿ ಸಿಸ್ಟಮ್ಮೇ ಆಯ್ತು" ಅವರ ಮಾತುಗಳಲ್ಲಿ ಇಣಕಿದ್ದು ಅಪಾರ ಮೆಚ್ಚಿಗೆಯೇ.

ಚಂಗನೆ ಹಾರಿಯೇ ಒಳಗೆ ಹೋದಳು. ಆಮ್ಲೆಟ್ ಕಾವಲಿಯ ಮೇಲೆ ಬೀಳುವುದಕ್ಕೆ ನಾನೂರು ಸೆಕೆಂಡ್ ಬೇಕಾಯಿತು. ಹಾಲ್‌ನಿಂದ ಡೈನಿಂಗ್ ಹಾಲ್ ತಲುಪಬೇಕಾದ ನಿಮಿಷಗಳನ್ನ ಲೆಕ್ಕ ಹಾಕಿದರು, ಈ ಮನೆಗೆ ಬಂದು ನಾಲ್ಕು ದಿನವಾಗಿತ್ತು. ಪ್ರತಿಸಲವು ಅವರ ಲೆಕ್ಕ ತಪ್ಪಾಗಿಬಿಡುತ್ತಿತ್ತು. ಒಂದೆರಡು ಸೆಕೆಂಡ್‌ಗಳಷ್ಟು ವ್ಯತ್ಯಾಸ.

ಕೈಯಲ್ಲಿನ ಎಚ್.ಎಂ.ಟಿ. ಗಡಿಯಾರ ನೋಡುತ್ತಲೇ ಒಂದೊಂದು ಹೆಜ್ಜೆಯನ್ನು ಎತ್ತಿಟ್ಟರು. ರಣರಂಗದಲ್ಲಿದ್ದ ಅನುಭವವೇ ಇಂಥ ಲೆಕ್ಕದಲ್ಲಿ.

ಛೇರ್ ಬಳಿ ತಲುಪಲು ಇನ್ನೆರಡು ಸೆಕೆಂಡ್ ಇತ್ತು. ಭಾರವಾದ ಉಸಿರೆಳೆದು ದಬ್ಬಿದವರು ತಟ್ಟನೇ ಕೂತು ಗಡಿಯಾರ ನೋಡಿದರು. ನಾಲ್ಕು ದಿನಗಳಲ್ಲಿ ಇಂದೇ ಅವರ ಲೆಕ್ಕ ತಪ್ಪಾಗದೆ ಹೋಗಿದ್ದು. ಪರಾಜಯ ತಪ್ಪಿಸಿಕೊಂಡಂಥ ಸಂತೋಷ ಅವರದು.

ಬಿಸಿ ಬಿಸಿ ಆಮ್ಲೇಟ್ ಅವರ ಮುಂದಿಟ್ಟಳು. "ಮಾವ, ನಾವು ಈ ಮೊಟ್ಟೆ ತಿನ್ನದಿದ್ರೆ ಮರೀ ಆಗ್ತಾ, ಇತ್ತಲ್ಲ, ಅಂದರೇ.... ಅದನ್ನ ನಾವು ಸಾಯಿಸಿದ್ದೀವಿ" ಅವಳ ಸ್ವರದಲ್ಲಿ ಭಯ, ವ್ಯಾಕುಲತೆ ಅದಕ್ಕೂ ಮೀರಿದ ವಿಚಿತ್ರವಾದ ಭಾವನೆಗಳ ಘರ್ಷಣೆ.

ತಟ್ಟನೆ ಎದ್ದ ಅಗ್ನಿಹೋತ್ರಿ "ಸಿಲ್ಲಿ ಗರ್ಲ್..... ಎಂಥ ಯೋಚ್ನೇಗಳು ನಿಂದು. ಬಾ..." ಅವಳ ಭುಜವನ್ನೇ ಬಳಸಿ ಕೋಣೆಗೆ ಕರೆದೊಯ್ದು ಒಂದು ಮಾತ್ರೆಯನ್ನು ನುಂಗಿಸಿ ಮಲಗಿಸಿ ಹೊರಗೆ ಬಂದರು.

ತಟ್ಟೆಯಲ್ಲಿನ ಆಮ್ಲೇಟನ್ನ ಮಾತ್ರವಲ್ಲ, ಫ್ರಿಜ್‌ನಲ್ಲಿ ಜೋಡಿಸಿದ್ದ ಮೊಟ್ಟೆಗಳನ್ನು ಕೂಡ ಹೊರಗೆಸೆದವರು ಉದ್ವಿಗ್ನರಾಗಿ ಕೂತರು.

ಹಸಿವು, ಬಳಲಿಕೆ ಮರೆತು ಹೋಯಿತು. ಆ ವೇಗದಿಂದ ಅವರೆದೆ ಹೊಡೆದುಕೊಳ್ಳತೊಡಗಿತು.

''ಒಳಗಡೆ... ಬರಬಹುದಾ !'' ಒಂದು ಸ್ವರ ಅವರ ಗಮನವನ್ನು ಬಾಗಿಲತ್ತ ಸರಿಸಿತು ''ವಿತ್ ಗ್ರೇಟ್ ಪ್ಲೆಷರ್.... ಬನ್ನಿ... ಬನ್ನಿ....'' ಎದ್ದೇ ಸ್ವಾಗತಿಸಿದರು. ಸುತ್ತಮುತ್ತಲು ಇರುವ ಕೆಲವು ಮನೆಯವರ ಪರಿಚಯ, ಸ್ನೇಹ ಅತ್ಯಗತ್ಯವಾಗಿತ್ತು!

''ನನ್ಹೆಸರು ಸಂಜೀವಯ್ಯ ಅಂತ. ಎದುರು ಮನೆಯಲ್ಲೇ ಇರೋದು'' ಎರಡು ಬಟ್ಟಲಿನ ಒಂದು ಕ್ಯಾರಿಯರ್‌ನ ಟೀಪಾಯಿ ಮೇಲಿಡುತ್ತ ಪರಿಚಯ ಮಾಡಿಕೊಂಡರು. ''ನೈಸ್ ಟು ಮೀಟ್ ಯು.... '' ಕೈ ಕುಲುಕಿದರು ನಗೆಯನ್ನು ಹರಿಸುತ್ತ.

ಆತ ಎರಡೇ ಮಾತಿನಲ್ಲಿ ತಮ್ಮ ಪರಿಚಯ ಹೇಳಿಕೊಂಡರು. ''ರೈಲ್ವೆಯಲ್ಲಿ ಸ್ಟೇಷನ್ ಮಾಸ್ತರ್ ಆಗಿದ್ದೆ. ಹೋದ್ವರ್ಷ ರಿಟೈರ್ಡ್ ಆಯ್ತು. ವಿಶ್ರಾಂತಿ ದಿನಗಳ್ನ ಕಳಿಯೋಕೆ ಈ ಪ್ರದೇಶ ಯೋಗ್ಯಾಂತ ಮನೆ ಮಾಡಿ ಖರೀದಿಸ್ದೇ. ಹಾಗಂತ ನನ್ನ ಹೆಂಡ್ತಿ ಹೇಳಿಕೋತಾಳೆ'' ನಕ್ಕುಬಿಟ್ಟರು. ಮನುಷ್ಯನಲ್ಲಿ ಹಾಸ್ಯ ಪ್ರವೃತ್ತಿ ಇದೆಯೆಂದುಕೊಂಡರು ಅಗ್ನಿಹೋತ್ರಿ.

ಇವರು ಇನ್ನು ನಿಂತೇ ಇದನ್ನೆಲ್ಲ ಹೇಳಿದ್ದು ಎಂಬುದು ಗಮನಕ್ಕೆ ಬಂದಾಗ ಅಗ್ನಿಹೋತ್ರಿ ಜೋರು ನಗೆ ಹಾರಿಸಿ ತಮ್ಮ ಮೀಸೆಯ ಮೇಲೆ ಬೆರಳಾಡಿಸಿದರು. ಅದರ ಮೇಲೆ ಅವರ ಪ್ರೇಮ ಅಧಿಕ.

ಕೂತ ಸಂಜೀವಯ್ಯನವರ ನೋಟ ಇಡೀ ಮನೆಯನ್ನೇ ಶೋಧಿಸಿ ಬಿಟ್ಟಂಗೆ ಕಂಡಿತು.

''ಎಲ್ಲಿ ನಿಮ್ಮ ಮಗ್ಳು ಕಾಣ್ತಾ ಇಲ್ಲ''

ಕ್ಯಾರಿಯರ್‌ನ ಬಿಸಿಯನ್ನು ಮುಟ್ಟಿ ನೋಡಿದ ಅಗ್ನಿಹೋತ್ರಿ ''ಅವ್ಳಿಗಾಗಿ ಏನೋ ಬಿಸಿ ಬಿಸಿಯಾಗಿ ತಂದಿರೋ ಹಾಗೆ ಕಾಣ್ತೀರಾ. ಅವ್ಳು ನನ್ನ ಮಗಳಲ್ಲ, ತಂಗಿಯ ಮಗ್ಳು. ನಾನು ಇನ್ನ ಸ್ಟಿಲ್ ಬ್ಯಾಚುಲರ್. ಆದ್ರೆ.... ಎಲಿಜಿಬಿಲಿಟಿ ಇಲ್ಲ'' ನಕ್ಕುಬಿಟ್ಟರು.

ಸಂಜೀವಯ್ಯನ ನಗು ಕೂಡ ಸೇರಿತು. ಅಗ್ನಿಹೋತ್ರಿ ಬಾಟಮ್- ಟು ಟಾಪ್ ವರೆಗೂ ಗಮನಿಸಿದರು. ಕಟ್ಟುಮಸ್ತಾದ ಆರಡಿಗಿಂತದ ಸ್ವಲ್ಪ ಎತ್ತರವಾಗಿದ್ದ ವ್ಯಕ್ತಿ. ಗಪ್ ಚಿಪ್ಪಾಗಿ ಕೂತ ಬಾಯಿಯ ಮೇಲಿನ ಬಾರು ಮೀಸೆ ಒಂದು ರೀತಿಯ ಗಂಭೀರತ್ವ, ಕಠೋರ ಜೊತೆ ಎದುರಿದ್ದವರು ಕ್ಷಣ ಯೋಚಿಸಿ ಮಾತಾಡಿ ಎಂದು ಆಜ್ಞಾಪಿಸುವಂತೆ ಕಂಡಿತು.

''ಸೈನ್ಯದಲ್ಲಿದ್ದ ಜನ ಅನ್ನುವಂತ ಕಾಣುತ್ತೆ'' ಸಂಜೀವಯ್ಯ ತನ್ನ ಊಹೆಯನ್ನು ಹೇಳಿದಾಗ ಅಗ್ನಿಹೋತ್ರಿ ನಕ್ಕರು. ''ಷ್ಯೂರ್, ಹಂಡ್ರೆಡ್ ಪರ್ಸೆಂಟ್ ಕರೆಕ್ಟ್...'' ಅಲ್ಲಿಗೆ ಮುಗಿಸಿ ಮೇಲೆದ್ದರು.

ಇಂದಿನ ಪರಿಚಯ ಇಷ್ಟಕ್ಕೆ ಸಾಕೊಂತ ಸಂಜೀವಯ್ಯ ಮೇಲೆದ್ದರು. ಅಗ್ನಿಹೋತ್ರಿ ವಿಶ್ವಾಸದಿಂದ ಕೈಹಿಡಿದು ಕೂಡಿಸಿದರು. "ನೀವು ಕ್ಯಾರಿಯರು ಸಮೇತ ಪರಿಚಯಕ್ಕೆ ಬಂದಿದ್ದೀರಾ, ನಾನು ಕಪ್ ಸಾಸರ್‌ಬಗ್ಗೆಯಾದ್ರೂ ಯೋಚಿಸಬೇಡ್ವೆ... ಜಸ್ಟ್ ಎ ಮಿನಿಟ್" ಸೊಂಟಕ್ಕೆ ಕಟ್ಟಿದ್ದ ಬೆಲ್ಟನ್ನು ಸಡಿಲಿಸುತ್ತ ಒಳಗೆ ಹೋದರು.

ಫ್ರಿಜ್‌ನಿಂದ ಹಾಲು ತೆಗೆದು ಬಿಸಿ ಮಾಡಿ ಎರಡು ಕಪ್ ಬ್ರೂ ಬೆರೆಸಿಕೊಂಡು ಬಂದರು.

"ಬೈದಿ ಬೈ, ಇಲ್ಲಿ ಯಾರಾದ್ರೂ ಮೂಗರು... ಅಂದರೆ ಡೋಂಟ್ ಮಿಸ್ಟೇಕ್ ಮೀ... ಬಡ ಜನ.... ಗಲಾಟೆ ಇಲ್ದೇ ಕೆಲ್ಸ ಮಾಡಿ ಕೊಂಡ್ಹೋಗೋಂತ ಜನ ಬೇಕು" ಒತ್ತಿ ಹೇಳಿದರು.

ಅವರಿಗೆ ತಲೆ ಬುಡ ಅರ್ಥವಾಗಲಿಲ್ಲ, ಸಭ್ಯ ಬಡ ವ್ಯಕ್ತಿಯನ್ನ ಕೆಲಸಕ್ಕಾಗಿ ಹುಡುಕಬಹುದು. ಆದರೆ ಅವನು ಮೂಗನಾಗಿರಬೇಕೆನ್ನುವುದು– ತಲೆ ಕೆಡಿಸಿಕೊಂಡರೂ ಪ್ರಶ್ನಿಸಲು ಹೋಗಲಿಲ್ಲ.

"ನೋಡೋಣ, ಪ್ರಯತ್ನಪಡ್ತೀನಿ. ಪರ್‌ಫೆಕ್ಟಾಗಿ ನೀವು ಹೇಳೋಂಥವ್ರು ಸಿಕ್ಕೋದು ಕಷ್ಟ ಸಿಕ್ಕರೂ ಅವ್ರು ಸಭ್ಯರು, ಬಡವರು ಆಗಿರೋದು ಕಷ್ಟ" ಅರಿವಾಗದಂತೆ ಸಂಜೀವಯ್ಯನವರ ತುಟಿಯಂಚಿನಲ್ಲಿ ನಗು ಮಿನುಗಿತು.

ತಟ್ಟನೆ ಅಗ್ನಿಹೋತ್ರಿಯ ಮುಖ ಗಂಭೀರವಾಯಿತು. ಇದುವರೆಗೆ ಅವರ ತುಂಟಿಯಂಚನ್ನು ಅಪ್ಪಿದ್ದ ನಗೆಯ ಲಾಸ್ಯ ಮಾಯವಾಗಿತ್ತು.

"ಥ್ಯಾಂಕ್ಯೂ ವೆರಿ ಮಚ್, ನಿಮ್ಗೇ ಬೇಡ ಆ ಕಷ್ಟ" ಎಂದವರು ಮಾತು ಬದಲಾಯಿಸಿದರು. "ಇದೆಲ್ಲ... ಏನು?" ಕ್ಯಾರಿಯರು ಕಡೆ ಕಣ್ಣಲ್ಲಿಯೇ ತೋರಿಸಿದರು.

ಸಂಜೀವಯ್ಯ ಮುಗುಳ್ನಕ್ಕರು "ಅಂಥದೇನಿಲ್ಲ, ನಮ್ಮ ತಿಂಡಿಯ ರುಚಿ ನೋಡ್ಲಿಂತಷ್ಟೆ" ಹೊರಟುಬಿಟ್ಟರು.

ಬಂದ ದಿನದಿಂದಲೇ ಅಗ್ನಿಹೋತ್ರಿಯನ್ನು ಗಮನಿಸಿದ್ದರು. ಬಹಳ ಸ್ಟ್ರಿಕ್ಟ್ ಒಂದೇ ಪದದಲ್ಲಿ ಅವರ ಪರ್ಸನಾಲಿಟಿಯನ್ನು ವಿಶ್ಲೇಷಿಸಿದ್ದರು ಮನದಲ್ಲೇ.

ಬೋಲ್ಟ್ ಹಾಕಿಕೊಂಡು ಬಂದು ಕೂತರು ಅಗ್ನಿಹೋತ್ರಿ. ಸಿಗರೇಟು ಪ್ಯಾಕ್ ಹೊರಗೆ ತೆಗೆದರು. ಅವರಿಗೆ ಬೆಂಕಿ ಕಡ್ಡಿಯಿಂದ ಸಿಗರೇಟು ಹಚ್ಚಲು ಇಷ್ಟವಿಲ್ಲ, ಲೈಟರ್ ಬೇಕು.

ಸಿಗರೇಟು ತೆಗೆದು ತುಟಿಯ ಮಧ್ಯೆ ಇಟ್ಟವರು ಲೈಟರ್‌ಗಾಗಿ ಬೀರು ತೆಗೆದವರು ಹಾಗೆಯೇ ಮುಚ್ಚಿ ಬಂದರು. ಸಿಗರೇಟು ಹಾಗೆಯೇ ತುಟಿಗಳ ನಡುವೆ ಇತ್ತು. ನಂತರ ಕಿಟಕಿಯಿಂದ ಹೊರಗೆಸೆದರು.

ಬಹಳ ಎಚ್ಚರದಿಂದ ಈ ಪ್ರದೇಶವನ್ನು ಆರಿಸಿಕೊಂಡಿದ್ದರು. ಹತ್ತಾರು ಮನೆಗಳು ಸೇರಿ ಒಂದು ಕಾಲೋನಿ ನಿರ್ಮಾಣಗೊಂಡಿತ್ತು. ಒಂದೆಡೆ ಪ್ರಕೃತಿಯ ಸೆರಗಾದರೆ ಮತ್ತೊಂದೆಡೆ, ಸಿಟಿಯ ಅನುಕೂಲತೆಗಳು. ಇವುಗಳ ಮಧ್ಯೆ ಈ ತಾಣ.

ಕಿಟಕಿಯ ಬಳಿ ನಿಂತು ಹೊರಗೆ ನೋಡತೊಡಗಿದ್ದರು. ಏರುವ ಬಿಸಲಿನ ನಡುವೆಯು ಹತ್ತಾರು ಹುಡುಗರು ಪಕ್ಕದ ಬಯಲಿನಲ್ಲಿ ಗುಂಪುಗೂಡಿದ್ದರು. ಭಾನುವಾರದ ನೆನಪು ಮಾಡಿಕೊಂಡರು.

ಬೆಳಿಗ್ಗೆ ಏಳುವಾಗಲೇ ಮನೀಲಾ ಕೇಳಿದ್ದಳು. "ಸೋಮವಾರ ಕಾಲೇಜಿಗೆ ನನ್ನ ಅಡ್ಮಿಷನ್ ಆಗ್ಬಹ್ದು ಅಲ್ವಾ!" ಕೋಟು ಧರಿಸುತ್ತಲೇ 'ಹ್ಞೂ' ಎಂದು ತಲೆದೂಗಿದ್ದರು ಅಗ್ನಿಹೋತ್ರಿ. "ನೀನು ಅಂದೇ ಕಾಲೇಜಿಗೆ ಕೂಡ ಹೋಗ್ಬಹ್ದು. ಸುತ್ತಲ ಪರಿಸರ ಕೂಡ ಚೆನ್ನಾಗಿದೆ. ಯು ಲೈಕ್ ಇಟ್" ಉತ್ಸಾಹ ತುಂಬಿದ್ದರು.

ಅವಳ ರೂಮಿಗೆ ಹೋದವರು ನಿಂತರು. ಮನೀಲಾ ಕೆನ್ನೆಗಳಲ್ಲಿನ ಮುಗ್ಧತೆಯ ಕೆಂಪು ಕೂಡ ಇನ್ನು ಮಾಸಿಲ್ಲವೆನಿಸಿತು. ಪಕ್ಕದಲ್ಲಿ ಕೂತು ಅವಳ ಮುಂದಲೆ ಸವರಿದರು.

ಕಾಲಿಂಗ್ ಬೆಲ್ ಸದ್ದು. ಅವರೇ ಬಂದು ತೆಗೆದರು. ನಲವತ್ತು – ಐವತ್ತರ ನಡುವಿನ ಹೆಣ್ಣೊಬ್ಬಳು ಬಂದು ನಿಂತಿದ್ದಳು.

"ನಮಸ್ಕಾರ, ನನ್ಹೆಸರು ಪವಳ ಕುಡಿ ಅಂತ. ಇಲ್ಲದ್ದೆಲ್ಲ ಕೆಲ್ಸ ಮಾಡಿಕೊಡ್ತೀನಿ. ನಿಮ್ಗೇ ತೋಚಿದ್ದು ಕೊಡ್ಬಹ್ದು. ಕೈಗೆ ಕೆಲಸವಿದ್ರೆ.... ಸಾಕು" ಎಂದಳು.

ಅಡಿಯಿಂದ ಮುಡಿಯವರೆಗೂ ಪರೀಕ್ಷಾರ್ಥವಾಗಿ ನೋಟ ಹರಿಸಿದರು. "ಕೆಲ್ಸ ಇದ್ದಾಗ್ಹೇಳಿ" ಹೊರಟೇ ಬಿಟ್ಟಳು. ತೀರಾ ವಿಚಿತ್ರವಾಗಿ ಕಂಡಳು.

ಕಾಂಪೌಂಡ್‌ನ ಗೇಟಿನ ಬಳಿ ಬಂದರು. ಗಿಡ ಕಟಿಂಗ್ ಮಾಡುತ್ತಿದ್ದ ಸಂಜೀವಯ್ಯನನ್ನು ಕೈ ತಟ್ಟಿ ಕರೆದರು. ಪ್ರಿಸ್ಟೀಜ್ ಬಗ್ಗೆ ತಲೆ ಕೆಡಿಸಿಕೊಳ್ಳದ ವ್ಯಕ್ತಿಯೇನೋ, ಕತ್ತರಿಯನ್ನು ಕೈಯಲ್ಲಿಡಿದೆ ಬಂದರು.

ಹೋಗುತ್ತಿದ್ದ ಪವಳಕುಡಿಯತ್ತ ಕೈ ತೋರಿಸಿ ಕೇಳಿದರು "ಯಾರು, ಆ ಆಕೆ...?" ಆತನ ನೋಟದಲ್ಲಿ ಸಹಾನುಭೂತಿ ತುಂಬಿಕೊಂಡಿತ್ತು. "ಪವಳಕುಡಿ, ಇಲ್ಲಿರೋ ಪ್ರತಿಯೊಂದು ಮನೆಯವ್ರಿಗೂ ಗೊತ್ತು. ಹೇಳ್ದ ಕೆಲಸ ಮಾಡ್ತಾಳೆ, ಕೊಟ್ಟಷ್ಟು ಇಸ್ಕೋತಾಳೆ. ತನ್ನ ವಿಷ್ಯ ಬೇರೆಯವ್ರಿಗೆ ಹೇಳಿ ಬೋರ್ ಹೊಡೆಸೋಲ್ಲ, ಬೇರೆಯವ್ರದನ್ನು ತಿಳಿಯಲು ಅವ್ಳಿಗೆ ಕುತೂಹಲವಿಲ್ಲ, ಅಂತು ತುಂಬ ಒಳ್ಳೆಯೋಳು. ಆದ್ರೆ... ಮಾತು ಬರುತ್ತೆ" ಕೊನೆಯ ವಾಕ್ಯ ಉಸುರಿದಾಗ ಸ್ವಲ್ಪ ಹೆದರಿದಂತೆ ಕಂಡರು ಸಂಜೀವಯ್ಯ.

ತಲೆದೂಗಿದರು ಅಗ್ನಿಹೋತ್ರಿ.

"ಅವಳ ಮಾತಿನಿಂದ ಯಾರ್ಗೂ ತೊಂದರೆ ಇಲ್ಲ, ಅಗತ್ಯಕಷ್ಟೇ.... ಮಾತು."

ಇನ್ನೊಂದು ಮಾತು ಮೊದಲನೆಯದಕ್ಕೆ ಸೇರ್ಪಡೆಯಾಯಿತು. ಮೀಸೆಯ ಮೇಲಾಡಿತು ಅವರ ಎಡಗೈ ಬೆರಳುಗಳು. ''ನೋಡೋಣ...'' ಎಂದಳು.

ಮಧ್ಯಾಹ್ನ ಎರಡರ ನಂತರವೇ ಮನೀಲಾಗೆ ಎಚ್ಚರವಾಗಿದ್ದು. ಒಂದು ರೀತಿಯ ಮಂಪರು ಇದ್ದರೂ ಉಲ್ಲಾಸವಾಗಿಯೇ ಇದ್ದಳು.

ತಣ್ಣಗಿನ ಒಂದು ಲೋಟ ಹಾಲು ತಂದು ಅವಳ ಮುಂದ್ಹಿಡಿದರು ''ಕುಡೀ, ಅಡ್ಗೇ ರೆಡಿಯಾಗಿದೆ, ಊಟ ಮಾಡೋಣ'' ಕೆನ್ನೆ ತಟ್ಟಿದರು. ಅವಳ ಕಣ್ನೋಟ ಸದ್ದಿಲ್ಲದೆ ಸರಿಯಿತು, ಗೋಡೆಯ ಮೇಲಿನ ಸಿಂಗಪೂರ್ ಗಡಿಯಾರದತ್ತ. ''ಮೈ ಗಾಡ್, ಎರಡ್ಡು ಗಂಟೆಯಾಗಿದೆ. ಇನ್ನು ಊಟ ಮಾಡಿಲ್ಲ.'' ಹಾಲನ್ನು ಗಟಗಟನೆ ಕುಡಿದು ಎದ್ದು ಬಂದಳು.

ಕ್ಯಾರಿಯರ್ ಪೊಂಗಲ್ ಹಾಟ್ ಬಾಕ್ಸ್‌ಗೆ ಬದಲಾಗಿತ್ತು'' ಎದುರು ಮನೆ ರಿಟೈರ್ಡ್ ಮಾಸ್ಟರ್ ತಂದು ಕೊಟ್ರು. ಪರಿಚಯಕ್ಕೆ ಇಷ್ಟು... ಒಳ್ಳೆ ಜನ. ಐ ಲೈಕ್ ಹಿಮ್. ಸರಳತೆಯೇ ಅವ್ರ ಶ್ರೀಮಂತಿಕೆ'' ಅವಳ ತಟ್ಟೆಗೆ ಬಡಿಸಿದರು.

ಆದಷ್ಟು ಮಿದುಳಿಗೆ ಕೆಲಸ ಕೊಡಬಾರದು ಅವಳು! ಅದು ಅವಳಿಗೂ ಇಷ್ಟವಿಲ್ಲ. ಹಾಗಂತ ಕೆಲವು ನಿಯಮಗಳು ಬದಲಾಗಲು ಸಾಧ್ಯವೇ ?

ಮನೀಲಾ ತಿಂದು ಕೈ ತೊಳೆಯುವವರೆಗೂ ತಟ್ಟೆ ಖಾಲಿ ಮಾಡುತ್ತಲೇ ಮಾತಾಡಿದರು. ಹಗುರವಾದ ಜೋಕ್‌ಗಳು, ಮನಸ್ಸಿಗೆ ಹಿತವಾಗುವಂಥ ವರ್ಣನೆ. ಮಾತೇ ಇಷ್ಟಪಡದ ಅಗ್ನಿಹೋತ್ರಿ ಮನಿಲಾ ಮುಂದೆ ತೀರಾ ಮಾತುಗಾರರು. 'ಚಾಟರ್‌ಬಾಕ್ಸ್' ಅವಳೇ ಅಣಕಿಸುತ್ತಿದ್ದಳು. ಕಾರಣ ಗೊತ್ತು ಕೂಡ ಅವಳಿಗೆ.

''ಮಾವ, ನಾನು ಎದುರು ಮನೆಗೆ ಹೋಗ್ಬರ್ಲಾ?'' ಕೇಳಿದಳು ನಸುನಕ್ಕರು. ಪ್ರಿಸ್ಟೀಜ್‌ನ ಕಾಯ್ದು ಕೊಳ್ಳುವ ಅಗತ್ಯ ಅವರಿಗಿಲ್ಲ. ''ಓಕೆ, ಅನ್ನಬಹುದಿತ್ತು. ಸಿಟಿಗೆ ಹೋಗ್ಬೇಕಲ್ಲ, ನಿಂಗೊಂದು ಸೈಕಲ್ ಬೇಕಂದೆ'' ನಿರ್ಣಯ ಅವಳಿಗೆ ಬಿಟ್ಟರು. ''ಷೂರ್, ಸಂಜೆ ತಾನೆ ಹೋಗೋದು. ಹೋಗಿ ಮಾತಾಡ್ಸಿ ಕೊಂಡ್ಬರ್ತೀನಿ. ಇವತ್ತು ಕೊಟ್ಟ ತಿಂಡಿಗೆ ಥ್ಯಾಂಕ್ಯೂ ಹೇಳಿದ್ರೆ ತಾನೇ... ನಾಳೆ ಮತ್ತೆ ಅವ್ರು ಕೊಡೋದು'' ಎಂದವಳು ಹರಿಣಿಯಂತೆ ಚಿಮ್ಮಿ ಹೋದಳು.

ಅಗ್ನಿಹೋತ್ರಿಗಳ ಕಣ್ಣುಗಳಲ್ಲಿ ಮೆಚ್ಚಿಕೆಯ ಹಿಂದಿದ್ದ ವೇದನೆ ಬೇರೆಯವರಿಗೆ ಗೊತ್ತಾಗುವಂತಿರಲಿಲ್ಲ.

ಕಾಲಿಂಗ್ ಬೆಲ್ ಮರತೇ ಎದುರು ಮನೆ ಬಾಗಿಲು ತಟ್ಟಿದಳು. ಬಾಗಿಲು ತೆರೆದಿದ್ದು ಸಂಜೀವಯ್ಯನ ಹೆಂಡತಿ ಕಲ್ಯಾಣಮ್ಮ.

ಒಂದು ರೀತಿಯ ಆತ್ಮೀಯತೆ ಆಕೆಯ ಕಣ್ಣುಗಳಲ್ಲಿ ಅರಳಿತು. ''ಬಾಮ್ಮ... ಒಳಗೆ.

ನಾನೇ ಬಂದು ಮಾತನಾಡಿಸೋಣ ಅಂದ್ಕೊಂಡೆ. ನಿಮ್ಮಂಥ ಹುಡುಗರಿಗೆ ನಮ್ಮ ಮಾತುಗಳು ಇಷ್ಟವಾಗುತ್ತೋ ಇಲ್ವೋಂತ'' ಸಂಕೋಚ ವ್ಯಕ್ತಪಡಿಸಿದರು.

ಎರಡು ನಿಮಿಷದಷ್ಟು ದೀರ್ಘಕಾಲ ಅವರನ್ನೇ ನೋಡಿ ಅನಂತರ ಮುಗುಳ್ನಕ್ಕಳು ''ನಿಮ್ಮ ಮಾತು ನಂಗೆ ಇಷ್ಟವಾಯ್ತು'' ಪನ್ನೀರಿನಲ್ಲಿ ಅದ್ದಿದ ಸುವಾಸನೆಯ ಗುಲಾಬಿಯಂತೆ ಕಂಡಳು ಅವರ ಕಣ್ಣುಗಳಿಗೆ ಮನೀಲಾ. ''ಬಾ... ಬಾ...'' ಕೈ ಹಿಡಿದು ಒಳಗೆ ಕರೆದೊಯ್ದರು.

ಸಣ್ಣ ವರಾಂಡ ದಾಟಿದ ಮೇಲೆ ಒಂದು ಹಾಲ್. ಅಲ್ಲಿಗೆ ಬಂದವಳೇ ನಿಂತು ಬಿಟ್ಟಳು ಕಣ್ಣರಳಿಸಿ. ಮಣಿಗಳಿಂದ ಮಾಡಿದ ತೋರಣಗಳು ಬಾಗಿಲುಗಳಿಗೆ. ವೆಲ್‌ವೆಟ್ ಬಟ್ಟೆಯ ಮೇಲೆ ಬಟನ್‌ಗಳಿಂದ ಮಾಡಿದ ಅಂಬೆಗಾಲಿಕ್ಕುವ ಕೃಷ್ಣನನ್ನು ನೋಡಿ ಸಮ್ಮೋಹಿತಳಾದಳು.

''ಅದು ಈ ಕಲ್ಯಾಣಮ್ಮನ ಕುಸುರಿ ಕೆಲಸವೆ.'' ಸಂಜೀವಯ್ಯನವರು ಹೇಳಿದರು. ಅವರತ್ತ ತಿರುಗಿದಳು 'ಸರಳತನವೆ ಅವರ ಶ್ರೀಮಂತಿಕೆ' ಮಾವ ಹೇಳಿದ್ದನ್ನು ನೆನಪಿಸಿ ಕೊಂಡಳು. ''ಆದ್ರಲ್ಲಿ ನಿಮ್ಮ ಪಾಲು ಇದೇಂತ ಕಲ್ಯಾಣಮ್ಮನವ್ರು ರಿಪೋರ್ಟ್ ಮಾಡಿದ್ದರಲ್ಲ'' ಛೇಡಿಸಿದಳು. ಗಂಡ, ಹೆಂಡತಿ ಕೂಡಿಯೇ ನಕ್ಕರು.

ಆಮೇಲೆ ಇವಳನ್ನೇನು ಕೇಳಲಿಲ್ಲ. ತಮ್ಮ ಇಡೀ ಮನೆಯ ಪರಿಚಯ ಮಾಡಿ ಕೊಟ್ಟರು. ಒಂದು ನಾಯಿ, ಬೆಕ್ಕು ಅವರ ಒಡನಾಟಕ್ಕೆ. ಅದು ಏನೂ ಪರ್ಮನೆಂಟ್ ಅಲ್ಲ.

ಇಷ್ಟವಾದರು ಅವರು ಮನೀಲಾಗೆ. ಬಿಂಕ, ನಾಟಕೀಯತೆ ಇಲ್ಲದ ಒಡನಾಟ ಪ್ರತಿಯೊಬ್ಬರಿಗೂ ಆಹ್ಲಾದಕರವೇ.

ಮನೆಗೆ ಬಂದಾಗ ಮನೀಲಾ ಖುಷಿಯಾಗಿದ್ದುದ್ದನ್ನೇ ನೋಡಿ ಅಗ್ನಿಹೋತ್ರಿ ಅಪರಿಮಿತವಾದ ಸಂತೋಷ ಅನುಭವಿಸಿದರು. ತಮ್ಮ ಪಡೆಯಿಂದ ಒಬ್ಬ ಸೈನಿಕನು ಸಾಯದಂತೆ ಗೆಲುವು ಲಭಿಸಿದ ಆಮೋದ ಅವರ ಪಾಲಿಗೆ.

''ತುಂಬ ಇಷ್ಟವಾದ್ರೂ'' ಬಾಯಿ ತುಂಬ ನಕ್ಕಳು. ಕಲ್ಯಾಣಮ್ಮ, ಸಂಜೀವಯ್ಯನ ನಡುವೆ ನಡೆದ ಮಾತುಕತೆಗಳನ್ನೆಲ್ಲ ಮಧ್ಯೆ ಮಧ್ಯೆ ಹೇಳಿದಳು. ''ಅವ್ರ ನಾಯಿ ಪಪ್ಪಿ ತುಂಬಾ ಮುದ್ದಾಗಿದೆ. ಅದು ಮನೆಯಲ್ಲಿರೋದೆ ಕಡ್ಮೆಯಂತೆ''

''ಅಂತೂ, ನಿಂಗೆ ಒಳ್ಳೆ ಫ್ರೆಂಡ್ಸ್ ಸಿಕ್ರು'' ಎಂದರು. ಒಪ್ಪಗೆಯೆನ್ನುವಂತೆ ತಲೆದೂಗಿದಳು. ''ಮಾವ, ಇಲ್ಲಿ ಬಹಳ ಹುಡುಗ್ರು ಇದ್ದಾರೆ'' ಎಂದವಳು ಕೋಣೆಗೆ ಹೋಗಿಬಿಟ್ಟಳು.

ಕೂತಲ್ಲಿಂದಲೇ ಅಗ್ನಿಹೋತ್ರಿಗಳು ಕೂಗಿದರು.

''ನಿಂಗೆ ಸೈಕಲ್ ಬೇಕಾ ಬೇಡವಾ ? ಇದು ನಿಮಿಷದಲ್ಲಿ ನಿರ್ಧಾರವಾಗ್ಬೇಕು. ಶಿಸ್ತು ಅಂದರೆ ಶಿಸ್ತು''

ಕೈಯಲ್ಲಿನ ಗಡಿಯಾರದ ನಡತೆಯನ್ನು ಗಮನಿಸತೊಡಗಿದರು. ನೂರ ಅರವತ್ತು ಸೆಕೆಂಡ್‌ಗೆ ಮುನ್ನವೇ ಅಂದರೆ ಎರಡು ನಿಮಿಷ ಐವತ್ತೆಂಟು ಸವಕೆಂಡ್‌ಗೆ ಹೊರಗೆ ಬಂದಳು.

★ ★ ★

ಮನೀಲಾ ಸಿಂಧ್ಯ ಅವರ ಮಗಳನ್ನು ಹಿಂದೆ ಕೂಡಿಸಿಕೊಂಡು ಬರುತ್ತಿದ್ದ ಸೈಕಲ್ ವೇಗ ತಟ್ಟನೇ ತಗ್ಗಿತು. ಪೆಡಲ್ ಮೇಲಿನ ಪಾದವನ್ನು ತೆಗೆದು ನೆಲದಲ್ಲಿಟ್ಟಳು.

ಪಂಚವಟಿ... ಎಂದಳು. ಅವಳಿಗೆ ಆ ಹೆಸರು ತುಂಬ ಇಂಪ್ರೆಸಿವ್ ಆಯಿತು. ಚಕ್ಕನೆ ಇಳಿದಳು. ಅರುಣ ಕಣ್ಣುಗಳಲ್ಲಿ ಭಯವನ್ನು ಅರಳಿಸುತ್ತ "ಅಯ್ಯೋ, ನಾನು ಇಳೀತೀನಿ ಮನ್ನಿ" ಸ್ಟ್ಯಾಂಡ್ ಹಾಕಿ ನಿಲ್ಲಿಸಿದ ನಂತರವೇ ಅವಳು ಇಳಿದಿದ್ದು.

ಮಾಮೂಲಿಗಿಂತ ಎರಡಿಂಚು ಎತ್ತರದ ಕಾಂಪೌಂಡ್. ವಿವಿಧ ಜಾತಿಯ ಮರಗಳ ನಡುವೆ ಅವಳನ್ನು ಆಕರ್ಷಿಸಿದ್ದು ಹೂ ಬಿಟ್ಟಿರುವ ಮರಗಳು. ಅವಳ ಸಂತೋಷ ವರ್ಣನಾತೀತ. ಕಣ್ಸೆಳೆಯುವ ಹಳದಿ ವರ್ಣದ ಹೂಗಳನ್ನ ತುಂಬಿಕೊಂಡ ಮರಗಳು ಅವಳಿಗೆ ಇಷ್ಟವಾಯಿತು.

ಗೇಟಿನತ್ತ ಹೋಗುತ್ತಿದ್ದ ಮನೀಲಾ ಕೈ ಹಿಡಿದು ಅರುಣ ಹಿಂದಕ್ಕೆಳೆದಳು. "ಅಯ್ಯೋ ಬೇಡಪ್ಪ.... ಅಲ್ಲಿ ಯಾರನ್ನು ಒಳಗ್ಗೆ ಬಿಡೋಲ್ಲ, ಒಂದ್ಸಲ ಕ್ರಿಕೆಟ್ ಬಾಲ್ ಬಿದ್ದು ಎರಡು ಗಂಟೆ ವಿಶೂನ ಎಳೆದೊಯ್ದು ಕೂಡಿಹಾಕಿದ್ರು. ಆದ್ರೂ.... ಬಾಲ್ ಕೊಡಲೇ ಇಲ್ಲ" ಮೆತ್ತಗೆ ಕೈ ತಿರುಗಿಸಿದಳು.

ದಟ್ಟವಾಗಿ ಕೊಂಬೆಗಳನ್ನು ಆವರಿಸಿಕೊಂಡಿರುವ ಹಳದಿ ಹೂಗಳು ಅವಳ ಮನಸ್ಸನ್ನು ಆಕರ್ಷಿಸಿಬಟ್ಟಿತ್ತು. ತೀರಾ ಹತ್ತಿರಕ್ಕೆ ಹೋಗಿ ಮರದ ಬಳಿ ನಿಂತು. ನೋಡಬೇಕೆನಿಸಿತು ಅವಳಿಗೆ.

"ಅರುಣ, ಅಂದು ಬಾಲ್ ಹಾಕಿದ್ದು ತಪ್ಪು ಇರ್ಬಹುದು. ಈಗ ಅವ್ರೇನು ತಪ್ಪು ಮಾಡಲ್ವಲ್ಲ, ಬರೀ ಹಳದಿ ಹೂಗಳ ಮರಗಳ್ನ ನೋಡೋದಷ್ಟೆ" ನಿಂತು ಹೇಳಿದಳು.

ಅವಳು ಅಡ್ಡಡ್ಡ ತಲೆಯಾಡಿಸಿದಳು. "ಇಲ್ಲಪ್ಪ ಅವ್ರು ಒಪ್ಪೋಲ್ಲ, ನಾನು ಮನೆಗೆ ಹೋಗ್ತೀನಿ" ಅರುಣ ಸೈಕಲ್ ಏರೋ ಆಸೆ ಬಿಟ್ಟು ನಡೆದಾಗ ಇವಳು ಸೈಕಲ್ ತಳ್ಳಿಕೊಂಡು ಹೊರಟಳು.

ಅವಳಲ್ಲಿ ದ್ವಂದ್ವ, ಮನೀಲಾ ಮನದ ಆಸೆ ಪ್ರಬಲವಾದಷ್ಟು ಹಳದಿ ಹೂಗಳು ಅವಳ ಮನಸ್ಸಿನ ತುಂಬೆಲ್ಲ ಹರಡಿಕೊಂಡವು.

"ಹತ್ತು...." ಅರುಣ ಎಂಟರ ಅರುಣನ ಕೂಡಿಸಿಕೊಂಡು ಸೈಕಲ್ ತುಳಿಯ ತೊಡಗಿದಳು. ಪಂಚವಟಿಯ ಹಳದಿ ಹೂಗಳು-ಉಲ್ಲಾಸದಿಂದ ಬಾನಿನಲ್ಲಿ ಹಾರಾಡಿದಂತಾಯಿತು.

ಈಗ ಅಲ್ಲಿದ್ದ ಮನೆಗಳಿಗೆಲ್ಲ ಮನೀಲಾ ಪರಿಚಿತೆ. ಎಲ್ಲರ ಮನೆಯ ಹುಡುಗರು, ಮಕ್ಕಳು ಅವಳ ಹಿಂದೆಯೇ ಇರುತ್ತಿದ್ದರು. ಜೇನಿನ ನೊಣಗಳ ಮಧ್ಯೆ ಅವಳು ರಾಣಿ ನೊಣ.

ಅರುಣನ ಮನೆಯ ಮುಂದಿಳಿಸಿ ಸೈಕಲ್ ತಳ್ಳಿಕೊಂಡು ಮನೆಗೆ ಬಂದಳು. ಸೇದುತ್ತಿದ್ದ ಸಿಗರೇಟನ್ನು ಹೊರಗೆಸೆದು ಅಗ್ನಿಹೋತ್ರಿ ಸರಿಯಾಗಿ ಕೂತರು.

ಸಿಟಿಯಿಂದ ತಂದ ಟೂತ್ ಪೇಸ್ಟ್ ಕ್ರೀಮ್‌ನ ಅವರ ಮುಂದಿಟ್ಟಳು. "ಮಾವ..." ಅವರ ಪಕ್ಕದಲ್ಲಿ ಕೂತು ಕೈ ಬೆರಳುಗಳೊಡನೆ ಆಡುತ್ತ "ಮರದಲ್ಲಿ ಆಕರ್ಷಕವಾದ ಹಳದಿ ಹೂಗಳು...." ಅವಳು ಮುಗಿಸುವ ಮುನ್ನವೇ "ಲಿಹೂರ... ತಾನೇ! ಈ ಸೀಜನ್‌ನಲ್ಲಿಯೇ ಬಿಡೋದು. ಆ ಮರಗಳ್ನ ಎಲ್ಲಿ ನೋಡ್ದೇ ಕೇಳಿದರು.

"ಎಷ್ಟು ಚಂದ ಇತ್ತು ಗೊತ್ತ ಮಾವ. ನಾನು ನೋಡೇ ಇಲ್ಲ ಅಂಥ ಮರಾನ! ಗುಲ್‌ಮೊಹರ್ ಗೊತ್ತು, ಕೇಸರಿ ಗೆಂಪಿನ ಹೂ ಬಿಡುತ್ತಲ್ಲ ಅದು ನಮ್ಮ ಕ್ವಾರ್ಟರ್ಸ್‌ನಲ್ಲೇ ಇತ್ತು..." ಉಲ್ಲಾಸವಾಗಿದ್ದ ಮುಖದಲ್ಲಿ ಯಾವುದೋ ಭಯ ಆವರಿಸಿಕೊಂಡಿತು. ಹಿಮ ಬಿಂದುಗಳಂತೆ ಹಣೆಯಲ್ಲಿ ಬೆವರಿನ ಬಿಂದುಗಳು ಸಾಲುಗಟ್ಟಿದವು. ಅವಳ ಮಿದುಳಿನಲ್ಲಿ ಒಂದು ತರಹ ಸದ್ದು. ಕಣ್ಮುಂದೆ ಭೀಭತ್ಸ ದೃಶ್ಯ.

ತಕ್ಷಣ ಅವಳನ್ನು ತಮ್ಮ ಎದೆಗೊರಗಿಸಿಕೊಂಡ ಅವರು "ರಿಲಾಕ್ಸ್... ಲಹೂರ ತಾನೇ! ಬ್ಯೂಟಿಫುಲ್. ಟ್ರೆ. ಇಬ್ರೂ ನೋಡಿ ಬರೋದೆ ತಾನೇ" ಎನ್ನುತ್ತ ಅವಳ ಮುಖದ ಭಾವನೆಗಳನ್ನೇ ಗಮನಿಸಿದರು. ಅವಳ ಕೈಗಳು ಅವರನ್ನು ಬಿಗಿಯಾಗಿ ಅಪ್ಪಿ ಹಿಡಿದಿತ್ತು.

ಡ್ರಾಯರ್‌ನಲ್ಲಿರೋ ಮಾತ್ರೆಯನ್ನು ಕೂಡ ತೆಗೆಯುವ ಸ್ಥಿತಿಯಲ್ಲಿರಲಿಲ್ಲ ಅವರು. ಮನೀಲಾ ಮುಖ ಶಾಂತತೆಗೆ ಮರಳಿದಾಗ ಸಮಾಧಾನದ ಉಸಿರು ಬಿಟ್ಟರು.

ಎಷ್ಟೋ ಹೊತ್ತು ಅದೇ ಸ್ಥಿತಿಯಲ್ಲಿದ್ದಳು. ಸಂಜೀವಯ್ಯವರ ದನಿ ಕೇಳಿದ ನಂತರವೇ ಅವಳಲ್ಲಿ ಚಲನೆಯುಂಟಾಗಿದ್ದು.

ಅವಳ ಮುಖದ ಮೇಲಿನ ಬೆವರೊತ್ತಿದರು.

"ನಿನ್ನ ಸ. ಕು. ಅಂಕಲ್ ಬಂದಿದೆ" ಭುಜ ತಟ್ಟಿದರು. ಅಷ್ಟರೊಳಗೆ ಸಂಜೀವಯ್ಯನವರೇ ಬಂದರು. "ಯಾಕೆ ಮನ್ನಿ ಬರ್ಲಿಲ್ಲಾಂತ ಕಲ್ಯಾಣಿ ಪೇಚಾಡ್ತ ಇದ್ಲು." ಅವಳಿಗೆ ಎದುರಾಗಿ ಕೂತರು. ನಾಲಿಗೆ ತುದಿಗೆ ಬಂದಿದ್ದನ್ನು ಕೇಳಲಾರದೆ ಹೋದರು.

"ಹೋಗು ಮನ್ನಿ.... ನಿನ್ನ ಕಲ್ಯಾಣಿ ಆಂಟೀ ಕಾಯ್ತಾ ಇದೆಯಂತೆ" ಹೋಗಲು ಸೂಚಿಸಿದರು. "ಬಾ... ಬಾ... ನಿಂಗೋಸ್ಕರ ಕಾಯ್ತ ಇದ್ದಾಳೆ" ಸಂಜೀವಯ್ಯನವರ ಒತ್ತಡ ಕೂಡ ಸೇರಿತು. ಎಂದಿನಂತೆ ಹಾರಿ ಹೋಗದಿದ್ದರೂ ಅವರನ್ನು ಹಿಂಬಾಲಿಸಿದಳು.

ಮಾರನೆಯ ದಿನ ಬೆಳಿಗ್ಗೆ ಪ್ಯಾಂಟ್, ಟೀ ಷರಟು ತೊಟ್ಟು ಕ್ರಿಕೆಟ್ ಹ್ಯಾಟ್ ಎತ್ತಿಕೊಂಡು ಹೊರಟಾಗ ಕಣ್ಣರಳಿಸಿದರು ಅಗ್ನಿಹೋತ್ರಿ.

"ಅಂತೂ ಕ್ರಿಕೆಟ್ ಪ್ರೋಗ್ರಾಂ..." ಸಣ್ಣಗೆ ನಕ್ಕರು.

"ನಾನು ತಾನೆ ಏನ್ಮಾಡ್ಲೀ, ಪ್ಲೇಯರ್ ಆಗದಿದ್ರೂ ಅಂಪೈರ್ ಆಗೋಕೆ ಅಡ್ಡಿ ಇಲ್ವಲ್ಲ" ಪುಸಲಾಯಿಸಿದರು.

ರೂಮಿನಲ್ಲಿದ್ದ ಚೆಸ್ ಬೋರ್ಡ್ ಕಾಯಿನ್‌ಗಳನ್ನು ತಂದು ಅವರ ಮುಂದಿಟ್ಟು "ನಾನು ಬರೋವರ್ಗೂ... ಇದೇ ನಿಮ್ಮ ಟೈಮ್ ಪಾಸ್..." ಹೊಸ ಮಾದರಿಯ ಸ್ಯಾಂಡಲ್ಸ್‌ನಲ್ಲಿ ಕಾಲು ತೂರಿಸಿ ನಡೆದವಳು ಮತ್ತೆ ಬಂದು ಸೈಕಲ್ ಒಯ್ದಳು.

ಇಡೀ ಕಾಲೋನಿಯಲ್ಲಿ ಓಡಾಡಿ ಹತ್ತಾರು ಹುಡುಗ, ಹುಡುಗಿಯರನ್ನು ಸೇರಿಸಿ 'ಪಂಚವಟಿ'ಯ ಬಳಿಗೆ ಕರೆದೊಯ್ದಳು. ಹದಿಮೂರರ ಅಜಯ್ ತಲೆಯಾಡಿಸಿದ.

"ಇಲ್ಲಿ ಆಡಿದ್ರೆ... ಒಳ್ಗೆ ಎಳೆದೊಯ್ದು ಕೂಡಿಹಾಕ್ತಾರೆ. ನಾನು ಆಡೋಲ್ಲ" ಅಲ್ಲೇ ಇದ್ದ ಒಂದು ಸಣ್ಣ ಕಲ್ಲು ಮೇಲೆ ಕೂತ.

ಪ್ರತಿಯೊಬ್ಬರದು ಒಂದಲ್ಲ ಒಂದು ರಾಗ. ಉತ್ಸಾಹದಿಂದ ವಿಕೆಟ್‌ಗಳನ್ನು ಹಿಡಿದು ಬಂದ ಉಲ್ಲಾಸ್ ಒಬ್ಬನೇ ಸ್ವಲ್ಪ ಗಂಡುತನ ತೋರಿದ್ದು.

"ಬಂಗ್ಲೇ ಅವರದ್ದು ಇರ್ಬಹ್ದು. ಇದೆಲ್ಲ ಯಾರಪ್ಪನದು ಅಲ್ಲ. ಇಲ್ಲಿ ಆಡೋ ಸ್ವತಂತ್ರ ನಮಗಿದೆ. ನೋಡೇ ಬಿಡೋಣ. ಹೋದ್ವರ್ಷಕ್ಕಿಂತ ನಾನು ಸ್ವಲ್ಪ ದೊಡ್ಡವನು ಆಗಿದ್ದೀನಿ" ಷರಟಿನ ಕಾಲರ್ ಸರಿ ಮಾಡಿದ.

ಅಂತೂ ಚಾಕಲೇಟ್, ಐಸ್ ಕ್ಯಾಂಡಿಗಳ ಆಸೆಗಾಗಿ ಎಲ್ಲರನ್ನು ಒಪ್ಪಿಸಿದಳು. ವಿಕೆಟ್, ಬ್ಯಾಟು, ಬಾಲುಗಳನ್ನು ಒಂದೆಡೆ ಹಾಕಿ ಎಲ್ಲರೂ ಪಂಚವಟಿಯ ಪಕ್ಕದಲ್ಲಿನ ಸಣ್ಣಪುಟ್ಟ ಗಿಡಗಳನ್ನು ಕಿತ್ತು ಸ್ವಚ್ಛ ಮಾಡುವ ವೇಳೆಗೆ ಮಧ್ಯಾಹ್ನವಾಗಿ ಹೋಯಿತು.

ಒಬ್ಬೊಬ್ಬರೇ ಹೊಟ್ಟೆ ಹಸಿವಿನ ಕಾರಣ ಹೇಳತೊಡಗಿದಾಗ ತನ್ನ ಬ್ಯಾಗ್‌ನಲ್ಲಿದ್ದ ಫೈವ್ ಸ್ಟಾರ್ ಚಾಕಲೇಟ್‌ಗಳನ್ನ ಎಲ್ಲರಿಗೂ ಹಂಚಿದಳು.

ಕೆಲಸ ಪೂರ್ತಿ ಆಗುವ ವೇಳೆಗೆ ಒಂದು ವೈಲೆಟ್ ಬಣ್ಣದ ಮಾರುತಿ ಬಂತು. ಅದು ಒಳಗೆ ಹೋದ ನಂತರ ಒಬ್ಬ ನಲವತ್ತರ ವ್ಯಕ್ತಿ ಬಂದ.

"ಏನು ಮಾಡ್ತಾ ಇದ್ದೀರಾ ?" ಸ್ವಲ್ಪ ಒರಟಾಗಿಯೇ ಇತ್ತು ಅವನ ಸ್ವರ. ಉಲ್ಲಾಸ್ ದುರುಗುಟ್ಟಿ ನೋಡಿದ. "ಅದ್ನ ಯಾಕೆ ಹೇಳ್ಬೇಕು ?" ಅವನನ್ನು ಸರಿಸಿಕೊಂಡು ಬಂದು ನಿಂತ ಮನೀಲಾ "ನಾಳೆಯಿಂದ ಅಲ್ಲಿ ಕ್ರಿಕೆಟ್ ಆಡ್ತೀವಿ" ಎಂದಳು.

"ಇಲ್ಲಿ ಆಡಕೂಡ್ದು. ಬಾಲ್ ಬಂದು ಕಾಂಪೌಂಡ್‌ನಲ್ಲಿ ಬೀಳುತ್ತೆ" ದಬಾಯಿಸುವಂತಿತ್ತು ಅವನ ಧೋರಣೆ.

"ಬಿದ್ದರೆ ತಗೋತೀವಿ. ನಿಮ್ಗೇನು ತೊಂದರೆ ಕೊಡೋಲ್ಲ" ಸವಾಲೊಡ್ಡಿದಂತೆ ಕಂಡಳು. ಬೆಳೆದ ಹುಡುಗಿ ಸಣ್ಣ ಹುಡುಗರನ್ನು ಗದರುವಂತೆ ಗದರುವ ಹಾಗಿರಲಿಲ್ಲ.

''ಹಾಗೆಲ್ಲ ಬರೋಹಂಗಿಲ್ಲ, ಬಾಲ್ ಬಿದ್ದರೆ ನಿಮ್ಗೇ ಸಿಕ್ಕೋಲ್ಲ ಇಲ್ಲೆಲ್ಲು... ಆಡ್ಬೇಡಿ'' ಎಚ್ಚರಿಕೆ ನೀಡಿ ಹೋದ.

ದೊಡ್ಡ ಗೇಟಿಗಿದ್ದ ಪದ್ಮದ ಆಕಾರದ ಕಿಂಡಿಯೊಳಗೆ ನೋಡಿದಳು. ಅವಳು ಅಲ್ಲಿದ್ದ ನೋಟ ಸರಿಸಲಿಲ್ಲ.

''ಮನ್ನಿ ಮಮ್ಮಿ ಬೈಯ್ತಾಳೆ'' ಅರುಣ ಅವಳ ಕೈ ಹಿಡಿದು ಎಳೆದಾಗಲೆ ಇತ್ತ ಅವಳ ಗಮನ ಹರಿದಿದ್ದು. ''ಮೈ ಗಾಡ್, ಸದ್ಯ ಇನ್ನು ಮಾವ ಇರ್ಲಿಲ್ಲ !'' ಬಾಯಿ ಮೇಲೆ ಕೈಯಿಟ್ಟಳು.

ಎಲ್ಲರನ್ನು ಅವರವರ ಮನೆಗೆ ಬಿಟ್ಟು ಇವಳು ಮನೆ ಸೇರುವ ವೇಳೆಗೆ ನಾಲ್ಕು ಗಂಟೆ.

ಶತಪಥ ಹಾಕುತ್ತಿದ್ದ ಅಗ್ನಿಹೋತ್ರಿ ವಾಚ್ ಕಟ್ಟಿದ ಕೈಯನ್ನು ಅವಳ ಮುಂದಿಡಿದರು. ಅವಳು ಗೋಡೆಯ ಮೇಲಿನ ಗಡಿಯಾರದತ್ತ ಕೈ ತೋರಿಸಿದಳು. ಅವಳು ನಕ್ಕುಬಿಟ್ಟಳು. ಮನೀಲಾ ನಗೆ ಕೂಡ ಸೇರ್ಪಡೆಯಾಯಿತು.

ತಾವು ಮಾಡಿದ ಸಾಹಸದ ಬಗ್ಗೆ ಹೇಳಿಕೊಂಡಳು. ಆದರೆ ಪಂಚವಟಿಯ ಪ್ರಸ್ತಾಪವೆತ್ತಲಿಲ್ಲ.

''ನಾನು ಸಿಟಿಗೆ ಹೋಗ್ಬರ್ಬೇಕು'' ಅರ್ಧ ಊಟದಲ್ಲಿಯೇ ಎದ್ದವಳು ''ಮಾವ, ನಿಮಗೇನಾದ್ರೂ ತರ್ಬೇಕಾ ?'' ದಡಬಡನೆ ಬೀರು ತೆಗೆದು ಒಂದಿಷ್ಟು ಹಣವನ್ನು ತನ್ನ ಪರ್ಸ್‌ಗೆ ಸೇರಿಸಿ ಹೊರಟವಳನ್ನು ಕೂಗಿ ತಡೆಯಲಾರದೆ ಹೋದರು.

ಅವಳ ಯಾವುದೇ ಆಸೆ, ಆಂಕಾಂಕ್ಷೆಗಳಿಗೆ ಅವರು ಅಡ್ಡಿ ಬರರು. ಮನೀಲಾ ಮುಖದ ನಗುವನ್ನು ಬಹಳ ಕಾಲದವರೆಗೂ ನೋಡುವ ಆಸೆ ಅವರದು.

ಒಂದು ಗಂಟೆಯಲ್ಲಿ ಹಿಂದಿರುಗಿದ ಮನೀಲಾ ಆಟೋದಿಂದ ಕ್ರಿಕೆಟ್ ಬ್ಯಾಟ್, ವಿಕೆಟ್‌ಗಳ ಜೊತೆ ಒಂದಿಷ್ಟು ಪ್ಯಾಕೆಟ್‌ಗಳನ್ನು ಇಳಿಸಿದಳು. ಸಾಹಸ ಗೈದ ಉಲ್ಲಾಸ ಅವಳ ಮುಖದ ಮೇಲೆ.

''ಏನು... ಇದೆಲ್ಲ'' ಅವುಗಳತ್ತ ನೋಟ ಹರಿಸಿದರು ಅಗ್ನಿಹೋತ್ರಿ, ಮುಖದ ಬೆವರನ್ನೊತ್ತುತ್ತಾ, ''ನಾಳೆಯಿಂದ ಕ್ರಿಕೆಟ್ ಆಡ್ತೀವಿ'' ಒಂದೊಂದೇ ತೆಗೆದು ತೋರಿಸಿದಳು. ಚಾಕಲೇಟ್ ಬಾಕ್ಸ್, ಬಿಸ್ಕತ್ ಪ್ಯಾಕೆಟ್‌ಗಳಿದ್ದವು.

ಅವರು ಒಂದು ಕಡೆ ಕೂತು ಗಾಳಿ ಹಾಕಿಕೊಳ್ಳತೊಡಗಿದರು. ಪೇಪರ್‌ನಿಂದ.

ಫ್ಯಾನ್ ಸ್ವಿಚ್ ಅದುಮಿ ಅವರ ಪಕ್ಕ ಕೂತಳು. ''ಇಷ್ಟು ಸಾಕಾ ಮಾವ?'' ಅವರ ತೋಳಿಗೆ ತಲೆಯಾನಿಸಿದಳು. ಪ್ರೀತಿಯಿಂದ ಕೆನ್ನೆ ತಟ್ಟಿದರು. ''ನೀನು ಹ್ಞೂ ಅನ್ನು, ನಾನು ಆಫೀಸ್‌ನಲ್ಲೇ ಒಂದು ಸಣ್ಣ ಅಂಗ್ಡೀ ತೆರೆದು ಬಿಡ್ತೀನಿ. ಆಗ ಇಷ್ಟೆಲ್ಲ ತಾಪತ್ರಯ ಇರೋಲ್ಲ'' ತಮಾಷೆ ಮಾಡಿದರು.

ಅವರ ನೋಟ ಒಂದು ಓಪನ್ ಮಾಡದ ಪ್ಯಾಕೆಟ್‌ನತ್ತ ಹರಿಯಿತು. "ಅದ್ರಲ್ಲಿ... ಏನಿರೋದು ?" ತಟ್ಟನೇ ಎದ್ದು ಹೋದವಳು ಅದನ್ನೊತ್ತು ಬಂದು ಟೀಪಾಯಿ ಮೇಲಿಟ್ಟು ಬಿಚ್ಚಿದಳು. ಅದರಲ್ಲಿ ಮೂವತ್ತು ಕ್ರಿಕೆಟ್ ಬಾಲ್‌ಗಳು ಇತ್ತು. ವಿಸ್ಮಿತರಾದರು. "ಇದೊಂದು ನಂಗೆ ಅರ್ಥ ಆಗ್ಲಿಲ್ಲ!" ತಲೆ ಕೆರೆದುಕೊಂಡರು.

"ಅರ್ಥ ಆಗ್ದೇ ಇರೋಕೇನು ? ದಿಸ್ ಈಸ್ ಸಿಂಪಲ್. ಬಾಲ್ ಹೋದಾಗ್ಲೆಲ್ಲ ಆಟ ನಿಲ್ಸಿ ಬಾಲ್ ತರೋಕೆ ಹೋಗ್ಬೇಕಾಗುತ್ತಲ್ಲ" ಒಂದೊಂದೇ ಬಾಲ್‌ನ ಸವರಿ ನೋಡತೊಡಗಿದಳು.

ಈಗ ಅವಳ ಪೂರ್ಣ ಗಮನವನ್ನು ಆವರಿಸಿದ್ದು ಪಂಚವಟಿ. ಹಳದಿ ಹೂಗಳು ಕೊಂಬೆಗಳನ್ನು ಆವರಿಸಿಕೊಂಡ ದೃಶ್ಯ. ಕಿಂಡಿಯಲ್ಲಿ ಕಂಡ ಇನ್ನಷ್ಟು ನಯನ ಮನೋಹರ. ವಿವಿಧ ಬಣ್ಣದ, ಆಕಾರದ ಹೂಗಳ ರಾಶಿ.

ಅಂತು ಮರುದಿನದ ಕ್ರಿಕೆಟ್‌ಗೆ ಪೂರ್ಣ ತಯಾರಿ ನಡೆಸಿದ್ದಳು. ಬಾಲ್ ಬಿದ್ದ ನೆವದಲ್ಲಿಯಾದರೂ ಒಮ್ಮೆ ಆ ದೊಡ್ಡ ಗೇಟಿನೊಳಕ್ಕೆ ಹೋಗಿ ಪಂಚವಟಿಯನ್ನು ನೋಡಬೇಕಿತ್ತು.

ಸೈಕಲ್ ಹತ್ತಿ ಮನೆಯವರೆಗೂ ಇನ್‌ಫರ್‌ಮೇಷನ್ ಕೊಟ್ಟು ಬಂದಳು. ಉಲ್ಲಾಸ್ ಒಬ್ಬನೇ ತೋಳುಗಳನ್ನು ಮುಂದಕ್ಕೆ ಚಾಚಿ ತನ್ನ ಬಲ ಪ್ರದರ್ಶನದ ಜೊತೆ ಧೈರ್ಯ ನೀಡಿದ್ದು.

"ಹೌದು ಮನ್ನಿ, ಬಂಗ್ಲೆ, ಕಾಂಪೌಂಡ್ ಅವರದ್ದು ಇರ್ಬಹ್ದು. ಅದ್ರ ಸುತ್ತಲ ಪ್ರದೇಶ ಅವ್ರಿಗೆ ಸೇರಿದ್ದಲ್ಲ. ಬಾಲ್ ಒಳಗಡೆ ಬೀಳ್ದಂತೆ ಎಚ್ಚರವಹಿಸಿ ಆಡಿದ್ರಾಯ್ತು" ಎಂದ ಉತ್ಸಾಹ ದಿಂದ. ಕ್ರಿಕೆಟ್ ಅವನ ಇಷ್ಟವಾದ ಆಟವಾದುದ್ದರಿಂದ ಇಂಥ ಧೈರ್ಯದ ನುಡಿಗಳು.

ಪಂಚವಟಿ ಈ ಕಾಲೋನಿಗೆ ಹೆಚ್ಚು ದೂರವೇನೂ ಇರಲಿಲ್ಲ. ಅದರಾಚೆ ದಟ್ಟವಾದ ಗಿಡ, ಮರ, ಪೊದರುಗಳ ಕಾಡು.

ನಾಲ್ಕಾರು ವರ್ಷಗಳು ಅದು ಖಾಲಿ ಇತ್ತು. ಆದರೆ ಅದರ ಗಮನ ವಹಿಸಲು ಒಬ್ಬ ವ್ಯಕ್ತಿ ನೇಮಕವಾಗಿದ್ದ. ಆಗಾಗ ಮಾಲೀಕರು, ಅವರ ಮಕ್ಕಳೋ, ಸಂಬಂಧಿಗಳೋ ಬಂದು ಉಳಿದು ಹೋಗುತ್ತಿದ್ದರು. ಈಗ ಒಂದು ವರ್ಷದಿಂದ ಖಾಯಮ್ಮಾಗಿ ವಾಸಕ್ಕೆ ಜನ ಬಂದಿದ್ದರು. ಅವರು ಯಾರು, ಎತ್ತ, ಎಷ್ಟು ಜನ ಇದ್ದಾರೆಂಬುದು ಯಾರಿಗೂ ತಿಳಿಯದು.

ರಾತ್ರಿಯ ಡಿನ್ನರ್‌ನಂತರ ಬಂದು ಅಗ್ನಿಹೋತ್ರಿಯ ಮುಂದೆ ಕೂತಳು "ನಂಗೆ ಪಂಚವಟಿ ನೋಡೋ ಇಷ್ಟ." ಅವರು ಜೋರಾಗಿ ನಕ್ಕುಬಿಟ್ಟರು. "ರಾಮಾಯಣದ ಕಾಲದ ಪಂಚವಟಿಯನ್ನು ನೀನು ಹೇಗೆ ನೋಡ್ತೀಯಾ ?" ಅವರ ತೋಳಿಗೆ ಒರಗಿ ಅಗ್ನಿಹೋತ್ರಿಯ ಕೈ ಹಿಡಿದು ಬೆರಳುಗಳನ್ನು ಒಂದೊಂದಾಗಿ ಮಡಚುತ್ತ "ವಾಲ್ಮೀಕಿಯ

ಕಣ್ಣುಗಳಲ್ಲಿ ಬರಹದಲ್ಲಿ ಇನ್ನು ನೂರು ವರ್ಷಗಳು ಸಂದರೂ ನೋಡಬಹುದಲ್ಲ ಮಾವ.'' ತಲ್ಲೀನತೆಯಿಂದ ನುಡಿದಾಗ ಹ್ಲೂಗುಟ್ಟಿದರು. ''ಷೂರ್, ನಂಗಿಂತ ನೀನು ಬ್ರಿಲಿಯಂಟ್...'' ಮೆಚ್ಚಿಗೆ ವ್ಯಕ್ತಪಡಿಸಿದರು.

ಅವರ ತೊಡೆಯ ಮೇಲೆ ತಲೆ ಇಟ್ಟು ಮಲಗಿ ''ಪಂಚವಟಿ ಬಗ್ಗೆ ಹೇಳಿ ಮಾವ'' ಕಣ್ಮುಚ್ಚಿದಳು. ಅವರೆದೆಯಲ್ಲಿ ವಿಪ್ಲವ. ಪ್ರತಿ ರಾತ್ರಿ ಅವಳಿಗೆ ಪೂರ್ತಿ ನಿದ್ದೆ ಬರುವವರೆಗೂ ಪುರಾಣ ಕಾಲದಿಂದ ಹಿಡಿದು ಇಂದಿನ ಕಾಲದವರೆಗಿನ ಆಹ್ಲಾದಕರ, ನೀತಿಬೋಧಕ, ತಮಾಷೆಯ ಘಟನೆಗಳನ್ನು ಕತೆಯ ರೂಪದಲ್ಲಿ ಹೇಳುತ್ತಿದ್ದರು. ಇದು ನಿತ್ಯದ ಅಭ್ಯಾಸ. ಇಂದು ಅವಳಿಗೆ ಪಂಚವಟಿಯತ್ತ ಒಲವು ''ಮಾವ...'' ಮತ್ತೆ ಎಚ್ಚರಿಸಿದಂತಾಯಿತು. ಅವರನ್ನು

''ಸಾರಿ, ಸಾರಿ ಮೈ ಚೈಲ್ಡ್. ಕವಿಯ ಪಂಚವಟಿಯ ವರ್ಣನೆಯೇ ಚೇತೋಹಾರಿ. ರಮಣೀಯವಾದ ಪ್ರದೇಶ. ಗೋದಾವರಿ ಇಲ್ಲಿ ಪುಷ್ಪಗಳಿಂದ ಕೂಡಿದ ಮರಗಳಿಂದ ಸುತ್ತುವರಿದು ಹಂಸಗಳಿಂದ ಶೋಭಿತವಾಗಿತ್ತು. ಪಂಚವಟಿ ಅತಿ ಸಮೀಪದಲ್ಲಿ ಬೆಟ್ಟಗಳು ಇಲ್ಲದಿದ್ದರೂ ಅಲ್ಲಿನ ಮೃಗ ಸಮೂಹ ಧ್ವನಿ ಅಲ್ಲಿವರೆಗೂ ಕೇಳಿಸುತ್ತಿತ್ತು. ತೀರಾ ಹತ್ತಿರದಲ್ಲಿ ಪರಿಮಳಯುಕ್ತವಾದ ಪುಷ್ಕರಿಣಿ. ಅದರ ತುಂಬ ಕಮಲದ ಹೂಗಳು ನಯನ ಮನೋಹರವಾದ ಕಲ್ಪದಂತೆ ಇತ್ತು. ನವಿಲುಗಳ ನರ್ತನ, ಕೋಗಿಲೆಗಳ ಗಾನ... ಸುತ್ತಲೂ ವ್ಯಾಪಿಸಿರುವ ಖರ್ಜೂರ, ಹುಳಿಮಾವು, ಪುನ್ನಾಗ, ಅಶೋಕ, ಚಂದನ, ಸ್ಪಂದನ, ತಿಮಿಶ, ಸಂಪಿಗೆ, ಕೇತಕಿ...'' ಅವರ ಲಿಸ್ಟ್ ಮುಂದುವರಿಯುತ್ತಿದ್ದಂತೆ ಅವಳು ಪೂರ್ತಿ ನಿದ್ರಾವಶಳಾದಂತೆ ಕಂಡಳು.

ಮೆಲ್ಲಗೆ ಅವಳಿಗೆಚ್ಚರವಾಗದಂತೆ ತಲೆಯನ್ನು ಸೋಫಾ ಮೇಲಿರಿಸಿ ಮೇಲೆದ್ದರು. ಮತ್ತೆ ಅವಳಿಗೆ ಎಚ್ಚರವಾದರೆ ಇವರು ಮಲಗುವಂತಿರಲಿಲ್ಲ.

''ಬಿ ಕೇರ್‌ಫುಲ್, ಯಾವ್ದೇ ಕಾರಣಕ್ಕೂ ಅವ್ರ ಮೈಂಡ್ ಆಘಾತ ಮಾತ್ರವಲ್ಲ ಸ್ವಲ್ಪ ಕೂಡ ಘಾಸಿಯಾಗ್ಬಾರ್ದು. ಹೋದ ಘಟನೆಗಳು ಇನ್ನು ನಿಮ್ಮ ಮುಂದೆ ಇದೆ.'' ಡಾ॥ಲೋಹಿಯಾ ಎಚ್ಚರಿಕೆ ನೀಡಿದ್ದರು. ಡಾ॥ ಪಿತ್ರೆ ಪುಷ್ಟೀಕರಿಸಿದ್ದರು.

ಶಾಲು ತಂದು ಅವಳಿಗೆ ಹೊದ್ದಿಸಿ ಅಲ್ಲಿಯೇ ಕೂತರು.

ಸೈನ್ಯದಲ್ಲಿದ್ದ ಜನ. ಮೇಜರ್‌ವರೆಗೂ ಬಡ್ತಿ ಪಡೆದವರು. ಪಾಕಿಸ್ತಾನ ಭಾರತದ ಯುದ್ಧವಾದಾಗ ಮಂಚೂಣಿಯಲ್ಲಿತ್ತು ಅವರ ತುಕಡಿ.

ಟಕಟಕ ಬಾಗಿಲು ಮೇಲೆ ಸದ್ದು. ಅಗ್ನಿಹೋತ್ರಿ ವಾಸ್ತವಕ್ಕೆ ಮರಳಿದರು.

''ನಾನು ಸಂಜೀವಯ್ಯ...'' ಬಾಗಿಲ ಪಕ್ಕದ ಕಿಟಕಿಯಿಂದ ಹೇಳಿದರು. ಅವರಿಗೆ ಈಗ ಏಕಾಂತ ಬೇಕಿತ್ತು. ''ಸಾರಿ ಸ್ಟೇಷನ್ ಮಾಸ್ಟರ್.... ಬೆಳಿಗ್ಗೆ ಮಾತಾಡ್ಬಹುದಲ್ಲ'' ಎಂದರು ಬಾಗಿಲು ತೆಗೆಯದೆಯೇ.

"ಸ್ವಲ್ಪ ಈಗ ನಿಮ್ಮ ಅಗತ್ಯ ಇತ್ತಲ್ಲ...." ಸಂಕೋಚಿಸಿದರು. ಅಗ್ನಿಹೋತ್ರಿ ಬಾಗಿಲು ತೆರೆದುಕೊಂಡು ಹೊರಗೆ ಬಂದರು. ಚಿನ್ನದ ಸರವನ್ನು ಅವರ ಮುಂದಿರಿಸಿದರು. "ಮನ್ನೀ, ನಮ್ಮ ಮನೆಯಲ್ಲಿ ಬಿಟ್ಟು ಹೋಗಿದ್ಲೂಂತ ಕಾಣಿಸತ್ತೆ. ಈಗ ಸಿಕ್ಕಿ ಗಾಬ್ರಿ.... ಆಯ್ತು !" ಜೋರಾಗಿ ನಕ್ಕುಬಿಟ್ಟರು ಅಗ್ನಿಹೋತ್ರಿ. "ಇದೇನು ಅಂಥ ಅಪಾಯದ ವಸ್ತುವಾ? ಯಾವ್ದೇ ಸ್ಫೋಟಕ ಇದ್ರಲ್ಲಿ ಇರ್ಲಿಲ್ಲ. ಬೆಳಿಗ್ಗೆ ಕೊಡ್ಬಹುದಿತ್ತು" ಎಂದರು.

ಸಂಜೀವಯ್ಯನವರು ಅವಾಕ್ಕಾದರು. ಚಿನ್ನದ ವಿಷಯದಲ್ಲಿ ಇಂಥ ಮಾತು ! ಮನುಷ್ಯ ಮಾತ್ರರಿಂದ ಹಾಗೆ ಹೇಳಲು ಸಾಧ್ಯವೆ.

"ಇದು ಚಿನ್ನ !" ಅವರ ಸ್ವರ ಮಾರ್ಪಾಟಾಗಿದ್ದು ಅಗ್ನಿಹೋತ್ರಿಗಳ ಗಮನಕ್ಕೆ ಬಂತು. ಚಿನ್ನಾನೇ ಆದ್ರೂ ಗಾಬ್ರಿಪಡೋಂಥ ಅಪಾಯಕಾರಿ ವಸ್ತುವಲ್ಲ, ಬನ್ನಿ ಒಳ್ಗೇ..." ಸರ ಇಸುಕೊಂಡು ಹೋಗಿ ಡ್ರಾಯರ್‌ಗೆ ಹಾಕಿದರು.

ಅಗ್ನಿಹೋತ್ರಿಗಳ ಪ್ರೊಫೆಷನ್, ಸ್ವಭಾವ, ಸ್ಟೇಟಸ್ ಯಾವುದಕ್ಕೂ ಸಂಜೀವಯ್ಯ ಸಮವಲ್ಲ. ಆದರೂ ಅವರ ಮನಸ್ಸಿಗೆ ಇಷ್ಟವಾಗಿದ್ದರು. ಮನುಷ್ಯ ಮನುಷ್ಯನನ್ನು ಗೌರವಿಸಲು, ಹಿತವಾಗಿಸಲು ಇವು ಯಾವುವು ಕಾರಣವಲ್ಲವೆನಿಸಿತ್ತು ಅವರಿಗೆ ಈಚೆಗೆ.

ಒಳಬಂದ ಸಂಜೀವಯ್ಯ ಎಲ್ಲೆಡೆ ನೋಟ ಹರಿಸಿ "ಮನ್ನೀ, ಮಲ್ಗಿ ಬಿಟ್ಟಿದ್ದಾಳೆಂತ ಕಾಣುತ್ತೆ" ಎನ್ನುತ್ತ ಕೂತರು.

ಕಾಲು ಮೇಲೆ ಕಾಲು ಹಾಕಿದ ಅಗ್ನಿಹೋತ್ರಿ ಸಿಗರೇಟು ಪ್ಯಾಕನ್ನು ಅವರ ಮುಂದಿಡಿದರು. "ಡೋಂಟ್ ಮೈಂಡ್, ನಾನೇನು ಕಲ್ಯಾಣಿಯವ್ರಿಗೆ ತಿಳಿಸೋಲ್ಲ, ನೀವು ತುಂಬ ನಿಮ್ಮ ಹೆಂಡ್ತಿಗೆ ಹೆದರ್ತೀರೀಂತ ಕಾಣಿಸುತ್ತೆ" ನಕ್ಕರು. ತಕ್ಷಣ ಎದ್ದು ಹೋಗಿ ಮನೀಲಾ ಬೆಡ್‌ರೂಂ ಬಾಗಿಲು ಹಾಕಿಕೊಂಡು ಬಂದರು. "ಅವ್ಳಿಗೆ ಎಚ್ಚರವಾಗಿಬಿಡುತ್ತೆ.." ಅರ್ಧ ನಿದ್ದೆಯಲ್ಲಿ ಎಚ್ಚೆತ್ತಾಗ ಅವಳ ಕನವರಿಕೆ, ಭಯವನ್ನೆಲ್ಲ ನೆನೆಸಿಕೊಂಡರೇ ಇವರ ಗಂಡೆದೆಯೇ ತಣ್ಣಗಾಗಿಬಿಡುತ್ತೆ.

ಟೀಪಾಯಿ ಮೇಲಿನ ಸಿಗರೇಟು ಪ್ಯಾಕನ್ನು ಒಮ್ಮೆ ಎತ್ತಿ ನೋಡಿ ಅದೇ ಸ್ಥಾನದಲ್ಲಿಟ್ಟರು. "ನೀವು ಅನನುಭವಿಗಳು. ಮದ್ವೆಯಾದ ಪ್ರತಿಯೊಬ್ಬ ಗಂಡೂ ಹೆಂಡತಿಗೆ ಭಯಪಡುವಂತೆ ನಟಿಸ್ತಾನೆ! ಇಲ್ಲಾ, ಅವ್ನು ಖಂಡಿತಾ ಸಂಸಾರದಲ್ಲಿ ಬಚಾವ್ ಆಗಲಾರ. ಹೊರ್ಗಿನ ವಿಶ್ವರೂಪ ದರ್ಶನಕ್ಕಿಂತ ಮನೆಯಲ್ಲಿ ಬೇರೆಯಾಗಿಬಿಡ್ತಾನೆ ಗಂಡು ಪ್ರಾಣಿ." ಗಂಡಿನ ಸೈಕಾಲಜಿಯನ್ನು ಹೇಳಿದರು.

ಆರಾಮಾಗಿ ಮುಗುಳ್ನಗುತ್ತ ಸಿಗರೇಟಿನ ತುದಿಗೆ ಲೈಟರ್ ಸೋಕಿಸಿದರು, "ಹ್ಯಾವ್ ಇಟ್, ಆದ್ರೆ ನಾನ್ಮದ್ವೆಯಾಗದಿದ್ದರೂ... ಹೆಣ್ಣನ್ನ ನಿಮ್ಗಿಂತ ಚೆನ್ನಾಗಿ ಅರ್ಥ ಮಾಡಿಕೊಂಡಿದ್ದೀನಿ. ಅವ್ಳು ಕೂಡ ನಂಬಿದಂತೆ ನಟಿಸ್ತಾಳೆ. ಸಂಸಾರದ ಸಾಮರಸ್ಯ

ಕಾಪಾಡಲು ಬದುಕಿನ ಭದ್ರತೆ... ಬಲಹೀನತೆಯ ನಡುವಿನ ಕಾಂಟ್ರಡಿಕ್ಷನ್...." ಸಿಗರೇಟಿನ ಹೊಗೆಯನ್ನು ಸುರಳಿ ಸುರಳಿಯಾಗಿ ಬಿಡತೊಡಗಿದರು.

ಬರೀ ಸಂಜೀವಯ್ಯ ನೋಡುತ್ತ ಕೂತರೇ ವಿನಾ ಸಿಗರೇಟು ಕೇಸ್ ಮುಟ್ಟಲು ಹೋಗಲಿಲ್ಲ. ತುಂಬ ಕಾಸ್ಟ್ಲಿಯಾದ ತ್ರಿಬಲ್ ಫೈವ್. ಸೇದ ಬೇಕೆಂದುಕೊಳ್ಳಲಿಲ್ಲ.

"ಹ್ಯಾವ್ ಇಟ್...." ಮತ್ತೆ ಬಲವಂತ ಪಡಿಸಿದರು. ನಯವಾಗಿ ನಿರಾಕರಿಸಿದರು. "ಬೇಡಾ, ಸಿಗರೇಟು ಸೇದೋ ಹಾಬಿಯೇನು ಇಲ್ಲ! ಸಾರಿ ಫಾರ್ ದಿ ಡಿಸ್ಟರ್ಬೆನ್ಸ್, ಸರ ನನ್ನ ಬರುವಿಗೆ ಕಾರಣವಾಯ್ತು ಅಷ್ಟೆ ಒಮ್ಮೆ ಮನ್ನಿನ ನೋಡ್ಬೇಕೂಂತ ಅನ್ನಿಸ್ತು. ಹೆಣ್ಣು ಮಕ್ಕಳನ್ನು ಸ್ವಲ್ಪ ಹೆಚ್ಚಾಗಿ ಹಚ್ಚಿಕೊಂಡಿದ್ದೆ. ಅವ್ರ ಮದುವೆಯ ನಂತರ ಒಂದು ರೀತಿ ಎಲ್ಲಾ ಬರಿದು... ಬರಿದು. ಈಗ ಮನೀಲಾ... ಬಂದ್ಮೇಲೆ... ಬಧ್ಕಿನಲ್ಲಿ ಅತಿಶಯವಾದ ಆಸಕ್ತಿ ಹುಟ್ಟಿಕೊಂಡಿದೆ. ಯಾಕೆ... ಏನೂಂತ ಮಾತ್ರ ಕೇಳ್ಬೇಡಿ. ಸಂಜೀವಯ್ಯ ಮುಖ ಒಂದು ತರಹ ಮಾಡಿದರು. ಅಗ್ನಿಹೋತ್ರಿ ಮುಗುಳುನಕ್ಕರು.

ಇನ್ನಷ್ಟು ಹೊತ್ತು ಸಂಜೀವಯ್ಯ ಮಾತನಾಡುತ್ತಾ ಕೂತಿದ್ದವರು ಎದ್ದು ಹೋದಾಗ ಹನ್ನೊಂದು ದಾಟಿತ್ತು. ಹೆಚ್ಚು ಕಡಿಮೆ ತಮ್ಮೆಲ್ಲ ವಿಷಯಗಳನ್ನು ಹೇಳಿಕೊಂಡಿದ್ದರೂ ಒಂದು ಪ್ರಶ್ನೆಯೇಕೆ, ಕುತೂಹಲ ಕೂಡ ವ್ಯಕ್ತಪಡಿಸಿರಲಿಲ್ಲ. ಆ ಗುಣ ಅವರಿಗೆ ಹೆಚ್ಚು ಇಷ್ಟವಾಯಿತೇನೋ.

❑ ❑ ❑

ಮೂರನೆ ಕ್ರಿಕೆಟ್ ಚೆಂಡು ಬಂದು ಕಾಂಪೌಂಡ್‌ನಲ್ಲಿ ಬಿದ್ದಾಗ ಜಿಂಕೆಯನ್ನು ಸವರುತ್ತಿದ್ದ ಮಾಥುರ್ ಕೋಪಗೊಂಡ.

ಮೊದಲ ಚೆಂಡು ಬಿದ್ದಾಗ ಮಾಲಿ ಯಾರೂ ಬರುವುದಿಲ್ಲವೆಂದು ತನ್ನ ಮೊಮ್ಮಗನಿಗಾಗಿ ಎತ್ತಿಟ್ಟುಕೊಂಡ. ಎರಡನೇ ಚೆಂಡು ಹೂಗಿಡದ ಪೊದೆಯಲ್ಲಿ ಸೇರಿಹೋದರೂ, ಬಿದ್ದದ್ದು ಮಾಲಿಯ ಗಮನಕ್ಕೆ ಬಂದಿತ್ತು.

"ಏನೋ ಬಿದ್ದಂಗಾಯ್ತು" ಮಾಲೀ ಹೇಳಿದಾಗ ಮಾಥುರ್ "ಬಿದ್ದಂಗೇನು, ಬಿದ್ದಿದೆ. ಹತ್ತಿರ ಕ್ರಿಕೆಟ್ ಆಡ್ಬೇಡೀಂದರೆ ಕೇಳ್ಗೋಲ್ಲ. ಚೆಂಡು ಕೇಳೋಕೆ ಬರ್ಲಿ" ಮಾತು ಪೂರ್ತಿಯಾಗುವ ವೇಳೆಗೆ ಇನ್ನೊಂದು ಬಾಲ್ ಬಿದ್ದಿತು.

ಬಾಲ್ ಇಲ್ಲದಿದ್ದರಿಂದ ಆಟ ನಿಂತುಹೋಗಿರುತ್ತದೆಯೆಂದು ಅವನ ಭಾವನೆ. ಬಾಲ್‌ಗೋಸ್ಕರ ಹುಡುಗರ ಗುಂಪು ಬರುತ್ತದೆಯೆನ್ನುವ ನಿರೀಕ್ಷೆ. ಇವೆರಡು ಸುಳ್ಳಾಗುವಂತೆ ಮತ್ತೊಂದು ಬಾಲ್ ಬಂದು ಅವನ ಬೆನ್ನಿಗೆ ಅಪ್ಪಳಿಸಿ ಬಿತ್ತು.

ಗೇಟು ತೆರೆದುಕೊಂಡು ಮಾಥುರ್ ಬಂದವನೇ "ಗೆಟ್ ಔಟ್, ಇಲ್ಲಿ ಆಡೋಕೆ ಯಾರು ಹೇಳಿದ್ದಾರೆ? ಪದೇ ಪದೇ ಕಾಂಪೌಂಡ್‌ನೊಳಕ್ಕೆ ಬಾಲ್ ಹಾಕ್ತೀರಾ!" ದಬಾಯಿಸಿದ.

ಅವರುಗಳು ಕೇಳಿಸದಂತೆ ಆಡುತ್ತಲೇ ಇದ್ದರು.

''ಕೇಳಿಸೋಲ್ವಾ !'' ಜೋರಾಗಿ ಕೂಗಿದಾಗ ಬ್ಯಾಟು ಮಾಡುತ್ತಿದ್ದ ಮನೀಲಾ ಅವರೊಂದಿಗೆ ಬಂದಳು. ''ಮಧ್ಯೆ ಯಾಕೆ ಡಿಸ್ಟರ್ಬ್ ಮಾಡ್ತೀರಾ ? ತಗೊಳ್ಳಿ....'' ಜೇಬಿನಿಂದ ಒಂದು ಫೈವ್ ಸ್ಟಾರ್ ಚಾಕಲೇಟ್ ತೆಗೆದುಕೊಟ್ಟಳು.

''ಆರಾಮಾಗಿ ತಿನ್ನು, ಬೇಕಾದ್ರೆ... ನೀನೇ ಅಂಪೈರಿಂಗ್ ಮಾಡು'' ಅರುಣ ತಲೆಯ ಮೇಲಿದ್ದ ಹ್ಯಾಟನ್ನು ತಂದು ಮಾಥುರ್ ತಲೆಯ ಮೇಲಿಟ್ಟಳು. ''ಅಂಪೈರಿಂಗ್ ಸರ್ಯಾಗಿ ಮಾಡ್ಲಿಲ್ಲಾಂದ್ರೆ... ಪನೀಷ್ ಮಾಡ್ಬೇಕಾಗುತ್ತೆ ಬೀ ಕೇರ್‌ಫುಲ್...'' ಸುತ್ತಲೂ ನಿಂತ ಹಿಂಡನ್ನು ವಿಕೆಟ್ ನೆಟ್ಟ ಕಡೆಗೆ ಕರೆದೊಯ್ದಳು.

ತಬ್ಬಿಬ್ಬಾದ ಮಾಥುರ್. ಬಿಗಿಯ ಮಧ್ಯೆ ಬೆಳೆದವನಿಗೆ ಇಂಥ ಸ್ನೇಹ ! ಹ್ಯಾಟನ್ನ ಕೈಯಲ್ಲಿಡಿದು ವಿಕೆಟ್ ಹತ್ತಿರ ಬಂದು.

''ಬಾಲ್ ಕಾಂಪೌಂಡ್‌ನೊಳಕ್ಕೆ ಬರಬಾರ್ದು. ಯಜಮಾನ್ರಿಗೆ ಸಿಕ್ಕಾಪಟ್ಟೆ ಕೋಪ, ತಗೊಳ್ಳಿ...'' ಟೋಪಿ, ಚಾಕಲೇಟ್ ಅವರುಗಳತ್ತ ಹಿಡಿದ.

ಬ್ಯಾಟು ಹಿಡಿದ ಮನೀಲಾ ತನ್ನ ತಲೆಯ ಮೇಲಿನ ಹ್ಯಾಟ್ ತಗೊಂಡ್ ಗಾಳಿ ಹಾಕಿಕೊಂಡು 'ಉಷ್' ಎಂದಳು. ''ನಿಂಗೆ ಅಂಪೈರಿಂಗ್ ಮಾಡೋಕೆ ಇಷ್ಟವಿಲ್ಲಾಂದ್ರೆ ಒಂದು ಕಡೆ ಕೂತು ಕ್ರಿಕೆಟ್ ನೋಡು. ಮಧ್ಯೆ ಮಧ್ಯೆ ಡಿಸ್ಟರ್ಬ್ ಮಾಡ್ಬೇಡ'' ಅವನನ್ನು ಎಳೆದೊಯ್ದು ಅಲ್ಲೇ ಇದ್ದ ಕಲ್ಲಿನ ಮೇಲೆ ಕೂಡಿಸಿ ಬಂದಳು.

ಮೊದಲು ಮಾಥುರ್ ಕಸಿವಿಸಿಗೊಂಡರು. ಅವರೆಲ್ಲರ ಗಲಾಟೆ, ಆಟ, ಜಗಳ ಎಲ್ಲಾ ಇಷ್ಟವಾಯಿತು. ಯಜಮಾನ ಬಂಗ್ಲೆಯಲ್ಲಿ ಇಲ್ಲದ ಕಾರಣ ಪಟ್ಟಾಗಿ ಕೂತ. ಸಂಜೆ ವೇಳೆಗೆ ಅವನು ಆಟಕ್ಕೆ ಸ್ಪಂದಿಸುವಂತಾಯಿತು.

''ಕ್ಲೋಸ್, ಪ್ಯಾಕಪ್.....'' ಎಂದವಳು ಅಲ್ಲೇ ಮಾಥುರ್ ಕೂತ ಕಡೆಯೇ ಇದ್ದ ಕಲ್ಲಿನ ಮೇಲೆ ಕೂತಳು. ಎಲ್ಲರು ಅವಳ ಸುತ್ತಮುತ್ತ ಕೂತರು.

ಬ್ಯಾಗ್‌ನಲ್ಲಿದ್ದ ಚಾಕಲೇಟ್, ಬಿಸ್ಕತ್ ಪೊಟ್ಟಣಗಳು ಖಾಲಿಯಾದವು. ಅದರಲ್ಲಿ ಮಾಥುರ್‌ಗೂ ಪಾಲು.

''ನೀವು ಹೊಡೆದ ಬಾಲ್ ಎಲ್ಲಾ ಕ್ಯಾಚ್ ಹೋಗುತ್ತೆ'' ತನ್ನ ಸಲಹೆಯನ್ನು ಇತ್ತ ಮನೀಲಾಗೆ. ಕಣ್ಣರಳಿಸಿದಳು ''ಗುಡ್ ಸಜೆಷನ್, ನಾನು ಪ್ರತಿಸಲ ಔಟ್ ಆಗುವುದಕ್ಕೆ ಇದೇ ಕಾರಣ'' ತನ್ನ ತಪ್ಪು ಅರಿತುಕೊಂಡಳು.

ಎಲ್ಲರು ಎದ್ದಾಗ ಮಾಥುರ್ ಎಚ್ಚರಿಕೆ ಇತ್ತು.

''ನಾಳೆ ಯಾರೂ ಇಲ್ಲಿಗೆ ಬರ್ಬೇಡಿ !''

ಉಲ್ಲಾಸ್ ಕಾಲಿಗೆ ಲೇಸ್ ಕಟ್ಟಿಕೊಳ್ಳುತ್ತ ''ಬಂದ್ರೆ ಏನ್ಮಾಡ್ತೀರಾ? ನಿಮ್ಮ

ಯಜಮಾನ್ರು ಈ ಜಾಗವನ್ನೆಲ್ಲ ಕೊಂಡುಕೊಂಡಿಲ್ಲ . ನಮ್ಮಗಳಿಗೆ ಕ್ಲಾಸ್ ಷುರು ಆಗೋವರ್ಗೂ ಇಲ್ಲೇ ಆಡೋದು'' ಷೂಗೆ ಅಂಟಿಕೊಂಡಿದ್ದ ಮಣ್ಣು ಕೊಡವಿದ. ಎಲ್ಲರೂ ಅವನ ಮಾತಿಗೆ ಅನುಮೋದಿಸುವಂತೆ ''ಓಹೋ....'' ಎಂದರು.

ಮನೀಲಾ, ಮಾಥುರ್ ಬಳಿ ಸರಿದು ''ಯುವರ್ ಗುಡ್ ನೇಮ್ ಪ್ಲೀಸ್'' ಅವನು ಕೋಪದಿಂದ ಅಷ್ಟು ದೂರ ಹೋದವನು ''ಮಾಥುರ್....'' ಎಂದ.

ಎಲ್ಲರೂ ಮುಷ್ಠಿ ಬಿಗಿದು ಕೈಗಳನ್ನು ಮೇಲಕ್ಕೆತ್ತಿ ತಮಗೆ ಸಿಕ್ಕಿದ ಜಯಕ್ಕಾಗಿ ಹರ್ಷೋದ್ಗಾರ ಮಾಡಿದ್ದರು.

ಮನೆಗಳಲ್ಲಿ ಮಾಡಿಸಿಕೊಂಡು ಬಂದಿದ್ದ ತಿಂಡಿಯನ್ನ ಮಧ್ಯಾಹ್ನ ಖಾಲಿ ಮಾಡಿದ್ದರು. ಪ್ರತಿಯೊಬ್ಬರನ್ನು ಅವರವರ ಮನೆಯಲ್ಲಿ ಬಿಟ್ಟೇ ಮನೆಗೆ ಬಂದಿದ್ದು.

ಎರಡು ಕೈಗಳನ್ನು ಬೆಸೆದು ತಲೆಯ ಹಿಂಭಾಗಕ್ಕೆ ಇಟ್ಟುಕೊಂಡು ಕಾಲುಗಳನ್ನು ಟೀಪಾಯಿ ಮೇಲಾಕಿ 'ಇನ್ನು ದಯಬಾರದೆ...' ದೇವರ ನಾಮವನ್ನು ಕೇಳುತ್ತಿದ್ದರು ಅಗ್ನಿಹೋತ್ರಿಗಳು.

''ಮಾವ....'' ಅವಳು ಕಾಲುಗಳನ್ನೆತ್ತಿ ಕೆಳಗಿಟ್ಟು ಅಲ್ಲೇ ಕೂತಳು. ''ನಂಗೇನಾದ್ರೂ ಕುಡ್ಯೋಕೆ ಕೊಡಿ'' ಮೇಲೆದ್ದವರು ಅವಳ ರಟ್ಟೆ ಹಿಡಿದು ಡೈನಿಂಗ್ ಟೇಬಲ್ಲಿನ ಬಳಿ ಕರೆದೊಯ್ದರು.

ಸಾಲಾಗಿ ಮೂರು ಫ್ಲಾಸ್ಕ್‌ಗಳು, ನಾಲ್ಕು ಹಾಟ್ ಬಾಕ್ಸ್‌ಗಳು ರೆಡಿಯಾಗಿತ್ತು.

''ಎಲ್ಲಾ ರೆಡಿ... ಬೇಗ ಬಟ್ಟೆ ಬದಲಾಯಿಸ್ಸಿ ಬಾತ್‌ರೂಂಗೆ ಹೋಗಿ ಬಂದ್ಬಿಡು'' ಎಂದರು.

ನೆಗೆಯುತ್ತ ಹೋದಳು ಮನೀಲಾ. ಆ ನಗು ಉತ್ಸಾಹ ಅವಳ ಪಾಲಿಗೆ ಆಯುಸ್ಸು ವೃದ್ಧಿ.

ಮೂರು ಗಂಟೆಗೂ ಮಿಕ್ಕಿ ಮರಗಳ ಮರೆಯಲ್ಲಿ ಕೂತು ಕ್ರಿಕೆಟ್ ನೋಡಿದ್ದರು. ಅವಳ ಮುಖದಲ್ಲಿ ಆಯಾಸ, ಅವಳ ಹಣೆಯಲ್ಲಿ ಬೆವರು ಕಂಡಾಗ ಧಾವಿಸುವಂಥ ಆತಂಕ.

''ಸದಾ ಬಿಜಿಯಾಗಿ, ಆಕ್ಟಿವ್ ಆಗಿದ್ದರೇ ಮನೀಲಾಗೆ ಒಳ್ಳೆಯದು. ಅವಳ ಮನದಲ್ಲಿ ಹಚ್ಚ ಹಸುರಿನ ವಿಚಾರಗಳು ಇದ್ದರೇ ಮೆಂಟಲ್.... ರಿಲಾಕ್ಸ್ ಅಷ್ಟೆ'' ಡಾ|| ಪಿತ್ರೆ ನುಡಿದಾಗ ವೈದ್ಯಕೀಯಕ್ಕೆ ಸವಾಲಾಗಿರುವ ಮನೀಲ ಕಾಹಿಲೆ ಬಗ್ಗೆ ನೋವು, ಸಹಾನುಭೂತಿ. ಅವಳ ತಂದೆ ನರೋನಾನ ಅವರು ಬಲ್ಲವರು ಚೆನ್ನಾಗಿ.

''ಬಂದೇ.... ಬಂದೇ....'' ಅರೆ ಒದ್ದೆಯ ಮುಖದಲ್ಲಿಯೇ ಬಂದು ಕೂತವಳು ''ಮರುಗೇಲರಾ.... ಓ ರಾಘವ.... ಮರುಗೇಲರಾ....'' ಹೇಳತೊಡಗಿದಳು. ಅವಳ ಸ್ವರ ಕೋಗಿಲೆಯ ಇಂಚರದಷ್ಟು ಮಧುರ. ಗುನುಗಿದರು ಕೇಳಬೇಕೆನಿಸುತ್ತಿತ್ತು.

ಅಗ್ನಿಹೋತ್ರಿ ಮೌನವಾಗಿ ಬಂದು ಕೂತರು.

ಎರಡು ತಟ್ಟೆಗಳಿಗೆ ಬಡಿಸಿದಳು. ತಾನೇ "ಮಾವ ನೀವು ಮಧ್ಯಾಹ್ನ ಊಟ ಮಾಡ್ಲಿಲ್ವಾ ?" ಕೇಳಿದಳು. ಅವರು ಹ್ಞೂ, ಉಹ್ಞೂ ಎರಡೂ ಹೇಳಲಿಲ್ಲ.

ಸೇರಿದಷ್ಟು ತಿಂದು ಎದ್ದು ಹೋದಳು.

ಅಗ್ನಿಹೋತ್ರಿಗಳ ಮುಂದೆ ಕತ್ತಲು ಹರಡಿಕೊಂಡಂತಾಯಿತು. ತಟ್ಟನೆ ಕೈ ತೊಳೆದು ಹೊರಗೆ ಬಂದುಬಿಟ್ಟರು. ಪತ್ರಿಕೆ ತಿರುವುತ್ತ ಬಾರ್ಸಿಲೋನಾ ಒಲಂಪಿಕ್ ಬಗ್ಗೆ ಜೋರಾಗಿ ಹೇಳುತ್ತಿದ್ದಳು. 'ಭಾರತದ ಶಿಬಿರದಲ್ಲಿ ಪೂರ್ಣ ನಿರಾಶೆ. ಭಾರತಕ್ಕೆ ಆಶಾಕಿರಣವೆನ್ನಿಸಿದ್ದ ಸುಭಾಷ್ ವರ್ಮ ಫ್ರಿಸ್ಟೈಲ್ ಕುಸ್ತಿಯ ನೂರು ಕೆ.ಜಿ. ವಿಭಾಗದಲ್ಲಿ ಅಮೆರಿಕದ ಮಾರ್ಕ್ ಕೋಲ್ಡನ್‌ನಲ್ಲಿ ೧೦-೬ ರಿಂದ ಸೋತು ಹೋಗಿದ್ದರು.

ಕೈಯಲ್ಲಿನ ಪೇಪರ್ ಒಂದೆಡೆಯೊಗೆದು ಕಿಟಕಿಯ ಬಳಿಯಲ್ಲಿ ನಿಂತಳು 'ಫ್ರೀಸ್ಟೈಲ್ ಬಾಕ್ಸಿಂಗ್‌ನಲ್ಲಿ ಒಲಂಪಿಕ್‌ನಲ್ಲಿ ಚಿನ್ನದ ಪದಕ ಸಂಪಾದಿಸ್ತೀನಿ' ಮಿಳಿಂದ್ ಮಾತುಗಳು. ಕಿಟಕಿಯ ಸರಳುಗಳನ್ನು ಹಿಡಿದು ಅವಳ ಕೈ ಬೆರಳುಗಳು ಮತ್ತಷ್ಟು ಬಿಗಿಯಾದವು.

ಮೃದುವಾಗಿ ಅವಳ ಭುಜದ ಮೇಲೆ ಕೈ ಇಟ್ಟರು ಮನೀಲಾ... ಅವರೆದೆಯ ಮೇಲೆ ತಲೆ ಇಟ್ಟು ಬಿಕ್ಕಿ ಬಿಕ್ಕಿ ಅತ್ತಳು. "ನೆನಪುಗಳು ನನ್ನ ಬಿಡೋಲ್ಲ, ಮಾವ...." ಸಂತೈಸುವುದಕ್ಕಿಂತ ಅವಳ ಗಮನವನ್ನು ಬೇರೆಡೆಗೆ ಸೆಳೆಯಬೇಕಿತ್ತು. "ಇಲ್ನೋಡು" ಅವಳ ಮುಂದೆ ಅಂಗೈ ತೆರೆದಿಟ್ಟರು.

ಪುಟ್ಟ ಬಿಳಿಯ ಶಂಖ. ಅವಳ ಕಣ್ಣರಳಿತು. ಗಬಕ್ಕನೆ ಕೈಗೆತ್ತಿಕೊಂಡಳು. ನನ್ಹತ್ರ ಎಷ್ಟೋ ಶಂಖಗಳು ಇವೆ... ಇಲ್ಬನ್ನಿ" ಕಣ್ಣೀರನ್ನು ಮುಂಗೈನಿಂದ ತೊಡೆದುಕೊಳ್ಳುತ್ತ ತನ್ನ ಕೋಣೆಗೆ ಹೋದಳು.

ಸಮಾಧಾನದ ನಿಟ್ಟುಸಿರುಬಿಟ್ಟರು. ಅವಳಿಗೆ ಗಿಡ, ಪಶು, ಪಕ್ಷಿಗಳ ಜೊತೆ ಮುತ್ತು, ಮಣಿ, ಹವಳ, ಶಂಖು ಎಲ್ಲಾ ಇಷ್ಟ ದಿನಕ್ಕೊಮ್ಮೆಯಾದರೂ ಅವನ್ನೆಲ್ಲ ಮುಂದೆ ಸುರಿದುಕೊಂಡು ಅಂದ ಚಂದ, ಆಕಾರದ ಬಗ್ಗೆ ಅನಾಲಿಸಿಸ್ ಮಾಡುತ್ತಿದ್ದಳು. ನೆನಪುಗಳು ಬಾಧಿಸದಂತೆ, ತನ್ನ ಮಿದುಳಿಗೆ ತ್ರಾಸವಾಗದಂತೆ ಪ್ರಯಾಸಪಡುತ್ತಿದ್ದಳು.

ಅರ್ಧ ಗಂಟೆ ಅವುಗಳನ್ನು ಹರಡಿಕೊಂಡು ಪ್ರತಿಯೊಂದರ ಬಗ್ಗೆಯೂ ಅಗ್ನಿಹೋತ್ರಿಗಳಿಗೆ ಹೇಳಿದಳು. ಇದು ಮೊದಲ ಸಲವಲ್ಲವೆಂದು ಇಬ್ಬರಿಗೂ ಗೊತ್ತು. ಕೊನೆಯ ಸಲ ಆಗಬಾರದೆಂಬ ಬಯಕೆ ಅವರದು.

ಮಧ್ಯೆ ಒಂದು ಪ್ರಶ್ನೆ ಎತ್ತಿದರು. "ಎಷ್ಟು ಬಾಲ್ ಬಿತ್ತು, ಪಂಚವಟಿಯೊಳ್ಗೆ" ಕೈಯೆತ್ತಿ ಉದಾಸೀನದಿಂದ ತಳ್ಳಿ ಹಾಕಿದಳು. "ಒಂದು ನಾಲ್ಕೈದು ಬಾಲ್ ಇರಬಹುದು. ಇನ್ನು ಇಪ್ಪತ್ತಕ್ಕೂ ಮಿಕ್ಕಿ ಇದೆ. ಅವೆಲ್ಲ" ಮಾತು ಪೂರ್ತಿ ಮಾಡಲಿಲ್ಲ, ಒಮ್ಮೆ ಪಂಚವಟಿ ಒಳಹೊಕ್ಕು ನೋಡಬೇಕೆಂಬ ಅಭಿಲಾಷೆ.

ಅಷ್ಟರಲ್ಲಿ ಉಲ್ಲಾಸ್ ಬಂದಿದ್ದರಿಂದ ಎದ್ದುಹೋದಳು.

"ಮನೆಯಲ್ಲೇನು ಬೈಯಿಲ್ಲ. ನಮ್ಮಪ್ಪ ಅಕೌಂಟ್ಸ್ ತಪ್ಪು ಮಾಡ್ಕೊಂಡ್ಬಂದು ಮನೆಯಲ್ಲಿ ಅಮ್ಮನ ಮೇಲೆ ರೇಗಾಡಿದ್ರು. ಅಮ್ಮನ ಮುಖ ಗಡಿಗೆ ಗಾತ್ರ. ಮಾಮೂಲಾಗ್ಬಿಟ್ಟೆ" ಜಂಬ ಕೊಚ್ಚಿಕೊಂಡ. ಉಳಿದವರು ಅವನನ್ನು ಜಂಬದ ಕೋಳಿಯೆಂದೇ ಕರೆಯುತ್ತಿದ್ದುದು.

ಕೊನೆಯಲ್ಲಿ ಒಂದು ಕಡೆ ತಗಾದೆ ಎತ್ತಿದ. "ನಿಂಗೆ ಆಟಕ್ಕಿಂತ ಪಂಚವಟಿ ಕಾಂಪೌಂಡ್‌ನಲ್ಲಿ ಚೆಂಡು ಬೀಳೋದೇ ಮುಖ್ಯವಾಗುತ್ತೆ. ಇವತ್ತು ಬಾಲ್‌ಗಳ ಜೊತೆ ಚಾಕಲೇಟ್‌ಗಳು ಕೂಡ ದಂಡ. ನಾಳೆ ಬೀಳ್ದಂಗೆ... ಆಡೋಣ" ಹೇಳಿದ ಹಿರಿಯನಂತೆ.

ಅತ್ತಿತ್ತ ನೋಡಿ ಅವನನ್ನು ಹೊರಗೆ ಕರೆತಂದಳು. "ನೀನು ಪಂಚವಟಿಯೊಳ್ಗೆ ನೋಡಿದ್ದೀಯ" ಅವನು ಅಡ್ಡಡ್ಡ ತಲೆಯಾಡಿಸಿದ. "ಇವ್ರು ಬಂದ್ಮೇಲೆ... ಗೇಟೇ ತೆಗೆಯೋಲ್ಲ, ಯಾರ ಜೊತೆಯಲ್ಲೂ ಮಾತಾಡೋಲ್ಲ ಆ ಪುಣ್ಯಾತ್ಮ ನಮ್ಮಪ್ಪ ವಿಪರೀತ ವಾಚಾಳಿ. ಒಮ್ಮೆಯೇನು ನಾಲ್ಕು ಸಲ ಹೋಗಿ ವಾಪ್ಸ ಬಂದ ನಂತರ ಬಾಗಿಲಲ್ಲೇ ಸಿಕ್ಕನಂತೆ ಆ ವ್ಯಕ್ತಿ, ಮಾತಾಡಿಸೊಕ್ಕೋದ್ರೆ.... ಮುಖ ತಿರುಗಿಸಿಕೊಂಡ್ಹೋದ್ನಂತೆ. ಬಹುಶಃ ಅವ್ರು ಸಿನಿಕ್... ಬಿಡು ಆ ವಿಷ್ಯ. ಬೆಳಿಗ್ಗೆ... ಬರ್ತೀನಿ" ನಡೆದೇಬಿಟ್ಟ.

ಪಂಚವಟಿಯ ಬಗ್ಗೆ ಅವಳಿಗೆ ಮತ್ತಷ್ಟು ಕುತೂಹಲ. ಅವಳ ಚಿಂತನೆಗಳೆಲ್ಲ ಅಲ್ಲಿಯೇ ಸ್ತಬ್ಧವಾಗಿಬಿಟ್ಟಿತ್ತು.

ನಾಲ್ಕು ದಿನದ ಕ್ರಿಕೆಟ್‌ನಲ್ಲಿ ಬಾಲ್‌ಗಳೆಲ್ಲ ಖಾಲಿಯಾದವು. ಆಗಾಗ ಬಂದು ಮಾಥುರ್ ಎಚ್ಚರಿಕೆಯ ಜೊತೆ ಮಾಲೀ ಬಂದು ಭಯ ಹಾಕಿ ಹೋದ. ಎಲ್ಲರೂ ಹಿಂದೆಗೆದರು. ಐದನೆ ದಿನ ಹಳೆಯ ಬಾಲ್ ಹಿಡಿದು ಬಂದಿದ್ದು ಅವಳೊಬ್ಬಳೆ. ಗುರಿ ಇಟ್ಟು ಪಂಚವಟಿ ಕಾಂಪೌಂಡ್‌ಗೆ ಎಸೆದಳು.

ಶಮಂತ್‌ನ ಕೈಯಲ್ಲಿದ್ದ ಟೀಕಪ್ ಅಷ್ಟು ದೂರಕ್ಕೆ ಹೋಗಿ ಬಿತ್ತು, ಚೆಂಡು ಬೆರಳುಗಳನ್ನು ಸೋಕಿಕೊಂಡು ಹೋಗುವಾಗ ನೋಯಿಸಿತ್ತು.

"ಹಾ...." ಎಂದು ಮೇಲಕ್ಕೆದ್ದ. ಅವನ ಮೈ ಬೆಂಕಿಯಾಗಿತ್ತು. "ಬ್ಲಡೀ... ಬಾಸ್ಟರ್ಡ್... ಮಾಥುರ್ ಅಬ್ಬರಿಸಿದ. ನಖಶಿಖಾಂತ ಉರಿದು ಹೋಗಿತ್ತು. "ಗೋ, ಯಾರೋ ನೋಡಿ ಎಳ್ಕೊಂಡ್ಬಾ..." ಮಾಲಿ ಸುಮ್ಮನೆ ನಿಂತ. ಮಾಥುರ್ ಓಡಿದ.

ಬ್ಯಾಟು ಹಿಡಿದು ನಿಂತ ಮನೀಲಾ ಮುಗುಳ್ನಗೆ ಬೀರಿದಳು. ಮಾಥುರ್ ಹಣೆಗಟ್ಟಿಸಿಕೊಂಡ.

"ಯಜಮಾನ್ರು ಮನೆಯಲ್ಲೇ ಇದ್ದಾರೆ. ಎಲ್ಲಿಗೆ ಬಿತ್ತು ಗೊತ್ತಾ ನಿಮ್ಮ ಬಾಲ್. ಅವ್ರ ಕೈಯಲ್ಲಿದ್ದ ಟೀ ಕಪ್ ಅಷ್ಟು ದೂರಕ್ಕೆ ಹಾರಿ ಬಿತ್ತು" ಎಂದ ಸಪ್ಪೆ ಮೋರೆ ಮಾಡಿಕೊಂಡು. ಝುಳು ಝುಳು ಹರಿಯುವ ಜಲಧಾರೆಯಂತೆ ನಕ್ಕುಬಿಟ್ಟಳು.

ಆಗಾಗ ಮನೀಲಾ ಮಾತಾಡಿಸುತ್ತಿದ್ದರಿಂದ ಪರಿಚಯ ಬೆಳೆದಿತ್ತು. ತಾರತಮ್ಯ ತೋರದೆ ತನ್ನಂಥವನ ಬಗ್ಗೆಯು ಸ್ನೇಹದಿಂದ ಮಾತಾಡುವ ಈ ಹುಡುಗಿ ಇಷ್ಟವಾಗಿದ್ದಳು.

"ನೀವು ನಗ್ತೀರಾ, ಅವ್ರು ಕೋಪದಿಂದ ಹಾರಾಡ್ತಾ ಇದ್ದಾರೆ. ಬಾಲ್ ಹೊಡೆದವರನ್ನ ಕರ್ಕೊಂಡ್ಬಾ ಅಂದಿದ್ದಾರೆ ಪ್ಲೀಸ್ ನೀವು ಹೋಗ್ಬಿಡಿ. ನಾನು ಇರ್ಲಿಲ್ಲಾಂತ ಸುಳ್ಳು ಹೇಳ್ಬಿಡ್ತೀನಿ" ರಿಕ್ವೆಸ್ಟ್ ಮಾಡಿಕೊಂಡ. ಅಡ್ಡಡ್ಡ ತಲೆಯಾಡಿಸಿಬಿಟ್ಟಳು. "ಯಾಕೆ ಸುಳ್ಳು ಹೇಳ್ತೀಯಾ, ನಾನ್ಬರ್ತೀನಿ... ನಡೀ" ಎರಡು ಹೆಜ್ಜೆ ಮುಂದಕ್ಕಿಟ್ಟಳು. ತಲೆಯ ಮೇಲಿನ ಹ್ಯಾಟು ಸರಿಮಾಡಿಕೊಳ್ಳುತ್ತ.

"ಬೇಡ ಮೇಡಮ್, ಯಜಮಾನ್ರಿಗೆ ಕೋಪ ಜಾಸ್ತಿ. ಪ್ಲೀಸ್... ಪ್ಲೀಸ್..." ಎಂದ. ಆದರೆ ಅವಳು ಈ ಅವಕಾಶವನ್ನು ಕಳೆದುಕೊಳ್ಳಲು ಇಷ್ಟಪಡಲಿಲ್ಲ.

ಪುಟ್ಟ ಪುಟ್ಟ ಕಲ್ಲುಗಳನ್ನು ಬ್ಯಾಟು ಮೇಲಿಟ್ಟು ಮೇಲಕ್ಕೆ ಚಿಮ್ಮುತ್ತ ಗೇಟು ತಳ್ಳಿಕೊಂಡು ಒಳಗೆ ಹೋಗಿಬಿಟ್ಟಳು.

ಒಂದು ಕೈಯಿಂದ ಮತ್ತೊಂದು ಕೈನ ಬೆರಳುಗಳ್ನ ಒತ್ತಿಡಿದಿದ್ದ ಶಮಂತ್ ಕೋಪ ದಿಂದ ಕೆಂಪಾಗಿದ್ದ. ಮೆಲ್ಲಗೆ ಗಂಟಲು ಸರಿಪಡಿಸಿಕೊಂಡು "ಹಲೋ..." ಎಂದಳು.

ಇತ್ತ ತಿರುಗಿದ ಶಮಂತ್ ಕಣ್ಣುಗಳಲ್ಲಿ ಕೆಂಡ ಸಿಡಿಯುತ್ತಿತ್ತು. "ಮೈ ಗಾಡ್, ಬಾಲ್ ಬಿದ್ದು ನಿಮ್ಗೆ ಪೆಟ್ಟಾಗಬಹುದೆಂಬ ಕಲ್ಪನೆ ಕೂಡ ನಂಗಿರ್ಲಿಲ್ಲ. ಸೋ ಸಾರಿ..." ಎಂದಳು ಮೆತ್ತಗಿನ ಸ್ವರದಲ್ಲಿ.

ಶಮಂತ್‌ಗೆ ಏನು ತೋಚಲಿಲ್ಲ. "ಗೆಟ್ ಔಟ್...." ಅಬ್ಬರಿಸಿದ. "ಕಳ್ಳ ದನಗಳ್ನ ತುಂಟ ದನಗಳ್ನ, ದಾರಿ ತಪ್ಪಿ ಬಂದ ದನಗಳ್ನ ಎಲ್ಲಿ ಕೂಡ್ತಾರೆ ಗೊತ್ತ?" ಅವನ ಸ್ವರದಲ್ಲಿ ಆವೇಶವಿತ್ತು "ವೆರಿ ಸಿಂಪಲ್..... ದೊಡ್ಡಿಗೆ ಕೂಡ್ತಾರೆ. ಆಗ ಅದರ ಯಜಮಾನ್ರು ಬಂದು ದಂಡ ತೆತ್ತು ಬಿಡಿಸ್ಕೊಂಡ್ಹೋಗ್ತಾರೆ" ಎಂದವಳ ನೋಟ ಸುತ್ತಲು ಹರಿದಾಡಿತು.

ಪುಷ್ಪೋದ್ಯಾನ ಕಂಡಂತಾಯಿತು. ಬಣ್ಣ ಬಣ್ಣದ ಪುಷ್ಪರಾಶಿಯ ನಡುವೆ, ಈಚೆಗೆ ಕೃತಕವಾಗಿ ನಿರ್ಮಿಸಿದ ಪುಟ್ಟ ಕೊಳ, ಅದರಲ್ಲಿರುವ ಕಮಲಗಳು. ಸಮೀಪದಲ್ಲಿಯೇ ನಿಂತ ಜಿಂಕೆ. 'ಹುರ್ರೆ....' ಎಂದು ಕೂಗುವಂತಾಯಿತು.

"ಮಾಲೀ...." ಶಮಂತ್ ಕೂಗಿದ "ಹೊರ್ಗೆ ಕಳ್ಸಿ ಗೇಟು ಹಾಕು. ಯೂಸ್ ಲೆಸ್ ಫೆಲೋಸ್..." ಬೆಂಕಿಯ ಕುಂಡದಂತೆ ಸಿಡಿದು ಒಳಗೆ ಹೋದ.

ಅವನ ಮಾತುಗಳು ಮನೀಲಾ ಕಿವಿಗೆ ಬೀಳಲಿಲ್ಲ. ಅವಳೆಷ್ಟು ಮೈ ಮರೆತಿದ್ದಳೆಂದರೆ ಪಕ್ಷಿಯಾಗಿ ಅಲ್ಲಿನ ಮರದ ಮೇಲೆ ಕೂತು ತನ್ನದೇ ಆದ ಪ್ರಪಂಚದಲ್ಲಿ ವಿಹರಿಸುವಂತಾಯಿತು.

"ವಂಡರ್‌ಫುಲ್.... ಬ್ಯೂಟಿ ಫುಲ್.... ಮಾರ್ವಲಸ್....." ಉದ್ಗರಿಸಿದಳು.

ಮಾಥುರ್ ಎಚ್ಚರಿಸಿದ "ಮೇಡಮ್, ಒರ್‍ಗೇ ನಡೀರಿ..." ಒತ್ತಾಯಿಸಿದ "ಓಕೆ...." ಗೇಟಿನವರೆಗೂ ಬಂದವಳು ಹಿಂದಿರುಗಿ ನೋಡಿದಳು ಕ್ಷಣ – ಒಂದು ಅದ್ಭುತವೇ ಸೃಷ್ಟಿಯಾಗಿತ್ತು.

ಬ್ಯಾಟನ್ನು ಮಾಥುರ್‌ಗೆ ಕೊಟ್ಟು "ಹೇಗೂ, ಬಾಲ್‌ಗಳು ಇವೆಯಲ್ಲ ಇಟ್ಕೋ... ಉಪಯೋಗಕ್ಕೆ ಬರುತ್ತೆ" ಚಿಮ್ಮಿ ಹೋದಳು. ಅತ್ತಲೇ ನೋಡುತ್ತ ನಿಂತು ಬಿಟ್ಟ.

"ಯಜಮಾನ್ರು... ಕೂಗ್ತಾರೆ" ಮಾಲಿ ಹೇಳಿದ.

ದಢ ಬಡಿಸಿಕೊಂಡು ನಡೆದವನು ಬ್ಯಾಟನ್ನು ಪಕ್ಕಕ್ಕೆ ಎಸೆಯುವುದಕ್ಕೂ ಶಮಂತ್ ಬರುವುದಕ್ಕೂ ಸರಿ ಹೋಯಿತು.

"ನಿಂಗೆ ಕ್ರಿಕೆಟ್ ಆಡೋ ಯೋಚನೇನಾ ?" ನಡುಗಿ ಬಿಟ್ಟ. ಸ್ವಲ್ಪ ಅಶಿಸ್ತನ್ನು ಕೂಡ ಶಮಂತ್ ಸಹಿಸಲಾರನೆಂದು ಅವನಿಗೆ ಗೊತ್ತು "ಇಲ್ಲ.... ಇಲ್ಲ.... ಆ ಹುಡ್ಗೀ ಅಲ್ಲಿ ಬಿಟ್ಟು ಹೋಯ್ತು!" ತೊದಲಿದ.

"ಹೊರ್‍ಗಡೇ... ಎಸೀ..." ಆಜ್ಞಾಪಿಸಿದ.

ಬ್ಯಾಟು ಪಂಚವಟಿಯ ಕಾಂಪೌಂಡ್‌ನಿಂದ ಹೊರಗೆ ಚಿಮ್ಮಿ ಹುಲ್ಲಿನ ಮೇಲೆ ಅನಾಥವಾಗಿ ಬಿದ್ದಿತು.

"ಎಂಥ ಪುಂಡ ಧೈರ್ಯ ! ಈಡಿಯಾಟಿಕ್ ಗರ್ಲ್!" ಒಳಗೆ ಹೋದ.

ಶಮಂತ್ ಪ್ರಕೃತಿ ಪ್ರೇಮಿ. ಅವನು ಜನರಿಗಿಂತ ಪ್ರಕೃತಿಯನ್ನೇ ಇಷ್ಟಪಡುತ್ತಿದ್ದ. ಫೋಟೋಗ್ರಫಿ ಅವನ ಹಾಬಿ. ವೃತ್ತಿ ಎನ್ನುವಷ್ಟರ ಮಟ್ಟಿಗೆ ಅವನನ್ನು ಅಂಟಿಕೊಂಡಿತ್ತು. ಪಕ್ಷಿಗಳ ಬದುಕಿನ ಬಗ್ಗೆ ಅವನಿಗೆ ಅತಿಯಾದ ಆಸಕ್ತಿ.

ಬಂಗ್ಲೆ ಕೊಂಡಾಗ ಹಾಳು ಬಿದ್ದಂತಾಗಿತ್ತು. ಹಣದ ಜೊತೆ ಶ್ರಮವನ್ನು ವ್ಯಯ ಮಾಡಿ ಹೆಸರಿಗೆ ತಕ್ಕಂತೆ ಪಂಚವಟಿಯನ್ನೇ ನಿರ್ಮಾಣ ಮಾಡಿದ್ದ.

ಕಾಲೋನಿಗೆ ಈ ಬಂಗ್ಲೆ ಸ್ವಲ್ಪ ದೂರದಲ್ಲಿದ್ದರೂ ಅಲ್ಲಿನ ಜನ ಸಿಕ್ಕಾಗ ಅಪರೂಪಕ್ಕೆ ಅವನನ್ನು ಅರಸಿಕೊಂಡು ಯಾರಾದರೂ ಬಂದರೂ 'ಸಾಧ್ಯವಿಲ್ಲ ಕಳ್ಸಿಬಿಡು' ಮುಖ ಮುರಿದು ಕಳುಹಿಸಿಬಿಡುತ್ತಿದ್ದ.

ಇಡೀ ಬಂಗ್ಲೆಗೆ ಇದ್ದಿದ್ದು ಮೂರೇ ಜನ. ಮಾಲಿ, ಮಾಥುರ್, ಅವನು ಮಾತ್ರ. ಅವರೊಂದಿಗೂ ಅವನ ಮಾತುಗಳು ಅಷ್ಟಕ್ಕಷ್ಟೆ.

ಬೈನಾಕ್ಯುಲರ್, ಕ್ಯಾಮರ ಜೊತೆ ಒಂದು ರಬ್ಬರ್ ಚೀಲವನ್ನು ಹೆಗಲಿಗೆ ನೇತು ಹಾಕಿಕೊಂಡು ಕಾಡು ಹೊಕ್ಕರೇ ಮುಗಿದುಹೋಯಿತು. ತೀರಾ ಕತ್ತಲಾದ ಮೇಲೆಯೇ

ಹಿಂದಿರುಗುತ್ತಿದ್ದುದ್ದು. ಪಕ್ಷಿ ಸಂಕುಲದ ಬಗ್ಗೆ ಹೊಸ ಅನ್ವೇಷಣೆಯ ಜೊತೆ ತನ್ನ ಕ್ಯಾಮರದಲ್ಲಿ ಅವುಗಳ ಭಾವ, ಭಂಗಿ, ಜಾತಕಗಳನ್ನು ದಾಖಲಿಸಿಡುತ್ತಿದ್ದ.

ಆಯಾಸದ ಪರಿಹಾರಕ್ಕೆ ಬಿಸ್ಕತ್, ಫ್ಲಾಸ್ಕ್‌ನಲ್ಲಿ ಕಾಫೀ ಇದ್ದರೆ ಸಾಕಾಗಿತ್ತು. ಊಟ, ತಿಂಡಿ ಬೇಡದಂಥ ತನ್ಮಯತೆ, ರಾತ್ರಿಯೆಲ್ಲ ತಾನು ಕಂಡ, ಅನ್ವೇಷಿಸಿದ ವಿಷಯಗಳನ್ನು ನೋಟ್ ಮಾಡಿ ಇಡುತ್ತಿದ್ದ.

ಇಂದು ಬಿದ್ದ ಕೈನ ಪೆಟ್ಟಿಗೆ ಬಾಲ್‌ಪೆನ್ ಕೂಡ ಹಿಡಿಯಲಾಗಲಿಲ್ಲ "ಬ್ಯಾಸ್ಟರ್ಡ್...." ಅವಳನ್ನು ಬೈಯ್ದುಕೊಂಡ.

"ಬ್ಯಾಸ್ಟರ್ಡ್..." ಅವಳನ್ನು ಬೈಯ್ದುಕೊಂಡ.

❑ ❑ ❑

ಸೈಕಲ್‌ಗೆ ಪುಟ್ಟ ಬ್ಯಾಗ್ ತಗುಲಿ ಹಾಕಿ ಕೊಂಡಿದ್ದ ಮನೀಲಾ ಸೈಕಲ್ ತಳ್ಳಿಕೊಂಡು ಬರುವಾಗ ಮಾಥುರ್ ಸಿಕ್ಕ. ಒಂದು ದೊಡ್ಡ ಬ್ಯಾಸ್ಕೆಟ್, ಹಣ್ಣಿನ ಬುಟ್ಟಿ ಹಿಡಿದು ಕಾಯುತ್ತಿದ್ದ.

"ಹಲೋ.... ಮಾಥುರ್" ಎಂದಳು.

ಅವನ ಮುಖ ಅರಳಿತು "ಹಲೋ ಮೇಡಮ್...." ಎಂದ. ಅವನಾಗಲೇ ಒಂದು ಗಂಟೆಯಿಂದ ಆಟೋ, ಟ್ಯಾಕ್ಸಿ ವಗೈರ... ವಗೈರ.... ಅವನು, ಹಣ್ಣಿನ ಬುಟ್ಟಿಗಳನ್ನು ಒಯ್ಯಬಲ್ಲಂಥ ವಾಹನಕ್ಕಾಗಿ ಕಾಯುತ್ತಿದ್ದ.

"ಮಾರ್ಕೆಟ್‌ಗೆ ಬಂದಿದ್ದೆ. ಏನು ಸಿಕ್ತಾ ಇಲ್ಲ. ತಲೆಯ ಮೇಲೊತ್ತು ಒಯ್ಯಬೇಕಷ್ಟೆ ನಾನೇನೋ ಒಯ್ಯೋ ತಯಾರು, ಆದ್ರೆ... ಅಕಸ್ಮಾತ್ ಕೆಳ್ಗೆ ಬಿದ್ದು ಹಣ್ಣು ತರಕಾರಿ ಜಖಂಗೊಂಡರೇ... ನಮ್ಮ ಸಾಹೇಬರು" ಅವನ ಬಿಳಿಯ ಮೀಸೆಯ ಕೆಳಗಿನ ತುಟಿಗಳು ನಕ್ಕವು.

ಅತ್ತಿತ್ತ ನೋಡಿದ ಅವಳು ಒಂದು ಸಲಹೆ ಇತ್ತಳು "ಒಂದ್ಕೆಲ್ಸ ಮಾಡು, ನಿನ್ನ ಹಣ್ಣಿನ ಬುಟ್ಟಿನ ಹಿಂದಕ್ಕೆ ಕಟ್ಟಿ ಮುಂದೆ ಬ್ಯಾಗ್ ತಗುಲಿ ಹಾಕ್ಕೊಂಡ್ ಹೋಗ್ಬಿಡು."

ಅವನು ಸುತರಾಂ ಒಪ್ಪಲು ಸಿದ್ಧವಿಲ್ಲ. ಬಂದ ದಿನವೇ ತಾಕೀತು ಮಾಡಿದ್ದ ಶಮಂತ್ "ಇಲ್ಲಿ ಯಾರ ಜೊತೆ ಪರಿಚಯ, ಸ್ನೇಹ ಕೂಡ್ದು. ಯಾರೂ ಪಂಚವಟಿಯೊಳ್ಗೆ ಬರಬಹುದ್ದು.. ಬಿ ಕೇರ್ ಫುಲ್" ಅದನ್ನು ಪಾಲಿಸಬೇಕಾದ ಅಗತ್ಯವಿತ್ತು.

"ನೋ.... ನೋ.... ನೀವ್ಹೋಗಿ" ಎಂದ.

ಹೆಚ್ಚು ಬಲವಂತದ ನಂತರ ಅರೆ ಮನಸ್ಸಿನಿಂದ ಒಪ್ಪಿಗೆ ನೀಡಿದ. "ಸಾಹೇಬ್ರು ನೋಡಿದ್ರೆ..." ಆಗಲೂ ರಾಗ ಎಳೆದ.

ಮನೀಲಾ ಕುತೂಹಲಗೊಂಡಳು "ಸಾಹೇಬ್ರು... ಯಜಮಾನ್ರು... ಬೇರೆ ಬೇರೇನಾ?" ಅವನು ನಿಟ್ಟುಸಿರು ದಬ್ಬಿ "ಇಲ್ಲ.... ಇಲ್ಲ... ಸಾಹೇಬ್ರು.... ಯಜಮಾನ್ರು ಒಂದೇ !" ಹೇಳಿದ.

ಅವಳ ಲೆಕ್ಕದಲ್ಲಿ ಸಾಹೇಬರು, ಯಜಮಾನರು ಅಂದರೇ ಮಧ್ಯ ವಯಸ್ಸಿನವರು. ಇಲ್ಲ ಇನ್ನ ಸ್ವಲ್ಪ ಹೆಚ್ಚಿಗೆ ವಯಸ್ಸಾದವರು. ಅಂದರೇ ಫಾರ್‌ಟೀ ಸಿಕ್ಸ್‌ಟೀ ನಡುವೆ ಅಥವಾ ಅದಕ್ಕಿಂತ ಹೆಚ್ಚು ಎನ್ನುವ ಭಾವನೆ.

"ಅವ್ರು, ಇವ್ರ ಹಾಗೇ ಸಿಡಿಸಿಡೀನಾ !' ಕೇಳಿದಳು.

ಸೈಕಲ್ ತಳ್ಳುತ್ತಿದ್ದವನು ಜೋರಾಗಿ ನಕ್ಕುಬಿಟ್ಟ "ಅವತ್ತು ರೇಗಿದರಲ್ಲ, ಅವ್ರೆ ಯಜಮಾನ್ರು ..." ಮೊದಲು ಮನೀಲಾ ಅಚ್ಚರಿಯಿಂದ ಕಣ್ಣರಳಿಸಿದರೂ ನಂತರ ಜೋರಾಗಿ ನಕ್ಕುಬಿಟ್ಟಳು "ಅವರೆಂಥ ಯಜಮಾನ್ರು ! ನೋ... ನೋ..." ನೆನಪಿಸಿಕೊಂಡು ನೆನಪಿಸಿಕೊಂಡು ನಕ್ಕಳು.

ತಕ್ಷಣ ಅವಳೊಂದು ಪ್ಲಾನ್ ಹಾಕಿದಳು.

"ಥ್ಯಾಂಕ್ಯೂ ಫಾರ್ ಯುವರ್ ಲಿಟಲ್ ಬಟ್ ಯೂಸ್‌ಫುಲ್ ಇನ್ ಫಾರ್ಮೇಷನ್..." ಎಂದು ಕೈಬೀಸುತ್ತ ಈ ಕಡೆ ರೋಡು ಕ್ರಾಸ್ ಮಾಡಿ ಆ ಕಡೆಗೆ ಹೋಗಿಬಿಟ್ಟಳು.

ಮಾಥುರ್‌ಗೆ ಒಂದು ಖುಷಿ. ಇಲ್ಲಿಂದ ಹದಿನೆಂಟು ರೂಪಾಯಿ ಕೊಟ್ಟರೇನೇ ಆಟೋದವರು ಬರೋದು ಬಂಗ್ಲೆಗೆ. ಅದಷ್ಟು ಮಿಕ್ಕಿದಂತಾಯಿತು. ಅದನ್ನು ಸಂಬಳದ ಜೊತೆ ಸೇರಿಸಿ ಪೋಸ್ಟ್ ಆಫೀಸ್‌ಗೆ ಹಾಕಬೇಕೆಂದುಕೊಂಡ.

ಸೈಕಲ್ ಗೇಟ್ ತಲುಪುವ ವೇಳೆಗೆ ಸರಿಯಾಗಿ ಮಾರುತಿ ಬಂತು. ಮಾಥುರ್ ಎದೆ ಧಸಕ್ಕೆಂದಿತು. ಮನದಲ್ಲಿಯೇ ಮೇರಿ ಮಾತೆಗೆ ಹತ್ತು ಕ್ಯಾಂಡಲ್ ಹಚ್ಚುವ ಹರಕೆ ಹೊತ್ತ. ಅದರ ಬೆಲೆಯನ್ನ ಮನದಲ್ಲಿ ಲೆಕ್ಕ ಹಾಕಿಬಿಟ್ಟ.

ಪಕ್ಕಕ್ಕೆಳೆದುಕೊಂಡ ಸೈಕಲ್. ಕಾರು ಗೇಟಿನೊಳಕ್ಕೆ ಹೋಯಿತು. ಯಜಮಾನನ ಕೋಪದ ಬಗ್ಗೆ ಅವನಿಗೆ ಗೊತ್ತು.

ಸಾಮಾನು ಬ್ಯಾಗುಗಳನ್ನು, ಬುಟ್ಟಿಯನ್ನು ಇಳಿಸಿಕೊಂಡ ಮಾಲೀ "ಸೈಕಲ್ ಯಾರ್ದು?" ಮಾಥುರ್ ದುರುಗುಟ್ಟಿಕೊಂಡು ನೋಡಿ ಸೈಕಲ್ ಪಕ್ಕದಲ್ಲಿದ್ದ ಸೀಬೆಯ ಮರದ ಹಿಂದಕ್ಕೆ ತೆಗೆದುಕೊಂಡು ಹೋಗಿ ನಿಲ್ಲಿಸಿದವನು "ಕ್ರಿಕೆಟ್ ಆಡೋಕೆ ಬರ್‍ತಾ ಇದ್ದಲ್ಲ, ಆ ಹುಡ್ಗಿ ಬಂದರೇ... ಸೈಕಲ್ ಕೊಟ್ಟುಬಿಡು. ಇದು ಯಜಮಾನ್ರ ಗಮನಕ್ಕೆ ಬರಬಾರ್ದು ಅಷ್ಟೆ" ಪಿಸು ಮಾತಿನಲ್ಲಿ ಹೇಳಿದ.

ಇಂದು ಶಮಂತ್ ಇದು ಯಾವುದನ್ನೂ ಅವನು ಗಮನಿಸುವ ಮೂಡ್‌ನಲ್ಲಿ

ಇರಲಿಲ್ಲ. ಕಾಗೆ ಗೂಡಿನಲ್ಲಿ ಕೋಗಿಲೆ ಮೊಟ್ಟೆಯಿಡುವುದು, ಕಾಗೆ ಕೋಗಿಲೆಯ ಮೊಟ್ಟೆಯನ್ನು ಮರಿ ಮಾಡುವುದು ಪ್ರಕೃತಿಯಲ್ಲಿ ಸಾಮಾನ್ಯ ಸಂಗತಿಯೇ. ಅದರ ಮಧ್ಯದ ರೋಚಕದ ಸಂಗತಿಯನ್ನು ತನ್ನ ಕ್ಯಾಮರದಲ್ಲಿ ಕ್ಲಿಕ್ಕಿಸಿಕೊಂಡು ಬಂದಿದ್ದ. ತೀರಾ ಸರಳವಾಗಿ ಕಾಣುವ ಸಂಬಂಧ ಅತ್ಯಂತ ಅದ್ಭುತವಾಗಿ ಕಂಡಿತು. ಅವನ ಕ್ಯಾಮರ ಕಣ್ಣಿಗೆ.

ಬಂದ ಕೂಡಲೇ ಬಟ್ಟೆ ಕೂಡ ಬದಲಾಯಿಸದೇ ನೋಟ್ ಮಾಡತೊಡಗಿದವನು ಮಧ್ಯದಲ್ಲಿಯೇ ಕೂಗಿದ. "ಮಾಥುರ್, ಟೀ..." ಇಂದು ಒಯ್ದ ಟೀ ಅವನೇನು ಕುಡಿದಿರಲಿಲ್ಲ. ಆದರೆ ಫ್ಲಾಸ್ಕ್‌ನಿಂದ ಟೀಯನ್ನು ಕಪ್‌ಗೆ ಬಗ್ಗಿಸಿಕೊಳ್ಳುವ ಕಷ್ಟ ತೆಗೆದುಕೊಳ್ಳಲಾರ.

ಹೆದರಿಕೆಯೊತ್ತೆ ಟೀ ತಂದಿಟ್ಟ ಮಾಥುರ್ ಅಲ್ಲಿಯೇ ನಿಂತ. "ಏನಾದ್ರೂ... ತಿನ್ನಲಿಕ್ಕೆ...." ಟೀ ಕಪ್ ಎತ್ತಿಕೊಳ್ಳುತ್ತ ಬೇಡವೆಂದು ಸನ್ನೆ ಮಾಡಿದ.

ದೊಡ್ಡ ಪ್ರಮಾದದಿಂದ ಬಚಾವಾದಂತೆ ಸಂತೋಷಿಸಿದ ಮಾಥುರ್.

❑ ❑ ❑

ಅಗ್ನಿಹೋತ್ರಿಗೆ ಸೈಕಲ್ ಇಲ್ಲದ್ದು ಗಮನಕ್ಕೆ ಬಂತು. ಆದರೂ ಅವರೇನು ಕೇಳಲಿಲ್ಲ. ಉಲ್ಲಾಸ್ ಬಂದಾಗಲೇ ವಿಷಯ ಹೊರಬಿದ್ದಿದ್ದು.

"ಸ್ವಲ್ಪ... ಸೈಕಲ್ ಬೇಕು"

ಕಾಮಿಕ್ಸ್ ಓದುತ್ತಿದ್ದವಳು "ಸೈಕಲ್ ಇಲ್ಲ. ಪಂಚವಟಿಯ ಮಾಥುರ್‌ಗೆ ಕೊಟ್ಟಿದ್ದೀನಿ. ಬೇಕಾದ್ರೆ.... ಇಸ್ಕೊಂಡ್ಹೋಗು."

ಉಲ್ಲಾಸ್ ಅಷ್ಟು ಧೈರ್ಯ ಮಾಡಲಾರ. ಅವನು ಜಂಬದ ಕೋಳಿ. ತನಗಿಲ್ಲದ ಧೈರ್ಯವನ್ನು ಮಾತುಗಳಲ್ಲಿ ಮಾತ್ರ ಪ್ರದರ್ಶಿಸುತ್ತಿದ್ದ.

"ಬೇಡಪ್ಪ, ಬೇಡ... ಸಿಡಗುಟ್ಟೋ ವ್ಯಕ್ತಿ ಅದ್ರ ಯಜಮಾನ ! ಅದೇನೋ ಸ್ವರ್ಗ ಅನ್ನೋ ತರಹ, ತಾನು ದೇವೇಂದ್ರ ಅನ್ನೋ ತರಹ ಆಡ್ತಾನೆ. ಬಂಗ್ಲೆಯವ್ರ ಸಹವಾಸವೇ ಬೇಡ. ಮತ್ತೆ ಎಂದಿನಿಂದ ಷುರು ಮಾಡೋಣ ಕ್ರಿಕೆಟ್" ಎಂದವನು ತಕ್ಷಣ ಸಪ್ಪಗಾದ "ಆಗೋಲ್ಲ ನಂಗೆ ನಾಳೆಯಿಂದ ಶಾಲೆ... ಬರ್ತೀನಿ" ಹೊರಟ.

ಅವಳು ಕಾಮಿಕ್ಸ್ ತಿರುವುತ್ತಿದ್ದಳೇ ವಿನಾಃ ಓದಲು ಹೋಗುತ್ತಿರಲಿಲ್ಲ.

ಮುಖದ ಮುಂದಿನಿಂದ ಪೇಪರ್ ತೆಗೆದರು ಅಗ್ನಿಹೋತ್ರಿ "ನೀನು ಕಾಲೇಜಿಗೆ ಸೇರ್ಕೊಬಹುದ್ದು" ಎಂದಾಗ ಬೆಚ್ಚಿ ಬಿದ್ದವಳಂತೆ ಅವರತ್ತ ನೋಟ ಹರಿಸಿದಳು. ಅವಳ ಕಣ್ಣುಗಳಲ್ಲಿ ಭಯದ ಮೋಡಗಳು ಇಣುಕುವ ಮುನ್ನ ಧಾವಿಸಿದರು. "ಫ್ರೆಂಡ್ಸ್ ಸಿಕ್ತಾರೆ, ಇಡೀ ಹಗಲು ಎಂಗೇಜ್ ಆಗಿರಬಹ್ದು. ನಾನು ಆಗಾಗ ಕಾಲೇಜ್ ಹತ್ರ ಬರ್ಬಹ್ದು" ಹುಬ್ಬು

ಕುಣಿಸಿ ಕಣ್ಣೊಡೆದರು. ಘೊಳ್ಳನೆ ನಕ್ಕಳು. ಅವಳ ನಗು ಕೃತಕ ಬೆಳದಿಂಗಳನ್ನು ಸೃಷ್ಟಿಸಿತು. ''ಓಕೆ...'' ಎಂದಳು. ಆದರೂ ಅವಳ ಕಣ್ಣಗಳಲ್ಲಿ ನೀರು ತುಂಬಿ ಕೊಂಡಿತು. ಅವುಗಳನ್ನು ಅಲ್ಲಿಯೇ ನಿಲ್ಲಿಸಲು ಸಮರ್ಥಳಾದಳು.

''ಮನ್ನೀ....'' ಸಂಜೀವಯ್ಯನರು ಕೂಗುತ್ತಲೇ ಬಂದರು ''ಓ....'' ಎಂದಳು. ಅವರನ್ನು ಕಂಡರೇ ಅವಳಿಗಿಷ್ಟ ಸದಾ ಸಂತೋಷ, ಹುರುಪಿನಿಂದ ಇರುವ ತಮ್ಮ ಬದುಕಿನ ನವಿರಾದ, ಹಾಸ್ಯಮಯವಾದ ಘಟನೆಗಳನ್ನು ಬಿಚ್ಚಿಟ್ಟು ನಗಿಸುತ್ತಿದ್ದರು.

ಒಂದು ಹಳೆಯ ಪಿಂಗಾಣಿ ಬಟ್ಟಲಲ್ಲಿ ಕವಡೆ, ಶಂಖಗಳನ್ನು ತುಂಬಿಕೊಂಡು ಬಂದಿದ್ರು.

''ಹಳೇ ಸಾಮಾನಿನಲ್ಲಿ ಹುಡುಕಾಡ್ದೇ. ಇವೆಲ್ಲ ಸಿಕ್ತು...'' ಅವಳ ಮುಂದಿನ ಟೀಪಾಯಿ ಮೇಲೆ ಸುರಿದರು. ಬಣ್ಣದ ಕವಡೆಗಳ ಜೊತೆ ಬಿಳಿ ಕವಡೆಗಳು ಸೇರ್ಪಡೆಯಾಗಿತ್ತು. ಮಧ್ಯೆ ಮಧ್ಯೆ ಶಂಖಗಳು.

ಬೊಗಸೆಯಲ್ಲಿ ತುಂಬಿಕೊಂಡಳು. ಬೇರೆ ಬೇರೆಯಾಗಿ ವಿಂಗಡಿಸಿದಳು. ಮತ್ತೆ ಎಲ್ಲಾ ಸೇರಿಸಿದಳು. ಅವಳಿಗೆ ಇದು ಇಷ್ಟವಾಗದು. ಸಮುದ್ರದಂಚಿನ ತಣ್ಣನೆಯ ಮರಳಿನಲ್ಲಿ ಓಡಾಡುತ್ತ ಒಂದೊಂದೇ ಕಪ್ಪೆ ಚಿಪ್ಪು ಶಂಖುಗಳನ್ನು ಆಯ್ದುಕೊಳ್ಳಬೇಕು. ಆಗ ಸಿಗೋ ಸಂತೋಷವೇ ಬೇರೆ.

''ಎಲ್ಲಾ ಚೆನ್ನಾಗಿದೆ'' ಎಂದವಳು ಅಗ್ನಿಹೋತ್ರಿಗಳತ್ತ ತಿರುಗಿದಳು. ''ಸಮುದ್ರ...' ಎಂದ ಕೂಡಲೇ ಅರ್ಥವಾದವರಂತೆ ಮುಗುಳ್ನಕ್ಕರು. ''ನೀನು ಹ್ಞೂ ಅಂದರೆ... ಈಗ್ಲೇ ಹೋಗೋಣ. ಆದ್ರೆ ನನ್ನ ಮಾತ್ರ ಹೆಲ್ಪ್‌ಗೆ ಕರೀಬಾರ್ದು. ನಂಗೆ ಕಪ್ಪೆಚಿಪ್ಪು ಶಂಖು ಆರಿಸೋಕೆ ಬೋರ್. ಅವತ್ತು ಸೊಂಟ... ಉಳುಕಿಸ್ಕೊಂಡಿದ್ದು'' ನೆನಪಿಸಿದ ಕೂಡಲೇ ಅಂದಿನ ಘಟನೆಯನ್ನು ನೆನೆಸಿಕೊಂಡು ಜೋರಾಗಿ ನಕ್ಕಳು. ''ನೋಡಿ.... ಸ.ಕೂ......'' ಷುರು ಮಾಡಿದವಳು ಭಾವಾಭಿನಯದ ಮೂಲಕ ಅಂದು ನಡೆದುದ್ದೆಲ್ಲ ನಗೆಯ ಮೂಲಕ ಹೇಳಿದಳು. ಸಂಜೀವಯ್ಯನವರು ನಕ್ಕರು. ಅವರಿಗೆ ಈಗ ಮನೀಲಾಯಿಂದ ಹೊಸ ನಾಮಕರಣ ಸ. ಕೂ..... ಎಂದರೆ, ಹಿಂದಿಯ ಚರಿತ್ರಾ ನಟಿ ಸಂಜೀವ್ ಕುಮಾರ್ ಹೆಸರು.

ಅವರಿಬ್ಬರನ್ನೇ ಬಿಟ್ಟು ಮನೀಲಾ ಹೊರಗೆ ಬಂದಳು. ಪಂಚವಟಿಯ ಸುಂದರ ಪರಿಸರದ ನೆನಪಾಯಿತು. ಅದು ಅವಳನ್ನು ಎಷ್ಟು ಪ್ರಬಲವಾಗಿ ಆಕರ್ಷಿಸಿತೆಂದರೇ... ಹದಿನೇಳು ನಿಮಿಷದಲ್ಲಿ ಅಲ್ಲಿದ್ದಳು.

ಎಂದಿನಂತೆ ಎತ್ತರದ ಗೇಟು ಮುಚ್ಚಿತ್ತು. ದಬದಬ ಗುದ್ದಿದಳು. ಶಮಂತ್ ಆದರೆ ಹಾರನ್ ಮಾಡುತ್ತಿದ್ದ.

ಪುಟ್ಟ ಕಿಂಡಿಯಿಂದ ನೋಡಿದ ಮಾಲೀ ಮಾಥುರ್‌ಗೆ ಸುದ್ದಿ ಮುಟ್ಟಿಸಿರಬೇಕು. ಐದು ನಿಮಿಷದ ನಂತರ ಸ್ವಲ್ಪ ಗೇಟು ತೆರೆದುಕೊಂಡಿತು. ಅವನು ಹೊರಕ್ಕೆ ಸೈಕಲ್ ತಳ್ಳಿಕೊಂಡು ಬಂದ.

''ಸಧ್ಯಕ್ಕೆ... ಬಂದ್ರಿ. ಇಲ್ಲ... ಈ ಸೈಕಲ್ ಎಲ್ಲಿ ಪುಡಿ ಪುಡಿಯಾಗಿ ತಿಪ್ಪೆ ಗುಂಡಿ ಸೇರುತ್ತೋ ಅಂದ್ಕೊಂಡೆ. ನಮ್ಮ ಯಜಮಾನ್ರ ಕಣ್ಣಿಗೆ ಬೀಳ್ದೆ ಕಾಪಾಡೋದೇ.... ಕಷ್ಟವಾಯ್ತು'' ಪ್ರವರ ವಾಚಿಸಿದ.

ಸೀಟಿನ ಮೇಲೆ ಕೈಯೂರಿ ''ಯಾಕೆ ಬೈಯ್ತಾರೆ, ನಿಮ್ಮ ಯಜಮಾನ್ರು ? ನೀನೇನು ಅಷ್ಟೆಲ್ಲವನ್ನ ತಲೆಯ ಮೇಲೆ ಹೊತ್ಕೊಂಡ್ ಬರೋಕ್ಕಾಗುತ್ತ?'' ಕೇಳಿದಳು.

ಅವಳ ಮುಖ ಸಪ್ಪಗಾಯಿತು.

''ಅದ್ನೆಲ್ಲ ಯೋಚಿಸ್ಸೋಕೆ ಅವ್ರಿಗೆ ಪುರಸತ್ತಿಲ್ಲ. ಪಕ್ಷಿಗಳ ಬಗ್ಗೆ ಮಾತ್ರ...'' ಅತ್ತಿತ್ತ ನೋಟ ಹರಿಸಿದ ಭಯದಿಂದ. ಅದನ್ನು ಗಮನಿಸಿದಳು ಮನೀಲಾ ''ಪರಿಸರ ಪ್ರೇಮಿ...'' ನಕ್ಕಳು.

ಮಾತಿನ ಮಧ್ಯೆ ಮಾಥುರ್ ಮತ್ತಷ್ಟು ವಿಷಯ ಉಸುರಿಬಿಟ್ಟ ''ಪಂಚವಟಿಯೊಳ್ಗೆ ಬೇರೆಯವ್ರು ಬರೋದು ಅವ್ರಿಗೆ ಇಷ್ಟವಾಗೋಲ್ಲ. ಅದ್ಕೇ ಯಾರು ಬರೋ ಹಂಗಿಲ್ಲ. ಪುಟ್ಟ ಕಾಡನ್ನೇ ನಿರ್ಮಿಸೋಕೆ ಬಹಳ ಕಷ್ಟಪಟ್ಟಿದ್ದಾರೆ.''

ತುಂಬ ಇಂಟರೆಸ್ಟಾಗಿ ಕಂಡಿತು ಅವಳಿಗೆ.

''ಒಂದ್ಸಲ ಏನಾಯ್ತು ಗೊತ್ತಾ ಮಾಲೀ ಹೊರ್ಗಿನ ಗೊಬ್ಬರನ ಒಳ್ಗೆ ಸಾಗಿಸೋದ್ರಲ್ಲಿದ್ದ, ಒಳಗಿನ ಅಚ್ಚ ಹಸಿರು, ತಂಪು ವಾತಾವರಣ ನೋಡಿ ಹಸು ನುಗ್ಗಿಬಿಟ್ಟಿತ್ತು. ಒಂದಿಷ್ಟು ಗಿಡಗಳು ಹಾಳಾಯ್ತು ಅಂತಿಟ್ಕೊಳ್ಳಿ. ನಾಲ್ಕು ದಿನ ಕಟ್ಟಿಹಾಕ್ಸಿಬಿಟ್ಟಿದ್ರು. ನೀರು, ಹುಲ್ಲು ಹಾಕಿಸ್ಲಿಲ್ಲ. ಕಡೆಗೆ ಅದ್ರ ಯಜಮಾನ ಬಂದು ಅತ್ತು ಕರ್‍ದು ಕರ್ಕೊಂಡ್ಹೋದ. ಅಷ್ಟೊಂದು ಸ್ಟ್ರಿಕ್ಟ್.''

ಸೈಕಲ್ ತಳ್ಳಿಕೊಂಡು ಮನೆ ತಲುಪುವವರೆಗೂ ಅವಳ ಕಿವಿಗಳಲ್ಲಿ ಅದೇ ಮಾತುಗಳು.

ಬೀಗ ಹಾಕಿ ಬಾಗಿಲಲ್ಲೇ ನಿಂತಿದ್ದರು ಅಗ್ನಿಹೋತ್ರಿ ''ನಿಂಗೋಸ್ಕರ ಕಾಯ್ತ ಇದ್ದೆ. ವಾಹನ ಮರಳಿ ವಾಪ್ಸು ಬಂದಿದೆ. ದೇವರಲ್ಲಿ ನನ್ನ ಬೇಡಿಕೆ ಏನೇನು ನಡೀಲಿಲ್ಲ. ಹರಕೆ ಹಣ ಉಳೀತಷ್ಟೆ'' ಎಂದರು ಸೈಕಲ್‌ನ ಪ್ರತಿಯೊಂದು ಪಾರ್ಟ್‌ಗಳನ್ನು ನೋಡುತ್ತ.

ಬಿಸಿಲು, ಮಳೆ ಲೆಕ್ಕಿಸದೇ ಸೈಕಲ್‌ನಲ್ಲಿ ಓಡಾಡುತ್ತಿದ್ದಳು. ಅರುಣನ ನರ್ಸರಿ ಶಾಲೆಗೆ ಬಿಡಲು, ಸಂಜೀವಯ್ಯನ ಹೆಂಡತಿಗೆ ಔಷಧಿ ತರಲು, ಸಮೀಪದ ಯಾರಿಗೆ ಏನು ಬೇಕಾದರೂ ಅವಳು ಸೈಕಲ್ ಹತ್ತಿಯೇ ಬಿಡುತ್ತಿದ್ದಳು.

ಮನೀಲಾ ಮುಖದಲ್ಲಿ ಬೆವರು ಕಂಡಾಗ ಅವರ ಹೃದಯವೇ ನಿಂತು ಬಿಡುವಂತಾಗುತ್ತಿತ್ತು. ಆದರೆ ತಡೆಯಲಾರರು. ಅವಳು ಒಂಟಿಯಾಗಿ, ಮೌನವಾಗಿ, ಬಿಡುವಾಗಿ ಇರುವುದು ಅಪಾಯವೆಂದು ಅವರಿಗೆ ಗೊತ್ತು.

ಇದು ಯಾವುದರ ಪರಿವೆಯೂ ಇಲ್ಲದಂತೆ ಹೂ ಅರಳಿದಂತೆ ನಕ್ಕಳು.

''ಸಿಟಿಗೆ ಹೋಗೋಣಾಂದ್ರಲ್ಲ ಹೋಗೋಣ'' ಎಂದಳು. ಅವರು ಏನಾದರೂ ಪ್ರತಿಕ್ರಿಯಿಸುವ ಮುನ್ನ ''ಡೋಂಟ್ ವರೀ.... ನಾನು ಡಬ್ಬಲ್ ರೈಡ್ ಮಾಡ್ತೀನಿ'' ಅಭಿಮಾನದಿಂದ ಸೈಕಲ್ ಹ್ಯಾಂಡಲ್ ಮೇಲೆ ಕೈಯಾಡಿಸಿದರು.

''ಮೈಗಾಡ್, ಇಲ್ಲಿನ ಜನ ಏನಂದ್ಕೋಬೇಕು ! ಸೈಕಲ್ ಎದುರು ಮನೆಯಲ್ಲಿ ಬಿಟ್ಬಾ....'' ಎಂದಾಗ ಕೆನ್ನೆಗೆ ಮುತ್ತಿಕ್ಕುತ್ತಿದ್ದ ಕೂದಲನ್ನ ಹಿಂದಕ್ಕೆ ತಳ್ಳಿ ''ನಂಗೇನು ಕೊಡಿಸ್ತೀರಾ !'' ಕಣ್ಣಲ್ಲಿ ಮಿಂಚು ತುಳುಕಿಸುತ್ತ ಕೇಳಿದಳು. ಅವರೆದೆಯಲ್ಲಿ ಭಯಂಕರ ತುಮುಲ. ''ನಿಂಗೇನು.... ಬೇಕು?'' ಅವರ ಸ್ವರ ನಡುಗಿದ್ದು ಅವಳ ಗಮನಕ್ಕೆ ಬಂತು. ಮುಕ್ತವಾಗಿ ನಕ್ಕು ಸೈಕಲನ್ನು ತಳ್ಳಿಕೊಂಡು ಹೋದಳು.

ವೈಜ್ಞಾನಿಕವಾಗಿ ಯೋಚಿಸಬಲ್ಲಂಥ ಅಗ್ನಿಹೋತ್ರಿ ಕೂಡ ಕೆಲವೊಮ್ಮೆ ಮನಿಲಾಗಾಗಿ ಸೆಂಟಿಮೆಂಟ್ಸ್‌ಗೆ ಒಳಗಾಗುತ್ತಿದ್ದರು. ಅದು ನಿಜವಾಗಲೀಂತು ಕೂಡ ಹಾರೈಸುತ್ತಿದ್ದರು. ಹತ್ತು ವರ್ಷ ಹಿಂದಿನ ಅಗ್ನಿಹೋತ್ರಿಯ ವ್ಯಕ್ತಿತ್ವ ಬಹಳಷ್ಟು ಬದಲಾಗಿತ್ತು.

ಕೂದಲನ್ನ ಹಾರಿಸುತ್ತ ಚಿಗರೆಯಂತೆ ನೆಗೆದು ಬರುತ್ತಿದ್ದ ಮನೀಲಾನ ನೋಡಿ ಹಿಡಿಯಷ್ಟಿನ ಹೃದಯ ಅವರೆ ಕಾಳಿನ ಗಾತ್ರಕ್ಕೆ ಇಳಿಯಿತು.

''ಹೋಗೋಣ ಮಾವ, ಆಂಟೀ ನನ್ನ ಡ್ರೆಸ್ ಚೆನ್ನಾಗಿಲ್ಲಾಂದ್ರು'' ಹೆಗಲ ಮೇಲಿನ ದುಪ್ಪಟವನ್ನು ಸರಿಯಾಗಿ ಹೊದ್ದುಕೊಂಡಳು. ಪ್ರೀತಿಯ ನೋಟ ಹರಿಸುತ್ತ ''ಡ್ರೆಸ್ ಹಾಳಾಗ್ಲಿ ಬಿಡು, ನಮ್ಮ ಮನ್ನೀ ಸದಾ ತಾಜಾ ರೋಜಾ ಮೊಗ್ಗಿನಂತೆ. ಅವಳ ಚಂದವೇ ಅದ್ಭುತ'' ಮೆಚ್ಚಿಗೆಯ ಮಹಾ ಪೂರವನ್ನೇ ಹರಿಸಿದರು ಅವಳ ಮೇಲೆ.

ಇವರು ಆಟೋಗೆ ಕಾಯುತ್ತಿದ್ದಾಗ ಕೆಂಪು ಮಾರುತಿ ಬಂತು. ಕಪ್ಪು ಗಾಗಲ್ಸ್ ತೊಟ್ಟ ಶಮಂತ್ ಸ್ಟೀರಿಂಗ್ ವೀಲ್ಹ್ ಮುಂದೆ ಕೂತಿದ್ದ. ಈಗಲೂ ಅವನ ಮುಖ ಬಿಗಿದೇ ಇತ್ತು. ಕಟ್ಟಿಹಾಕಿ ನಾಲ್ಕು ದಿನ ಹುಲ್ಲು, ನೀರು ಹಾಕದ ಹಸುವನ್ನೇ ನೆನೆಸಿಕೊಂಡಳು. ಹೇಗಾದರೂ ಬುದ್ಧಿ ಕಲಿಸಬೇಕಲ್ಲ, ಮೊದಲ ಸಲ ಇಂಥ ಯೋಚನೆಯೊಂದು ಅವಳ ತಲೆ ಹೊಕ್ಕಿತು. ಅದೇ ತಡ ಮಿಕ್ಕಿದೆಲ್ಲದರ ಮೇಲೆ ಶೂನ್ಯ ಆವರಿಸಿತು.

ಆಟೋ ನಿಂತಿದ್ದು ಒಂದು ದೇವಸ್ಥಾನದ ಮುಂದೆ. ಅಚ್ಚರಿಯಿಂದ ಕಣ್ಣರಳಿಸಿದರು, ಅಗ್ನಿಹೋತ್ರಿ ದೇವರು, ಧರ್ಮದ ಬಗ್ಗೆ ತಲೆ ಕೆಡಿಸಿಕೊಂಡೇ ಇರಲಿಲ್ಲ, ಮಾನವೀಯತೆಗಿಂತ ಯಾವುದೇ ದೊಡ್ಡ ದೇವರಿಲ್ಲವೆಂದು ಅವರ ಪ್ರತಿಪಾದನೆ.

"ಇಳೀ.... ಮನ್ನೀ" ಎಂದವರು ಆಟೋಗೆ ಹಣ ತೆತ್ತು "ಅತ್ಯಂತ ಪುರಾತನ, ಪ್ರಖ್ಯಾತ ಮಂದಿರ. ಅದ್ಭುತ ಶಿಲ್ಪ ಕಲೆಗೆ ಮತ್ತೊಂದು ಹೆಸರು.... ನೋಡೋಣಾಂತ" ಅವಳ ಮನದ ಅನುಮಾನ ನೀಗಲು ಹೇಳಿದರು. ಅದು ನಿಜವೆನಿಸಲಿಲ್ಲ ಅವಳಿಗೆ, ಜೊತೆಗೆ ಹೆಜ್ಜೆ ಹಾಕಿದಳು.

ಬಿದಿರು ತಟ್ಟೆಗಳಲ್ಲಿ ಪೂಜಾ ಸಾಮಗ್ರಿಗಳನ್ನಿಟ್ಟುಕೊಂಡು ಮಾರುವವರ ಸಂಖ್ಯೆಯ ದೊಡ್ಡ ಸಾಲೇ ಇತ್ತು. ಕೆಲವರು ಖರೀದಿಸುತ್ತಿದ್ದರು. ಮತ್ತೆ ಹಲವರು ಮನೆಗಳಿಂದ ತಂದ ಕಾಯಿ, ಹೂ, ಹಣ್ಣುಗಳ ಬುಟ್ಟಿಗಳಿಂದ ಒಳಗೆ ಹೋಗುತ್ತಿದ್ದರು.

ಹಣ ಕೊಟ್ಟು ಕಾಯಿ, ಹಣ್ಣು ಹೂವಿದ್ದ ಬಿದಿರಿನ ತಟ್ಟೆ ಖರೀದಿಸಿದರು "ತಗೋ...." ಅವಳತ್ತ ಚಾಚಿದರು. ಅವಳ ವಿಸ್ಮಿತ ನೇತ್ರಗಳಲ್ಲಿ ಯಾವುದೇ ಬದಲಾವಣೆ ಇಲ್ಲ. "ಎಲ್ಲಾ ತಗೊಂಡ್ ಹೋಗ್ತಾ ಇದ್ದರಲ್ಲ, ನಾವು ಹೇಗೆ ಬರೀ ಕೈಯಲ್ಲಿ ಹೋಗೋದು!" ತರ್ಕಬದ್ಧವಾಗಿ ಹೇಳಿದರು. ಮುಗುಳ್ನಕ್ಕಳು.

ಜನರ ಮಧ್ಯೆ ನುಸುಳಿಕೊಂಡು ಒಳಗೆ ಹೋದರು.

ದೊಡ್ಡ ಕ್ಯೂ ಇತ್ತು ಒಳಗೆ ಹೋಗಲು, ಇಬ್ಬರು ಆವರಣದಲ್ಲಿ ಒಂದು ಕಲ್ಲು ಬಂಡೆಯ ಮೇಲೆ ಕೂತರು. ಮುಸ್ಸಂಜೆಯ ಹೊತ್ತು ತಂಪಾದ ವಾತಾವರಣ.

"ಹಲೋ ಸಾರ್... ನೀವಿಲ್ಲಿ" ಒಂದು ದನಿ ಅವರನ್ನು ಎಚ್ಚರಿಸಿತು. "ಹಲೋ, ಅನಿಲ್..." ಆತ್ಮೀಯತೆ ತೋರಿಸಿದರೂ ಅದರ ಹಿಂದಿನ ಸಂಕೋಚ ಮನೀಲಾ ಅರಿವಿಗೆ ಬಂತು.

"ಸರ್‌ಪ್ರೈಜ್, ಒಂದು ರೀತಿಯ ಆಶ್ಚರ್ಯ ಕೂಡ. ನೀವು ನಂಬಿಕೆ, ಸಂಪ್ರದಾಯಗಳ ವಿರುದ್ಧ ಇದ್ರಿ" ಎಂದ. ಆದರೆ ಧ್ವನಿಯಲ್ಲಿ ವ್ಯಂಗ್ಯವೇನು ಇರಲಿಲ್ಲ.

ಅಗ್ನಿಹೋತ್ರಿಗಳ ತುಟಿಯಂಚಿನಲ್ಲಿ ಒಂದು ತರಹ ಧ್ವನಿ ಮಿನುಗಿ ಮರೆಯಾಯಿತು "ಹೌದು, ಈಗ್ಲೂ ಅದು ಸೋಮಾರಿಗಳ, ದುರ್ಬಲ ಮನಸ್ಸಿನವ್ರ ಸೊತ್ತೆಂದೇ ನನ್ನ ಅಭಿಪ್ರಾಯ. ಆದರೆ ಮನುಷ್ಯನ ವೇಳೆ ಬಾರ್, ಕೆಟ್ಟ ವ್ಯಸನಗಳಲ್ಲಿ ಪೋಲಾಗುವುದಕ್ಕೆ ಬದ್ಲು ಇಂಥ ಶಾಂತ ವಾತಾವರಣದಲ್ಲಿ ದೇಶಕ್ಕಾಗಿ, ಸಮಾಜಕ್ಕಾಗಿ ಹಾನಿಯಾಗದ ಇಂಥ ಶಾಂತ ಕೈಂಕರ್ಯದಲ್ಲಿ ವಿನಿಯೋಗವಾಗುವುದು ಅತ್ಯಂತ ಸಮಾಧಾನಕರವಾದ ವಿಷ್ಯವೇ" ಸಮರ್ಥಿಸಿಕೊಂಡರು.

ಅವರುಗಳು ಮಾತಿಗೆ ತೊಡಗಿದಾಗ ಮನೀಲಾ ದೇವಸ್ಥಾನದ ಸುತ್ತ ಪ್ರಾಂಗಣದಲ್ಲಿ ಸುತ್ತು ಹೊಡೆದವಳು ಒಂದು ಕಡೆ ನಿಂತಳು.

ಅವಳ ನೋಟ ಮೇಲಕ್ಕೆ ಹೋಯಿತು. ಒಂದು ಪಕ್ಷಿ ಕೂತಿತ್ತು. ಅಲ್ಲೇ ನೋಟವನ್ನು ಕೇಂದ್ರೀಕರಿಸಲಾದೆ ತಲೆ ಬಗ್ಗಿಸಿದಳು. ಕಣ್ಣಲ್ಲಿ ನೀರು ತುಂಬಿಕೊಂಡಿತು.

ತಟ್ಟನೆ ನೆನಪುಗಳು ನುಗ್ಗಿ ಬಂದಾಗ, ಅದರಿಂದ ಪಾರಾಗಲು ಕ್ಯಾಮರ ಹಿಡಿದು ಅತ್ಯಂತ ತಾದಾತ್ಮ್ಯಭಾವದಿಂದ ಕ್ಯಾಮರ ಕ್ಲಿಕ್ಕಿಸುತ್ತಿದ್ದ ಪಂಚವಟಿ ಒಡೆಯನತ್ತ ಹರಿಸಿದಳು.

"ಹಲೋ....." ಎಂದಳು.

ಮಾತೇ ಇಲ್ಲ. ಎಷ್ಟು ಮಗ್ನನಾಗಿಬಿಟ್ಟಿದ್ದನೆಂದರೆ, ದೇವರ ಪ್ರತ್ಯಕ್ಷಕ್ಕಾಗಿ ಕಾದ ಋಷಿಯಂತೆ ಕಂಡ.

"ಹಲೋ..." ಮಾತನಾಡಿಸಲು ಯತ್ನಿಸಿದಳು. ಅವನು ತನ್ನ ಕೆಲಸದಲ್ಲಿಯೇ ಮಗ್ನ "ಹಲೋ" ಮತ್ತೆ ಅಂದಳು.

ಕ್ಯಾಮರ ಕೆಳಗಿಳಿಯಿತು. ಅವನ ಮುಖದಲ್ಲಿ ರೋಷವಿತ್ತು. ಬಹುಶಃ ಮೂರನೇ ಕಣ್ಣು ಇದ್ದರೆ ಸುಟ್ಟುಬಿಡುತ್ತಿದ್ದ. ಅವುಡುಗಳು ಬಿಗಿದಿದ್ದವು.

"ಷಟಪ್...." ಎಂದ ರಭಸವಾಗಿ. ಅತ್ತಿತ್ತ ನೋಟ ಹರಿಸಿದವಳು "ಹಲೋ..." ಎಂದಳು ಹಂಗಿಸುವಂತೆ. ಬಿಗಿದ ಅವುಡುಗಳಿಂದ ಅವಳನ್ನು ದುರುಗುಟ್ಟಿಕೊಂಡು ನೋಡಿ ಭುಸುಗುಟ್ಟುತ್ತಾ ನಡೆದುಬಿಟ್ಟ.

ಅವಳಿಗೆ ಅರ್ಥವಾಗಲಿಲ್ಲ! ಅಷ್ಟೆಲ್ಲ ಯೋಚಿಸಿ ತಲೆ ಕೆಡಿಸುವುದು ಅವಳಿಗೆ ಬೇಡವಾಗಿತ್ತು.

ಇವಳು ಬರುವ ವೇಳೆಗೆ ಅಗ್ನಿಹೋತ್ರಿ, ಶಮಂತ್‌ನ ಕೈ ಕುಲುಕುತ್ತಿದ್ದರು. ಮನೀಲಾ ಹೆಜ್ಜೆಯನ್ನು ನಿಧಾನಿಸಿದಳು. ಅವರು ಹೊರಟ ಮೇಲೆಯೇ ಅವಳು ಅಗ್ನಿಹೋತ್ರಿಗಳನ್ನು ಕೂಡಿಕೊಂಡಿದ್ದು

"ದೇವಸ್ಥಾನದೊಳಕ್ಕೆ... ಹೋಗ್ಬರೋಣ್ವಾ!" ಎಂದಳು.

ಶೂನ್ಯದಲ್ಲಿ ನೆಟ್ಟಿದ್ದ ದೃಷ್ಟಿಯನ್ನು ಅವಳತ್ತ ತಿರುಗಿಸಿದರು. ಗಂಟಲಲ್ಲಿ ಏನೋ ಸಿಕ್ಕಿಕೊಂಡಂತಾಯಿತು. ಮಾತುಗಳು ಹೊರಬರಲು ತಡವಾಯಿತು.

"ಮಾವ..." ಅವರ ಕೈ ಹಿಡಿದುಕೊಂಡಳು. ಬೆಚ್ಚಿದಂತೆ ಎಚ್ಚೆತ್ತರು "ಈಗ ಸಿಕ್ಕಿದ್ನಲ್ಲ ಅನಿಲ್, ಅವ್ನ ಬಗ್ಗೆ ಯೋಚಿಸುತ್ತಾ ಇದ್ದೆ. ಕರ್ನಲ್ ದಾಮೋದರ್ ಮಗ "ಅವರು ಪೂರ್ತಿ ಹೇಳಲು ಬಿಡಲಿಲ್ಲ." ಅವೆಲ್ಲ ಬೇಡ, ಈಗ ಹೋಗೋಣ ಬನ್ನಿ" ಅಲ್ಲಿಟ್ಟಿದ್ದ ಬಿದಿರಿನ ಬುಟ್ಟಿ ಎತ್ತಿಕೊಂಡಳು.

ಅಗ್ನಿಹೋತ್ರಿ ದೇವರು ದಿಂಡಿರು ಬಗ್ಗೆ ತಲೆ ಕೆಡಿಸಿಕೊಂಡವರೇ ಅಲ್ಲ. ಅವ್ರಿಗೆ ಕೆಲಸವೇ ದೇವರಾಗಿತ್ತು. ಇನ್ನೊಂದರ ಬಗ್ಗೆ ಯೋಚಿಸಿದವರೇ ಅಲ್ಲ. ಪ್ರಜ್ವಲಿಸುವ ರಾಷ್ಟ್ರಪ್ರೇಮ, ಅಲ್ಲಿನ ಶಿಸ್ತು, ನಿಯಮಗಳೆ ಅವರದು.

ಸಾಲುಗಟ್ಟಿದ ಜನರ ಮಧ್ಯ ಸೇರಿಕೊಂಡರು. ಕರ್ಪೂರ, ಧೂಪ, ಮಂಗಳಾರತಿಯ ವಾಸನೆ ಅರಿವಾಗದ ಲೋಕಕ್ಕೆ ಕೊಂಡೊಯ್ಯಿತು.

ಅವರ ಕಣ್ತುಂಬ ನೀರು ತುಂಬಿಕೊಂಡು ದೇವರ ಪ್ರತಿಮೆ ಮರೆಯಾಯಿತು. "ನಾನು ಹೊರ್ಗಡೆ ಇರ್ತೀನಿ ಬಾ..." ಹೊರ ನಡೆದುಬಿಟ್ಟರು.

ಒಂದರ ಹಿಂದೆ ಒಂದರಂತೆ ಮೂರು ದುರ್ಘಟನೆಗಳ ನೆನಪು ಬೆನ್ನಟ್ಟಿದ್ದರೇ... ಮುಂದಿನ ಭವಿಷ್ಯ ಭಯವಾಗಿ ಅವರನ್ನು ಹೆದರಿಸುತ್ತಿತ್ತು.

ದೇವಾಲಯದ ಹೊರಗಿನ ಪ್ರಾಂಗಣದಲ್ಲಿ ಶತಪಥ ಹಾಕಿದರೂ, ಕಣ್ಮುಂದೆ ಕರಗಿದರೂ ನೀರಾಗದಷ್ಟೂ ಮಂಜಿನ ರಾಶಿ. ಹಿಮಾಲಯದ ಮಂಜು ಕಾಶ್ಮೀರದ ಮಂಜಿನ ತುಂತುರು ಕೂಡ ಅವರನ್ನೆದುರಿಸಿರಲಿಲ್ಲ. ಆದರೆ ಕಣ್ಮುಂದೆ ಹರಡಿಕೊಂಡಿದ್ದ ಹಿಮ ಸರಿಸಲಾರದಷ್ಟು ಅಗಾಧವಾಗಿತ್ತು.

ಕರ್ಚೀಪ್‌ನಿಂದ ಕಣ್ಣೊರೆಸಿಕೊಂಡರು.

"ಮಾವ..." ಕೋಗಿಲೆಯ ಇಂಚರ ಕೇಳಿದಂತಿತ್ತು. "ಹೋಗೋಣ..." ಇಬ್ಬರು ಹೊರ ಬಂದರು.

ಅಲ್ಲಿ ಕೋತಿಗಳನ್ನಾಡಿಸುತ್ತಿದ್ದರು. "ಮಾವ..." ಅಲ್ಲಿ ಹೋಗಿ ನಿಂತರು. ಸಲಾಂ ಹಾಕುತ್ತ ಬಂದ ಮಂಗನಿಗೆ ತೆಂಗಿನಕಾಯಿ ಹೋಳನ್ನು ನೀಡಿದಳು. ಅದು ಲಾಗ ಹಾಕಿ ಅವಳನ್ನು ರಂಜಿಸಿ ಅದನ್ನೊಯ್ದು ತನ್ನ ಯಜಮಾನನ ಕೈಗೆ ಕೊಟ್ಟಿತು.

ಐದು ರೂಪಾಯಿಯನ್ನು ಕರೆದು ಅವನ ಕೈಗಿಟ್ಟ ಅಗ್ನಿಹೋತ್ರಿ "ಏಯ್, ನಿನ್ನ ಹೊಟ್ಟೆಯನ್ನು ಕಾಪಾಡೋ ಅವುಗಳ ಹೊಟ್ಟೆಗೆ ಮೋಸ ಮಾಡ್ಬೇಡ" ಎಚ್ಚರಿಸಿದರು.

ಇಬ್ಬರು ಮನೆಯ ಕಡೆ ಹೆಜ್ಜೆ ಹಾಕತೊಡಗಿದರು.

□ □ □

ಶಮಂತ್ ಬಂಗ್ಲೆಗೆ ಹಿಂದಿರುಗಿದಾಗ ಕೋಪಾವಿಷ್ಟನಾಗಿದ್ದ. ಬಣ್ಣದ ಗರಿಗಳ ಪಕ್ಷಿಯನ್ನು ಮೂರು ದಿನದಿಂದ ಬೆನ್ನಟ್ಟಿದ್ದ. ಪಕ್ಷಿಫೋಟೋಗ್ರಫಿಯ ಹವ್ಯಾಸದ ಜೊತೆ ಆಸಂಕುಲದ ಬಗ್ಗೆ ತೀವ್ರ ಕುತೂಹಲ.

ಬಾಂಬೆ ನ್ಯಾಚುರಲ್ ಹಿಸ್ಟರಿ ಸೊಸೈಟಿಯನ್ನು ಅವನು ಸಂದರ್ಶಿಸಿದ್ದು ತನ್ನ ಏಳನೇ ವಯಸ್ಸಿನಲ್ಲಿ. ಅಂದು ಅವನ ಮನಸ್ಸು ಪರಿಸರದ ಬಗ್ಗೆ ಜಾಗೃತಿಗೊಂಡಿತ್ತು. ಓದಿಗಿಂತ ಅವನಲ್ಲಿ ನಿಸರ್ಗದ ಬಗ್ಗೆ ಆಸಕ್ತಿ ಹೆಚ್ಚಿತ್ತು.

"ಮಾಥುರ್..." ಅಬ್ಬರಿಸಿದ ನೀರಸದಿಂದ ಗಾದಿಯ ಮೇಲೆ ಉರುಳಿಕೊಳ್ಳುತ್ತ ಅವನು ನಡಗುತ್ತಲೆ ಬಂದು ನಿಂತ. ಬಿದ್ದಕ್ರಿಕೆಟ್ ಬಾಲ್‌ನ ಹಿಂದಿರುಗಿಸಿದ್ಯಾ ?" ಅವನ ದನಿಯಲ್ಲಿನ ಕೋಪ ಗುರ್ತಿಸಿದ. "ಇಲ್ಲ, ಯಾರು ಕೇಳ್ಲಿಲ್ಲ" ಉಸುರಿದ.

ಆಗಾಗ ಸಿಕ್ಕಾಗ ಮಾತಾಡಿಸುವ, ವಿಚಾರಿಸುವ ಮನೀಲಾ ಬಗ್ಗೆ ಒಂದು ರೀತಿಯ ವಿಶ್ವಾಸ ಮೂಡಿತ್ತು ಮಾಥುರ್‌ಗೆ.

ಮತ್ತೆ ಏನಾದ್ರೂ ಚೆಂಡ್ ಬಿದ್ರೆ... ಆಡೋರನ್ನೆಲ್ಲ ತಂದು ಪಂಚವಟಿಯಲ್ಲಿ ಕೂಡಿಬಿಡು. ಅವ್ರ ಪೇರೆಂಟ್ಸ್ ಬಂದು ಬಿಡ್ಸಿಕೊಂಡ್ಹೋಗ್ಲಿ'' ಎಂದ ಭುಸುಗುಟ್ಟುತ್ತ. ಆ ಕ್ಷಣ ಅವನ ವಿವೇಕ ಸತ್ತಿತ್ತು.

ಮಾಥುರ್ ನಾಲಿಗೆಯಲ್ಲಿನ ಪಸೆಯಾರಿತು. ಹೇಳಿದ ಮಾತ್ರಕ್ಕೆ ಅವರನ್ನೆಲ್ಲ ತಂದು ಕೊಡುವುದು ಸಾಧ್ಯವೇ? ಮುಂದಿನ ರಾದ್ಧಾಂತ ನೆನೆಸಿ ಕೊಂಡು ಅವನೆದೆ ಧಸಕ್ಕೆಂದಿತು.

''ಅವ್ರು ಸುಮ್ನೇ ಇರ್ತಾರ?'' ಎಂದ.

ಕೋಪದಿಂದ ಅವನತ್ತ ನೋಡಿದ ಶಮಂತ್ ''ಸುಮ್ನೆ ಇಲ್ದೇ ಏನ್ಮಾಡ್ತಾರೆ! ಶಿಸ್ತು ನಿಯಮದಿಂದ ಬೆಳೆಸಿಲ್ಲ, ದನಗಳ ಹಾಗೇ ಸಾಕಿದ್ದಾರೆ. ಅದು ಅವ್ರ ಅರಿವಿಗೆ ಬರ್ಬೇಕು'' ಆರ್ಭಟಿಸಿದ.

ಅವನು ಗೋಣಾಡಿಸಿ ತೆಪ್ಪಗೆ ಹೊರಗೆ ಹೋದ. ಮೊದಲ ಸಾಲಿನಲ್ಲಿ ನಿಲ್ಲುವಂತ ಕೈಗಾರಿಕೋದ್ಯಮಿ ಮಲಾನಿಯವರ ಮೂರನೇ ಸಂತಾನ ಇವನು. ಮೊದಲಿಬ್ಬರಿಗಿಂತ ಇವನು ಬೇರೆ. ಅವರು ವ್ಯಾಪಾರ, ವ್ಯವಹಾರಕ್ಕೆ ಒಗ್ಗಿಕೊಂಡರೆ, ಇವನು ಕ್ಯಾಮರ ಹಿಡಿದು ಕಾಡು ಮೇಡು ಸುತ್ತುವುದು. ಪಕ್ಷಿಗಳ ಜೀವನಕ್ಕೆ ಸಂಬಂಧಪಟ್ಟ ಗ್ರಂಥಗಳನ್ನು ವ್ಯಾಸಂಗ ಮಾಡಲು ಮೊದಲಿಟ್ಟ

ಮೊದಲು ಮಲಾನಿಯವರು ಮಗನ ಬಗ್ಗೆ ಬೇಸರಗೊಂಡರೂ, ಅಸಾಧಾರಣ ಪಕ್ಷಿ ಪ್ರೇಮಿ, ಸಂಶೋಧಕ ಸಲೀಂ ಅಲಿಯನ್ನು ನೆನಪು ಮಾಡಿಕೊಂಡು, ಆ ಕ್ಷೇತ್ರದಲ್ಲಿ ಯಾದರೂ ವಿಶಿಷ್ಟವಾದ ಸಾಧನೆಯನ್ನು ಮಾಡಿ ತಮ್ಮ ವಂಶಕ್ಕೆ ಕೀರ್ತಿ ತರಲಿಯೆನ್ನುವ ನಿಶ್ಚಯಕ್ಕೆ ಬಂದಿದ್ದರು.

ಪರಿಸರ ಪ್ರಪಂಚಕ್ಕೆ ಬಿದ್ದ ಮೇಲಂತೂ ಮನುಷ್ಯರ ಸಂಪರ್ಕದಿಂದ ದೂರವಾಗಿರಬಯಸಿದ ಆದಷ್ಟು ಪಕ್ಷಿ ಜಗತ್ತಿನ ತನ್ನ ಸಂಶೋಧನೆಯಲ್ಲಿ ಕಂಡ ವೈಪರೀತ್ಯಗಳು, ಅದರ ಕಲರವ ಭಾಷೆಯಲ್ಲಿನ ಭಾವ ತೀವ್ರತೆಯ ಗೂಢತೆಯನ್ನು ಕ್ಯಾಮರ ಕಣ್ಣುಗಳಿಂದ ಹಿಡಿದಿಡುತ್ತಿದ್ದ. ತಾನು ಕಂಡ ವಿಶೇಷಗಳನ್ನು ನೋಟ್‌ಮಾಡಿಡುತ್ತಿದ್ದ.

ಮರುದಿನ ಇವನ ಕಾರು ಹೊರ ಬರುವ ವೇಳೆಗೆ ಪುಟ್ಟ ಅರುಣನನ್ನ ಮುಂದೆ ಕೂಡಿಸಿಕೊಂಡು ಸೈಕಲ್‌ನಲ್ಲಿ ಬರುತ್ತಿದ್ದ ಮನೀಲಾ ಕೈ ಬೀಸಿ ''ಹಲೋ....'' ಎಂದಳು. ಅವನ ಕಾರಿನ ವೇಗ ಹೆಚ್ಚಿತು. ಇನ್ನಷ್ಟು ಧೂಳೆಬ್ಬಿಸಿ ಮುಂದಕ್ಕೆ ಹೋಯಿತು ಕಾರಿನ ಚಕ್ರಗಳು.

ದಢಕ್ಕನೆ ಕೆಳಗಿಳಿದಳು. ಅರುಣ ಮುಖಕ್ಕೆ ಕರ್ಚೀಫ್ ಅಡ್ಡ ಹಿಡಿದಳು. ಇಷ್ಟೊಂದು ವಿಲಕ್ಷಣವಾಗಿ ವರ್ತಿಸುವ ಶಮಂತ್ ಇಂಟರೆಸ್ಟಾಗಿ ಕಂಡ.

''ಮನ್ನಿ! ಸಪೋಟಾ...'' ಅರುಣ ಪಂಚವಟಿಯ ಕಡೆ ಕೈ ತೋರಿಸಿದಳು.

ಶಮಂತ್ ಬಂಗ್ಲೆಗೆ ಬರುವ ಮುನ್ನ ಹುಡುಗರೆಲ್ಲ ಹೋಗುತ್ತಿದ್ದರು. ಕಾವಲಿಗೆಂದು ಇದ್ದ ವ್ಯಕ್ತಿ ಕೆಲವೊಮ್ಮೆ ಹಣ ಪಡೆದು ಕೊಡುತ್ತಿದ್ದ. ಆ ಹಣ್ಣುಗಳ ರುಚಿ ಯಾರೂ ಮರೆತಿರಲಿಲ್ಲ.

ತಳ್ಳಿಕೊಂಡು ಬಂದ ಸೈಕಲ್‌ನ ಪಂಚವಟಿಯ ಬಳಿ ನಿಲ್ಲಿಸಿ ಗೇಟು ಮೇಲೆ ಗುದ್ದಿ ಸದ್ದು ಮಾಡಿದಳು. ಮಾಲೀ ಕಿಂಡಿಯಲ್ಲಿ ಇಣಕಿದ.

''ಮಾಥುರ್‌ನ ನೋಡ್ಬೇಕು, ತೆಗೀ'' ಎಂದಳು.

''ಯಜಮಾನ್ರು ಬೈತಾರೆ'' ಅವನೇನು ಗೇಟು ತೆಗೆಯಲು ಹೋಗಲಿಲ್ಲ.

ಕೆಲಸಕ್ಕೆ ಬಂದ ದಿನವೇ ಕಟ್ಟಪ್ಪಣೆಯಾಗಿತ್ತು. ಬೇರೆ ಯಾರ್ಗೂ ಇಲ್ಲಿ ಪ್ರವೇಶವಿಲ್ಲ. ಯಾರು ಬಂದ್ರೂ ಅಷ್ಟೆ ಕೆಲಸದಲ್ಲಿ ಶಿಸ್ತು ಇರಬೇಕು. ಮಾತು, ಗಲಾಟೆ ನಾನು ಸಹಿಸೋಲ್ಲ. ಒಂದು ಹೂ, ಎಲೆ ಸೊರಗಕೂಡ್ದು. ಬಂದು ಕೂಡೋ ಪಕ್ಷಿಗಳಿಗೆ ಮನುಷ್ಯರಿಲ್ಲದಂಥ ವಾತಾವರಣಬೇಕು.'' ಸ್ವರದಲ್ಲಿನ ದೃಢತೆಯನ್ನು ಗಮನಿಸಿದ್ದ. ಸ್ವಲ್ಪ ಎಚ್ಚರ ತಪ್ಪಿದರೂ ಗೇಟ್‌ಪಾಸ್ ರೆಡಿಯೆನ್ನುವಂತೆ ಒತ್ತಿ ಹೇಳಿದಂತಿತ್ತು.

ಇಷ್ಟು ಕೈ ತುಂಬ ಸಂಬಳ, ಊಟ, ಬಟ್ಟೆ ಎಲ್ಲೂ ಸಿಗದೆಂದು ಅವನಿಗೆ ಗೊತ್ತು. ಅದರಿಂದಲೇ ಹುಷಾರಾಗುತ್ತಿದ್ದ.

ಅರುಣ ಕಡೆ ನೋಡಿದಳು ''ನಾವು ಸಿಟಿಯಲ್ಲಿ ತಗೋಳ್ಳೋಣ ಬಿಡು'' ಸಂತೈಸಲು ನೋಡಿದಳು ''ಅದ್ಬೇಡ, ಇದೇ ಚೆನ್ನಾಗಿರುತ್ತೆ'' ಅವಳ ಹಟದ ಜೊತೆ ಮನೀಲಾ ತುಂಟಾಟ ಕೂಡ ಸೇರಿತ್ತು.

ದಬ ದಬ ಗೇಟು ಮೇಲೆ ಗುದ್ದಿದಳು.

ಗೊಣಗುತ್ತಲೇ ಬಂದ ಮಾಲೀ ತಲೆಯನ್ನು ಸ್ವಲ್ಪ ಹೊರಕ್ಕೆ ಹಾಕಿ ''ಯಜಮಾನ್ರು ಬೈತಾರೆ... ಅಯ್ಯಯ್ಯಪ್ಪಾ.... ಅವ್ರಿಗೆ ವಿಪರೀತ ಕೋಪ'' ಎಂದವನು ಬಾಯಿ ಮೇಲೆ ಕೈಯಿಟ್ಟುಕೊಂಡ.

''ಈಗ ತಾನೇ, ಹೋದರಲ್ಲ... ಬರೋದು ಸಂಜೆಗೋ, ರಾತ್ರಿಗೋ ಅಲ್ವಾ ! ನಮ್ಮ ಅರುಣಗೆ ಎರಡು ಸಪೋಟ ಕೊಡು. ಫ್ರೀಯಾಗಿ.... ಬೇಡ..... ದುಡ್ಡು ಕೊಡ್ತೀನಿ'' ಆಸೆ ತೋರಿಸಿದಳು.

ಅವನ ಪಿಟಿಪಿಟಿ ಅನ್ನುತ್ತ ಹೆದರುತ್ತೆದರುತ್ತಲೆ ಗೇಟನ್ನು ಇನ್ನು ಸ್ವಲ್ಪ ತೆಗೆದ. ಒಳಗಿನ ಸುಂದರ ರಮ್ಯ ವಾತಾವರಣ ಅವಳನ್ನು ಒಳ ನುಗ್ಗುವಂತೆ ಮಾಡಿತು.

ಅವಳ ಬಾಯಿಂದ ಮಾತೇ ಹೊರಡಲಿಲ್ಲ. ಒಳಗಿನ ಹಣ್ಣಿನ ಮರಗಳು ದಟ್ಟವಾಗಿ ದ್ದವು. ಚಿಲಿಪಿಲಿಗುಟ್ಟುವ ಪಕ್ಷಿಗಳು ಸರಸ ಸಂಭಾಷಣೆಯಲ್ಲಿ ತೊಡಗಿದಂತೆ ಕಂಡಿತು.

"ಮಾಲೀ, ಇವೆಲ್ಲವನ್ನು ಎಲ್ಲಿಂದ ತಂದ್ರಿ ?" ಅವಳ ಕಣ್ಣುಗಳು ಅರಳಿ ತಾವರೆಗಳಾಗಿದ್ದವು. ಅವನು ನಕ್ಕುಬಿಟ್ಟ "ಅವೆ ಬರುತ್ತೆ, ಹೋಗುತ್ತೆ. ಈ ಗೂಡುಗಳನ್ನೆಲ್ಲ ಯಜಮಾನ್ರೆ ಕಟ್ಟಿರೋದು" ಹೇಳಿಕೊಂಡ.

ಅವಳಿಗೆ ಮತ್ತಷ್ಟು ಇಷ್ಟವಾಯಿತು ಪರಿಸರ. ಸಪೋಟಾ ಗಿಡದ ತುಂಬ ಹಣ್ಣುಗಳು ಜೋತಾಡುತ್ತಿದ್ದವು.

ಅವಸರವಾಗಿ ಎರಡು ಸಪೋಟಾ ಕಿತ್ತು ಅರುಣ ಕೈಗೆ ಕೊಟ್ಟು "ಬೇಗ ಹೋಗ್ಬಿಡಿ, ಯಜಮಾನ್ರ ಮೂಡ್‌ನ ಬಗ್ಗೆ ಹೇಳೋಕ್ಕಾಗೊಲ್ಲ. ವಿಷ್ಯ ಗೊತ್ತಾಯ್ತೋ ನೇರವಾಗಿ ನಾನು ಮನೆಗೆ ಹೋಗ್ಬಿಡ್ಬೇಕಾಗುತ್ತೆ" ಅವನ ಕಣ್ಣುಗಳಲ್ಲಿ ಭಯ ಮಿಂಚಿತು.

ಪುಟ್ಟ ಪರ್ಸ್‌ನಿಂದ ಹತ್ತರ ನೋಟನ್ನು ತೆಗೆದು ಅವನ ಕೈಯಲ್ಲಿಟ್ಟಳು "ಬೇಡಮ್ಮ.... ಬೇಡ..." ಅರೆ ಮನಸ್ಸಿನ ನಿರಾಕರಣೆ.

ಅಷ್ಟರಲ್ಲಿ ಕಾರಿನ ಹಾರನ್ ಸದ್ದು. ಮಾಲೀ ನಖ ಶಿಖಾಂತ ಬೆವರಿಬಿಟ್ಟ ಅವಳೇನು ವಿಚಲಿತಳಾಗಲಿಲ್ಲ.

"ಹಲೋ..." ಎಂದಳು ಇಳಿದು ಬಂದ ಶಮಂತ್‌ನ ನೋಡಿ. ಅವನು ಹಲ್ಲುಗಳನ್ನ ಕಚ್ಚಿಡ್ಡಿದ್ದ. ಕಣ್ಣಲ್ಲಿ ಕೆಂಡದ ಮಳೆ. "ಗೆಟ್ ಔಟ್..... ಗೆಟ್ ಲಾಸ್ಟ್..." ಅಬ್ಬರಿಸಿದವನು ಮಾಲಿಯತ್ತ ತಿರುಗಿ "ಆ ಹಣ್ಣು ತಗೊಂಡ್ ಅವ್ರನ್ನ ಹೊರ್ಗೇ ಕಳ್ಸಿ.... ಬಾ" ಸಿಡಿದ. ಬಂದ ಮಾಥುರ್ ನಿಂತಲ್ಲಿಯೇ ಗೊಂಬೆಯಾದ.

ಪಕ್ಷಿಗಳ ನಡುವೆ ಪ್ರೀತಿ, ಪ್ರೇಮದಿಂದ ಒಡನಾಡುವ ಅವನು ಜನರ ಸಂಪರ್ಕದಿಂದ ಸಿಡಿದೇಳುತ್ತಿದ್ದ.

ಮಾಲಿ, ಮಾಥುರ್ ನಂತರ, ಅವಳ ನೋಟ ಸಪೋಟ ಗಿಡಗಳತ್ತ ಹರಿಯಿತು. ತುಂಬಿ ತುಳುಕುವಷ್ಟು ಕಾಯಿ, ಹಣ್ಣುಗಳು.

"ಕೊಡು, ಪಾಪು...." ಕೈಯೊಡ್ಡಿದ ಮಾಲಿ, ಅರುಣ ಕೈಯ್ಯಲ್ಲಿನ ಹಣ್ಣುಗಳನ್ನು ಅವನ ಕೈಯಲ್ಲಿಟ್ಟು ಅದರ ಜೊತೆ ಐದರ ನೋಟನ್ನಿಟ್ಟು "ಬೈಸಿಕೊಂಡಿದ್ದಕ್ಕೆ..... ಅವ್ರು ಕೆಲಸದಿಂದ ತೆಗ್ದು ಹಾಕಿದ್ರೆ.... ವರೀ ಮಾಡ್ಕೋ ಬೇಡ...." ಅಂದವಳು ಶಮಂತ್ ಬಂದಿದ್ದನ್ನು ನೋಡಿ ನಿಲ್ಲಿಸಿದರೂ ಅವನತ್ತ ದೀರ್ಘವಾಗಿ ನೋಡಿದಳು. ಅದರಲ್ಲಿದ್ದ ಭಾವನೆಗಳು ಅವನಿಗೆ ಅರ್ಥವಾಗಲಿಲ್ಲ. ಅಂಥ ರಿಸ್ಕ್ ಕೂಡ ತಗೊಳ್ಳಲಾರಳು. "ಸಿ ಯೂ.... " ನಡೆದಳು ಹೊರಗೆ.

ಅಳು ಮುಖ ಮಾಡಿಕೊಂಡ ಅರುಣನ ರಮಿಸುವ ವೇಳೆಗೆ ಸಾಕು ಸಾಕಾದಳು.

ಪದೇ ಪದೇ ಅವಳಿಗೆ ನೆನಪಾಗುತ್ತಿದ್ದುದ್ದು ಅರುಣ ಕೈಯಲ್ಲಿಡಿದ ಹಣ್ಣುಗಳನ್ನು ಮಾಲಿ ಇಸಿಕೊಳ್ಳುತ್ತಿರುವುದು – ಶಮಂತ್‌ಗೆ ಬುದ್ಧಿ ಕಲಿಸಬೇಕೆನಿಸಿತು.

"ಮಾವ, ಹಣ್ಣು ಇರೋದೇಕೆ ?" ರಾತ್ರಿ ಊಟಕ್ಕೆ ಕೂತಾಗ ಕೇಳಿದಳು. "ಮತ್ಯಾಕೆ, ತಿನ್ನೋಕೆ. ಸೃಷ್ಟಿಯ ಪ್ರತಿಯೊಂದು ಮಾನವನ ಉಪಯೋಗಕ್ಕೇನೇ" ಎಂದರು ಮುಗುಳ್ನಗುತ್ತ. ಇಷ್ಟು ಸರಳವಾದ ವಿಷಯ ಪ್ರಶ್ನೆಯಾಗಿ ಮನೀಲಾನ ಕಾಡಿದ್ದೇಕೆಂದು ಅವರಿಗೆ ತಿಳಿಯಲಿಲ್ಲ.

ಚಪಾತಿ ಮೇಲೆ ಸುರಿದುಕೊಂಡ ಟೋಮಾಟೋ ಸಾಸ್‌ನ ಪಕ್ಕಕ್ಕೆ ತಳ್ಳಿದಳು "ಆ ಪಂಚವಟಿಯಲ್ಲಿ ಅಷ್ಟೊಂದು ಹಣ್ಣು ಬಿಡುತ್ತಲ್ಲ...." ನಿಲ್ಲಿಸಿದಳು.

ಅವರು ಜೋರಾಗಿಯೇ ನಕ್ಕುಬಿಟ್ಟರು.

"ಅಂತು ಪಂಚವಟಿ ನಿನ್ನ ಆಸಕ್ತಿಯನ್ನು ಹಿಡಿದಿಟ್ಟಿದೆ. ಈಗ ಊಟ ಮಾಡು" ಅಷ್ಟೊಂದು ಆಸಕ್ತಿ ತೋರಿಸಲು ಹೋಗಲಿಲ್ಲ ಅವರು.

ಮನದಲ್ಲಿಯೇ ಲೆಕ್ಕ ಹಾಕುತ್ತ ಬರೀ ಸಾಸ್‌ನಲ್ಲಿ ತುದಿ ಬೆರಳದ್ದಿ ಚೀಪಿ ಮೇಲೆದ್ದಳು. ಅವಳ ಮನದಲ್ಲಿ ಒಂದು ಪ್ಲಾನ್ ಸಿದ್ಧವಾಗಿತ್ತು.

ಇಡೀ ರಾತ್ರಿಯೆಲ್ಲ ಅವಳ ಕನಸಿನಲ್ಲಿ ಕೋತಿಗಳೇ. ಬೆಳಿಗ್ಗೆ ಎದ್ದ ಕೂಡಲೇ ಬ್ರೇಕ್ ಫಾಸ್ಟ್ ಕೂಡ ಮಾಡದೆ ಹಿಂದಿನ ದಿನ ಕೋತಿ ಆಡಿಸುತ್ತಿದ್ದವನನ್ನು ಹುಡುಕಿಕೊಂಡು ಹೋದಳು.

ಆ ಜಾಗ ತೆರವಾಗಿತ್ತು. ದೇವಸ್ಥಾನದ ಮುಂದೆ ಅಂಥ ಜನ ಸಂಚಾರವೇನು ಇರಲಿಲ್ಲ. ನಿಂತು ಸುತ್ತಲೂ ದೃಷ್ಟಿ ಹರಿಸಿದಳು. ಸೋಮಾರಿಯಂತೆ ಮೊಣಕಾಲಿನ ಮೇಲೆ ತಲೆ ಇಟ್ಟು ಕೂತಿದ್ದ ಹುಡುಗನ ಬಳಿ ನಡೆದಳು.

"ಕೋತಿ ಆಡಿಸೋರು ಎಲ್ಹೋದ್ರು ?" ಅವನಲ್ಲಿ ಇವಳ ಪ್ರಶ್ನೆಗೆ ಪ್ರತಿಕ್ರಿಯೆ ಇಲ್ಲ. ಕಷ್ಟಪಟ್ಟು ಹೇಳುವವನಂತೆ "ಅವ್ರು ಅಲೆಮಾರಿಗಳು, ಒಂದೇ ಕಡೆ ಇರ್ತಾರ?" ತಲೆಯನ್ನು ಪರಪರ ಕೆರೆಯುತ್ತ ಮೊದಲಿನ ಭಂಗಿಯಲ್ಲಿಯೇ ಕೂತ.

ಮತ್ತೆ ಸೈಕಲ್ ಹತ್ತಿ ಅದೇ ದಾರಿಯಲ್ಲಿಯೇ ಹೋಗಿ ಮತ್ತೊಬ್ಬರನ್ನು ವಿಚಾರಿಸಿದಳು. ಅವರು ನಕ್ಕರಷ್ಟೆ ಆದರೆ ಅವಳೇನು ವಿಮುಖಳಾಗಲಿಲ್ಲ. ಕಾಕ ಹೋಟೇಲ್ ಜಗುಲಿಯ ಮೇಲೆ ಬಿಡಾರ ಹೂಡಿದ್ದ ಕೋತಿ ಆಡಿಸುವವನನ್ನು ಕಂಡುಹಿಡಿದೇ ಬಿಟ್ಟಳು.

"ನಿನ್ನ ಕೋತಿಗಳಿಗೆ, ಶಿಸ್ತು ನಿಯಮ ಗೊತ್ತ?" ಕೇಳಿದಳು. ಅವನ ನರೆತ ಮೀಸೆಯನ್ನು ಬೆರಳಿನಿಂದ ಹುರಿ ಮಾಡುತ್ತ ಗರ್ವದಿಂದ ಬೀಗಿದ "ಏನ್ಕಂಡ್ರಿ, ಅಮ್ಮಾವ್ರೆ...." ಪ್ರತಾಪ ಕೊಚ್ಚಿಕೊಂಡ.

ಎರಡು ಗಂಟೆಗಳ ಕಾಲ ಕೋತಿಗಳನ್ನು ವಶಕ್ಕೆ ಕೊಡಲು ಅಥವಾ ಇವಳು ಹೇಳಿದಂತೆ ಕೇಳಲು ಇನ್ನೂರು ರೂಪಾಯಿ ಕೇಳಿದ.

"ಸರಿ... ಸರಿ... ಸರಿ... ನಿನ್ನ ಕೋತಿಗಳ್ನ ಕೂಗಿದ ಕೂಡ್ಲೆ... ಬಂದು ಬಿಡುತ್ತೆ ತಾನೆ" ದೃಢಪಡಿಸಿಕೊಳ್ಳಲು ಕೇಳಿದಳು "ನೂರು ಯೋಜನಾ ದೂರವನ್ನು ಹಾರಿದ ಹನುಮಂತನ ವಂಶದವು ಅಲ್ವಾ, ರಾಮ ಸೀತೆ ಅಂತ ಒಂದು ದಪ ಕೂಗಿದ್ರೆ... ಸಾಕು" ಮತ್ತೆ ನರೆತ ಮೀಸೆಯ ಮೇಲೆ ಬೆರಳಾಡಿಸಿ ಜೂಪು ಮಾಡಿದ.

ಅವನನ್ನು ಅವನ ಕೋತಿಗಳನ್ನು ಸೈಕಲ್ ಮೇಲೆ ಹತ್ತಿಸಿಕೊಂಡು ಪಂಚವಟಿಯ ಬಳಿಗೆ ಬಂದು ಅವನಿಗೆ ವಿಷಯವನ್ನು ವಿವರಿಸಿ ಇನ್ನೂರು ರೂಪಾಯಿ ಕೊಟ್ಟುಬಿಟ್ಟಳು.

ಎರಡು ಗಂಟೆ ಮೇಲೆ ನಿನ್ನ ಕೋತಿಗಳು ಇರಕೂಡ್ದು. ಕರ್ಕೊಂಡ್ಹೋಗಿಬಿಡು" ಎಂದವಳು ಖುಷಿಯಾಗಿ ಸೈಕಲ್ ಹತ್ತಿ ಮನೆಗೆ ಬಂದಳು.

ಸಂಜೀವಯ್ಯನವರು ಬಾಗಿಲಲ್ಲೆ ಎದುರಾದರು "ಎಲ್ಲಿ.... ಹೋಗಿದ್ದೆ?" ತಕ್ಷಣ ಏನು ಹೇಳಲು ತೋಚದೇ ನಕ್ಕುಬಿಟ್ಟಳು "ಏನಿಲ್ಲ ಯಾವಾಗ್ಲಾದ್ರೂ ಹೇಳ್ತೀನಿ" ಮತ್ತೆ ಬಾಯಿ ತುಂಬ ನಗು ತುಂಬಿಕೊಂಡು ಒಳಗೆ ಹೋದಳು.

ಸದಾ ನಗುವ ಮನೀಲಾನ ಕಂಡರೇ ಅವರಿಗೆ ಅತಿಯಾದ ಪ್ರೀತಿ. ಮಾತು, ತುಂಟತನ ಪ್ರತಿಯೊಂದರಲ್ಲೂ ಉತ್ಸಾಹ ಚಿಮ್ಮುತ್ತಿತ್ತು.

'ಈ ಮಗು ಸದಾ ನಗು ನಗುತ್ತಿರುವಂತೆ ಇರಲಿ' ಅವರ ಒಳ ಮನ ಆಶೀರ್ವದಿಸುತ್ತಿತ್ತು ಅವಳನ್ನು.

ಆದರೆ ಸಂಜೀವಯ್ಯನವರಿಗೆ ಅನುಮಾನ ಮೂಡುತ್ತಿತ್ತು. "ನಂಗೆ ಮದುವೆಯಾಗೋ ಮಗನಿದ್ದಿದ್ರೆ.... ಮನೀಲಾನ ಸೊಸೆಯಾಗಿ ಮಾಡಿಕೊಂಡ್ ಬಿಡ್ತಾ ಇದ್ದೆ, ಅದಕ್ಕೋಸ್ಕರ ಹತ್ತು ವರ್ಷ ಕಾಯೋಕು ತಯಾರಿದ್ದೆ" ಎಂದಿದ್ದರು ಮಾತಿನ ಭರಾಟೆಯಲ್ಲಿ ಒಮ್ಮೆ ಅಗ್ನಿಹೋತ್ರಿಯ ಮುಂದೆ.

ಮೊದಲು ನಕ್ಕರೂ ಆಮೇಲೆ ಗಂಭೀರವಾದರು. "ಈ ಹುಡ್ಗಿಗಾಗಿ ನೀವು ಹತ್ತು ವರ್ಷ ಕಾಯಬಹ್ದು. ನಿಮ್ಮ ಮಗ ಕಾಯಬೇಕಲ್ಲ" ಎಂದಿದ್ದರು ಸರಳವಾಗಿಯೇ. ಆದರೆ ಇವರಿಗೆ ಪಿಚ್ಚೆನಿಸಿತು.

"ನಾನೊಬ್ಬ ಸ್ಟೇಷನ್ ಮಾಸ್ಟರ್.... ಅಂತಸ್ತಿನಲ್ಲಿ ತುಂಬ ತಾರತಮ್ಯ ಇರುತ್ತೆ" ಎಂದಾಗ, ಅಗ್ನಿಹೋತ್ರಿಗಳು ಅವರ ಮನದ ಬೇಜಾರು ಅರ್ಥ ಮಾಡಿಕೊಂಡು, "ಹಾಗೆಲ್ಲ ಏನಿಲ್ಲ ನಮ್ಮ ಮನೀಲಾ ಮದ್ವೆ ಆಗೋಂಥ ಗಂಡು ಹುಟ್ಟೇ ಇಲ್ಲ" ನುಡಿದರು. ಆಗ ಅವರ ಮುಖದ ಮೇಲೆ ವ್ಯಥೆಯ ಕಾರ್ಮೋಡಗಳು ಕವಿದಿದ್ದು ಇವರ ಅರಿವಿಗೆ ಬಂದಿತ್ತು, ಆದರೆ ತೋರ್ಪಡಿಸಿಕೊಳ್ಳಲು ಹೋಗಿರಲಿಲ್ಲ.

ಸಮಾಜ, ಪರಿಸರ, ಆರ್ಥಿಕ ನೀತಿಯ ಬಗ್ಗೆಯೆಲ್ಲ ಮಾತಾಡುವ ಅಗ್ನಿ ಹೋತ್ರಿ ಸ್ವಂತ ವಿಷಯಗಳನ್ನೆಂದು ಹೇಳಿರಲಿಲ್ಲ. 'ಮಾವ...' ಎಂದು ಮನೀಲಾ ಅವರನ್ನು ಸಂಬೋಧಿಸುವುದನ್ನು ಕೇಳಿದ್ದರು.

ತಕ್ಷಣ ಎದ್ದು ಹೋದ ಅಗ್ನಿಹೋತ್ರಿಗಳು ಕಿಟಕಿಯ ಬಳಿ ನಿಂತು ಹೊರಗೆ ನೋಡತೊಡಗಿದರು. ವಾತಾವರಣದಲ್ಲಿ ಒಂದು ಅದ್ಭುತ ಬದಲಾವಣೆ ಇಲ್ಲದಿದ್ದರೆ ಬಿಸಿಲು, ಮೋಡಗಳ ನಡುವಿನ ಚೆಲ್ಲಾಟ ಅವರ ಮನದಲ್ಲಿಯು ನಡೆಯುತ್ತಿತ್ತು.

ನೀರವತೆ ಅಸಹನೀಯವೆನಿಸಿದಾಗ 'ಪವಲಕುಡಿ, ಇಂದಿನಿಂದ್ಲೇ ಕೆಲ್ಸಕ್ಕೆ ಬರ್ತಾಳೆ. ಮಾತು ಬಂದರೂ...... ಒಂದು ಲೆಕ್ಕದಲ್ಲಿ ಮೂಕಿಯೇ. ನಾಲ್ಕು ದಿನ ನೋಡಿ ನಿಮ್ಗೆ ಬೇಡವೆನಿಸಿದ್ರೆ.... ಬೇರೆಯವ್ರನ್ನ ನೋಡ್ಗೋಣ'' ಹೇಳಿದರು.

ಎದೆಯನ್ನು ಒತ್ತಿ ಹಿಡಿದು ನಿಟ್ಟುಸಿರನ್ನು ಹೊರದಬ್ಬಿದ ಅಗ್ನಿಹೋತ್ರಿಗಳು ಇತ್ತ ತಿರುಗಿದರು ''ಹಾಗೇ ಮಾಡೀ, ಸಂಬಳ ಕೇಳಿದಷ್ಟು ಕೊಡೋಣ'' ಎಂದರು. ಪುಟ ಪುಟ ಎಂದು ಮನೀಲಾ ಕೆಲಸಗಳನ್ನ ಮಾಡುತ್ತಿದ್ದಳು. ಆ ಚಟುವಟಿಕೆ ಅವಳಲ್ಲಿರಲೆಂಬುದೇ ಅವರ ಬಯಕೆ.

''ಇವತ್ತು ಕೆಲ್ಸ ಮಾಡೋಕೆ...'' ತೆಪ್ಪಗೆ ಬಂದು ಅವರ ಮುಂದೆ ಒಮ್ಮೊಮ್ಮೆ ಕೂತು ಬಿಡುತ್ತಿದ್ದಳು. ''ನಾನು ಮಾಡ್ತೀನಿ'' ಇವರು ಎದ್ದರೆ ಕೈ ಹಿಡಿದು ಕೂಡಿಸುತ್ತಿದ್ದಳು. ಅವರ ತೊಡೆಯ ತಲೆ ಇಟ್ಟು ಮಲಗುತ್ತಿದ್ದಳು. ಆಗ ಇವರು ಅವಳ ನೆನಪುಗಳು ಗಟ್ಟಿಯಾಗದಂತೆ ಏನಾದರೂ ಹೇಳಬೇಕಿತ್ತು.

ಒಂದು ಟ್ರೈ ಹೊತ್ತು ತಂದ ಮನೀಲಾ ಸಂಜೀವಯ್ಯನ ಮುಂದಿಟ್ಟಳು. ''ಇದೆಲ್ಲ ನನ್ನ ಪ್ರಿಪರೇಷನ್ನೇ...'' ಅಲ್ಲೇ ಕೂತವಳು ಅಗ್ನಿಹೋತ್ರಿಗಳತ್ತ ತಿರುಗಿದಳು. ಅವರಿಗೆ ಪ್ರಾಣಸಂಕಟವೆನಿಸಿತು. ಟಿ.ವಿ.ಯಲ್ಲಿ ತೋರಿಸುವ ಎರಡು, ಮೂರು ಐಟಂಗಳನ್ನು ಮಾಡಿಟ್ಟಿದ್ದಳು. ಅವು ವಿಚಿತ್ರ ರುಚಿ. ಹಿಂದಿನ ದಿನವೇ ಬಾಯಲ್ಲಿ ಇಡಲಾಗಿರಲಿಲ್ಲ ''ಏನೋ, ಹೆಚ್ಚು ಕಡ್ಮೆಯಾಗಿದೆ, ಮನ್ನಿ ಇದ್ನ ತಿನ್ನೋದ್ರಿಂದ... ಡಾಕ್ಟ್ರ ಹತ್ರ ಹೋಗೋ ಪ್ರಮೇಯ ಬೀಳಹುದು ಆದ್ರಿಂದ ತಪ್ಪಿಸಿಕೊಳ್ಳೋಣ'' ಅವಳನ್ನು ಒಲಿಸಿಕೊಳ್ಳಲು ನೋಡಿದ್ದರು.

ಅದಕ್ಕೆ ಅವಳು ರಾಜಿಯಾಗಿರಲಿಲ್ಲ. ಅವೆಲ್ಲ ಫ್ರಿಜ್ ಸೇರಿ ಈ ಗ ಟ್ರೈಯಲ್ಲಿ ಅಲಂಕಾರಗೊಂಡು ಬಂದಿತ್ತು.

''ಬನ್ನಿ... ಮಾವ!'' ಎಂದಳು ಹಟದಿಂದ.

ಭಯದಿಂದ ನಟಿಸುತ್ತಲೇ ಅಗ್ನಿಹೋತ್ರಿಗಳು ಬಂದು ಕೂತವರು ಅವಳ ತಲೆಯ ಕೂದಲಲ್ಲಿ ಬೆರಳಾಡಿಸಿದರು. ''ಸಂಜೀವಯ್ಯ, ನಮ್ಮ ಮನೀಲಾ ತುಂಬ ಒಳ್ಳೆ ಹುಡ್ಗೀ, ನನ್ನ ಬಗ್ಗೆ ವಿಶಿಷ್ಟವಾದ ಕಾಳಜಿ....'' ಅವರಿಗೆ ಕಣ್ತೊಡೆದರು.

ಮನೀಲಾ ನೋಡಿಬಿಟ್ಟಳು "ನೋ... ನೆವರ್... ಐ ಕಾಂಟ್ ಆಕ್ಸೆಪ್ಟ್.... ಪೂಸಿ ವ್ಯವಹಾರ ಬಿಟ್ಟು ಬಂದು ತಿನ್ನಿ" ಆಜ್ಞಾಪಿಸಿದಳು.

ತೆಪ್ಪಗೆ ಬಂದು ಕೂತ ಅಗ್ನಿಹೋತ್ರಿಗಳು ಮುಂದಿದ್ದ ತಿಂಡಿಗಳನ್ನು, ಅವಳ ಮುಖವನ್ನ ಬದಲಿಸಿ ಬದಲಿಸಿ ನೋಡಿದರು.

'ನನ್ನ ವೈಟ್ ಒಂದು ಮುಕ್ಕಾಲು ಪೌಂಡ್ ಹೆಚ್ಚಾಗಿದೆ. ಡಯೆಟ್ ಮಾಡೋಣಾಂತ...." ನಯವಾಗಿ ಅಂದರು.

"ನೋ..... ನೋ...." ತಲೆ ಕೊಡವಿದಳು.

"ಓಕೆ... ಓಕೆ... ಓಕೆ.... ನೀನು ಹ್ಲೂ... ಅಂದರೆ..." ತುದಿ ನಾಲಿಗೆಗೆ ಬಂದ ಪದವನ್ನು ತಡೆ ಹಿಡಿದರು. ವಾಕ್ಯಗಳೇನು, ಪದಗಳು ಕೂಡ ಅವಳ ಮೇಲೆ ಎಂಥ ಪರಿಣಾಮ ಬೀರಬಲ್ಲದೆಂದು ಅವರಿಗೆ ಗೊತ್ತುಂಟು. "ತಿಂತೀನಿ....." ಸಮೋಸದಂತೆ ಕಂಡದನ್ನು ಎತ್ತಿ ತುಟಿಯ ಬಳ್ಳಿಗೆ ಒಯ್ದಾಗ ಕಿತ್ತಿಟ್ಟಳು "ನಡೀರಿ, ಅಂಕಲ್... ಇವತ್ತು ನಿಮ್ಮ ಮನೆಯಲ್ಲೇ ಬ್ರೇಕ್ ಫಾಸ್ಟ್.... ಸಂಜೀವಯ್ಯನವರನ್ನು ಹೊರಡಿಸಿಕೊಂಡು ಹೊರಡುವ ಮುನ್ನ "ನೀವು ಹಿಂದೆಯೇ ಬರ್ಬೇಕು. ಆಂಟೀ ಕೈನ ತಿಂಡಿ ರುಚಿ ನೋಡ್ದ ಕೂಡ್ಲೇ ನಿಮ್ಗೇ ಡಯೆಟ್ ವಿಷ್ಯವೇ ಮರ್ತುಹೋಗುತ್ತೆ" ಎಳೆದೊಯ್ದಳು.

ಸಂಜೆ ಕೋತಿ ಆಡಿಸುವವ ಹುಡುಕುತ್ತ ಬಂದವನು ಅಲ್ಲೇ ಕೂತು ಬಿಟ್ಟಾಗ ಅವಳೇನು ಗಾಬರಿಯಾಗಲಿಲ್ಲ.

"ಅಮ್ಮ ಕೋತಿಗಳು ಎಷ್ಟು ಕೂಗಿದರೂ ಬರ್ತಾ ಇಲ್ಲ...." ಕಣ್ತುಂಬಿದ. "ನೀನು ಅಲ್ಲಿಗೆ ನಡೀ.... ನಾನ್ಬರ್ತೀನಿ" ಅವನನ್ನ ಕಳುಹಿಸಿದಳು.

ಅದನ್ನು ನೋಡಿದ ಅಗ್ನಿಹೋತ್ರಿ "ಯಾರದು ?" ಎಂದು ಬಂದರು" "ಅದೇ ಕೋತಿ ಆಡಿಸೋನು, ನಾನು ಕರ್ದು ಮಾತಾಡಿಸ್ದೇ" ಸಮಜಾಯಿಷಿ ಕೊಟ್ಟಳು.

ಇವಳು ಸೈಕಲ್‌ನಲ್ಲಿ ಹೋಗುವ ದಾರಿಯಲ್ಲಿ ಉಲ್ಲಾಸ್‌ನ ಕೂಡ ಜೊತೆಗೆ ಕರೆದುಕೊಂಡಳು. ಅವನಿಗೆ ಎಲ್ಲಾ ವಿವರಿಸಿದಳು.

"ಒಳ್ಳೇ ಕೆಲ್ಸ ಮಾಡ್ದೇ ! ಅಶೋಕ ವನ ಹಾಳು ಮಾಡಿದ ಹನುಮಂತನಂತೆ, ಪಂಚವಟಿಯನ್ನು ಹಾಳು ಮಾಡಿರುತ್ತೆ ಕಪಿಗಳು. ಬುದ್ಧಿ ಕಲ್ತುಕ್ಕೊಳ್ಳಿ" ಜಂಬದ ಮಾತಾಡಿ ಶಭಾಷ್‌ಗಿರಿ ಕೊಟ್ಟ

ಅಲ್ಲಿ ತಲುಪಿದಾಗ ಕೋತಿ ಆಡಿಸುವವ ಇವರು ಕ್ರಿಕೆಟ್ ಆಡುತ್ತಿದ್ದ ಜಾಗದಲ್ಲಿ ಒಂದು ಕಲ್ಲಿನ ಮೇಲೆ ಕೂತು ಕಣ್ಣೀರಿಡುತ್ತಿದ್ದ.

"ನಂಗೆ ಅವು ಇಲ್ಲದೆ ರೊಟ್ಟಿ ಕೂಡ ಇಳಿಯೋಲ್ಲ ಗಂಟಲಲ್ಲಿ, ನನ್ನ ರಾಮ, ಸೀತೆ ನಂಗೆ ಬೇಕು" ಗೋಳಾಡೋಕೆ ಶುರು ಮಾಡಿದ.

ಸೈಕಲ್‌ನ ನಿಲ್ಲಿಸುತ್ತ ''ನೀನು ಕರ್ದ ಕೂಡ್ಲೇ ಬಂದು ಬಿಡುತ್ತೇಂತ ಹೇಳಿದ್ದೆ. ಕರೀ... ಜೋರಾಗಿ ಕರಿ'' ಎಂದಳು.

ಸ್ಫುಟವಾಗಿ, ಸ್ಪಷ್ಟವಾಗಿ, ರಾಗವಾಗಿ, ಅಳುತ್ತಾ ಜೋರಾಗಿ ಕೂಗಿ ಕೂಗಿ ಅವರ ಮುಂದೆಯೇ ಸೋತ.

''ನಿಂದೇ.... ತಪ್ಪು ! ನೀನು ಕೂಗಿದ್ರೂ, ಅವು ಬರ್ತಾ ಇಲ್ಲ'' ಗೊಣಗಿದಳು. ತಲೆಯ ಮೇಲೆ ದೊಡ್ಡ ಭಾರ ಬಿದ್ದಂತಾಯಿತು. ತಕ್ಷಣ ಕೊಡವಿದಳು.

ಬಲವಂತವಾಗಿ ತುಂಬಿಕೊಂಡ ಉತ್ಸಾಹ ಸಹಜವೆನಿಸಿತು ಕೆಲವೇ ಕ್ಷಣಗಳಲ್ಲಿ.

ಅವಳು ಉಲ್ಲಾಸ್, ಎಲ್ಲಾ ಕೂಗಿ ಸೋತರು. ಕೋತಿ ಆಡಿಸುವವ ಬಿಕ್ಕಿ ಬಿಕ್ಕಿ ಅಳಲು ಶುರು ಮಾಡಿಬಿಟ್ಟ.

''ಸ್ವಲ್ಪ ಸುಮ್ನೇ ಇರು ! ಇದುವರ್ಗೆ ಬಿಟ್ಟಿದ್ದೇ ನಿನ್ನ ತಪ್ಪು'' ದೋಷಾರೋಪಣೆ ಮಾಡಿದಾಗ ಜೇಬಿನಲ್ಲಿದ್ದ ಎರಡು ನೂರರ ನೋಟುಗಳನ್ನು ಕೆಳಗೆ ಹಾಕಿ ಕೈ ಜೋಡಿಸಿದ. ''ನಂಗೆ ಹಣ ಬೇಡ, ನನ್ನ ರಾಮ, ಸೀತೇನ ಕೊಟ್ಟುಬಿಡಿ'' ಹಪಾಹಪಿಸತೊಡಗಿದ.

ಉಲ್ಲಾಸ್ ಕಡೆ ನೋಡಿದಳು. ಅವನು ಪ್ಲಾನ್ ಮಾಡುವಂತೆ ''ಒಂದ್ಕೆಲ್ಸ ಮಾಡು, ಗೇಟು ತಟ್ಟು... ತೆಗೆದೇ ತೆಗೀತಾರೆ. ನನ್ನಿಂದ ತಪ್ಸಿಕೊಂಡ್ ಬಂದ್ಬಿಟ್ಟಿದೇಂತ ಹೇಳು. ಆಗ ನೀನೇ ಹುಡುಕಿಕೋಬಹುದ್ದು'' ಹೇಳಿ ಕೊಟ್ಟ.

ಅವನು ಹೆದರುತ್ತಲೆ ಗೇಟು ತಟ್ಟಿದ. ಹತ್ತು ನಿಮಿಷದ ನಂತರ ಮಾಲೀ ಹೊರಗೆ ಬಂದ.

''ಯಾಕೆ ?'' ಜಬ್ಬರಿಸಿ ಕೇಳಿದ ಯಜಮಾನನಂತೆ ''ಸ್ವಾಮಿ, ನನ್ನ ಕೋತಿಗಳು ಒಳ್ಗೇ ಬಂದ್ಬಿಟ್ಟಿದೆ. ದಯವಿಟ್ಟುಕೊಟ್ಟು ಬಿಡಿ'' ಅಂಗಲಾಚಿದ.

ಸಾಕಿದ ಕೋತಿಗಳೆಂಬ ಅರಿವುಂಟಾಗಿತ್ತು ಅವನಿಗೆ. ಅವನ ಕಣ್ಣಿಗೆ ಬೀಳುವ ಮುನ್ನವೇ ಯಜಮಾನನ ಕಣ್ಣಿಗೆ ಬಿದ್ದಿತ್ತು. ಹತ್ತಾರು ಸಪೋಟಾಗಳು ಭೂಶಾಯಿ ಯಾಗಿದ್ದವು. ಅವನ ಮನದ ರೋದನ ಕೋಪದ ರೂಪ ತಾಳಿತ್ತು.

''ಇವೆರಡನ್ನು ಕಟ್ಹಾಕು'' ಭುಸುಗುಟ್ಟಿದ್ದ.

''ಹೋಗಯ್ಯ ಬಿಡೋಲ್ಲ ಯಜಮಾನ್ರ ಕಣ್ಣಿಗೆ ಬಿದ್ರೆ... ನಿನ್ನ ಕೂಡ ಅದರ ಜೊತೆ ಕಟ್ಹಾಕಿಸ್ತಾರೆ'' ದಬಾಯಿಸಿದ.

ಅವನ ಅಳು ರೋದನಕ್ಕೆ ಅವನೇನು ಕರಗಲಿಲ್ಲ.

ಮತ್ತೆ ದೊಡ್ಡ ಗೇಟು ಮುಚ್ಚಿಕೊಂಡಿತು.

ಕೋತಿಯಾಡಿಸುವವ ಮಣ್ಣಿನ ಮೇಲೆ ಉರುಳಿ ರೋದಿಸತೊಡಗಿದ. ಉಲ್ಲಾಸ್, ಅವಳು ಹೇಳಿ ಸೋತುಹೋದರು.

''ನಾನೇ ಕೇಳ್ತೀನಿ'' ಅವಳು ಮುಂದಾದಳು.

''ಬೇಡ ಸುಮ್ಮನಿರು, ಅವನ್ನ ಇಟ್ಕೊಂಡ್ ಅವರೇನು ಮಾಡಿಕೋತಾರೆ. ಬೆಳಿಗ್ಗೆಯಾದ್ರೂ ಹೊರ್ಗೆ ಓಡಿಸ್ತಾರೆ. ಆಗ ಕರ್ಕೊಂಡ್ಹೋಗ್ತಾನೆ ಬಿಡು.'' ಉಲ್ಲಾಸ್ ತಡೆದ.

ಅವನಿಗೇನೋ ಸಮಾಧಾನ ಹೇಳಿ, ಹೋಟೆಲ್‌ನಿಂದ ತಿಂಡಿ ಒಯ್ದು ಕೊಟ್ಟು ಮನೆಗೆ ಬಂದರು.

''ಯಾಕೋ, ತಲೆ ನೋವು'' ಎಂದಳು ಬಂದ ಕೂಡಲೇ. ಅಗ್ನಿಹೋತ್ರಿ ಮಾತಾಡಲಿಲ್ಲ. ಮಾತ್ರೆ ನುಂಗಿಸಿ ಮಲಗಿಸಿದರು. ನಿದ್ದೆ ಬಂದ ಮೇಲೆಯೇ ಅವರು ಹೊರಗೆ ಬಂದಿದ್ದು.

ದೇವಸ್ಥಾನದಲ್ಲಿ ನೋಡಿದ ದೇವರನ್ನು ಜ್ಞಾಪಿಸಿಕೊಂಡರು. ಕಣ್ಮುಂದೆ ಬರೀ ಮಂಜು. ದೃಷ್ಟಿಯೆಲ್ಲ ಮಸುಕು. ಗುಡ್ಡೆಯ ಮೇಲೆ ಮುಡುವುಗಟ್ಟಿದ ಕಣ್ಣೀರು ಹೊರಗೆ ಧುಮುಕದೆ ಅಲ್ಲೇ ಹಿಂಸಿಸಿತು.

ಬೆಳಗಿನ ಎಚ್ಚರದ ನಂತರವೇ ಅವಳಿಗೆ ಕೋತಿಗಳ ನೆನಪಾದದ್ದು. ಸಿಂಕ್‌ನಲ್ಲಿ ಮುಖ ತೊಳೆದು ಅಡಿಗೆ ಮನೆಗೆ ನುಗ್ಗಿದಳು.

ಕಾಫೀ ಬೆರೆಸುತ್ತಿದ್ದ ಅಗ್ನಿಹೋತ್ರಿ ಏನಾದರೂ ಹೇಳುವ ಮುನ್ನ ''ಮಾವ, ನಾನು ಉಲ್ಲಾಸ್, ಅರುಣ ಜೊತೆ ಜಾಗ್ಗಿಂಗ್ ಹೋಗ್ತೀನಿ'' ಎಂದವಳು ಸೈಕಲ್ ತಳ್ಳಿಕೊಂಡು ಹೊರಗೆ ಬಂದಳು.

ಹಾಲಿನ ಪ್ಯಾಕೆಟ್ ಹಿಡಿದು ಬರುತ್ತಿದ್ದ ಶಂಕರಪಿಳ್ಳೆ ''ಗುಡ್ ಮಾರ್ನಿಂಗ್ ಮಲೀನಾ....'' ಎಂದರು.

ಯಾವಾಗಲೂ ಕಾರು ಇಳಿದು ಮಾತಾಡುತ್ತಿದ್ದವಳು ''ಮಾರ್ನಿಂಗ್ ಒಂದಿಷ್ಟು ಅರ್ಜೆಂಟ್ ಕೆಲಸವಿದೆ' ಸೈಕಲ್‌ನ ಮತ್ತಷ್ಟು ವೇಗವಾಗಿ ತುಳಿದಳು.

ಅಲ್ಲೇ ನಿಂತುಬಿಟ್ಟರು ಶಂಕರ್ ಪಿಳ್ಳೆ. ಮನೀಲಾ ಎಲ್ಲರಿಗೂ ಅಚ್ಚುಮೆಚ್ಚು. ಅವಳ ಮಾತು, ತೋರುವ ಆತ್ಮೀಯತೆ ಎಲ್ಲರ ಮನಸ್ಸಿಗೂ ಆಪ್ಯಾಯಮಾನ.

''ಪಾದರಸಕ್ಕಿಂತ ಚುರುಕು ಹುಡ್ಗೀ !'' ಮೆಚ್ಚಿಗೆಯಾಡಿದರು.

ಕೋತಿಯಾಡಿಸುವವ ಅದೇ ಜಾಗದಲ್ಲಿ, ಒಂದು ರೀತಿಯಲ್ಲಿ ಅದೇ ಸ್ಥಿತಿಯಲ್ಲಿ ಬೆಳಗಿನ ಚಳಿಗೆ ಮರಗಟ್ಟಿದಂತೆ ಕೂತಿದ್ದ.

ಮನೀಲಾಗೆ ಅಳುವಂತಾಯಿತು.

''ಕೂಗಿ... ಕೂಗಿ... ನನ್ನ ಗಂಟಲು ಬಿದ್ದುಹೋಯ್ತು ಮಗು. ನಾನು ಅವಿಲ್ದೇ ಬದ್ಕಿರಲಾರೆ. ಯಜಮಾನ್ರು ಪೋಲೀಸ್‌ಗೆ ಕೊಡ್ತೀನೀಂದ್ರು'' ಮನ ಕರಗುವಂತೆ ಅತ್ತ.

ಸೈಕಲ್ ಅವನ ಬಳಿಯಲ್ಲೇ ನಿಲ್ಲಿಸಿ "ನಾನು ಕರ್ಕೊಂಡ್ಬರ್ತೀನಿ' ಅವಳಿಗೆ ಆವೇಶ ಬಂದಂತಾಗಿತ್ತು.

ದಢ ದಢ ಗೇಟನ್ನ ಗುದ್ದಿದಳು.

ಇಣುಕಿದ ಮಾಲಿ "ಯಜಮಾನ್ರು ಇದ್ದಾರೆ" ಪಿಸುಗುಟ್ಟಿದ.

"ಕೋತಿಗಳು ಒಳ್ಗಡೆ ಇದ್ವಾ?" ಕೇಳಿದಳು.

ಎರಡು ಕ್ಷಣ ಸುಮ್ಮನಿದ್ದವ್ನು "ಇಲ್ಲ...." ಎಂದ. ಅದು ಸುಳ್ಳೆಂದು ಅವಳಿಗೆ ಗೊತ್ತು. "ನೀನು ಗೇಟು ತೆಗೀ, ನಾನೇ ಹುಡುಕಿಕೋತೀನಿ" ಅವಳ ಸ್ವರದಲ್ಲಿ ದೈನ್ಯ ಇತ್ತು.

"ಯಜಮಾನ್ರು ಬೈತಾರೆ" ಮತ್ತದೆ ರಾಗ.

ದಬ ದಬ ಗುದ್ದಿದಳು. "ತೆಗೀಲ್ಲಿಲಾಂದ್ರೆ..... ನನ್ನ ಕೈ ಮುರ್ದುಬೀಳೋವರ್ಗೂ ಗುದ್ದುತೀನಿ" ಮತ್ತೆರಡು ಪೆಟ್ಟುಗಳು ಕಬ್ಬಿಣದ ಗೇಟಿನ ಮೇಲೆ ಬಿದ್ದಾಗ ಮುಂದಿನದನ್ನು ನೆನೆದು ಗಾಬರಿಯಾದ "ಅಯ್ಯಯ್ಯೋ ಬೇಡ. ಬೇಡ...." ಎನ್ನುತ್ತ ತೆಗೆದ. ಕೈ ನೋವು ಮರೆತು ಒಳಗೆ ನುಗ್ಗಿದಳು.

ಮರಗಳ ನಡುವೆ ಅರಸಿದಳು. ಕೋತಿಗಳನ್ನು ಒಂದೆಡೆ ಕಟ್ಟಿಹಾಕಿದ್ದರು. ಅಷ್ಟು ಚಟುವಟಿಕೆಯಿಂದ ಇದ್ದವು ಮಂಕಾಗಿ ಕೂತಿದ್ದವು.

"ಬಿಚ್ಚಿಬಿಡು, ಪಾಪ ಅವಕ್ಕೇನು ಗೊತ್ತಾಗುತ್ತೆ" ಮಾಲಿಗೆ ಹೇಳಿದಳು. ಅವನು ಹಣೆ ಗಟ್ಟಿಸಿಕೊಂಡು "ನೀವು ಹೋಗ್ಬಿಡಿ ಅಮ್ಮ, ಯಜಮಾನ್ರು ಅವನ್ನೊಯ್ದು ಕಾಡಿಗೆ ಬಿಟ್ಟು ಬರ್ತಾರಂತೆ. ಅವ್ರಿಗೆ ಎಂಥ ಕೋಪ ಬಂದಿದೆಯಂದ್ರೆ..." ಭಯದಿಂದಲೇ ಹೇಳಿದ. ಮನೀಲಾ ಕದಲಲಾರಳು.

ಇಲ್ಲಿ ಇವುಗಳ ನಿಸ್ಸಹಾಯಕ ಸ್ಥಿತಿ, ಅಲ್ಲಿ ಗೋಳಿಡುವ ಅದರ ಯಜಮಾನ.

"ನಿಮ್ಮ ಯಜಮಾನರತ್ರನೆ ಮಾತಾಡ್ತೀನಿ" ದುಡು ದುಡು ಮೆಟ್ಟಿಲುಗಳನ್ನೇರಿ ಒಳಗೆ ಹೋಗಿಬಿಟ್ಟಳು.

"ಮಾಥುರ್... ಮಾಥುರ್" ಕೂಗಿದಳು, ರೆಡ್ ಕಾರ್ಪೆಟ್ ಮೇಲೆ ಪಾದಗಳನ್ನೂರಿ,

ಬಂದ ಮಾಥುರ್ ನಾಲಿಗೆಯಿಂದ ಒಣಗಿದ ತುಟಿಗಳನ್ನು ಸವರಿಕೊಂಡ.

"ನಿಮ್ಮ ಯಜಮಾನ್ರು ಎಲ್ಲಿ? ಯಾರು ಕೋತಿಗಳನ್ನು ಕಟ್ಟಿ ಹಾಕಿರೋರು?" ಅರಿವಾಗದಂತೆ ದಬಾಯಿಸಿದಳು.

ಮೇಲಿನ ಮೆಟ್ಟಿಲಿನ ಮೇಲೆ ಕಾಣಿಸಿಕೊಂಡ ಶಮಂತ್ "ಮಾಥುರ್

ಯಾರದು?'' ಅವನ ಸ್ವರದಲ್ಲಿನ ಗಡಸನ್ನು ಅರಿತಳು ''ನಾನು ಮನೀಲಾ... ಕೋತಿಗಳನ್ನು ಯಾಕೆ ಕಟ್ಟಿ ಹಾಕಿದ್ದು?'' ಅವಳೇನು ವಾದದ ಮೂಡ್‌ನಲ್ಲಿ ಇರಲಿಲ್ಲ. ಪಶ್ಚಾತ್ತಾಪವಾಗಿತ್ತು.

''ಮೈಂಡ್ ಯುವರ್ ಬಿಜಿನೆಸ್, ಗೆಟ್ ಔಟ್. ಸಂಬಂಧಪಡದ ವಿಷ್ಯಗಳಲ್ಲಿ ತಲೆ ಹಾಕ್ಕೊಂಡು ಬರೋರ ಬಗ್ಗೆ ನಂಗೆ ರೋಷ..'' ಅಸಹನೆಯಿಂದ ಸಿಡಿದ. ಒಮ್ಮೆ ಅಡಿಯಿಂದ ಮುಡಿಯವರೆಗೂ ನೋಟ ಹರಿಸಿದಳು. ಅತ್ಯಂತ ಬೆಲೆ ಬಾಳುವ ನಿಲುವಂಗಿಯ ರಾತ್ರಿಯ ಉಡುಪಿನಲ್ಲಿಯೇ ಇದ್ದ. ಆಕರ್ಷಕ ವ್ಯಕ್ತಿತ್ವವೇ. ಕಣ್ಣುಗಳಲ್ಲಿನ ಅಸಹನೆ, ಕಟ್ಟು ನುಡಿಗಳು ಅವಳಿಗೆ ಇಷ್ಟವಾಗಲಿಲ್ಲ.

ಸಿಡಿದು ಛಾಲೆಂಜ್ ಮಾಡುವ ಸ್ಥಿತಿಯಲ್ಲಿ ಇರಲಿಲ್ಲ. ಸತ್ಯವನ್ನು ಪೂರ್ತಿಯಾಗಿ ವಿವರಿಸಿದಳು.

''ಸಾರಿ, ಎಕ್ಸ್‌ಟ್ರೀಮ್ಲೀ ಸಾರಿ. ಬೇಕಾದ್ರೆ ಪನಿಷ್‌ಮೆಂಟ್ ನಂಗೆ ವಿಧಿಸಿ, ಕೋತಿಗಳು ಮತ್ತು ಅದರ ಒಡೆಯನ ತಪ್ಪಿಲ್ಲ. ಅವ್ನು ಹೊರಗಡೆನೆ ಇದ್ದಾನೆ. ಪ್ಲೀಸ್ ಅಂಡರ್‌ಸ್ಟ್ಯಾಂಡ್ ದಿ ಸಿಚುವೇಶನ್'' ಸ್ವರವನ್ನು ತೀರಾ ಮೃದುವಾಗಿಸಿದಳು.

''ಮಾಥುರ್'' ಎಂದು ಕೂಗಿದ ಶಮಂತ್ ಕಾಣೆಯಾದ. ಅವನು ಮೆಟ್ಟಿಲು ಹತ್ತಿ ಮೇಲೆ ಹೋದ. ''ವಿಚಿತ್ರ ಪ್ರಾಣಿ....'' ಎನ್ನುತ್ತ ಅಲ್ಲೇ ಕೂತಳು.

ಒಳಗೆ ಬಂದವರನ್ನ ಶಮಂತ್ 'ಕೂಡಿ' ಎನ್ನುವ ಬದಲು 'ಗೆಟ್ ಔಟ್' ಎಂದಿದ್ದ. ಮೂರು ವರ್ಷದ ಹಿಂದಿನ ಮನಸ್ಥಿತಿಯಲ್ಲಿದ್ದರೇ, ಅಲ್ಲೇ ಫಳಫಳ ಹೊಳೆಯುತ್ತಿದ್ದ ಹಿತ್ತಾಳೆಯ ವಾಸ್‌ನ ಅವನ ತಲೆಗೆ ಗುರಿ ಇಟ್ಟು ಹೊಡೆದು ತನ್ನ ಕೋಪ ತೋರಿಸಿಕೊಳ್ಳುತ್ತಿದ್ದಳು.

ಪೇಲವ ಮುಖ ಹಾಕಿಕೊಂಡು ಬಂದ ಮಾಥುರ್ ''ಅವ್ರ ಬಿಡೋಲ್ಲ, ಬಹಳ ದೂರದ ಕಾಡಿಗೆ ಅವನ್ನ ಬಿಟ್ಟು ಬರ್ತಾರಂತೆ'' ಮೂರು ದಿನದ ನಂತರ ಉಸುರಿದ.

ಇನ್ನೊಂದು ಮಾತಾಡದೆ ಹೊರಗೆ ಬಂದ ಮನೀಲಾ ಕಟ್ಟಿದ್ದ ಕೋತಿಗಳನ್ನು ಮಾಲಿ ತಡೆಯುತ್ತಿದ್ದರೂ ಬಿಚ್ಚಿಬಿಟ್ಟಳು. ಅವು ಸಂತೋಷದಿಂದ ಕಿಚಿಕಿಚಿ ಅನ್ನುತ್ತಾ ಮರಕ್ಕೆ ಜೋತುಬಿದ್ದು ಕಾಂಪೌಂಡ್ ಹತ್ತಿ ಮಾಯವಾಯಿತು.

''ಎಂಥ ಕೆಲ್ಸ ಮಾಡಿದ್ರಿ ಮಾಲಿ!'' ಒಳಗೆ ಓಡಿದ.

ಅಲ್ಲಿಯೇ ಕೂತಳು ಮನೀಲಾ. ಪಂಚವಟಿಯ ಪದರು ಪದರುಗಳನ್ನು ವೀಕ್ಷಿಸುವ ಅವಕಾಶ. ಅದನ್ನು ಕಳೆದುಕೊಳ್ಳಲು ಅವಳು ಇಷ್ಟಪಡಲಿಲ್ಲ.

ಆರಾಮವಾಗಿ ಓಡಾಡಿಕೊಂಡಿದ್ದವು, ಜೋಡಿ ನವಿಲುಗಳು. ಕೃತಕವಾಗಿ ನಿರ್ಮಿಸಿದ ಕೊಳದಲ್ಲಿ ನಾಲ್ಕು ಬಿಳಿಯ ಹಂಸಗಳು. ಮರಗಳಲ್ಲಿ ಸದ್ದು ಮಾಡುತ್ತಿದ್ದ

ಪಕ್ಷಿಗಳ ಇಂಚರ ರಾಮಾಯಣ ಕಾಲದ ಪಂಚವಟಿ ಇಲ್ಲಿ ಆವಿರ್ಭವಿಸಿದಂತಾಯಿತು.

ಕೋಪಾವಿಷ್ಟನಾಗಿ ಶಮಂತ್ ಹೊರಗೆ ಬಂದಾಗ ಗದ್ದಕ್ಕೆ ಕೈಯೂರಿ ಕೂತಿದ್ದಳು. ಅಂಗೈನ ಅಂಚೊಡೆದು ಸಣ್ಣಗೆ ರಕ್ತ ಒಸರುತ್ತಿತ್ತು. ಆದರ ಪರಿವೆ ಇದ್ದಂತಿರಲಿಲ್ಲ.

''ಸ್ಟುಪಿಡ್ ಗರ್ಲ್.... ಮನದಲ್ಲೇ ಅಂದುಕೊಂಡ.

''ನಂಗದು ಇಷ್ಟವಾಗೋಲ್ಲ ಮಿಸ್'' ರೇಗಿದ.

ನೋಟ ಇತ್ತ ತಿರುಗಿಸಿದಳಷ್ಟೆ ''ತಪ್ಪು ನಂದು. ಅದ್ಕೇ ಪನೀಷ್‌ಮೆಂಟ್ ನಂಗೆ. ಮೂರು ದಿನ ಇಲ್ಲೇ ಇರ್ತೀನಿ. ಯಾವ ಕಾಡಿಗಾದ್ರೂ ಬಿಡಿ'' ಎಂದಳು. ಅವಳಲ್ಲಿ ಸ್ವಲ್ಪ ಕೂಡ ಅಳುಕು ಇರಲಿಲ್ಲ.

ಅವಳ ಕೈ ಅಂಚಿನ ರಕ್ತಕ್ಕೆ ಸ್ವಲ್ಪ ಮೆತ್ತಗಾಗಿದ್ದ ''ಮಾಥುರ್, ಫಸ್ಟ್ ಏಡ್ ಬಾಕ್ಸ್.... ತಗೊಂಡು ಬಾ'' ಕಳುಹಿಸಿದ.

ಅದನ್ನ ಡೆಟಾಲ್‌ನಿಂದೊರೆಸಿ ಪ್ಲಾಸ್ಟರ್ ಹಾಕಿದ. ''ಮ್ಯಾಟರ್ ಡ್ರಾಪ್ ಮಾಡಿದ್ದೀನಿ, ಇನ್ನು ಹೋಗಬಹುದು. ಇಂಥ ಹುಡುಗಾಟಗಳು ಯಾವಾಗ್ಲೂ ಸಹನೀಯವಲ್ಲ'' ಮಾಮೂಲಿ ಸ್ವರದಲ್ಲಿ ಒಂದು ರೀತಿಯಲ್ಲಿ ಭಾವರಹಿತನಾಗಿದ್ದನೆನಿಸಿತು.

''ನೀವು ಅಷ್ಟು ವಿಷಾದದಿಂದ ಬಿಡೋ ಅಗತ್ಯವಿಲ್ಲ. ನಿಮ್ಮ ಅವಧಿ ಪ್ರಕಾರ ಮೂರು ದಿನ ಇಲ್ಲೇ ಇರ್ತೀನಿ. ನಮ್ಮ ಮಾವ ಮಿಲಿಟರಿನಲ್ಲಿದ್ದವರು ಇರ್ಬಹ್ದು. ನನ್ನ ಮಾತಿನ ವಿರುದ್ಧ ನಿಮ್ಮನ್ನೇನು ಮಾಡೋಲ್ಲ.'' ಆಗಲೂ ಅವಳ ದನಿಯಲ್ಲಿ ಪರಿಹಾಸವಿತ್ತು.

ಸಿಡಿದು ಒಳಗೆ ಹೋಗಿಬಿಟ್ಟ

❑ ❑ ❑

ಮಿಂಚುಳ್ಳಿ ಪಕ್ಷಿಯ ವಿವಿಧ ಭಂಗಿಯ ಫೋಟೋಗಳನ್ನು ಒಂದೊಂದಾಗಿ ನೋಡುತ್ತಾ ಕೂತಿದ್ದ. ಕ್ಲೋಸಪ್‌ನಲ್ಲಿ ಮೂಡಿದ ವಾರೆ ನೋಟದ ಚಿತ್ರ ಅದ್ಭುತವಾಗಿತ್ತು. ಅದನ್ನು ನೋಡುತ್ತ ಕೂತವನು ಪಕ್ಕಕ್ಕೆ ಸರಿಸಿ ನೋಟ ಎತ್ತುವ ಮುನ್ನ ಬಂದ ಮಾಥುರ್ ನೆನಪಿಸಿದ.

''ಪೋಸ್ಟ್ ನೋಡೇ ಇಲ್ಲ''

ರಾಶಿಯಾಗಿದ್ದ ಪೋಸ್ಟ್‌ನ ಹತ್ತಿರಕ್ಕೆಳೆದುಕೊಂಡ. ಅವನ ಫೋಟೋ ಹವ್ಯಾಸಕ್ಕೆ ಸಂಬಂಧಪಟ್ಟ ಪತ್ರಗಳೇ. ಮತ್ತೊಂದು ಒಂದು ದೊಡ್ಡ ಲೆಟರ್‌ನಲ್ಲಿ ಪುಟ್ಟ ಕಾಗದ. ಅದು ಅವನ ತಂದೆಯದೆಂದು ಗೊತ್ತು. ತೆಗೆಯಲು ಹೋಗಲಿಲ್ಲ. ಮತ್ತೊಂದು ಕವರ್‌ನ ಕುತೂಹಲದಿಂದೊಡೆದ.

ಇಡೀ ಪುಟದಲ್ಲಿ ಅವನ ವ್ಯಂಗ್ಯಚಿತ್ರ. ಕ್ಯಾಮರ, ಬೈನಾಕ್ಯುಲರ್ ಅವನಿಗೆ ಆಭರಣಗಳಾಗಿತ್ತು. ಕೈ ಗಡ್ಡದ ಜಾಗವನ್ನು ಸ್ಪರ್ಶಿಸಿತು. ಮೃದುವಾಗಿತ್ತು. ಒಂದು ಗಂಟೆಯ ಮುನ್ನ ಷೇವ್ ಮಾಡಿದ್ದ. ಆದರೆ ಅವನ ವ್ಯಂಗ್ಯ ಚಿತ್ರಕ್ಕೆ ಮೆತ್ತಿದಂಥ ಗಡ್ಡ ಇಳಿಬಿದ್ದ ಮೀಸೆಗೆ ಕನೆಕ್ಷನ್ ಕೊಡಲಾಗಿತ್ತು. 'ಪ್ರಾಣಿ ಪ್ರೇಮಿಯಲ್ಲ, ಮಾನವ ಪ್ರೇಮಿಯಲ್ಲ , ನೀನೊಬ್ಬ ಪರಿಸರ ಪ್ರೇಮಿ ! ಪ್ರಾಣಿ, ಮನುಷ್ಯರು ಇಲ್ಲದ ಪರಿಸರವುಂಟೆ?' ಕೆಳಗೆ ಬರೆದಿದ್ದಳು.

ಅವನ ನಖಶಿಖಾಂತ ಉರಿದುಹೋಯಿತು. ವ್ಯಂಗ್ಯ ಚಿತ್ರದ ಕೆಳಗೆ ಸಹಿ ಮಾಡಿದ್ದಳು ಮನೀಲಾ. ಅವನ ಮೈನ ರಕ್ತ ಕುದಿಯಿತು.

''ಮಾಥುರ್...'' ಅಲ್ಲೇ ಇದ್ದರೂ ಜೋರಾಗಿ ಕೂಗಿದ ''ಇಲ್ಲೇ ಇದ್ದೀನಿ'' ಓಗೊಟ್ಟ.

ಅವನನ್ನೇ ಸೀರಿಯಸ್ಸಾಗಿ ನೋಡಿದ ''ಮೊನ್ನೆ ಕೋತಿಗಳು ಬಿಡ್ಸಿ ಕೊಂಡ್ಹೋದ. ಹುಡ್ಗಿಯ ಹೆಸರೇನು ?''

ಅವನು ತಲೆ ಕೆರೆದುಕೊಂಡ ''ಬೇಗ ಬೊಗಳು. ಕ್ರಿಕೆಟ್ ಬ್ಯಾಟು ಕೇಸ್...'' ಮತ್ತಷ್ಟು ಎಗರಾಡಿದ.

ಆದರೆ ಮಾಥುರ್‌ಗೆ ಕೇಳಿಸಿದ್ದು ಮನೀಲಾ ಘೊಳ್ಳನೆಯ ನಗು. ಅವನ ತುಟಿಗಳ ಮೇಲು ನಗು ತೇಲಿತು.

''ಯೂ, ನಾನು ಕೇಳ್ತಾ ಇರೋದೇನು ? ಮತ್ತಷ್ಟು ರೇಗಿದ. ಮಾಥುರ್ ನುಣುಚಿಕೊಳ್ಳಲು ನೋಡಿದ. ''ನಂಗೆ... ಗೊತ್ತಿಲ್ಲ. ಮಾಲಿಗೆ ಗೊತ್ತಿರಬಹುದ್ದು''

ಶಮಂತ್ ಕಣ್ಣುಗಳು ಮತ್ತಷ್ಟು ಕೆಂಪಗಾದವು

''ಅವ್ಳ ನಾಮಕರಣದ ಇನ್ವಿಟೇಷನ್ ಮಾಲಿಗೆ ಹೋಗುತ್ತಾ !'' ವ್ಯಂಗ್ಯ ವಾಡಿದನು. ''ಮನೀಲಾ ತಾನೇ !'' ಹೌದೆನ್ನುವಂತೆ ತಲೆಯಾಡಿಸಿದ. ಹೋಗು ಎನ್ನುವಂತೆ ತಲೆಯಾಡಿಸಿದ. ಹೋಗು ಎನ್ನುವಂತೆ ಸನ್ನೆ ಮಾಡಿದ.

ಅವಳ ಧೈರ್ಯ ಅವನನ್ನು ರೊಚ್ಚಿಗೆಬ್ಬಿಸಿತ್ತು. ಕೆಳ ತುಟಿಯನ್ನು ಹಲ್ಲಿನಡಿಯಲ್ಲಿ ಕಚ್ಚಿಡಿದ.

ಕವರ್ ಸಮೇತ ವ್ಯಂಗ್ಯ ಚಿತ್ರವನ್ನೆಸೆದ.

ಆಮೇಲೆ ತನ್ನಲ್ಲಿ ತಾನೇ ಸಮಾಧಾನಕ್ಕೆ ಬಂದ. ಈ ಅನಾವಶ್ಯಕವಾದ ಉದ್ವೇಗ ಸಮಯವನ್ನು ಹಾಳು ಮಾಡುತ್ತದೆಯೆನ್ನುವ ನಿರ್ಧಾರಕ್ಕೆ ಬಂದ.

ಅವನಿಗೆ ಕಾನ್ಸನ್‌ಟ್ರೇಟ್ ಆಗಿ ವರ್ಕ್ ಮಾಡಲಾಗಲಿಲ್ಲ.

ಸಂಜೆಯ ಮುಂದು ಸಿಟಿಗೆ ಹೊರಟ. ಮೈನ್ ರೋಡ್‌ನಲ್ಲಿ ಎದುರಾದದ್ದು ಮನೀಲಾ ಸೈಕಲ್. ಮುಂದೆ ಒಂದು ಪುಟ್ಟ ಹುಡುಗಿ. ಹಿಂದೆ ಹತ್ತರ ವಯಸ್ಸಿನ ಹುಡುಗ. ಸಲ್ವಾರ್ ಕಮೀಜ್ ತೊಟ್ಟ ಅವಳು ಪುಟ್ಟ ಹುಡುಗಿಯಂತೆ ಕಂಡಳು.

ಅವುಡು ಕಚ್ಚಿ ಛೀಮಾರಿ ಹಾಕಬೇಕೆಂದು ಕಾರಿನ ವೇಗ ಪೂರ್ತಿ ತಗ್ಗಿಸಿದ.

''ಹಲೋ'' ಎಂದವಳು ದಢಕ್ಕನೇ ಸೈಕಲ್‌ನಿಂದ ಇಳಿದವಳು ''ಕೊಡೋ ಉಲ್ಲಾಸ್'' ಅವನ ಕೈಯಲ್ಲಿದ್ದ ಟಿಕೆಟ್ ಪುಸ್ತಕ ತೆಗೆದುಕೊಂಡು ತಕ್ಷಣ ಬರೆದು ಅವನ ಮುಂದಿಡಿದಳು. ಆಗಲೇ ಕಾರು ಸ್ಟಾರ್ಟಿಂಗ್‌ನಲ್ಲೇ ನಿಂತಿದ್ದು ಅವನ ಗಮನಕ್ಕೆ ಬಂದಿದ್ದು ''ಕಾಲೋನಿಯಲ್ಲಿ ಹುಡುಗರಿಂದ ಕಲ್ಚರಲ್ ಪ್ರೋಗ್ರಾಂ. ಕಾರು ಇದ್ದವ್ರಿಗೆ 25 ರೂಪಾಯಿ, ಟೂ ವೀಲರ್ಸ್‌ಗೆ ಹತ್ತು ಹದಿನೈದು, ವೆಹಿಕಲ್‌ಗಳ ಕೆಪಾಸಿಟಿಯ ಮೇಲೆ ಸೈಕಲ್ ಇದ್ದವ್ರಿಗೆ ಐದು ರೂಪಾಯಿ, ಏನೂ ಇಲ್ಲದವ್ರಿಗೆ ಫ್ರೀ'' ರಶೀದಿ ಅವನ ಮುಂದೆ ಹಿಡಿದಳು.

ಉಲ್ಲಾಸ್ ಅವಳನ್ನು ಹಿಂದಕ್ಕೆ ಕರೆದ ''ಬೇಡ, ಹಾಗೆಲ್ಲ ಅವ್ರು ಹಣ ಕೊಡೋಲ್ಲ.'' ಒಂದು ತರಹ ಸಿಡಿಗುಂಡು ಪಿಸುಗುಟ್ಟಿದ. 'ಶ್ಯೂ' ಎನ್ನುವಂತೆ ಮುಖ ಮಾಡಿ ಮತ್ತೆ ಹೋದಳು.

ಅವನ ಕಣ್ಣುಗಳಲ್ಲಿ ಬೆಂಕಿಯ ಉಂಡೆಗಳಿದ್ದರೂ ಅವಳ ನೋಟ ಪ್ರಶಾಂತವಾಗಿತ್ತು.

''ಏನು ಇಲ್ಲಿಂದ ತಿಳ್ಕೊಳ್ಳೋಣ್ವಾ !'' ಮೆಲ್ಲಗೆ ಛೇಡಿಸಿದಳು. ''ಷಟಪ್'' ಎಂದವನು ಪರ್ಸ್ ತೆಗೆದು ಐವತ್ತರ ನೋಟು ಕೊಟ್ಟ ಮರುಕ್ಷಣವೇ ಅವಳನ್ನು ಸವರುವಂತೆ ಕಾರು ಮುಂದಕ್ಕೆ ಹೋಯಿತು.

ರಶೀದಿ, ಹಣ ಎರಡೂ ಅವಳ ಕೈಯಲ್ಲಿಯೇ ಉಳಿಯಿತು. ''ಛೇ'' ಉಲ್ಲಾಸ್ ಲೊಟಗುಟ್ಟಿದ ''ನಾನು ಹೇಳಿಲ್ವಾ, ಎಷ್ಟೊಂದು ಅಹಂಕಾರದ ಜನ. ಭಿಕ್ಷೆ ಅಂತ ತಿಳ್ಕೊಂಡ್ ಎಸ್ದು ಹೋಗಿದ್ದಾರೆ'' ತೀರಾ ಅವಮಾನಿತನಾದಂತೆ ನುಡಿದ.

''ಏನೋ, ಅರ್ಜೆಂಟ್ ಇರಬೇಕಷ್ಟೆ!'' ಸೈಕಲ್ ಹತ್ತಿದಳು.

ಮನೆಗೆ ಬಂದ ಮೇಲೂ ಅವಳಿಗೆ ಅದೇ ಯೋಚನೆ. ಶಮಂತ್ ಮುಖದ ಹಟಮಾರಿತನ, ಕಣ್ಣುಗಳಲ್ಲಿನ ಅಸಹನೆ, ಜನರಿಂದ ದೂರ ದೂರವಿರುವ ರೀತಿ ಅವಳಿಗೆ ಕುತೂಹಲದ ವಿಷಯವಾಗಿ ಅವಳು ಸಂಶೋಧನ ವಿದ್ಯಾರ್ಥಿಯಾದಳು. ಮತ್ತೆಲ್ಲ ವಿಷಯದ ಮೇಲೂ ಪರದೆ ಬಿದ್ದಂತಾಯಿತು.

ಅವಳೀಗ ಬಹಳ ಬಿಜಿ. ಮನೀಲಾ ಒಬ್ಬಳೇ ಅಲ್ಲ, ಇಡೀ ಕಾಲೋನಿಯನ್ನೇ ಒಂದು ಮನೆ ಎನ್ನುವಂತೆ ಒಂದುಗೂಡಿಸಿದಳು !

ಖರ್ಚಾದ ರಶೀದಿಗಳನ್ನು ಅಕೌಂಟ್ ಪುಸ್ತಕಕ್ಕೆ ಬರೆಯುತ್ತಿದ್ದವಳ ಕೈಯಲ್ಲೀಗ ಬಾಲ್ ಪೆನ್ ಕಿತ್ತುಕೊಂಡರು ಅಗ್ನಿಹೋತ್ರಿಗಳು.

"ಇವೊತ್ತಿಗೆ ಸಾಕು, ಹಾರ್ಲಿಕ್ಸ್ ಕುಡ್ದು ರೆಸ್ಟ್ ತಗೋ" ಪ್ರೀತಿಯಿಂದ ಹೇಳಿದರು. ಎದೆಯ ಮೇಲೆ ಕೈ ಇಟ್ಟುಕೊಂಡಳು "ಮೈಗಾಡ್, ಇನ್ನು ಎಷ್ಟೋ ಕೆಲ್ಸ ಇದೆ. ಈಗ್ಬಂದೆ, ಈ ಅಕೌಂಟ್ ಸರಿ ಮಾಡಿ ಮಾವ' ಓಡಿಯೇ ಬಿಟ್ಟಳು. ಹಾರ್ಲಿಕ್ಸ್ ಅವರ ಕೈಯಲ್ಲಿಯೇ ಉಳಿಯಿತು.

ಅವರ ಮನ ಭಾರವಾಯಿತು. ಕಣ್ಣಂಚಿಗೆ ಬಂದ ಹನಿ ಅಲ್ಲೇ ಉಳಿಯಿತು. ಅಪ್ರಯತ್ನವಾಗಿ 'ಈ ಚಟುವಟಿಕೆಗಳು ಅವಳ ಆಯಸ್ಸನ್ನು ಹೆಚ್ಚಿಸಲಿ' ಮನ ಹಾರೈಸಿತು.

ಮನೀಲಾ ಸೈಕಲ್ ನಿಂತಿದ್ದು ಪಂಚವಟಿಯ ಬಳಿಯಲ್ಲಿ. ಕಾಂಪೌಂಡ್ ಗೋಡೆಗೊರಗಿಸಿ ನಿಲ್ಲಿಸಿ ಗೇಟ್ ಮೇಲೆ ಸದ್ದು ಮಾಡಿದಳು.

"ಮಾಥುರ್... ಮಾಥುರ್" ಕೂಗಿದಳು.

ಗೇಟು ತೆಗೆದ ಮಾಲಿ ಒಂದು ತರಹ ಮುಖ ಮಾಡಿದ "ಮತ್ತೆ ಬಂದ್ರಾ ತಾಯಿ?" ಅವನ ಮಾತು ಕೇಳದಂತೆ ನುಗ್ಗಿದಳು ಹಾಲ್‌ವರೆಗೂ.

ಸಾಮೋಸಾಗೆ ಹಿಟ್ಟು ಕಲೆಸುತ್ತಿದ್ದ ಮಾಥುರ್ ಹೊರಗೆ ಬಂದ ಅದೇ ಕೈಯಲ್ಲಿ. ಮಾತಾಡಲು ಹೊರಟವನನ್ನು ಬೇಡವೆಂದು ಸನ್ನೆ ಮಾಡಿದಳು. "ನಿನ್ನ ಬಾಸ್ ಇದ್ದಾರ?" ಕೇಳಿದವಳು "ಅದೇ ಯಜಮಾನ್ರು" ಎಂದವಳು ಅವನ ಮಿದುಳಿಗೆ ಕೈ ಹಾಕಿದಳು ". ಯಜಮಾನ್ರು ಅಂದರೆ ಹೇಗಿರಬೇಕು ಗೊತ್ತಾ? ತಲೆ ನೆರೆತಿರಬೇಕು, ಮುಖದ ಮೇಲೆ ಕನಿಷ್ಠ ನಲವತ್ತರದಾದ್ರು ಸುಕ್ಕುಗಳು ಇರ್ಬೇಕು. ಕೋಪ, ಅಧಿಕಾರದ ಗಡಸು ಮಾತ್ರ ಇಷ್ಟೆ ಸಾಕು"

ಕೈ ನೋಡಿಕೊಂಡ ಮಾಥುರ್ "ಅದೆಲ್ಲ ಇರಲೀ, ಈಗ್ಬಂದ ವಿಷಯವೇನು ! ಯಜಮಾನ್ರು ಬೈತಾರೆ" ಕಸಿವಿಸಿಯಿಂದ ಹೇಳಿದ.

ಕೈಯೆತ್ತಿ ತಡೆದವಳು "ಎಲ್ಲಿದ್ದಾರೆಂತ ಹೇಳು. "ಅಷ್ಟು ಸಾಕು..." ದಡ ದಡ ಮೇಲೆತ್ತಿ ಹೋಗಿಬಿಟ್ಟಳು.

ದಿಗ್ಭ್ರಾಂತನಾದ ಮಾಥುರ್. ಈ ಯಜಮಾನನ ಪರಿಚಯ ಹತ್ತು ವರ್ಷದಷ್ಟು ಹಳೆಯದು. ಹತ್ತಾರು ನೌಕರರಲ್ಲಿ ಅವನು ಆಯ್ಕೆ ಮಾಡಿಕೊಂಡಿದ್ದು ಇವನೊಬ್ಬನನ್ನೆ. ಅವನಿಗೂ ಇಷ್ಟವಾಗಿತ್ತು ಕೂಡ. ಹತ್ತು ಜನರ ಮರ್ಜಿ ಅನುಸರಿಸುವ ಬದಲು ಶಮಂತ್‌ಗೆ ಇಷ್ಟವಾಗುವಂತೆ ನಡೆದುಕೊಂಡಿದ್ದರೇ ಸಾಕಿತ್ತು.

ಅಷ್ಟೇ ರಭಸವಾಗಿ ದೊಡ್ಡ ರೂಮು ಹೊಕ್ಕವಳು ಹೊಸ ಜಗತ್ತನ್ನು ಪ್ರವೇಶಿಸಿದಂತೆ ನಿಂತು ಬಿಟ್ಟಳು. ವಿವಿಧ ಜಾತಿಯ ಪಕ್ಷಿಗಳ ಅಪರೂಪಭಾವ ಭಂಗಿಯ ಬಣ್ಣದ ಭಾವಚಿತ್ರಗಳು.

ಆ ರೂಮಿನಲ್ಲಿ ಗಾಳಿ ಕೂಡ ಸ್ತಬ್ಧವಾದಂತಿತ್ತು, ಕ್ಷಣಗಳು ನಿಮಿಷಗಳಾಯಿತು. ಪ್ರಯತ್ನಪೂರ್ವಕವಾಗಿ ಚೇತರಿಸಿಕೊಂಡಳು.

“ಹಲೋ....” ಎಂದಳು.

ತನ್ನ ತಪಸ್ಸನ್ನ ಭಂಗ ಮಾಡಿದ ವ್ಯಕ್ತಿಯನ್ನು ಹಣೆಗಣ್ಣಿನಿಂದ ಸುಟ್ಟು ಬಿಡುವ ಮಹೇಶ್ವರನಾದ. ಅಕಸ್ಮಾತ್ ಶಮಂತ್‌ಗೆ ಹಣೆಗಣ್ಣಿದ್ದಿದ್ದರೇ ಅವಳು ನಗ್ನ

“ವ್ಹಾಟ್....” ಕೆಂಡಗಳು ಚಿಮ್ಮುತ್ತಿತ್ತು ಅವನ ಕಣ್ಣುಗಳಿಂದ. ಗಿರಿಜೆಯಂತೆ ಪ್ರಶಾಂತವಾಗಿ ಸ್ವೀಕರಿಸಿದ್ದವು ಅವಳ ನಯನಗಳು. “ಎಕ್ಸೈಟ್ ಆಗೋಂಥ ವಿಷಯವಲ್ಲ. ನಿಮ್ಗೇ ರಸೀದಿ, ಮಿಕ್ಕ ಹಣ ವಾಪ್ಸು ಕೊಡಬೇಕಿತ್ತು.” ಅವಳ ರೆಪ್ಪೆಗಳು ಅಲುಗದಂತೆ ಅಚಲವಾಗಿ ನಿಂತವು.

ಲಾವಾರಸದ ಮಧ್ಯೆ ನಿಂತ ಅನುಭವ ಅವನಿಗಾದರೂ ಕಚ್ಚಿಕೂತ ತುಟಿಗಳು ಸಹಕರಿಸಲಿಲ್ಲ ಅವನ್ನು ಹೊರಗೆ ಹಾಕಲು.

ಅತ್ಯಂತ ಶಾಂತವಾಗಿ ಸಹಜವಾಗಿ ರಸೀದಿ, ಹಣವನ್ನು ಅವನ ಎದುರಿಗಿದ್ದ ಮೇಜಿನ ಮೇಲಿಟ್ಟಳು.

“ನೀವು ಖಂಡಿತ ಪ್ರೋಗ್ರಾಂಗೆ ಬರ್ಬೇಕು....” ಹೇಳಿದಳು. ತಟ್ಟನೆ ಅವಳ ಕಣ್ಣುಗಳಲ್ಲಿ ತುಂಟತನ ಇಣುಕಿತು. “ಖಂಡಿತ... ಬರ್ತೀರಾ” ನಸು ನಕ್ಕಳು.

“ಷಟಪ್ ಅಂಡ್ ಗೆಟ್ ಔಟ್” ಬಾಗಿಲತ್ತ ಕೈ ತೋರಿದ. “ಐ ಡೋಂಟ್ ಲೈಕ್ ಇಟ್...” ಭುಸುಗುಟ್ಟಿದ.

ಬಾಗಿಲವರೆಗೂ ಹೋದವಳು ನಿಂತಳು. “ನಿಮ್ಮ ಬಗೆಗಿನ ನನ್ನ ಭಾವನೆಗಳಿಗೆ ಸ್ಪಷ್ಟ ರೂಪ ಕೊಡಲಾರ್ದೇ ಹೋಗ್ತಾ ಇದ್ದೀನಿ. ಪೊಸೆಸಿವ್‌ನೆಸ್ ಒಳ್ಳೆದಲ್ಲ.... ” ಅಷ್ಟೇ ರಭಸವಾಗಿ ಕೆಳಗಿಳಿದು ಬಂದವಳು ಮಾಥುರ್ ಮುಖ ನೋಡಿದ ಕೂಡಲೇ ಮಾಮೂಲು ಆದಳು.

ದೀರ್ಘವಾಗಿ, ವಿವರವಾಗಿ ನಡೆಸಲಿರುವ ಸಂಸ್ಕೃತಿ ಕಾರ್ಯಕ್ರಮದ ಬಗ್ಗೆ ಹೇಳಿದವಳು. ಎರಡು ಟಿಕೆಟ್‌ಗಳ್ನೂ ಮಾಥುರ್ ಕೈಗೆ ಕೊಟ್ಟಳು.

“ನೀನು, ಮಾಲಿ ಖಂಡಿತ ಬನ್ನಿ. ನಿಮ್ಮ ಯಜಮಾನ್ರು ಬರ್ತಾರೆ. ಮಾರುತಿಯಲ್ಲಿ ಹಿಂದೆ ಎರ್ಡು ಸೀಟುಗಳು ಖಾಲಿ ಇರುತ್ತೆ....” ಆಮೇಲಿನ ಅವಳ ನಗುವಿನಲ್ಲಿ ಮುಂದಿನ ಮಾತುಗಳು ಶಮಂತ್‌ನ ಕಿವಿಗಳು ತಲುಪಲಾರದೆ ಹೋದವು.

ತಳ್ಳಿ ಹಾಕಿದಷ್ಟು ಸಮಸ್ಯೆಯೆನಿಸಿದಳು. ಮೊದಲ ಸಲ ಅವನ ಬದುಕಿನಲ್ಲಿ 'ಡಿಸ್ಟರ್ಬ್' ಮಾಡಿದಳು. ಅವನ ತಂದೆ, ಒಡಹುಟ್ಟಿದವರು ಕೂಡ ಶಮಂತ್ ಬಗ್ಗೆ ಇಂಥ ರಿಸ್ಕ್ ತಗೊಂಡಿರಲಿಲ್ಲ.

ಇದೊಂದು ಐದು ನಿಮಿಷ ಮಾತ್ರ.

❑ ❑ ❑

ಸಂಜೆ ತುಸು ಬೇಸರದಿಂದ ಪೂರ್ತಿ ಕತ್ತಲಾದ ಮೇಲೆ ಓದುತ್ತಿದ್ದ ಪುಸ್ತಕವನ್ನು ಕೋಣೆಯಲ್ಲಿಯೇ ಬಿಟ್ಟು ಒಂಟಿಯಾಗಿ ಹೊರಬಿದ್ದ.

ಕಾಲೋನಿಗೆ ಬಂಗ್ಲೆಯೇನು ದೂರವಲ್ಲ. ಆದರೆ ಅಲ್ಲಿ ವಾಸಿಸುವ ಯಾವುದೇ ಜನರ ಮುಖ ಪರಿಚಯವು ಅವನಿಗಿಲ್ಲ. ಅಲ್ಲಿಗೆ ಬಂದ ಅವನ ಉದ್ದೇಶವೇ ಬೇರೆ. ಇದುವರೆಗೂ ಅನ್ವೇಷಿಸಲಾರದ ಪಕ್ಷಿ ಜಗತ್ತಿನ ವಿಸ್ಮಯ ರಾಷ್ಟ್ರೀಯ, ಅಂತರಾಷ್ಟ್ರೀಯ ಮಟ್ಟದಲ್ಲಿ ತೆರೆದಿಡಬೇಕು. ತಾನು ತೆಗೆದ ಚಿತ್ರಗಳು ಜಗತ್ತಿನ 'ಅಪೂರ್ವ'ದ ದಾಖಲಾತಿಗೆ ಸೇರ್ಪಡೆಯಾಗಬೇಕೆಂಬ ಹುಮ್ಮಸ್ಸು ಅವನದು.

ಒಂದು ಕಿಲೋಮೀಟರ್ ಕ್ರಮಿಸದ ಮುನ್ನವೇ ಮಾಥುರ್ ಬಂದ "ಫೋನ್... ಬಂದಿದೆ." ಅವನನ್ನ ಅಡಿಯಿಂದ ಮುಡಿಯವರೆಗೂ ನೋಡಿದ "ಇಟ್ಟು ಬಿಡು...." ಅವನ ದನಿಯಲ್ಲಿ ಅಸಹನೆ ಇತ್ತು.

"ಮುಖ್ಯವಾದ ವಿಷ್ಯ ಅಂದ್ರು" ಎಂದ.

ಸನ್ನೆಯ ಮೂಲಕ ಅವನನ್ನು ಹೋಗುವಂತೆ ಹೇಳಿ ಹಿಂದಕ್ಕೆ ಹೆಜ್ಜೆ ಹಾಕಿದ. ಅವನ ಕುತೂಹಲ ಕೆದಕಿರುವ ಪಕ್ಷಿ ಸಂಕುಲದ ವಿಷಯ ಬಿಟ್ಟು ಅವನಿಗೆ ಮಿಕ್ಕೆಲ್ಲ ಅಮುಖ್ಯವಾಗಿಯೇ ಕಾಣುತ್ತಿತ್ತು. ಭಾರತದಂಥ ವೈವಿಧ್ಯಮಯ ರಾಷ್ಟ್ರದಲ್ಲಿ ವಾಸಿಸುತ್ತಿದ್ದರೂ, ಇಲ್ಲಿನ ರಾಜಕೀಯದ ಏರುಪೇರುಗಳ ಬಗ್ಗೆ ಅವನಿಗೆ ಆಸಕ್ತಿ ಇಲ್ಲ.

"ಪ್ರಧಾನಿ ರಾಜಕೀಯ ವಿದ್ಯಮಾನಗಳಿಗೆ ಬೇಸತ್ತು ರಾಜೀನಾಮೆ ಕೊಟ್ಟರು" ಎನ್ನುವಂಥ ವಿಷಯವೇನು ಅವನನ್ನು ತಟ್ಟದು.

ಬೆಳಗಿನ ಜಾಗಿಂಗ್, ವ್ಯಾಯಾಮ ಪಂಚವಟಿಯಲ್ಲೇ ಅಂದರೂ ಕೆಲವು ಅಪರೂಪದ ದಿನಗಳಲ್ಲಿ ತನ್ನ ಕಿಟ್‌ಬ್ಯಾಗ್ ತರುವಂತೆ ಮಾಥುರ್‌ಗೆ ಹೇಳಿ ಸನಿಹದ ಕಾಡಿಗೆ ಜಾಗಿಂಗ್ ಹೋಗುತ್ತಿದ್ದ.

ತೆಗೆದಿಟ್ಟಿದ್ದ ಫೋನ್ ಮುಂದೆ ಮಾಥುರ್ ಮೌನವಾಗಿ ನಿಂತಿದ್ದ. ಎತ್ತಿದ್ದವನು ಮುಖ ಗಂಟಿಕ್ಕಿಯೇ "ಹಲೋ...." ಎಂದ. "ನಾನು, ಫೋನ್ ಹಿಡ್ದು ಎಷ್ಟೊತ್ತಾಯ್ತು ಗೊತ್ತಾ ಇಲ್ಲೇ ನಿಯರ್.... ಸಿಟಿಯಿಂದ ಅಂಥ ದೂರವೇನು ಅಲ್ಲ, ಗದ್ದೆಗಳ ಬದಿಯಲ್ಲಿ ಗೋವು ಹಕ್ಕಿಗಳ್ನ ಕಂಡೆ. ಬ್ಯೂಟಿಫುಲ್... ಬೇರೆ ಆ್ಯಂಗಲ್‌ನಲ್ಲಿ ಕ್ಲಿಕ್ಕಿಸೋ ಹಾಗಿದ್ರೆ.... ಬೆಳಿಗ್ಗೆ ಬೇಗ್ಬಾ" ಅನಿಲ್ ಹೇಳಿ ಫೋನಿಟ್ಟ.

ಮತ್ತೆ ಮನೆಯಿಂದ ಹೊರಗೆ ಹೋಗುವ ಮನಸ್ಸಾಗಲಿಲ್ಲ. ಸಿಂಗಾಪುರದ ಚುರೋಂಗ್ ಪಕ್ಷಿಧಾಮದಲ್ಲಿ ತೆಗೆದ ಫೋಟೋ ಆಲ್ಬಮ್‌ನ ಮುಂದಿಟ್ಟುಕೊಂಡ.

ಆ ಕೃತಕ ಪಕ್ಷಿಧಾಮವನ್ನ ನೋಡಿ ಬೆರಗಾಗಿದ್ದ. ಅದರ ಆಕರ್ಷಣೆಯಲ್ಲಿ ಸಿಂಗಾಪುರಕ್ಕೆ ಅವನು ಹೋಗಿದ್ದೆಷ್ಟು ಬಾರಿಯೋ.

ಬಣ್ಣದ ಗಿಡುಗ, ಹದ್ದು, ಗುಬ್ಬಚ್ಚಿ, ಟೂಕಾನ್ ಎಂಬ ಕೊಕ್ಕಿನ ಹಂಸ, ಕಪ್ಪು ಹಂಸ, ಬಿಳಿ ಕಾಗೆ – ಒಂದೇ ಎರಡೇ. ಜುರೋಕಿಂಗ್‌ನಲ್ಲಿನ ಅನುಭವ ಕೂತ ಕಡೆಯೇ ಮರುಕಳಿಸಿದಂತಾಯಿತು. ಅವನನ್ನು ಅಲ್ಲಿ ಹೆಚ್ಚಿಗೆ ಸೆಳೆದಿದ್ದು ವಿವಿಧ ಬಗೆಯ ಗಿಳಿಗಳು.

''ಡಿನ್ನರ್ ರೆಡಿಯಾಗಿದೆ'' ಮಾಥುರ್ ಸ್ವರ.

''ನನ್ನ ಮಧ್ಯೆ ಡಿಸ್ಟರ್ಬ್ ಮಾಡ್ಬೇಡಾಂತ ಎಷ್ಟು ಸಲ ಹೇಳಿಲ್ಲ!'' ಗದರಿಕೊಂಡ.

ಅಲ್ಲಾಡದೇ ಅಲ್ಲಿಯೇ ನಿಂತ ಮಾಥುರ್. ಕೆಲವು ತೊಂದರೆಗಳನ್ನು ಅವನು ನಿವೇದಿಸಿಕೊಳ್ಳಬೇಕಿತ್ತು.

''ಎರ್ಡು ಮಾತು ಆಡಬಹುದಾ !'' ಅವನ ಸ್ವರ ತಗ್ಗಿತು.

''ಏನದು....?'' ಆಲ್ಬಮ್‌ನ ಮುಚ್ಚಿಟ್ಟ.

ಇನ್ನಷ್ಟು ವಿನಯ ಮಾಥುರ್ ಮುಖದಲ್ಲಿ ಲೇಪಿತವಾಯಿತು. ''ಸದಾ ನೋಟ್ ಮಾಡ್ತಾ ಇರ್ತೀರಾ, ಇಲ್ಲ ಕ್ಯಾಮರ ಲೆನ್ಸ್‌ಗಳ ಮುಂದೆ ಹಾಕೊಂಡ್ ಕೂರ್ತೀರಾ ಅಥವಾ ಪುಸ್ತಕ ಹಿಡಿದಿರುತೀರಾ ! ಈ ಮೂರು ಸಂದರ್ಭದಲ್ಲೂ ಊಟ ತಿಂಡಿಗೆ ಡಿಸ್ಟರ್ಬ್ ಮಾಡ್ಬಾರ್ದೂಂದ್ರೆ....'' ರಾಗ ಎಳೆದ.

ಇಂದು ಅಪರೂಪಕ್ಕೆ ಶಮಂತ್ ನಕ್ಕುಬಿಟ್ಟ.

''ಬಂದೇ.... ನಡೀ'' ಮೇಲೆದ್ದ.

ಅವನ ಕಣ್ಣಿಗೆ ಮನೀಲಾ ಇಟ್ಟು ಹೋದ ರಸೀದಿ ಮತ್ತು ಚಿಲ್ಲರೆ ಬಿತ್ತು. ಮುಖ ಬಿಗಿದುಕೊಂಡಿತು. ನಂತರ ನಿಧಾನವಾಗಿ ಸಡಿಲವಾಯಿತು. ಸುಂದರ 'ಮೈನಾ' ಹಕ್ಕಿಯ ನೆನಪಾಯಿತು.

ಜಾತಿ ಹಕ್ಕಿಗಳಲ್ಲಿ ಮೈನಾ ಅತ್ಯಂತ ಸುಂದರ. ಹೊಳೆಯುವ ಕಪ್ಪು ಕಲೆ, ಕುತ್ತಿಗೆ, ರೆಕ್ಕೆ ಮತ್ತು ಬಾಲ. ಉಳಿದಂತೆ ಗುಲಾಬಿ ಬಣ್ಣ. ನೈರುತ್ಯ ಯೂರೋಪಿನಲ್ಲಿ ವಾಸವಾಗುವ ಇವು ಚಳಿಗಾಲದಲ್ಲಿ ಭಾರತಕ್ಕೆ ವಲಸೆ ಬರುತ್ತವೆ.

ಖುಷಿಯಿಂದ ಗೋಡೆಯ ಮೇಲೆ ನೇತುಹಾಕಿದ್ದ ಅವನ ಛಾಯಾಗ್ರಹಣದ ಫೋಟೋ ನೋಡಿದ. ಗುಲಾಬಿ ಮೈನಾದಲ್ಲಿ ಮನೀಲಾ ಮುಖ ಕಂಡಂತಾಯಿತು ಎರಡು ಕ್ಷಣ ಮಾತ್ರ.

ಬಹಳ ನಿಧಾನವಾಗಿ ಡಿನ್ನರ್ ಮುಗಿಸಿ ಹೊರಬಂದ. ಅವನ ಅಪೂರ್ವ ಕನಸಿನ, ಕಲ್ಪನೆಯ ಪಂಚವಟಿ ಪಕ್ಷಿಗಳ ವಾಸಕ್ಕೆಂದು ಗೂಡುಗಳನ್ನ ಕೂಡ ನಿರ್ಮಿಸಿದ್ದ. ಈಗ ಒಂದು ದಟ್ಟವಾದ ಕಾಡನ್ನು ಹೊಕ್ಕಂತಾಗಿತ್ತು.

ವಿವಿಧ ಜಾತಿಯ ಪಕ್ಷಿಗಳು ಅಲ್ಲಿ ಬಂದು ವಾಸ ಮಾಡುತ್ತಿತ್ತು. ಆಗಾಗ ವಲಸೆ

ಬರುವ ಅಪರೂಪದ ಹಕ್ಕಿಗಳ ಜಾತಿಯು ಉಂಟು. ಅವನ ಅಭ್ಯಾಸ, ಅಧ್ಯಯನಕ್ಕೆ ಯೋಗ್ಯವಾಗುವಂತೆ ಪಂಚವಟಿ ನಿರ್ಮಿತವಾಗಿತ್ತು.

ಮಾಲಿಯ ವಾಸವು ಅಲ್ಲೇ ಆಗಿತ್ತು. ದೂರದಲ್ಲಿ ನಿಂತವನನ್ನ ಕೈಸನ್ನೆಯಿಂದ ಹತ್ತಿರಕ್ಕೆ ಕರೆದ.

"ಆ ಹುಡ್ಗೀನ ಯಾಕೆ ಒಳಗಡೆ ಬಿಟ್ಟೆ?" ಕೇಳಿದ.

ಅವನ ತಲೆ ಸ್ವಲ್ಪ ತಗ್ಗಿತು. ಗಂಟಲು ಸರಿ ಮಾಡಿಕೊಂಡ. ಸರಿಯಾಗಿ ನಿಂತ. ಉಗುಳು ನುಂಗಿದ.

"ನನ್ನ ಪ್ರಶ್ನೆಗೆ ಉತ್ತರ ಹೇಳು ?" ರೇಗಿದ.

"ನನ್ನ ಬಿಡ್ಲಿಲ್ಲ, ಆದ್ರೆ ತಳ್ಳಿಕೊಂಡ್ಬಂದ್ರು" ಅವನ ಕಂಠ ಕಂಪಿಸಿತು. "ನೀನು ಬೋಲ್ಟ್ ತೆಗೆದ ಮೇಲೆ ತಾನೇ ಬರೋಕೆ ಸಾಧ್ಯ" ತೀಕ್ಷ್ಣವಾಗಿತ್ತು. ನಿಸ್ಸಾಯಕತೆ ಅವನ ಕಣ್ಣಲ್ಲಿ ಮಿಂಚಿತು.

"ಮತ್ತೆ ಯಾವಾಗ್ಲೂ ತೆಗೀಬೇಡ" ಆಜ್ಞಾಪಿಸಿದ. ಸುಪ್ರೀಮ್ ಕೋರ್ಟು ತೀರ್ಮಾನದಂತೆ. ಮಾಲಿ ತೋಡಿಕೊಂಡ. "ತೆಗೀಲಿಲ್ಲಾಂದ್ರೆ...... ದಬ ದಬ ಗುದ್ದುತ್ತಾರೆ. ಆವೊತ್ತು ಕೈಯಲ್ಲಿ ರಕ್ತ ಬಂದುಬಿಡ್ತು" ಹ್ಲೂಗುಟ್ಟಿದ.

ಅಂದು ಅವಳ ಅಂಗೈ ಅಂಚಿಗೆ ಪ್ಲಾಸ್ಟರ್ ಹಾಕಿಸಿಕೊಂಡಿದ್ದನ್ನು ನೆನಪಿಸಿಕೊಂಡ.

ಏನೂ ಹೇಳಲಾರದೆ ಒಳಗೆದ್ದು ಹೋದ.

ನಿದ್ದೆಯಲ್ಲಿ ಅವನು ಕನವರಿಸಿಕೊಂಡಿದ್ದು ಗೋಪು ಹಕ್ಕಿಯ ಜೀವನ ವೃತ್ತಾಂತ ವನ್ನು. ಸಂತಾನೋತ್ಪತ್ತಿಯ ನಂತರ ಬಣ್ಣ ಬದಲಾಯಿಸುವುದೇ ಇದರ ವೈಶಿಷ್ಟ್ಯ.

❑ ❑ ❑

ಕಾಲೇಜಿನಲ್ಲಿ ವಿದ್ಯಾರ್ಥಿಗಳ ಪ್ರತಿಯೊಬ್ಬರ ಧೈರ್ಯ, ಧೋರಣೆ ಅಂಬೀಷನ್ ತಿಳಿಯಲು ಅನಿಲ್ ಪ್ರಶ್ನಿಸಿದ.

ಡಾಕ್ಟರ್ ಆಗಬೇಕೆಂದವರು ಬಹು ಸಂಖ್ಯೆಯಲ್ಲಿದ್ದರು. ಇಂಜಿನಿಯರ್ ಆಗಬೇಕೆಂಬವರ ಸಂಖ್ಯೆಗೆ ಸ್ವಲ್ಪ ಅಂತರ ಅಷ್ಟೆ. ಐ.ಪಿ.ಎಸ್. ಮತ್ತು ಐ.ಎ.ಎಸ್., ಐ.ಪಿ.ಎಸ್. ಮಾಡಬೇಕೆನ್ನುವವರ ಸಂಖ್ಯೆ, ಅವೆರಡರ ಹೋಲಿಕೆಗಿಂತ ಕಡಿಮೆ ಇದ್ದರೂ ಮೂರು ನಾಲ್ಕು ಜನರನ್ನು ಬಿಟ್ಟು ಯಾರು ಆತ್ಮವಿಶ್ವಾಸದಿಂದ ಹೇಳಿದಂತಿರಲಿಲ್ಲ.

"ಯು...." ಮನೀಲಾಳೆಡೆ ಬೆಟ್ಟು ತೋರಿದಾಗ ಅವಳೇನು ಗಾಬರಿಯಾಗ ದಿದ್ದರೂ "ಸೋ ನಂಗೇನಾಗ್ಬೇಕೆಂಬ ಉದ್ದೇಶವು ಇಲ್ಲ" ತಟ್ಟನೇ ನುಡಿದಿದ್ದಳು.

ಆದರಿಂದೇನು ವಿಚಲಿತನಾಗದೇ ನಗುನಗುತ್ತ ಮತ್ತೊಂದು ಪ್ರಶ್ನೆ ''ಯು ಬಿ ಕಮ್ ಎ ಗುಡ್ ವೈಫ್ ಅಂಡ್ ಮದರ್....'' ಎಂದಕೂಡಲೇ ಅತ್ಯಂತ ಶಾಂತವಾಗಿ ''ನೋ.... ನೆವರ್....'' ಅವಳ ಕಣ್ಣುಗಳಲ್ಲಿ ಹನಿಗೂಡಿದ್ದು ಯಾರಿಗೂ ಕಾಣಲಿಲ್ಲ. ಅಷ್ಟು ಎಚ್ಚರವಹಿಸಿತೇನೋ ಅವಳ ಕಾನ್ಷಿಯಸ್.

''ಪ್ಲೀಸ್ ಸಿಟ್‌ಡೌನ್ ಮನೀಲಾ.... ಯಾವ್ದೇ ಪರ್‌ಪಸ್ ಇಲ್ದೇ ಕಾಲೇಜಿಗೆ ಬರೋದು.... ಎಕ್ಸ್‌ಪೀರಿಯನ್ಸ್....'' ಅರ್ಥಪೂರ್ಣವಾದ ಕೇಳಿಕೆ. ಮತ್ತದೆ ಉತ್ತರ. ''ಟೈಮ್ ಪಾಸ್‌ಗೋಸ್ಕರ'' ಎದ್ದು ನಿಂತು ಹೇಳಿದವಳು ಕೂತುಕೊಂಡುಬಿಟ್ಟಳು. ಅವಳ ಅಂತರಂಗದಲ್ಲಿ ಭಯಂಕರ ವಿಪ್ಲವ. ಆದರಿಂದ ಹೊರಬರಲಾರದ ಚಡಪಡಿಕೆ.

ವಿದ್ಯಾರ್ಥಿಗಳ ನಗೆ ಚಾಟಿಕೆ, ಗುಸುಗುಸು ಮಾತುಗಳನ್ನು ಅವಳು ಗಮನಿಸುವ ಸ್ಥಿತಿಯಲ್ಲಿಲ್ಲ.

''ಎಕ್ಸ್‌ಕ್ಯೂಜ್ ಮೀ..... ಸರ್'' ಹೊರಗೆದ್ದು ನಡೆದುಬಿಟ್ಟಳು.

ಕಾರಿಡಾರ್ ದಾಟುವುದು ಕೂಡ ಅವಳಿಗೆ ಸುಲಭವೆನಿಸಲಿಲ್ಲ. ಸುತ್ತಲೂ ಕತ್ತಲು. ನೋಟ ಶೂನ್ಯದಲ್ಲಿ ಜೋಲಿಯೊಡೆದಂತಾಯಿತು.

ಪ್ರಜ್ಞೆ ಮರಳಿದಾಗ ಅವಳು ಮನೆಯ ಮಂಚದ ಮೇಲಿದ್ದಳು. ನಾಲ್ಕಾರು ಗಂಟೆಗಳೇ ಅವಳಿಗೆ ಎಚ್ಚರವಿರಲಿಲ್ಲ.

''ಹಾಯ್.... ಮನೀಲಾ'' ಅಗ್ನಿಹೋತ್ರಿಗಳು ಕೆನ್ನೆ ತಟ್ಟಿದರು. ಆ ಸಮಯದಲ್ಲೂ ಅತ್ಯಂತ ಸುಂದರವಾದ ನಗೆ ಬೀರಿದಳು. ''ಮಾವ, ಉಲ್ಲಾಸ್ ಅರುಣ ಬಂದಿದ್ರಾ ? ಹಾಡಿನ ಪ್ರಾಕ್ಟೀಸ್, ನಾಟ್ಯದ ಪ್ರಾಕ್ಟೀಸ್...'' ಅವಳ ಚಿತ್ತವನ್ನೇ ಬೇರೆಡೆ ಹರಿಸಿದಳು. ಕೆಲವೊಮ್ಮೆ ಪ್ರಯತ್ನಪೂರ್ವಕವಾಗಿ ನಟಿಸುತ್ತಿದ್ದಳು. ಅದರಲ್ಲಿ ತಾದಾತ್ಮ್ಯಭಾವ ಹೊಂದುತ್ತಿದ್ದಳು. ಇದು ಅವಳ ಆಯಸ್ಸಿನ ಪ್ರಮಾಣ ಹೆಚ್ಚಲು ಸಹಕಾರಿಯಾಗುತ್ತಿತ್ತು.

''ಎಲ್ಲಾ ಸರ್ರ್ಯಾಗಿದೆ. ಡೋಂಟ್ ವರೀ.... ಒಂದಿಷ್ಟು ಹಾರ್ಲಿಕ್ಸ್ ಕುಡಿ...'' ಹಣೆಯ ಮೇಲೆ ಹರಡಿದ ಮುಂಗುರುಳನ್ನು ಹಿಂದಕ್ಕೆ ಸರಿಸುತ್ತ ''ಒಬ್ಬ ಕೋತಿ ಆಡಿಸುವವ ನಿನ್ನ ಹುಡಿಕ್ಕೊಂಡು ಬಂದಿದ್ದ'' ತಟ್ಟನೇ ಮೇಲೆದ್ದುಕೂತಳು.

ಬಹಳ ಎಚ್ಚರದಿಂದ ಅವಳ ಮುಖದ ಭಾವನೆಗಳನ್ನು ಗಮನಿಸುತ್ತಿದ್ದ ಅಗ್ನಿಹೋತ್ರಿ ಹಣೆಯಂಚಿನಲ್ಲಿ ಪುಟ್ಟ ಮಣಿಗಳಂತೆ ಬೆವರಿನ ಬಿಂದುಗಳು ಶೇಖರವಾದವು.

''ಇರೋಕೆ ಹೇಳಿದ್ದೀನಿ, ನೋಡ್ತೀಯಾ...'' ಬಲವಂತವಾಗಿ ನುಂಗಿದರು ಉಗುಳನ್ನು

ಕೋತಿಗಳ ನೆನಪೆ ಉಲ್ಲಸಿತಳನ್ನಾಗಿ ಮಾಡಿತು ಅವಳನ್ನು, ಮೇಲಕ್ಕೆದ್ದಳು. ಹತ್ತು ಹೆಜ್ಜೆ ಆರಾಮಾಗಿ ಮುಂದಕ್ಕೆ ಹೋದ ಮೇಲೆ ಅವರೆದೆಯ ಭಾರ ಕಮ್ಮಿ ಆಗಿದ್ದು.

ಮುಂದಿನ ಜಗುಲಿಯ ಮೇಲೆ ಹೋಗಿ ಕೂತಳು ಮನೀಲಾ. ಅವಳ ತಲೆಯಲ್ಲಿ ವಿಚಿತ್ರ ಸದ್ದುಗಳ ಆವಿಷ್ಕಾರ.

''ಮನ್ನೀ, ಪಂಚವಟಿ ಕಾರು ಪಂಕ್ಚರ್ ಮಾಡ್ದೇ'' ಉಲ್ಲಾಸ್ ಬಂದು ಅವಳ ಕಿವಿಯಲ್ಲಿ ಉಸುರಿದ. ಬಿಸಿಲಿಗೆ ಕರಗುವ ಮಂಜಿನಂತೆ ಮಾಯವಾಯಿತು ಅವಳ ಮುಖದ ಬಳಲಿಕೆ ''ಷೂರ್...'' ಅವನ ಕೈ ಹಿಡಿದುಕೊಂಡು ''ಗುಡ್, ಹಿಪೋಕ್ರಿಟ್ ತರಹ ಆಡ್ತಾರೆ'' ಆಮೇಲೆ ಅವಳ ಮಿದುಳಿನಲ್ಲಿ ಹಾಯ್ದಿದ್ದು ಪಂಚವಟಿಯ ಚಿತ್ರ. ಹಾಯೆನಿಸಿತು.

ಅಷ್ಟರಲ್ಲಿ ಕೋತಿ ಆಡಿಸುವವನು ಬಂದ.

ಗದ್ದಕ್ಕೆ ಕೈಯೂರಿ ಕೂತ ಮನೀಲಾ ''ಹೇಗಿದ್ದಾರೆ, ನಿನ್ನ ರಾಮ, ಸೀತೆ ?'' ಅವುಗಳತ್ತ ನೋಟ ಹರಿಸಿದಳು.

ರಾಮನಿಗೆ ಬಣ್ಣ ಬಣ್ಣದ ಷರಟು, ಸೀತೆಗೆ ಒಂದು ತುಂಡು ಡಿಸೈನಿನ ಫ್ರಾಕ್. ಹಣೆಯಲ್ಲಿ ಉದ್ದವಾದ ಕುಂಕುಮದ ನಾಮ ಎಳೆದಿದ್ದ.

''ಅಮ್ಮ, ನಮ್ಮ ರಾಮ, ಸೀತೆಯ ಮದ್ವೆ ಆಟ ನೋಡ್ತೀರಾ'' ಅವಳ ಪ್ರಶ್ನೆಗೆ ಉತ್ತರಿಸದೆಯೇ ತನ್ನ ಆಟದ ಮೊದಲ ಕರಾಮತ್ತು ಪ್ರಾರಂಭಿಸಿ ಬಿಟ್ಟ.

ಅವರಿವರು ಬಂದು ಕೂಡಿದರು. ಹುಡುಗರಂತೂ ಮನೀಲಾ ಸುತ್ತಮುತ್ತಲೂ ಸೇರಿಬಿಟ್ಟರು.

ಸೀತೆ, ರಾಮನನ್ನು ನೋಡಿ ನಾಚುವುದು. ಹಾರ ಹಾಕುವುದು. ಅವರಿಬ್ಬರ ಸಡಗರದ ಮದುವೆಗೆ ನೆರದ ಹುಡುಗರೆಲ್ಲ ಚಪ್ಪಾಳೆ ಹಾಕಿದರು.

ಇಪ್ಪತ್ತರ ಒಂದು ನೋಟನ್ನು ರಾಮನ ಕೈಗೆ ಕೊಟ್ಟರು ಅಗ್ನಿಹೋತ್ರಿ. ಅಷ್ಟಿಷ್ಟು ಅವನ ಪಾತ್ರೆ ಸೇರಿತು.

''ಅಮ್ಮಾವ್ರ ಮದ್ವೆಗೆ ನಾನು ಎಲ್ಲಿದ್ರೂ ಬರ್ತೀನಿ, ಬುದ್ಧಿ'' ಸಲಾಂನೊಂದಿಗೆ ಹೇಳಿದವನು. ''ಮನೀಲಾ ಅಮ್ಮಾವರದು ಸೀತೆಯಂಥ ರೂಪು. ರಾಮನಂಥ ಗಂಡ ಸಿಕ್ತಾನೆ'' ಪ್ರೀತಿ, ಗೌರವ, ಅಭಿಮಾನದಿಂದ ನಗೆಯಾಡಿದ.

ಅವಳ ಮನಸ್ಸಿನಲ್ಲಿ ಎಂದೂ ಮದುವೆಯ ಸುದ್ದಿ ಹೊಕ್ಕಿದ್ದೇ ಇಲ್ಲ. ಹಿರಿಯರಾಗಿದ್ದ ಅಗ್ನಿಹೋತ್ರಿಗಳು ಕೂಡ ತಮಾಷೆಗೂ ಅದರ ಪ್ರಸ್ತಾಪ ಮಾಡಿರಲಿಲ್ಲ. ಯಾಕೆ ? ಕಾರಣ ಸ್ಪಷ್ಟವಿತ್ತು.

''ನಂಗೆ ಮದುವೇನೇ ಆಗೋಲ್ಲ'' ತಟ್ಟನೆ ನುಡಿದುಬಿಟ್ಟಳು. ಅವನು

ಸುಮ್ಮನಾಗಲಿಲ್ಲ. "ರಾಮಾ ಬಿಟ್ಟಾನಾ, ಶಿವ ಧನಸ್ಸನ್ನು ಮುರಿದವ್ರಿಗೆ ನಿಮ್ಮ ಮನಸ್ಸು ಗೆಲ್ಲೋದು ಕಷ್ಟವಾ ! ಆಗ ನನ್ನ ಹೆಂಡ್ತಿಗ್ಗೊಂದು ಸೀರೆ ಕೊಡ್ಬೇಕರವ್ವಾ" ಎಂದ.

ಒಳಗೆದ್ದು ಹೋದ ಮನೀಲಾ ಬೀರುವಿನಲ್ಲಿದ್ದ ಒಂದು ಗಾರ್ಡನ್ ಸೀರೆ ತಂದುಕೊಟ್ಟಳು.

"ಆಗ್ದೇ ಇರೋ ಮದ್ವೆಗಾಗಿ ನೀನು ಕಾಯೋದ್ಬೇಡ"

ಹೃದಯ ಕಿತ್ತು ಅವರಿಗೆ ಬಾಯಿಗೆ ಬಂದಂತಾಯಿತು. ಅಗ್ನಿಹೋತ್ರಿಗಳು ಇನ್ನು ಅವನಿಗೆ ಹೊರಡಲು ಸನ್ನೆ ಮಾಡಿದರು. "ಏನೋ ಗಲಾಟೇಂತ ಪೋಲೀಸ್‌ನೋರು ಬಂದಾರು, ನೀನ್ಹೋಗು..." ಅವನನ್ನ ಕಳುಹಿಸಿದ ನಂತರವೇ ಅವರು ಒಳಗೆ ಹೋಗಿದ್ದು.

ಎರಡು ಆಘಾತಗಳು ಮನೀಲಾ ಸಾವನ್ನು ದೃಢಪಡಿಸಿತ್ತು. ಅವಳ ಭವಿಷ್ಯದ ಬಗ್ಗೆ ಕನಸು ಕಂಡು ನಿರಾಶರಾಗುವುದು ಅವರಿಗೆ ಬೇಕಿಲ್ಲ.

ಒಂಟಿಯಾಗಿ ಒಳಗೆ ಬಂದ ಸಂಜೀವಯ್ಯನಿಗೆ ಮನೀಲಾ ಬಗ್ಗೆ ಯಾವುದೋ ಗುಟ್ಟು ಅಡಗಿದೆಯೆನಿಸಿತು. ತಿಳಿಯುವುದು ಅವರಿಗೂ ಕೂಡ ಬೇಡವಾಗಿತ್ತು.

"ಅಗ್ನಿಹೋತ್ರಿಗಳೆ.... " ಎಂದರು ಮೆಲ್ಲಗೆ.

ಜಾರಿಯೇ ಬಿಟ್ಟ ಕಣ್ಣೀರನ್ನು ತೊಡೆದುಕೊಂಡ ಅವರು ಇತ್ತ ತಿರುಗಿದರು. ಮುಖವೆಲ್ಲ ತುಂಬಿಕೊಂಡ ವಿಷಾದದ ಛಾಯೆ.

"ಏನು ಕೇಳೋಲ್ಲ, ನಮ್ಮಿಂದ ಮನೀಲಾಗೋಸ್ಕರ ಏನಾದ್ರೂ ಸಹಾಯ ಬೇಕಾದ್ರೆ... ಮಾಡೋಕೆ ಸಿದ್ಧ" ಎರಡು ಕೈಗಳನ್ನು ಜೋಡಿಸಿದರು ದೀನರಾಗಿ.

ಆ ಎರಡು ಕೈಗಳನ್ನು ಹಿಡಿದುಕೊಂಡ ಅಗ್ನಿಹೋತ್ರಿಗಳು. "ಬೇಸರ, ಆಘಾತ... ಅವುಗಳಿಂದ ಅವು ಯಾವಾಗ್ಲೂ ಮುಕ್ತಳಾಗಿರಬೇಕಷ್ಟೆ" ತಟ್ಟನೇ ಕೋಣೆಯೊಳಕ್ಕೆ ಹೋಗಿಬಿಟ್ಟರು.

ಆಮೇಲೆ ಒಂದು ಗಂಟೆಯ ವೇಳೆಗೆ ಹಾರುವ ನಡಿಗೆಯಲ್ಲಿ ಬಂದಳು. "ಮಾವ, ಸಿಟಿಗೆ ಹೋಗ್ಬೇಕು. ಏನೇನೋ ತರೋದಿದೆ..." ಬಟ್ಟೆ ಬದಲಾಯಿಸಲು ತನ್ನ ಕೋಣೆಗೆ ಹೋದಳು.

ಮನೀಲಾ ಈಗ ಸೈಕಲ್ ಹತ್ತುವುದು ಅವರಿಗೆ ಬೇಡವಾಗಿತ್ತು. ಎರಡು ಚಕ್ರಗಳ ಗಾಳಿಯನ್ನು ಬಿಟ್ಟರು ತೆಪ್ಪಗೆ.

ಆಕಾಶ ನೀಲಿಯ ಬಣ್ಣದ ಕುರ್ತಾ, ಪೈಜಾಮ ತೊಟ್ಟ ಅವಳು ಗಗನದಲ್ಲಿ ಹಾರಾಡುವ ಸುಂದರ ಹಕ್ಕಿಯಂತೆ ಕಂಡಳು.

"ಸಿಟಿಯಿಂದ ಮನೆಗೆ ಏನಾದ್ರೂ ತರ್ಬೇಕಾ?" ನೋಟುಗಳನ್ನ ಪರ್ಸ್‌ನೊಳಕ್ಕೆ

ತುರುಕುತ್ತ ಕೇಳಿದಳು. "ಏನಿಲ್ಲ ಹೋಗೋಂತ ಅರ್ಜೆಂಟ್ ಇದ್ಯಾ ?" ಮುಖದ ಮುಂದೆ ಮ್ಯಾಗಝೀನ್ ಹಿಡಿದರು.

ಸೈಕಲ್ ಚಕ್ರಗಳನ್ನು ನೋಡಿ ಬಂದವಳು, "ಮಾವ, ನನ್ನ ಸೈಕಲ್ ಪಂಕ್ಚರ್ ಆಗಿದೆಯಲ್ಲ !" ಅವರು ತಮ್ಮ ಕೈಯಲ್ಲಿನ ಪೇಪರ್ ಕೆಳಗಿಳಿಸಿದರು. ಮುಖದ ತುಂಬ ಆಶ್ಚರ್ಯ ತುಂಬಿಕೊಂಡು "ಆಗಿರಬಹುದು, ನೀನು ಸೈಕಲ್ ತುಳ್ಯೋ ರಭಸಕ್ಕೆ ದಿನಕ್ಕೆ ಹತ್ತು ಸಲವಾದ್ರೂ ಪಂಕ್ಚರ್ ಆಗುವ ಸಾಧ್ಯತೆ ಇದೆ."

ಅವರ ಪಕ್ಕದಲ್ಲಿ ಕೂತ ಮನೀಲಾ "ಇಂಟ್ರಾಗೇಷನ್ ಮಾಡಿದ್ರೆ ಹೇಗೆ? ತಪ್ಪು ಸಾಬೀತು ಆಗುತ್ತೆ. ನೀವೇ ಚಕ್ರಗಳಲ್ಲಿ ಗಾಳಿ ಬಿಟ್ಟಿದ್ದೀರಾ !" ಅವಳ ಆರೋಪ. ಪ್ರಬಲವಾಗಿ ವಾದ ಮಾಡಿಯಾದರೂ ಅವಳನ್ನು ಎಲ್ಲಿಗೂ ಕಳಿಸದಂತೆ ಉಳಿಸಿಕೊಳ್ಳಬೇಕಿತ್ತು. "ಓ. ಕೇ., ನಾನು ತಯಾರು. ಯಾರು ಇಂಟ್ರಾಗೇಷನ್ ಮಾಡೋರು ?" ಅವಳನ್ನು ಮಾತಿಗೆ ಹಚ್ಚಿದರು.

ಮನೀಲಾಗೆ ಅದು ಅರ್ಥವಾಯಿತು ಕೂಡ.

"ಎಲ್ಲೂ ಹೋಗೋಲ್ಲ, ನನ್ನ ಸೈಕಲ್ ಚಕ್ರಗಳಿಗೆ ಗಾಳಿ ತುಂಬಬೇಕು" ಕೂತುಬಿಟ್ಟಳು. ಅವಳ ಮೈಯಲ್ಲಿ ನಿತ್ರಾಣವಿತ್ತು.

ಆ ಕೆಲಸವನ್ನು ಅಗ್ನಿಹೋತ್ರಿಗಳು ಮಾಡಿದರು.

ಪವಲಕುಡಿ ಈ ಮನೆಯ ಎಲ್ಲಾ ಕೆಲಸಗಳನ್ನೂ ಮಾಡುತ್ತಿದ್ದಳು. ತುಂಬ ಅಚ್ಚುಕಟ್ಟು, ಮಾತು ಆಡಿಸಿದರೆ ಉಂಟು, ಇಲ್ಲದಿದ್ದರೆ ಇಲ್ಲವೇ ಇಲ್ಲ. ಒಂದು ರೀತಿಯಲ್ಲಿ ಅವಳು ಮೂಗಿಯೇ.

ರಾತ್ರಿಯ ಅಡಿಗೆ ಮಾಡಿಟ್ಟು ಬಂದು ಮೌನವಾಗಿ ನಿಂತಳು. ತಮ್ಮ ಅನುಭವಗಳನ್ನು ಹೇಳುತ್ತಿದ್ದ ಅಗ್ನಿಹೋತ್ರಿ ಹಠಾತ್ತನೆ ನಿಲ್ಲಿಸಿ ಅವಳತ್ತ ತಿರುಗಿದರು.

ಹಳೆಯ ಐದು ರೂಪಾಯಿ ನೋಟನ್ನ ಟೀಪಾಯಿ ಮೇಲಾಕಿ "ರಸೀದಿ... ಕೊಡಮ್ಮ" ಎಂದಳು ನೋಟವನ್ನ ನೆಲದಲ್ಲಿಟ್ಟು.

ಅಗ್ನಿಹೋತ್ರಿಗಳಿಗೆ ಅರ್ಥವಾಗದಿದ್ದರೂ ಮನೀಲಾಗೆ ಅರ್ಥವಾಯಿತು. ನೋಟನ್ನು ಅವಳ ಕೈ ತೆಗೆದು ಅಂಗೈಯಲ್ಲಿಟ್ಟು ಅಭಿಮಾನದಿಂದ ನೋಡಿದಳು.

"ನೀನೇನು... ಕೊಡ್ಬೇಕಿಲ್ಲ!"

ಅವಳ ಮುಖದಲ್ಲಿ ಮೊದಲು ಮುಜುಗರ ವ್ಯಕ್ತವಾದರೂ, ಕೊನೆಗೆ ಕಣ್ಣೀರಿನ ರೂಪ ತಳೆಯಿತು.

"ಮೈ ಗಾಡ್..." ಹಾಗೆಯೇ ಇದ್ದ ಅವಳ ಅಂಗೈನಲ್ಲಿದ್ದ ಐದರ ನೋಟು ಎತ್ತಿಕೊಂಡು "ಹೊತ್ತಾಯ್ತು, ಈಗ ರಸೀದಿ ಕೊಡ್ತೀನಿ" ಕುಣಿಯುತ್ತ ತನ್ನ ರೂಮಿಗೆ ಹೋದಳು.

ಸದಾ ನೆಲವನ್ನೇ ನೋಡುತ್ತ ಸಮಯ ಕಳೆಯುವ ಹೆಣ್ಣಿನ ಬದುಕು ಪೂರ್ತಿ ಕತ್ತಲು. ಅದಕ್ಕೆ ಸೂರ್ಯನನ್ನು ನೋಡಲು ಅವಳಿಗಿಷ್ಟವಿಲ್ಲವೆಂದು ಕೊಂಡರು.

ರಸೀದಿ ಕೊಟ್ಟ ನಂತರವೇ ಅವಳು ಹೋಗಿದ್ದು.

''ಬಹುಶಃ ಪವಲಕುಡಿ ಬದುಕೊಂದು ದುರಂತದ ಕತೆ ಇರಬಹುದು. ಮನುಷ್ಯರ ಮುಖಗಳಿಗಿಂತ ಭೂಮಿ ನೋಡಿ ಬದುಕೋದು ಕಲೀತಿದ್ದಾಳೆ'' ಅನ್ಯ ಮನಸ್ಕತೆಯಿಂದ ನುಡಿದರು ಅಗ್ನಿಹೋತ್ರಿ.

ರಾತ್ರಿ ಮಲಗಿದ ಮನೀಲಾ ತಟ್ಟನೆ ಎದ್ದು ಕೂತಳು. ಮುಖವೆಲ್ಲ ಬೆವರಿನಿಂದ ತೊಯ್ದು ಹೋಗಿತ್ತು. ಗಡಗಡ ನಡುಗುತ್ತಿದ್ದಳು ''ಮಾವ... ಮಾವ....'' ಕಿರಿಚಿದಳು.

ಕ್ಷಣಗಳಲ್ಲಿ ಅವಳ ಮಂಚದ ಬಳಿ ಇದ್ದರು. ಮುಖದ ತುಂಬ ಭಯ ''ಪ್ಲೀಸ್, ಮಾವ, ನಂಗೆ ಭಯ ಆಗುತ್ತೆ. ನಂಗೆ ಸಾಯೋಕೆ ಇಷ್ಟವಿಲ್ಲ. ಹೇಗಾದ್ರೂ ಉಳಿಸ್ಕೊಳ್ಳಿ'' ಅವರಿಗೆ ತೆಕ್ಕೆಬಿದ್ದು ಅಳತೊಡಗಿದಳು. ತಕ್ಷಣ ಜಾಗೃತರಾಗಿ ಮಾತ್ರೆ ನುಂಗಿಸಿ ಮಲಗಿಸಿದರು.

ಮೈ ಶಕ್ತಿ ಉಡುಗಿದಂತೆ ಕುಸಿದು ಕೂತರು. ಸೈನ್ಯದಲ್ಲಿದ್ದಾಗ ಸಾಕಷ್ಟು ಸಾವು ನೋವುಗಳನ್ನು ಕಂಡವರು: ಮೃತ್ಯುವಿಗೆ ವಯಸ್ಸಿನ ತಾರತಮ್ಯವಿಲ್ಲ.

ಕಣ್ಣೀರಿನಿಂದ ತೊಯ್ದ ಅವಳ ಮುದ್ದು ಕೆನ್ನೆಗಳನ್ನ ನೋಡಿ ಹೃದಯ ಕಿತ್ತು ಬಾಯಿಗೆ ಬಂದಂತಾಯಿತು.

ಹಾರುತ್ತ ಪುಟಿಯುತ್ತ ನಗೆಯುತ್ತ ಹಾರಾಡಬೇಕಾದ ವಯಸ್ಸಿನಲ್ಲಿ ಮೃತ್ಯು ಭಯ!

ಇಡೀ ರಾತ್ರಿ ಅಗ್ನಿಹೋತ್ರಿಗಳು ನಿದ್ರಿಸಲಿಲ್ಲ. ಗಟ್ಟಿ ಎದೆಯ ಅಗ್ನಿಹೋತ್ರಿಯು ಭಯದಿಂದ ಥರಗುಟ್ಟುತ್ತಿದ್ದರು.

ಇಡೀ ಕ್ಷಣಗಳನ್ನ ಲೆಕ್ಕ ಹಾಕಿಬಿಟ್ಟರು ರಾತ್ರಿಯೆಲ್ಲ. ಇಂದಿನ ರಾತ್ರಿಯಷ್ಟು ಎಂದೂ ದೀರ್ಘವಾಗಿರಲಿಲ್ಲ.

❑ ❑ ❑

ಬೆಳಿಗ್ಗೆ ·ಅವನು ಕ್ಯಾಮರ ಹಿಡಿದು ಹೊರ ಬಂದಾಗ ಮಾಲಿ ಬಂದು ವಿನಯದಿಂದ ನಿಂತ. ಏನಾದರೂ ಕೇಳಬೇಕಾಗಿದ್ದಾಗ ಮಾತ್ರ ಆ ಭಂಗಿ.

''ಏನು ವಿಷ್ಯ, ಊರಿಗೆ ಹೋಗೋ ಮಾತು ಮಾತ್ರ ಬೇಡ. ಕೆಲ್ಸ ಕೊಟ್ಟ ದಿನವೇ ಅದು ತೀರ್ಮಾನವಾಗಿದೆ'' ಶಮಂತ್ ಸ್ವರದಲ್ಲಿ ಏರುಪೇರಿರಲಿಲ್ಲ.

ಅಂದು ಅವನ ಕೇಳಿಕೆಗೆ ಒಪ್ಪಿ ರಂಗಯ್ಯ ಸಹಿ ಹಾಕಿದ್ದ. ಯಜಮಾನನ ಸಿಟ್ಟು ಬಲ್ಲ, ಸ್ವಲ್ಪ ಹಿಂಜರಿದ.

"ಸ್ಪೀಕ್ ಔಟ್, ಅದೇನು ಹೇಳು. ಇಲ್ಲಿ ನಾನು ಬಂದ ನಂತರ ಹೇಳ್ಬಹ್ದು" ಎರಡೆಜ್ಜೆ ಮುಂದಕ್ಕಿಟ್ಟ.

ಎಲ್ಲಿ ಅವಕಾಶ ಕಳೆದುಹೋಗುತ್ತದೆಯೋಅಂತ ಮಾಥುರ್ ಬಂದು ಸೇರಿಕೊಂಡ ಅವನ ಜೊತೆ.

"ಕಾಲೋನಿ ಹುಡುಗರದೆಲ್ಲ ಪ್ರೋಗ್ರಾಂ ಇದೆ. ನಾವು ಹೋಗೋಣಾಂತ" ಮಾಥುರ್ ಹೇಳಿದ.

ಶಮಂತ್‌ಗೆ ಅರ್ಥವಾಯಿತು. "ಆ ಕ್ರಿಕೆಟ್ ಹುಡ್ಗೀ ಬಂದು ಇನ್ವಿಟೇಷನ್ ಕೊಟ್ಟುಹೋಗಿದ್ದಾಳ! ಸ್ಟುಪಿಡ್, ಬೇಡ" ಎಂದವ ಹೋಗಿ ಕಾರು ಹತ್ತಿದ.

ಪಂಚವಟಿಗೆ ಜನ ಪ್ರವೇಶ ಅವನಿಗೆ ಇಷ್ಟವಿಲ್ಲ. ಅಲ್ಲಿ ನಿಶ್ಶಬ್ದ ಕಾಯ್ದುಕೊಂಡಿದ್ದ. ಕಾಡಿನ ಪರಿಸರ ಕಾಯ್ದುಕೊಳ್ಳಬೇಕು. ಪಕ್ಷಿಗಳು ಅಲ್ಲಿ ಹೆಚ್ಚು ಹೆಚ್ಚು ನೆಲೆಗೊಳ್ಳಬೇಕು. ತನ್ನ ಅಧ್ಯಯನಕ್ಕೆ ಅನುವಾಗಬೇಕೆಂಬುದು ಅವನ ಧ್ಯೇಯ.

ರಭಸದಿಂದ ಮಾರುತಿ ಮುಂದಕ್ಕೆ ಹೋದದ್ದು ಅಷ್ಟೇ ವೇಗವಾಗಿ ಹಿಂದಕ್ಕೆ ಬಂತು.

"ನೀವೋಗಿ...." ಎಂದ ಇನ್ನೊಂದು ಮಾತಿಗೆ ಅವಕಾಶವಿಲ್ಲದಂತೆ. ಗಡ್ಡ ಉಜ್ಜಿದ ಮಾಥುರ್ "ಯಜಮಾನ್ರು ಒಪ್ಕೋತಾರೆನ್ನೋ ನಂಬಿಕೆ ನಂಗಿರ್ಲಿಲ್ಲ" ಅವನಿಗೆ ಆಶ್ಚರ್ಯವೆ.

ಒಂದು ರೀತಿಯ ಸಂಭ್ರಮವೆ ಅವರಿಗೆ. ಆಗಾಗ ಸಾಮಾನಿಗೋಸ್ಕರ ಮಾಥುರ್ ಸಿಟಿಗೆ ಹೋಗಿ ಬರುವುದನ್ನು ಬಿಟ್ಟರೆ ರಂಗಯ್ಯ ಎಲ್ಲಿಗೂ ಕದಲಿರಲಿಲ್ಲ.

ಪಂಚವಟಿ ಅತಿ ಅಮೂಲ್ಯವಾದ ಕೊಹಿನೂರ್ ವಜ್ರ ಅವನ ಪಾಲಿಗೆ. ಶಮಂತ್ ಅಷ್ಟು ಜೋಪಾನ ಮಾಡುತ್ತಿದ್ದ. ಒಂದ ಗಿಡ ಸೊರಗಿದರೆ ಕಂಗಾಲಾಗುತ್ತಿದ್ದ.

ಟೇಪ್ ರೆಕಾರ್ಡರ್ ಹಿಡಿದು ಪಕ್ಷಿಗಳ ಭಾಷೆಯನ್ನು ರೆಕಾರ್ಡ್ ಮಾಡುತ್ತಿದ್ದ. ಹವಾಮಾನ, ಋತುಭೇದ, ಬೆಳಿಗ್ಗೆ, ಮಧ್ಯಾಹ್ನ, ಸಂಜೆಗಳಲ್ಲಿನ ಅವುಗಳ ಕಲರವ ಅಭ್ಯಾಸ ಮಾಡುತ್ತಿದ್ದ. ಒಬ್ಬ ಋಷಿ ದೈವ ಸಾಕ್ಷಾತ್ಕಾರಕ್ಕಾಗಿ ಎಷ್ಟು ನಿಮಗ್ನನಾಗುತ್ತಿದ್ದನೋ ಅಂಥ ಸ್ಥಿತಿ ಶಮಂತ್‌ದು.

ಮಧ್ಯಾಹ್ನವೇ ಇಂದು ಶಮಂತ್ ಹಿಂತಿರುಗಿದ. ಆ ವೇಳೆಗೆ ಇನ್ವಿಟೇಷನ್ ಹಿಡಿದ ಮನೀಲಾ ಅವನಿಗಾಗಿ ಕಾದು ಕೂತಿದ್ದಳು.

"ಹಲೋ..." ಎಂದಳು.

ಶಮಂತ್ ಸೀರಿಯಸ್ಸಾಗಿ ಮಾಥುರ್ ಕಡೆ ನೋಡಿದ. ಅವನು ತಲೆ ತಗ್ಗಿಸಿದ. ಫಕ್ಕನೆ ನಕ್ಕಳು ಮನೀಲಾ.

''ಕೂಲ್ ಡೌನ್ ಸರ್.... ಇದ್ರಲ್ಲಿ ಅವ್ರದೇನು ತಪ್ಪು! ನಾನೆ.... ಹೇಳ್ದೇ ನೀವು ಸಿಕ್ಲಿಲ್ಲ. ಅದ್ಕೇ ನಾನೇ ಬಂದೆ. ನನ್ನ ಫ್ರೆಂಡ್ಸ್ ನಿಮ್ಮನ್ನ ಮೀಟ್ ಮಾಡ್ಲೋಕೆ ಇಷ್ಟಪಡ್ತೋಲ್ಲ. ಸದಾ ಕಾಡಿನ ಸಂಚಾರ ನೋಡಿ, ನಾವುಗಳು ಕೂಡ ಪ್ರಾಣಿಗಳ ಹಾಗೇ ಕಾಣಬಹುದ್ದು. ಸಂಜೆ ಪ್ರೋಗ್ರಾಮ್‌ಗೆ ಖಂಡಿತ ಬರ್ಬೇಕು'' ಇನ್ವಿಟೇಷನ್ ಅವನತ್ತ ನೀಡಿದಳು.

ಶಮಂತ್ ಕೈ ಮುಂದೆ ಚಾಚಲಿಲ್ಲ.

''ಬಿಹೇವ್ ಲೈಕ್ ಎ ಸಿವಿಲೈಜ್ಡ್ ಮ್ಯಾನ್....'' ಅವನ ಕೈಹಿಡಿದು ಇನ್ವಿಟೇಷನ್ ಅದರೊಳಗಿಟ್ಟು ''ಖಂಡಿತ ಬನ್ನಿ.... ನಂಗೆ ತುಂಬ ಕೆಲ್ಸ ಇದೆ...'' ನಿಲ್ಲಿಸಿದ್ದ ಸೈಕಲ್‌ನ ತಳ್ಳಿಕೊಂಡು ಹೋಗಿಬಿಟ್ಟಳು.

ಬಂದ ನಗುವನ್ನು ತಡೆಯುತ್ತ ಮಾಥುರ್ ಸರಿದು ಹೋದ. ಇಂಥ ಸಲಿಗೆಯನ್ನು ಅವನ ಸಹಪಾಠಿ ಗೆಳೆಯರು ಕೂಡ ತೆಗೆದುಕೊಳ್ಳುತ್ತಿರಲಿಲ್ಲ. ಅವನ ಸ್ವಭಾವ ಬಲ್ಲವರಾದ್ದರಿಂದ.

ಆಮೇಲೆ ಒಂದು ಗಂಟೆ ಮಾಥುರ್ ಅವನ ಮುಂದೆ ಸುಳಿಯಲಿಲ್ಲ. ಬುಲಾವ್ ನಂತರವೆ ಪ್ರತ್ಯಕ್ಷ.

''ಯಾಕೆ, ಗೇಟು ತೆಗೆದಿದ್ದು?'' ಬಿರುಸಾಗಿತ್ತು ಸ್ವರ. ಅವನ ಮುಖದಲ್ಲಿ ದೈನ್ಯ ತುಳುಕಿತು. ''ಇನ್ನೆಲ್ಲಿ ಕೈಗೆ ಪಟ್ಟಿ ಹಾಕ್ಬೇಕಾಗುತ್ತೋ ಅಂತ'' ಎಂದ. ಹೋಗುವಂತೆ ಸನ್ನೆ ಮಾಡಿದ ಅವನಿಗೆ.

ಕಠಿಣವಾಗಿ ವರ್ತಿಸಲು ಅವನು ಹೆದರುತ್ತಿದ್ದ. ಮನೀಲಾ ನಾರ್ಮಲ್ ಆಗಿರುವ ಬಗ್ಗೆ ಅವನಿಗೆ ಅನುಮಾನ. ಅವಳ ಮನೆಯವರನ್ನು ಏಕೆ ಒಮ್ಮೆ ಎಚ್ಚರಿಸಬಾರದೆಂದು ಕೊಂಡ. ತಳ್ಳಿಹಾಕಿ ಮೊದಲು ಪಂಚವಟಿಯ ನೀರವತೆಗೆ ಭಂಗ ತರುವ ಅವಳನ್ನು ಹೇಗೆ ಶಿಕ್ಷಿಸುವುದೆಂದು ಯೋಚಿಸತೊಡಗಿದ.

ಅಷ್ಟರಲ್ಲಿ ಮಾಥುರ್ ಬಂದು ವಿಷಯ ಮುಟ್ಟಿಸಿದ. ''ಅನಿಲ್, ಸಾಹೇಬ್ರು... ಬಂದಿದ್ದಾರೆ'' ತಾನೇ ಹೊರಗೆ ನಡೆದ. ತನ್ನ ಕೋಣೆಗೆ ಅವನು ಯಾರನ್ನೂ ಆಹ್ವಾನಿಸಲಾರ.

''ಸಾರಿ ಫ್ರೆಂಡ್, ಡಿಸ್ಟರ್ಬ್ ಆಗ್ಲಿಲ್ಲ ತಾನೇ. ಈ ಕಡೆ ಬರೋ ಪ್ರೋಗ್ರಾಂ ಇತ್ತು. ಒಂದತ್ತು ನಿಮಿಷ ನಿನ್ನ ವೇಳೆ ಉಪಯೋಗಿಸಿಕೊಳ್ಳೋಕೆ ಪರ್ಮಿಷನ್ ಸಿಕ್ಕುತ್ತೆ ಅನ್ನೋ ಭಾವನೆ ನಂದು. ಯಾಮ್ ಐ ಕರೆಕ್ಟ್'' ನಕ್ಕ. ಸ್ವಲ್ಪ ನಗುವ ಮುಖ ಮಾಡಿದ ಶಮಂತ್.

ಮಾತುಗಳ ಮಧ್ಯೆ ಅನಿಲ್ ಉಸುರಿದ. ''ನನ್ನ ಸ್ಟೂಡೆಂಟ್ ಆಹ್ವಾನ ಪತ್ರಿಕೆ

ಕೊಟ್ಟಿದ್ದಾರೆ. ಒಂದು ಸಣ್ಣ ಕಲ್ಚರಲ್ ಪ್ರೋಗ್ರಾಂ ಹಮ್ಮಿಕೊಂಡಿದ್ದಾರೆ. ನಂಗೂ ಸ್ವಲ್ಪ ಛೇಂಜ್ ಇರುತ್ತೇಂತ ಬಂದೆ."

ಚಾಚಿದ್ದ ಕಾಲನ್ನು ಶಮಂತ್ ಹಿಂದಕ್ಕೆಳೆದುಕೊಂಡ "ಆ ಸೈಕಲ್ ಹುಡ್ಗೀನಾ...." ಕೇಳಿದ. ಅನಿಲ್ ನಕ್ಕುಬಿಟ್ಟ "ಅಂತು ನಿಂಗೂ ಪರಿಚಯ ಅನ್ನು, ತಪ್ಪದೆ ಆಹ್ವಾನವಿರುತ್ತೆ. ಪಾದರಸದಂಥ ಹುಡ್ಗೀ...." ಮೆಚ್ಚಿಕೆ ಇತ್ತು ಅವನ ದನಿಯಲ್ಲಿ. ಶಮಂತ್ ಕ್ಯಾಚ್ ಮಾಡಿದ ವಿಷಯಾನ "ಸ್ಟುಪಿಡ್ ಗರ್ಲ್, ತಲೆ ತಿನ್ನೋವರ ಪೈಕಿ..."

ಜೋರಾಗಿ ನಕ್ಕು ಬಿಟ್ಟ ಅನಿಲ್ ಮುಖ ಗಂಭೀರವಾಯಿತು.

"ಕನ್‌ಫ್ಯೂಷನ್.... ಒಂದು ರೀತಿ ಡೌಟ್...." ಎಂದವನು ಅಂದಿನ ಸಂಗತಿಯನ್ನು ವಿವರಿಸಿದ. "ಭವಿಷತ್ ಬಗ್ಗೆ ತಲೆ ಕೆಡಿಸ್ಕೊಳ್ಳುವಂಥ ಹುಡ್ಗಿಯಿಲ್ಲ, ಆದ್ರೂ ನಂಗೆ ಡೌಟು..."

ಶಮಂತ್ ಅವನ ಮಾತುಗಳನ್ನು ಅಲಕ್ಷಿಸಿದ.

ಗಡಿಯಾರ ನೋಡಿಕೊಳ್ಳುತ್ತ ಮೇಲೆದ್ದ ಅನಿಲ್, "ಥ್ಯಾಂಕ್ಯೂ, ವೆರಿ ಮಚ್ ಡಿಯರ್ ಫ್ರೆಂಡ್, ನಿನ್ನ ಪಕ್ಷಿಗಳ ಸಾಮ್ರಾಜ್ಯದಲ್ಲಿ ನಮ್ಮಂಥವ್ರಿಗೂ ಆಗಾಗ ಸ್ವಲ್ಪ ಜಾಗ ಕೊಡು" ಕೈ ಕುಲುಕಿ ಬೀಳ್ಕೊಟ್ಟು ನಡೆದ.

'ಅಬ್ಸರ್ಡ್ ! ರಬ್ಬಿಶ್ ! ನಾನ್‌ಸೆನ್ಸ್...' ಮನೀಲಾ ಬಗ್ಗೆ ಅಂದುಕೊಂಡ. ಅಂಥ ಸ್ವಭಾವ ಅವನಿಗೆ ಇಷ್ಟವಾಗದು.

ರೂಮಿಗೆ ಹೋದ ಶಮಂತ್ ಅವಳು ತಂದುಕೊಟ್ಟು ಹೋಗಿದ್ದ ಆಹ್ವಾನಪತ್ರಿಕೆಯನ್ನು ಚೂರು ಚೂರು ಮಾಡಿ ಕಸದ ಬುಟ್ಟಿಗೆ ಎಸೆದ.

ಹೆಣ್ಣಿಗಿರಬೇಕಾದ ಫೆಮಿನೈನ್ ಟಚ್ ಅವಳಲ್ಲಿಲ್ಲವೆಂದುಕೊಂಡ.

ಬಂದ ಮಾಥುರ್ ಫ್ಲಾಸ್ಕ್ ಅಲ್ಲಿಟ್ಟು "ಹೋಗ್ಬರ್ತೀವಿ..." ಎಂದ. ನೋಟವೆತ್ತಿದ್ದ ಶಮಂತ್ ಕಣ್ಣುಗಳಲ್ಲಿ 'ಎಲ್ಲಿಗೆ ?' ಎನ್ನುವ ಪ್ರಶ್ನೆ ಇತ್ತು.

"ಕಲ್ಚರಲ್ ಪ್ರೋಗ್ರಾಂಗೆ...." ಎಂದ.

ಹೈಸ್ಕೂಲ್ ಕಲಿತವ. ಪತ್ರಿಕೆ, ಪೇಪರ್ ತಿರುವಿ ಹಾಕುವವ. ನಯ ನಾಜೂಕು ಬಲ್ಲ ಮಾಥುರ್ ಪ್ರತಿಯೊಂದು ಕೆಲಸದಲ್ಲು ನಾಜೂಕು.

"ಹೋಗ್ಬನ್ನಿ..." ಬೇರೆಡೆ ನೋಟ ಹರಿಸಿದ ಶಮಂತ್ "ಜಸ್ಟ್ ಎ ಮಿನಿಟ್, ಇಂಥದ್ದು ಪುನರಾವರ್ತನೆ ಬೇಡ. ಅದೇ ಸಲಿಗೆ ಉಪಯೋಗಿಸ್ಕೊಂಡು ಆ ಪಂಚವಟಿಗೆ ಬರಕೂಡ್ದು" ಕಡ್ಡಿ ಎರಡು ತುಂಡು ಮಾಡಿದಂತೆ ಹೇಳಿದ.

ಉಗುಳು ನುಂಗಿದ ಮಾಥುರ್, ಏನು ಹೇಳಲಿಲ್ಲ.

ಬಹಳ ಉತ್ಸಾಹದಿಂದ ಮಾಥುರ್, ರಂಗಯ್ಯ ಹೊರಬಿದ್ದರು. ಒಬ್ಬ ಖೈದಿ ಪ್ರಥಮ ಸಲ ಜೈಲಿಗೆ ಬಂದು ನಂತರ ಬಿಡುಗಡೆಯಾಗಿ ಹೊಸ ಸೂರ್ಯನನ್ನ ಕಂಡತ್ತಿತ್ತು ಅವರ ಹುರುಪು.

ತೊಟ್ಟ ಬ್ಲೂಚೆಕ್ಸ್ ಷರಟನ್ನು ರಂಗಯ್ಯನಿಗೆ ತೋರಿಸುತ್ತ "ಇದ್ನ ನಾನು ಖರೀದಿ ಮಾಡಿದ್ದಿಲ್ಲ, ಆ ಹುಡ್ಗೀ ನನ್ನ ಬರ್ತ್‌ಡೇಗೆ ಕೊಡ್ಸಿದ್ದು. ಅವತ್ತು ನಾವೆಲ್ಲಿ ಸೆಂಟರ್ ಬಳಿ ಸಿಕ್ಕಳು. ಮಕ್ಳು ನೆನಪಾಯ್ತು ಚಾಕಲೇಟು ಕೊಟ್ಟು ನನ್ನ ಹುಟ್ಟಿದ ಹಬ್ಬದ ಬಗ್ಗೆ ತಿಳಿಸ್ದೇ. ಆಗ್ಲೇ ಕರೆದೊಯ್ದು ಕೊಡ್ಸಿದ್ಲು. ಬೇರೆ ಜನರ ಬಗ್ಗೆ ಎಷ್ಟೊಂದು ವಿಶ್ವಾಸ. ನನ್ನ ಜೀವನದಲ್ಲಿ ಇದ್ನ ಕಾಣ್ತಾ ಇರೋದು ಮೊದಲ ಸಲ" ಅವನ ಕಂಠ ಗದ್ಗದವಾಯಿತು.

ಇವರುಗಳು ತಲುಪಿದಾಗ ಇಡೀ ಕಾಲೋನಿಯ ಜನ ಅಲ್ಲಿ ಜಮಾ ಆಗಿದ್ದರು. ಪ್ರತಿಯೊಬ್ಬರಲ್ಲು ತಮ್ಮ ಮನೆಯ ಮದುವೆಯ ಕೆಲಸ ಎನ್ನುವಂಥ ಸಂಭ್ರಮ.

"ಬನ್ನಿ... ಬನ್ನಿ..." ಅವಳೇ ಕರೆದೊಯ್ದು ಖಾಲಿ ಇದ್ದ ಛೇರ್‌ಗಳ ಮೇಲೆ ಕೂಡಿಸಿ "ಒಂದು ಕಡೆಯಿಂದ ನೋಟ ಹರಿಸಿಕೊಂಡು ಬಂದವಳು, "ನಿಮ್ಮ ಯಜಮಾನ್ರು ಬರ್ಲಿಲ್ವಾ ! ಯಜಮಾನ್ರು ಅಂದ್ಮೇಲೆ ವಯಸ್ಸಾದವ್ರು... ಸೊಂಟ ನೋವು, ಮಂಡಿ ನೋವು" ಎಂದವಳು ಘೊಳ್ಳನೆ ನಕ್ಕಳು. ಇಷ್ಟು ಸರಳವಾಗಿ ನಗೆಯಾಡುವುದು ಅವಳೊಬ್ಬಳಿಗೆ ಮಾತ್ರ ಸಾಧ್ಯವೇನೋ?

ಆ ಏರಿಯಾ ಜನಗಳಿಗೆ ಒಂದು ಅದ್ಭುತಪ್ರೋಗ್ರಾಮ್ ಅಂದಿನದು. ಹೆಚ್ಚು ಕಡಿಮೆ ಕಾಲೋನಿ ಎಲ್ಲಾ ಮಕ್ಕಳು ಭಾಗವಹಿಸಿದ್ದರು. ಹಬ್ಬದ ವಾತಾವರಣ ಅಂತು.

ಪ್ರತಿಯೊಂದರಲ್ಲು ಮನೀಲಾ ಛಾಪು. ಕಡೆಯಲ್ಲಿ ಪುಟ್ಟ ಮಕ್ಕಳ ಡ್ಯಾನ್ಸ್ ಯಾಕೋ ಸುಸ್ತಾದವಳಂತೆ ಬಂದು ಅಗ್ನಿಹೋತ್ರಿಗಳ ಪಕ್ಕ ಕೂತಳು.

"ಹೇಗಿತ್ತು ಮಾವ, ಪ್ರೋಗ್ರಾಮ್" ಅವಳ ದನಿಯಲ್ಲಿನ ಕಂಪನ ಅವರ ಗಮನಕ್ಕೆ ಬಂತು "ಬ್ಯೂಟಿಫುಲ್, ವಂಡರ್‌ಫುಲ್.... ಮತ್ತೆ ಇತ್ಯಾದಿ.... ಇತ್ಯಾದಿ ಸೇರಿಸ್ಕೋ" ನಕ್ಕರು. ಆದರಲ್ಲೇನು ಜೀವಂತಿಕೆ ಇರಲಿಲ್ಲ" ತುಂಬ ಟಯರ್ಡ್ ಆದ ಹಾಗೇ ಕಾಣ್ತೀಯಾ" ಮೆಲ್ಲಗೆ ಅವಳೊಬ್ಬಳಿಗೆ ಕೇಳುವಂತೆ ಹೇಳಿದರು.

ಫಳಕ್ಕನೆ ಅವಳ ಕಣ್ಣಿಂದ ಮುತ್ತಿನ ಮಣಿಗಳಂತೆ ಎರಡು ಹನಿ ಕಂಬನಿ ಜಾರಿತು. ಬುಲೆಟ್ ಅವರೆದೆಯನ್ನು ಭೇದಿಸಿದಂತಾಯಿತು.

"ನೋ... ನೋ... ಟಿಯರ್ಸ್ ! ಕಮಾನ್ ಲೆಟ್ ಅಸ್ ಗೋ...." ಅವಳ ತೋಳಿನ ಮೇಲೆ ಕೈಯಿಟ್ಟರು. ಪಕ್ಕಕ್ಕೆ ಸರಿಸಿ "ಇಂಪಾಜಿಬಲ್, ಪ್ರೋಗ್ರಾಂ ಪೂರ್ತಿ ಮುಗಿದಿಲ್ಲ... ನಂದೇ ಓಟ್ ಆಫ್ ಥ್ಯಾಂಕ್ಸ್ ಈಗ ಯಮಧರ್ಮ ಬಂದ್ರೂ... ಹೋಗೋಲ್ಲ "ನೌ ಯು ಕ್ಯಾನ್‌ರಿಲ್ಯಾಕ್ಸ್...." ಅವರ ಕೆನ್ನೆ ತಟ್ಟಿ ಎದ್ದು ಹೋದಳು.

'ರಿಲ್ಯಾಕ್ಸ್.... ರಿಲ್ಯಾಕ್ಸ್.....' ಎರಡು ಸಲ ಅಂದುಕೊಂಡರು. ಅಂಥದೊಂದು 'ರಿಲ್ಯಾಕ್ಸ್' ತಮ್ಮಿಂದ ಸಾಧ್ಯವೇ.

ಖಾಲಿಯಾದ ಅವರ ಪಕ್ಕದ ಸೀಟಿನಲ್ಲಿ ಬಂದು ಕೂತ ಅನಿಲ್ ಮಾತಿಗೆ ತೊಡಗಿದ.

"ಮನೀಲಾ, ತುಂಬ ಬ್ರಿಲಿಯಂಟ್. ಆದ್ರೆ... ಓದಿನ ಬಗ್ಗೆ ತೀರಾ ಆಸಕ್ತಿ ಕಡ್ಮೆ. ಅದ್ನ ನಿಮ್ಮ ನೋಟೀಸ್‌ಗೆ ತರಬೇಕೆಂದ್ಕೊಂಡೆ."

ಷುರುವೆ ಅವರಿಗೆ ಇಷ್ಟವಾಗಲಿಲ್ಲವೆನ್ನುವಂತೆ ಮುಖ ಮಾಡಿದರು.

"ಯಾವುದಕ್ಕೂ ನನ್ನ ಪ್ರೆಷರ್ ಇಲ್ಲ! ಎಲ್ಲಾ ಅವಳಿಷ್ಟಕ್ಕೆ ಬಿಟ್ಟಿದ್ದು. ನಿನ್ನನ್ನೇ ನಿಮ್ಮಪ್ಪ ಸೈನ್ಯಕ್ಕೆ ಭರ್ತಿ ಮಾಡ್ಸಬೇಕೆಂಬೋ ಆಶಯ. ಅದು ಪೂರ್ತಿ ಆಯ್ತ? ಇಲ್ಲಿ ಆರಾಮಾಗಿ ಪಾಠ ಹೇಳ್ಕೊಂಡ್ ಇದ್ದೀಯ" ಎಂದರು. ಪರೋಕ್ಷವಾಗಿ ಆ ವಿಷಯ ಪ್ರಸ್ತಾಪ ಮಾಡಿದ್ದು ಅವರಿಗೆ ಇಷ್ಟವಾಗಲಿಲ್ಲವೆಂದು ಅರಿವಾಯಿತು.

"ಐ ಬೆಗ್ ಯುರ್ ಪಾರ್ಡನ್...." ಕ್ಷಮೆ ಯಾಚಿಸಿದ. ಅಗ್ನಿಹೋತ್ರಿ ಮುಖ ಚಿಕ್ಕದು ಮಾಡಿಕೊಂಡರು "ಛೆ, ಡೋಂಟ್ ಮೈಂಡ್ ಮೈ ಬಾಯ್...." ಕೈ ಹಿಡಿದು ಕೊಂಡು ಮೃದುವಾಗಿ ಒತ್ತಿದರು.

ಆ ವೇಳೆಗೆ ಫಂಕ್ಷನ್ ಪೂರ್ತಿ ಆಯಿತು. ವಂದನಾರ್ಪಣೆ ಮಾಡಲು ಮನೀಲಾ ಮೈಕ್ ಮುಂದೆ ಬಂದಾಗ ಚಪ್ಪಾಳೆಯೋ ಚಪ್ಪಾಳೆ.

ಅವಳೆಷ್ಟು ಹರ್ಷಿತಳಾಗಿದ್ದಾಳೆಂದು ಮನೀಲಾ ಮೊಗವನ್ನ ನೋಡಿಯೇ ಊಹಿಸಬಹುದಿತ್ತು. ಅರಳಿದ ಕಣ್ಣುಗಳು. ನಕ್ಷತ್ರಗಳಂತೆ ಹೊಳೆಯುತ್ತಿದ್ದವು. ಶುಭ್ರ ವರ್ಣದಲ್ಲಿ ಕೆಂಪು ಬೆರೆತಿತ್ತು. ಕುತ್ತಿಗೆಯವರೆಗೂ ಕತ್ತರಿಸಿದ ಚೋಂಪೆಗೂದಲು ಅಸ್ತವ್ಯಸ್ತವಾಗಿತ್ತು.

'ಬ್ಯೂಟಿಫುಲ್' ಎಂದುಕೊಂಡ ಅನಿಲ್ ಮನದಲ್ಲೇ.

ಸ್ಟೇಜ್‌ನಿಂದ ಇಳಿದವಳೆ ಅನಿಲ್ ಹತ್ತಿರ ಓಡಿ ಬಂದಳು "ಥ್ಯಾಂಕ್ಯೂ ಸರ್, ಥ್ಯಾಂಕ್ಯೂ ವೆರಿಮಚ್... ನೀವು ಬರ್ತೀರಾಂತ ಗೆಸ್ ಮಾಡೋಕೆ ಕೂಡ ಸಾಧ್ಯವಿಲ್ಲ. ಆದರೆ ಒಬ್ಬ ವ್ಯಕ್ತಿನೇ ನಾಪತ್ತೆ ಆಗಿದ್ದು" ಅವಳ ನೋಟ ಜನರಲ್ಲಿ ಹುಡುಕಾಡಿತು. ಅದು ಶಮಂತ್ ಎಂದು ಯಾರೂ ಊಹಿಸಲು ಸಾಧ್ಯವಿರಲಿಲ್ಲ.

ಆಟೋ ಹತ್ತಿದ ನಂತರವೇ ಅನಿಲ್ ಕೈ ಪ್ಯಾಂಟ್ ಜೇಬು ತಡಕಿದ್ದು. ಬೀಗದ ಕೈ ನಾಪತ್ತೆ. ಪಂಚವಟಿಯ ಕಡೆ ಆಟೋ ತಿರುಗಿಸಲು ಡ್ರೈವರ್‌ನ ರಿಕ್ವೆಸ್ಟ್ ಮಾಡಿಕೋ ಬೇಕಾಯಿತು.

ಶಮಂತ್‌ನ ಸ್ವಭಾವ ಬಲ್ಲ ಅವನು ಬೇಸರದಿಂದಲೇ ಇಳಿದು ಆಟೋದವನಿಗೆ ಕಾಯಲು ಕೇಳಿ ಒಳಗೆ ಹೋದ. ಗೇಟು ತೆರೆಸುವುದು ಕೂಡ ಪ್ರಯಾಸವಾಯಿತು.

ಒಳ ಹೊಕ್ಕಾಗ ಪಂಚವಟಿ ನಿರ್ಜನವೆನಿಸಸಿತು. ಟೇಪ್ ರೆಕಾರ್ಡರ್ ಹಿಡಿದು ಅಡ್ಡಾಡುತ್ತಿದ್ದ ಶಮಂತ್ ಮಾತನಾಡಬಾರದೆಂದು ಸನ್ನೆ ಮಾಡಿದ.

ಬೀಗದ ಕೀ ಹುಡುಕಲು ಒಳ ನಡೆದ ಅನಿಲ್ ಮಾಥುರ್ ಕೂಡ ಸಹಾಯಕ್ಕೆ ನಿಂತ. ಸಿಕ್ಕಲಿಲ್ಲ.

''ಏನೀಥಿಂಗ್.... ರಾಂಗ್?'' ಒಳ ಬಂದ ಶಮಂತ್.

ದೀರ್ಘವಾಗಿ ಉಸಿರೆಳೆದು ದಬ್ಬಿದ ಅನಿಲ್ ''ಮಾತಾಡೋಕೆ ಪರ್ಮಿಷನ್ ಸಿಕ್ಕಂತಾಯಿತು. ಮೈ ಗಾಡ್.... ನನ್ನ ರೂಮು ಕೀ ಎಲ್ಲೋ ಇರ್ಬೇಕು. ಆಟೋದವ್ನು ಕಾಯ್ತಾ ಇದ್ದಾನೆ'' ತೋಡಿಕೊಂಡ.

ಅವನನ್ನ ಕಳುಹಿಸುವಂತೆ ಮಾಥುರ್‌ಗೆ ಹೇಳಿ ''ಬೇಳಿಗ್ಗೆ ಹುಡುಕ್ಕೋ ಬಹ್ದು. ಈಗ್ಹೋಗಿ ಬಟ್ಟೆ ಬದಲಾಯ್ಸಿ ಊಟ ಮಾಡು'' ಸೂಚಿಸಿ ತನ್ನಕೋಣೆಗೆ ಹೋದ.

ಶಮಂತ್, ಅವನು ಒಂದೆ ಶಾಲೆಯ ವಿದ್ಯಾರ್ಥಿಗಳು. ಸದಾ ಒಂಟಿಯಾಗಿರಲು ಬಯಸುತ್ತಿದ್ದ ಅವನ ರಿಸರ್ವ್‌ಡ್ ನೇಚರ್ ಕಂಡ ವಿದ್ಯಾರ್ಥಿಗಳು ಅವನಿಂದ ದೂರವೆ. ಅನಿಲ್ ಮಾತ್ರ ಮೇಲೆ ಬಿದ್ದು ಅವನ ಅಲ್ಪ ಸ್ವಲ್ಪ ಸ್ನೇಹ ಸಂಪಾದಿಸಿದ್ದು.

ಮಾಥುರ್ ಸಹಾಯದಿಂದ ಎಲ್ಲಾ ಮುಗಿಸುವ ವೇಳೆಗೆ ಅವನೆ ಹೇಳಿದ ''ಕೋಣೆಗೆ ಬರೋಕೆ ಹೇಳಿದ್ದಾರೆ'' ಅನಿಲ್ ಮುಖದಲ್ಲಿ ಮುಜುಗರ ಕಾಣಿಸಿಕೊಂಡಿತು. ''ಮಾಥುರ್ ನಂಗೆ ಪನೀಷ್ ಆಗ್ಬಾರ್ದು'' ನಗೆಯಾಡುತ್ತಲೇ ಹೋದ.

ಅವನು ಅದ್ಭುತವಾದ ವಾತಾವರಣದಲ್ಲಿ ಮೂಕಿಯಾದ. ಅದ್ಭುತ ಪಕ್ಷಿ ಜಗತ್ತು ಇಲ್ಲಿ ತೆರೆದ ಪುಸ್ತಕದಂತಿತ್ತು.

ಹೆಜ್ಜೆ ಸರಿಸುವುದು ಕೂಡ ಕಷ್ಟವಾಯಿತು ಅನಿಲ್. ಬಂಡಿಪುರದಲ್ಲಿ ತೆಗೆದ ನರ್ತಿಸುವ ನವಿಲು - ಕಾಜಾಣ, ನೀಲಿ ಕಿಂಗ್ ಫಿಷರ್ ದೊಡ್ಡದಾಗಿ ಎನ್‌ಲಾರ್ಜ್ ಮಾಡಿಸಿದ ಭಾವಚಿತ್ರಗಳು. ಅದಕ್ಕೆ ಎರಡನೆ ಸೈಜು ಎನ್ನುವಂಥ ವೈಟ್ ಬ್ರೇನ್, ಸುಂದರ ಬಣ್ಣದ ಗಿಣಿ ಗಳು ಇಂಡಿಯನ್ ರಾಬಿನ್, ಫೈನ್ ಟೈಲ್ ಬುಶ್ ಶಾರ್ಟ್ ಮುಂತಾದ ಹಕ್ಕಿಗಳ ವಿವಿಧ ಭಂಗಿಯ ಭಾವಗಳು ಫೋಟೋಗಳ ನಡುವೆ ಅದ್ಭುತ ಚಮತ್ಕಾರವೆನ್ನುವಂಥ ಬಂಟೆಂಕ್ಸ್, ರೋಸ್ ಫಿಂಚ್ ಹಕ್ಕಿಗಳ ಫೋಟೋಗಳು ಗೋಡೆಗಳ ಮೇಲೆ ರಾರಾಜಿಸುತ್ತಿದ್ದವು.

ಒಂದಕ್ಕಿಂತ ಒಂದು ಅದ್ಭುತ. ಅನಿಲ್ ಮೂಕ ವಿಸ್ಮಿತನಾದ. ಕ್ಯಾಮರ ಹಿಡಿದು ಕಾಡು ಅಲೆಯುವ ಶಮಂತ್ ಬಗ್ಗೆ ಅವನೇನು ವಿಶಿಷ್ಟತೆ ಕಂಡಿರಲಿಲ್ಲ.

''ಸ್ಟ್ರೇಂಜ್ ! ಅಬ್ಬಬ್ಬ ನಮ್ಮ ಸುತ್ತಲೂ ಇರುವ ಪಕ್ಷಿಗಳಲ್ಲಿ ಇಂಥ ಅದ್ಭುತ ಸೌಂದರ್ಯವಿದೆಯೆನ್ನುವುದು ನನ್ನ ಅರಿವಿಗೆ ಬಂದೆ ಇರಲಿಲ್ಲ'' ಉದ್ಗರಿಸಿದ. ಬರೀ ಮುಗುಳ್ನಕ್ಕ ಶಮಂತ್.

ಅನನ್ಯ ಒಂದು ಜಗತ್ತನ್ನು ಪ್ರವೇಶಿಸಿದಂತಾಯಿತು. ರೋಲಿಕಾರ್ಡ್, ಯಾಷಿಕಾ, ಮಾವಿಯಾ ರೋಲಿಫೆಕ್ಸ್ ಕ್ಯಾಮರ ಜೊತೆ ಈಚಿನ ಸ್ವಯಂ ಚಾಲಿತವಾಗಿ ಕೆಲಸ ಮಾಡುವ ಯಾಷಿಕಾ ಎಲೆಕ್ಟ್ರೊ 35, ಬಲಪಸ್ 35, ರೀಕೋ 500 ಎಸ್.ಎಲ್.ಆರ್. ಕ್ಯಾಮರಾಗಳು ವಿವಿಧ ಬಗೆಯ ಲೆನ್ಸ್‌ಗಳ ಸೇರ್ಪಡೆ.

ಮೆಲ್ಲಗೆ ಅವನಿಟ್ಟ ಲೈಬ್ರರಿ ಕಡೆ ಕಣ್ಣಾಡಿಸಿದ. ಒಂದು ಪುಸ್ತಕ ತೆರೆದ. ಪಕ್ಷಿಪ್ರೇಮಿ ಸಲೀಂ ಅಲಿಯವರ ಆತ್ಮಕತೆ 'ಫಾಲ್ ಆಫ್ ಎ ಸ್ಪಾರೋ'. ಅದರಲ್ಲಿ ಜಗತ್ತಿನ ಪಕ್ಷಿ ಶಾಸ್ತ್ರಜ್ಞರೊಂದಿಗೆ ಅವರು ಮಾಡಿದ ಮಾಹಿತಿ, ವಿನಿಮಯ ಸಂಪೂರ್ಣ ಅವರ ಅತ್ಯಮೂಲ್ಯವಾದ ಕೃತಿಗಳ ಸಂಗ್ರಹವೇ ಇತ್ತು. ಶಮಂತ್ ಅಧ್ಯಯನ ಕೊಠಡಿಯಲ್ಲಿ.

"ಸಾರಿ ಫ್ರೆಂಡ್, ಯು ಆರ್ ಗ್ರೇಟ್...." ಕೈ ಕುಲುಕಿದ. ಆದರೆ ಅವನ ಪ್ರತಿಕ್ರಿಯೇನು, ಅಷ್ಟೊಂದು ಉತ್ಸಾಹದಾಯಕವಾಗಿರಲಿಲ್ಲ. "ಥ್ಯಾಂಕ್ಯೂ..." ಎಂದ ಅಷ್ಟೆ

ಇಬ್ಬರು ಹೊರಗಿನ ಗೆಸ್ಟ್ ರೂಮಿಗೆ ಬಂದರು.

"ಮಲ್ಕೋ, ಬೆಳಿಗ್ಗೆ ಸಿಗುತ್ತೇನೋ ನೋಡು ನಿನ್ನ ಕೀ ಬಂಚ್. ಸಿಕ್ಲಿಲ್ಲಾಂದ್ರೆ.... ಬೇರೆ ಪ್ರಯತ್ನ ಮಾಡ್ಬೇಕಷ್ಟೆ" ಶಮಂತ್‌ನ ಮಾತಿಗೆ ಅನಿಲ್ ನಕ್ಕುಬಿಟ್ಟ

"ಬೇರೆ ಪ್ರಯತ್ನದ ಅಗತ್ಯವಿಲ್ಲ. ನನ್ನ ರೂಮು ಓನರ್ ಹತ್ರ ಹೋಗ್ಬೇಕು. ಕಳೆದಿದ್ದಕ್ಕೆ ಕಾರಣ ಹೇಳ್ಕೊಂಡ್ ಒಂದು ಅಪ್ಲಿಕೇಷನ್ ಬರ್ದು ಕೊಡ್ಬೇಕು. ಅದ್ನ ಪರಿಶೀಲಿಸಿ ಪೆನಾಲಿಟಿ ಕಟ್ಟಿಸಿಕೊಂಡು ಸಾಂಕ್ಷನ್ ಮಾಡ್ತಾರೆ" ದೀರ್ಘವಾಗಿಯೆ ವಿವರ ನೀಡಿದ.

ಶಮಂತ್ ಕೂಡ ನಕ್ಕ. ಅವನು ಇಂದು ಮಾತಾಡುವ ಮೂಡ್‌ನಲ್ಲಿದ್ದ "ಹೇಗನ್ನಿಸುತ್ತೆ?" ಪ್ರಶ್ನಿಸಿದ.

ಅರೆ ಮಲಗಿದ್ದ ಅನಿಲ್ ಎದ್ದು ಕೂತ "ಎಲ್ಲಾ ನಾರ್ಮಲ್... ಕೊಡೋ ಸಂಬಳ ನನಗೊಬ್ಬನಿಗೆ ಸಾಕು. ಸ್ವಯಂ ನಳಪಾಕ. ನನಗೆ ಜನರ ನಡುವಿನ ಬದ್ಕು ಇಷ್ಟ ನನ್ನ ಸ್ಟೂಡೆಂಟ್ಸ್ ಕೂಡ ನಂಗೆ ಫ್ರೆಂಡ್ಸ್ ಆರಾಮಾಗಿದೆ. ಐ ಲೈಕ್ ಸೋ ಮಚ್..." ಕ್ಯಾಷುವಲ್ಲಾಗಿ ಹೇಳಿಕೊಂಡ.

"ಇಷ್ಟು ದೂರ ಕೆಲ್ಸಕ್ಕೆ ಬರೋ ಅಗತ್ಯವಿತ್ತಾ? ಕೇಳಿದ. ಅನಿಲ್ ಜೋರಾಗಿ ನಕ್ಕು ಬಿಟ್ಟ "ಖಂಡಿತ ಇರ್ಲಿಲ್ಲ ಫ್ರೆಂಡ್, ನಂಗೆ ತೀರಾ ಡಿಸಿಪ್ಲಿನ್ ನಡುವೆ ಉಸಿರುಗಟ್ಟಿ ಸಾಯೋಕೆ ಇಷ್ಟವಿಲ್ಲ ಡ್ಯಾಡಿ.... ಅವ್ರಿಗೆ ಡಿಸಿಪ್ಲಿನ್ ಸರ್ವಸ್ವ. ನನ್ಕೈಯಲ್ಲಿ ಹತ್ತಿರದ ಅವ್ರ ಪರಿಸರದಲ್ಲೇ ಇರೋಕಾಗ್ಲಿಲ್ಲ. ದೂರ ಬಂದ್ಬಿಟ್ಟೆ" ಅವನ ಸ್ವರದಲ್ಲಿ ಯಾತನೆ ಇತ್ತು. ಅದನ್ನು ಶಮಂತ್ ಗುರ್ತಿಸಲಿಲ್ಲ.

ಅದೇ ಒಂದು ಹಕ್ಕಿ ಕೂಗಿನಲ್ಲಿರುವ ಭಾವಗಳನ್ನು ಸುಲಭವಾಗಿ ಅರ್ಥೈಸಿಕೊಳ್ಳಬಲ್ಲ.

ಆಮೇಲೆ ನಡೆದ ಸಾಂಸ್ಕೃತಿಕ ಕಾರ್ಯಕ್ರಮದ ಬಗ್ಗೆ ಮೆಚ್ಚಿಗೆ ಸೂಚಿಸಿದ. ''ಇಡೀ ಒಂದು ಕಾಲೋನಿಯ ಜನ ಅಲ್ಲಿ ಬೆರೆತಿದ್ದರು. ತಮ್ಮ ಮನೆಯ ಹಬ್ಬವೆನ್ನುವಂಥ ಸಂಭ್ರಮ. ವಯಸ್ಸನ್ನು ಮರೃು ಜನ ಓಡಾಡಿದ್ದು ನೋಡಿ ತುಂಬ ಸಂತೋಷವಾಯ್ತು ತೀರಾ ನಿಯರ್, ನೀನು ಬರ್ಬೇಕಿತ್ತು, ಇನ್ವಿಟೇಷನ್ ಇರ್ಲಿಲ್ವಾ !'' ಕೊನೆಯಲ್ಲಿ ಕೇಳಿದ.

''ಗುಡ್ ನೈಟ್.... '' ಶಮಂತ್ ಎದ್ದು ಹೋಗಿ ಬಿಟ್ಟ. ಆರಾಮಾಗಿ ಅನಿಲ್ ದಿಂಬಿನ ಮೇಲೆ ತಲೆ ಇಟ್ಟ. 'ಟೈಂಮ್ ಪಾಸ್‌ಗೋಸ್ಕರ ಕಾಲೇಜಿಗೆ ಬರೋದು. ನಂಗೆ ಯಾವ್ದೇ ಉದ್ದೇಶವಿಲ್ಲ' ಮನಿಲಾ ಹೇಳಿದ್ದು ನೆನಪಾಯಿತು.

ತೀರಾ ಚೂಟಿಯಾಗಿ, ಅತ್ಯಂತ ಚೆಲುವಾದ ಯುವತಿ – ಗೊಂದಲದಲ್ಲಿ ಬಿದ್ದ ಅಗ್ನಿಹೋತ್ರಿಯ ಉತ್ಪ್ರೇಕ್ಷೆಯ ಬಗ್ಗೆ ಬೇಸರವೆನಿಸಿತು.

ಬೆಳಿಗ್ಗೆ ಕಾರ್ಪೆಟ್ ಮೇಲೆ ಬಿದ್ದ ಕೀಯೇನೋ ಸಿಕ್ಕಿತು. ಮಾತಿನ ಮಧ್ಯೆ ಮನೀಲಾ ಪ್ರವೇಶವಾಯಿತು.

''ನನ್ನ ಸ್ಟೂಡೆಂಟ್....'' ಕೆಲ ಕ್ಷಣ ಮೌನವಹಿಸಿ ನಂತರ ಮತ್ತೆ ಹೇಳಿದ ಅನಿಲ್ ಅಂದಿನ ಸಮಾಚಾರವನ್ನು ''ನಂಗೆ ಅರ್ಥವಾಗಿಲ್ಲ ! ಮನೀಲಾ ಬ್ರಿಲಿಯಂಟ್ ಅನ್ನೋದ್ರಲ್ಲಿ ಎರಡು ಮಾತಿಲ್ಲ. ಅತಿ ಮುದ್ದು.... ಮತ್ತೆ.... ಇನ್ನೇನೋ'' ಚಿಂತಿತನಾದ.

''ಗೋ ಟು ಹೆಲ್, ಅದ್ನ ಕಟ್ಟಿಕೊಂಡು ನೀನೇನು ಮಾಡ್ತೀಯಾ ! ಟೂ ಮಚ್ ಸೋಷಿಯಲ್ ನೇಚರ್... ''ಹಣೆ ಯುಜ್ಜಿದ ಶಮಂತ್, ಅಂದಿನ ಕೋತಿಯ ಪ್ರಸಂಗ ವಿವರಿಸಿ ''ಇದ್ಕೇನು, ಹೇಳ್ತೀಯಾ... ಕಟ್ಟಿ ಹಾಕಿ ಪೋಲೀಸ್‌ಗೆ ಕೊಡೋಕ್ಕು ಕೋಪ'' ಅವಳ ಸ್ವಭಾವವನ್ನು ಖಂಡಿಸಿದ.

ಅನಿಲ್ ಭಾವಣಿ ಹಾರಿ ಹೋಗುವಂತೆ ನಕ್ಕು ಬಿಟ್ಟ. ''ನಿನ್ಹತ್ರ ಏನು ಎವಿಡೆನ್ಸ್ ಇದೆ? ಅವ್ಳು ಮಿಲಿಟರಿ ಆಫೀಸರ್ ಅಗ್ನಿಹೋತ್ರಿ ತಂಗಿ ಮಗ್ಳು ನಗುವಿನಲ್ಲೇ ಎದ್ದು ಕೈ ತೊಳೆದ.

ಶಮಂತ್ ಮಾತಾಡಲಿಲ್ಲ. ಅವನ ಮುಖದ ಬಿಗಿದ ನರಗಳು ಕೋಪವನ್ನು ಸೂಚಿಸಿತು.

ಮೇಲಕ್ಕೆದ್ದ ಅನಿಲ್ ಒಂದು ರಿಕ್ವೆಸ್ಟ್ ಮಾಡಿಕೊಂಡ ''ನೀನು ಪರ್ಮಿಷನ್ ಕೊಟ್ರೆ... ರಜ ದಿನಗಳಲ್ಲಿ...'' ಅವನು ಮಾತು ಪೂರ್ತಿ ಮಾಡುವ ಮುನ್ನವೇ ಶಮಂತ್ ''ಸಾರಿ, ಸದ್ಯಕ್ಕೆ ಅಂಥ ಯೋಚ್ನೆ ಮಾಡ್ಬೇಡ. ಕಾಡು ಪ್ರವೇಶಿಸುವಾಗ ನನಗೆ ಒಂಟಿಯಾಗಿರ್ಬೇಕೂಂತ ಅನ್ನಿಸುತ್ತೆ'' ಅವನ ಆಸೆಗೆ ಪೂರ್ಣ ವಿರಾಮವಿಟ್ಟ.

''ಓಕೆ...'' ಅವನ ಸ್ವಭಾವ ಬಲ್ಲ ಅನಿಲ್ ಏನು ಅಂದುಕೊಳ್ಳಲಿಲ್ಲ.

❑ ❑ ❑

ಅಂದು ಭಾನುವಾರ ಕಾಲೇಜಿನ ಯೋಚನೆ ಇಲ್ಲದಿದ್ದರೂ ಮನೀಲಾಗೆ ಪುರಸೊತ್ತಿಲ್ಲ. ಸೈಕಲ್ ತಗೊಂಡು ಹೊರಗೆ ಬಂದಾಗ ಕಲ್ಯಾಣಮ್ಮ ನೆನಪಿಸಿದರು.

"ಆಗ್ಲೇ ಎಲ್ಲೋ ಹೊರಟಿದ್ದೀಯ ! ನಾನ್ಹೇಳಿದ್ದು ಮರ್ತ್ರೇ ಬಿಟ್ಟೆ" ಸೈಕಲ್ ನಿಲ್ಲಿಸಿ ಅವರತ್ತ ಬಂದವಳು. "ಒಂದರ್ಧ ಗಂಟೆ ಮಾತ್ರ, ಅರುಣನ ತಾಯಿಗೆ ಸ್ವಲ್ಪ ಹೆಲ್ಪ್ ಮಾಡ್ಬೇಕು. ಅವ್ರ ಮನೆಗೆ ಯಾರೋ ಗೆಸ್ಟ್‌ಗಳು ಬರ್ತಾರಂತೆ. ಹನ್ನೊಂದಕ್ಕೆ ಸರ್‍ಯಾಗಿ ಬಂದ್ಬಿಡ್ತೀನಿ" ಅವರ ಗಲ್ಲ ಸವರಿ ಬೇಡಿಕೊಂಡಳು.

ಸ್ವಲ್ಪ ಅರೆ ಮನಸ್ಸಿನಿಂದಲೇ "ನಿನ್ನಿಷ್ಟ ವಾರಕ್ಕೊಂದು ದಿನವಾದ್ರೂ ಮನೆಯಲ್ಲಿ ಇರ್‍ಬಾರ್‍ದ್ದಾ ! ಎಣ್ಣೆ ಬಿಸಿ ಮಾಡಿಟ್ಟಿದ್ದೀನಿ. ಒಂದಿಷ್ಟು ಒತ್ತಿ ಬಿಸಿ ಬಿಸಿ ನೀರು ಹಾಕಿದ್ರೆ... ಕಣ್ಣಿಗೆಷ್ಟೋ ತಂಪು. ಮಾತ್ರೆ ನುಂಗಿ ನಿದ್ದೆ ಮಾಡ್ಬೇಕಿಲ್ಲ" ಕೊನೆಯ ಮಾತು ಮಾತ್ರ ಅವರಿಗೆ ಅರಿವಿಲ್ಲದೆ ಬಂದಿದ್ದು.

ಫಳಫಳ ಹೊಳೆಯುತ್ತಿದ್ದ ಅವಳ ಸುಂದರ ಕಣ್ಣುಗಳು ಹನಿಗೂಡಿದವು. ಅವು ನಿಲ್ಲಲಾರದೆ ಮರುಕ್ಷಣವೆ ಕುಸಿದವು ಕೆನ್ನೆಯ ಮೇಲೆ. ಮುಂಗೈನಿಂದೊರೆಸಿಕೊಂಡಳು.

ತಕ್ಷಣ ಮನೀಲಾ ಕೈ ಹಿಡಿದುಕೊಂಡು ಕಲ್ಯಾಣಮ್ಮ "ಅಯ್ಯಯ್ಯೋ, ನಿನ್ನ ಅಂಕಲ್‌ಗೆ ಹೇಳ್ಬೇಕಾದ ಮಾತುಗಳ್ನ ನಿಂಗೆ ಹೇಳ್ಬಿಟ್ಟೆ ನೀನ್ಯಾಕೆ ಮಾತ್ರೆ ನುಂಗ್ತೀಯಾ..." ಬಡ ಬಡಿಸಿದರು.

ಜೋರಾಗಿ ನಕ್ಕುಬಿಟ್ಟಳು. "ಅಂಕಲ್ ಯಾಕೆ ಮಾತ್ರೆ ನುಂಗಿ ನಿದ್ದೆ ಮಾಡ್ಬೇಕು ! ನೀವು ಹಾಡೋ, ಕತೆಯೋ ಹೇಳಿ ಮಲಗ್ಸಿ ಬೇಕಾದ್ರೆ ಆ ವಿಷ್ಯದಲ್ಲಿ ನಮ್ಮ ಮಾವನ ಸಲಹೆಪಡ್ಕೊಳ್ಳಿ...." ಎಂದವಳು ಸೈಕಲ್ ತಳ್ಳಿಕೊಂಡು ಹೋಗಿಬಿಟ್ಟಳು.

ಆಕೆ ಚಲಿಸದೆ ನಿಂತರು. ಗುಟ್ಟು ಎನ್ನುವಂತೆ ಸಂಜೀವಯ್ಯ ಕೆಲವು ವಿಷಯಗಳನ್ನು ಹೇಳಿದ್ದರು. ಅದರಲ್ಲಿ ಹೊರಬಿದ್ದಿದ್ದು ನಿದ್ದೆಯ ಮಾತ್ರೆ ಬಗ್ಗೆ.

ನೇರವಾಗಿ ಆಕೆ ಬಂದಿದ್ದು ಅಗ್ನಿಹೋತ್ರಿಗಳ ಮನೆಗೆ. ಒಂದೆರಡು ಮಾತು ಮನೀಲಾ ಬಗ್ಗೆ ಹೇಳಬೇಕೆಂದು ಕೆಲವು ದಿನಗಳಿಂದ ಅಂದುಕೊಂಡಿದ್ದರು.

ಪೇಪರ್ ನೋಡುತ್ತಿದ್ದ ಅಗ್ನಿಹೋತ್ರಿಗಳು ಪಕ್ಕಕ್ಕೆ ಸರಿಸಿ "ಬನ್ನಿ ಬನ್ನಿ ಸಂಜೀವಯ್ಯನವ್ರು ನಾಪತ್ತೆ..." ಎಂದರು. ಆಕೆ ಸಂಕೋಚದಿಂದ ಹಿಡಿಯಾಗಿದ್ದರು, "ಅವ್ರು ಸಿಟಿಗೆ ಹೋದ್ರು. ನಾನು ಮನೀಲಾನ ಕರ್ಕೊಂಡ್ಹೋಗ್ಬೇಕೂಂತ್ಬಂದೆ" ಮನೀಲಾ ಹೋಗಿದ್ದು ನೋಡಿದ್ದರೂ ಪ್ರಾರಂಭ ಮಾತಿಗಾಗಿ ಇದನ್ನು ಆಡಿದರು.

"ಅವಳೆಲ್ಲಿ ಮನೆಯಲ್ಲಿ ಇರ್ತಾಳೆ. ಇಪ್ಪತ್ತೆಂಟು ಪ್ರೋಗ್ರಾಂಗಳು ಹಾಕ್ಕೊಂಡಿರ್ತಾಳೆ. ಸಂಜೆ ಮುಂದು ಮನೆಗೆ ಬಂದ್ರೆ.... ಅದೇಕೋ" ಮೆಚ್ಚಿಗೆ ಅಭಿಮಾನಕ್ಕಿಂತ ಅವರ ಸ್ವರದಲ್ಲಿ ವಿಷಾದವೇ ಜಾಸ್ತಿ ಇತ್ತು.

ಆದರೆ ಸರಳ ಮನಸ್ಸಿನ ಕಲ್ಯಾಣಮ್ಮನಿಗೆ ಅರ್ಥವಾಗಲಿಲ್ಲ.

"ಇವತ್ತು ಭಾನುವಾರ, ಮನೀಲಾಗೆ ಎಣ್ಣೆಯೊತ್ತಿ ನೀರು ಹಾಕೋಣಾಂತ ಅಂದ್ಕೊಂಡಿದ್ದೆ" ಎಂದರು. ಮುಂದಿನ ಮಾತುಗಳಿಗೆ ಇದು ಪೀಠಿಕೆ.

ಅವರು 'ಹೊ..... ಹೊ...' ಎಂದು ಜೋರಾಗಿ ನಕ್ಕರು. "ಪ್ರತಿಯೊಂದಕ್ಕೂ ಅವಳತ್ರ ಅಪಾಯಿಂಟ್‌ಮೆಂಟ್ ಪಡ್ಕೋಬೇಕು. ಈ ಕಾಲೋನಿಯಲ್ಲಿ ಸರ್ವಾಂತರ್‌ಯಾಮಿ ಆಗ್ಬಿಟ್ಟಿದ್ದಾಳೆ" ಕೊನೆ ಪದದ ವೇಳೆಗೆ ಅವರ ಸ್ವರ ತಗ್ಗಿ, ಎದೆ ಹಾರ ತೊಡಗಿತು.

ಸ್ವಲ್ಪ ಧೈರ್ಯ ಮಾಡಿದರು ಕಲ್ಯಾಣಮ್ಮ "ಅದು ಸಂತೋಷದ ವಿಷಯವೆ. ಹಾಗಂತ.... ಉದಾಸೀನ ಮಾಡೋಕಾಗುತ್ತೆ, ನೀವು ಮನೀಲಾನ ತುಂಬ ಮುದ್ದು ಮಾಡಿದ್ದೀರಾ, ಸ್ವಲ್ಪ ಬುದ್ಧಿ ಹೇಳಿ. ಶುಕ್ರವಾರದ ದಿನ ಹತ್ತು ಸಲ ಸಿಟಿಗೆ ಹೋಗ್ಬಂದಿದ್ದಾಳೆ. ಅವಳ ಬಗ್ಗೇನು ಯೋಚ್ನೇ ಮಾಡ್ಬೇಕಲ್ಲ" ವಿವರಿಸಿದರು.

ಅಗ್ನಿಹೋತ್ರಿಗಳ ಮುಖದ ಗೆಲವು ಮಾಯವಾಯಿತು. ಮ್ಲಾನ ವದನರಾದರು.

"ಬಿ ಕೇರ್ ಫುಲ್, ಅವ್ಳು ಯಾವ್ದೋ ರೀತಿಯಲ್ಲಿ ಬಿಜಿಯಾಗಿರ್ಲಿ, ಮನುಷ್ಯ ಏಕಾಕಿಯಾಗಿದ್ದಾಗ, ಕಾಡುವ ಕೆಲವು ಭೂತಗಳು ಜನರ ಮಧ್ಯೆ ಇದ್ದಾಗ ಹತ್ತಿರ ಸುಳಿಯಲು ಹಿಂಜರಿಯುತ್ತೆ, ಇದು ಅನುಭವ ಸತ್ಯ, ಪ್ಲೀಸ್, ಟ್ರೈಟು ಅಂಡರ್ ಸ್ಟಾಂಡ್ ದಿ ಸಿಚ್ಯುವೇಷನ್" ಡಾಕ್ಟರ್ ಒಮ್ಮೆ ಹೇಳಿದ ಮಾತುಗಳು. ಇಂಥ ಅರ್ಥ ಬರುವಂಥ ಮಾತುಗಳನ್ನು ಆಡಿದ್ದರು ಹಲವು ಸಲ.

ಅವನ್ನೆಲ್ಲ ಯಾರ ಮುಂದೆಯು ವಿವರಿಸಲು ಸಾಧ್ಯವಿಲ್ಲ.

ಈಗ ಬರಿದು ಬರಿದು ನಕ್ಕರು ಅಗ್ನಿಹೋತ್ರಿಗಳು ಅಥವಾ ನಕ್ಕಂತೆ ನಟಿಸಿದರು. ಹಾಗೆ ಮಾಡಲು ಕೂಡ ಸಮರ್ಥರಾಗಲಿಲ್ಲವೇನೋ!

"ಅತಿ ಮುದ್ದು! ಇವಳಿಗೆ ಇಷ್ಟವಿಲ್ದ ಯಾವ ಮಾತು ಹೇಳೋಕೆ ಹಿಂಜರಿಕೆ, ಅವ್ಳು ಮನೆಯಲ್ಲಿರೋಕ್ಕಿಂತ ಸೈಕಲ್ ಮೇಲಿರೋದೆ ಹೆಚ್ಚು ಏನಾದ್ರೂ ಉಪಾಯ ಮಾಡ್ಬೇಕು ಅದ್ನ ತಪ್ಪಿಸೋಕೆ" ಎಂದರು ಹಗುರವಾಗಿ.

ಅಗ್ನಿಹೋತ್ರಿಗಳ ಮಾತು ಬೇಕಾ ಬಿಟ್ಟಿಯೆನಿಸಿತು ಆಕೆಗೆ. ಹದಿನೆಂಟು ತುಂಬಿದ ಹೆಣ್ಣು ಮಗುವಿನ ಬಗ್ಗೆ ಇರಬೇಕಾದ ಎಚ್ಚರಿಕೆ, ಅವಳ ಭವಿಷ್ಯ ರೂಪಿಸುವಲ್ಲಿನ ಕಾಳಜಿ ಅವರಿಗೆ ಇಲ್ಲವೆನಿಸಿತು.

"ಹೆಣ್ಣು..... ಮಗು !" ಹಳೇ ರಾಗವನ್ನೇ ಹೊಸದಾಗಿ ಹೇಳಿದಂತಿತ್ತು ಆಕೆ, "ಹೆಣ್ಣು ಗಂಡು ಎರ್ಡೂ ಒಂದೇ. ಅಂಥ ತಾರತಮ್ಯವೇನು ಇಲ್ಲ, ಅದೆಲ್ಲ ಹಿಂದಿನ ಕಾಲದ ವಿಷ್ಯ, ಸ್ವಂತ ಅವರವ್ರ ಜೀವ್ನ ಅವ್ರೇ ರೂಪಿಸ್ಕೋ ತಾರೆ" ಜಾರಿಸಿದರು ಮಾತುಗಳನ್ನು, ನೂರು ಕನಸುಗಳು ಅವಳ ಬಗ್ಗೆಯು ಅವರಿಗುಂಟು. ನಿಜವಾಗಲೂ ಸಾಧ್ಯವೇ?

"ಬರ್ತೀನಿ...." ಆಕೆ ಪಿಚ್ಚೆಂದು ಹೊರಟರು.

"ಸ್ವಲ್ಪ ಕೇಳಿ, ನಿಮ್ಗೆ ಅವಳ ಬಗ್ಗೆ ಪ್ರೀತಿಯುಂಟು. ನೀವೇ ಎಲ್ರು ಮಾತ್ಹೇಳಿ" ಆಕೆಯ ಮನಸ್ಸು ನೋಯಿಸಲು ಇಷ್ಟವಿಲ್ಲದ ಅಗ್ನಿಹೋತ್ರಿ, ಸಮಾಧಾನಕ್ಕೆ ಹೇಳಿದರಷ್ಟೆ

ಕಲ್ಯಾಣಮ್ಮ ಏನು ಹೇಳಲಿಲ್ಲ, ಆಕೆ ಅನುಸರಿಸಿದರು. ಗಂಡಸಿನ ಬೆಳವಣಿಗೆಯಲ್ಲಿನ ವೈಪರೀತ್ಯವೆ ಇಲ್ಲಿ ಕೂಡ ಎಂದುಕೊಂಡರು.

ಮನೆಗೆ ಬಂದವರು ಎಷ್ಟೋ ಹೊತ್ತು ಹಾಗೆಯೇ ಕೂತುಬಿಟ್ಟರು. ಮನೀಲಾ ಬಂದು ಎಚ್ಚರಿಸಬೇಕಾಯಿತು.

"ನಾನ್ಬಂದು ಕೂತಿದ್ದೀನಿ" ವಾಚ್ ಕಡೆ ನೋಡಿಕೊಂಡಳು. ಹನ್ನೊಂದಕ್ಕೆ ಇನ್ನು ಐದು ನಿಮಿಷ ಇದೆ. ಗುಲಾಬ್ ಜಾಮೂನ್ ನಾನೇ ಮಾಡ್ದೆ, ಅಲ್ಲಿ" ಮೊಣಕಾಲುಗಳ ಮೇಲೆ ಗದ್ದವನ್ನೂರಿದಳು.

ತಿದ್ದಿದಂಥ ಮೂಗು, ಮುಖ, ಕಣ್ಣುಗಳು. ಹಸುಳೆಯಂಥ ಸ್ವಚ್ಛ ಶುಭ್ರ ಹೊಳಪು– ಸಾವಿರದಲ್ಲಿ ಎದ್ದು ಕಾಣುವಂಥ ಬಿಳುಪೆಂದುಕೊಂಡರು ಕಲ್ಯಾಣಮ್ಮ.

"ಬೇಗ ಆಂಟೀ, ಬೇಗ... ನೀವು ಕನಸು ಕಾಣೋಕೆ ಷುರು ಮಾಡಿಬಿಟ್ರಿ" ಅವಸರಪಡಿಸಿದಳು.

ಎಣ್ಣೆ ಬಿಸಿ ಮಾಡಿ ತರಲು ಹೊರಟರು.

ಒಂದು ಲೋಟ ಕಾಫೀ ತಂದು ಅವಳ ಮುಂದಿಟ್ಟರು. "ಮೊದ್ಲು ಕುಡೀ, ಶೀತ ಆಗ್ಬಾರ್ದಲ್ಲ". ದಟ್ಟ ಕೂದಲಲ್ಲಿ ಕೈಯಾಡಿಸಿ ಅಂಗೈಯಲ್ಲಿ ಎಣ್ಣೆ ಹಾಕಿಕೊಂಡು ಅವಳ ನೆತ್ತಿಯನ್ನುಜ್ಜತೊಡಗಿದರು "ನಂಗೆ ಕಾಫೀ ಕುಡಿಯೋಕ್ಕಾಗೊಲ್ಲ ಸ್ವಲ್ಪ ಇರೀ..." ಅವರ ಕೈ ಸರಿಸಿದಳು.

ನಂತರವೆ ಅವರು ಅವಳ ತಲೆ, ಮುಖ, ಕೈಕಾಲುಗಳಿಗೆ ಎಣ್ಣೆ ಹಚ್ಚಿದ್ದು ಎಷ್ಟೋ ಸಲ ನಾಲಿಗೆ ತುದಿಗೆ ಬಂದ ಮಾತುಗಳನ್ನು ನುಂಗಿಕೊಳ್ಳುತ್ತಿದ್ದರು. ಏನು ಪ್ರಶ್ನಿಸರು.

"ಮನೀಲಾ..." ಏನೋ ಹೇಳಲು ಹೊರಟ ಕಲ್ಯಾಣಮ್ಮನನ್ನ ತಡೆದಳು. "ನೀವು ಕೇಳ್ಬೇಕೂ ಅಂದ್ಕೊಂಡಿದ್ದನ್ನು ಬಿಟ್ಟು ಮತ್ತೇನಾದ್ರು....ಕೇಳಿ" ಘೊಳ್ಳನೆ ನಕ್ಕಳು.

ಕಲ್ಯಾಣಮ್ಮ ತಮ್ಮ ಇರಾದೆ ಬದಲಾಯಿಸಿಕೊಂಡರು. 'ಮನೀಲಾನ ಏನು ಕೇಳೋದು ಬೇಡ. ಹೆಣ್ಣಿಗೆ ಕುತೂಹಲ ಜಾಸ್ತಿ' ಎಚ್ಚರಿಸಿದ್ದರು ಸಂಜೀವಯ್ಯ ಹೆಂಡತಿಯನ್ನು

"ಹೆಚ್ಚು ಎಣ್ಣೆಯೊತ್ತಿಕೊಂಡರೆ.... ನಿಂಗೇನು ಆಗೋಲ್ವಾ" ಮೆಲ್ಲಗೆ ಕೇಳಿದರು.

ಗೆಲುವಾಗಿದ್ದ ಮನೀಲಾ ಮುಖ ಕಪ್ಪಿಟ್ಟಿತು. ಎರಡು ಕೈಯಲ್ಲು ತಲೆ ಹಿಡಿದುಕೊಂಡಳು, ನಂತರ ಬಿಕ್ಕಿ ಬಿಕ್ಕಿ ಅಳಲು ಶುರು ಮಾಡಿಬಿಟ್ಟಳು. "ನಂಗೆ ಭಯ... ಭಯ" ಚೀರಲು ಷುರು ಮಾಡಿದಳು.

ಆಕೆಗೆ ದಿಕ್ಕು ತೋಚದಂತಾಯಿತು. ಅಗ್ನಿಹೋತ್ರಿಗಳಿಗೆ ಸುದ್ದಿ ಮುಟ್ಟಿಸಿದಾಗ ಥರ ಥರ ನಡುಗುತ್ತಿದ್ದರು.

ಭೂಶಾಯಿಯಾಗುವ ಮುನ್ನ ಮನೀಲಾನ ತಮ್ಮೆದೆಗೆ ಒರಗಿಸಿಕೊಂಡವರು ಇಡಿಯಾಗಿ ಅವಳನ್ನೆತ್ತಿ ಸೋಫಾ ಮೇಲೆ ಮಲಗಿಸಿದವರು ಮನೆಗೆ ಓಡಿದರು.

ಮಾತ್ರೆ ನುಂಗಿದ ನಂತರ ಅವಳ ಮುಖ ಮಾಮೂಲಿ ಸ್ಥಿತಿಗೆ ಮರಳಿತು.

"ಯಾವತ್ತು ಅವಳನ್ನು ಏನು ಕೇಳ್ಬೇಡಿ. ನಾಳೆ ಅವ್ಳು ಬಂದಾಗ್ಲೂ ಇಂದಿನ ಪ್ರಸ್ತಾಪ ಬೇಡ" ಆಕೆಯನ್ನು ಎಚ್ಚರಿಸಿದರು.

ಕಲ್ಯಾಣಮ್ಮ ಅತ್ತೇಬಿಟ್ಟರು.

"ನಿಮ್ಮದೇನಾದ್ರೂ ತಪ್ಪಿದೇಂತ ನಾನು ಅನ್ನಿಲ್ಲಾ! ಅವಳೊಂದು ರೀತಿ ವಿಚಿತ್ರ ಪರಿಸ್ಥಿತಿಯಲ್ಲಿ ಇದ್ದಾಳಷ್ಟೆ" ಎಣ್ಣೆ ಮೆತ್ತಿದ ಮುಖವನ್ನು ಕರುಣೆಯಿಂದ ನೋಡಿದರು.

ಅಗ್ನಿಹೋತ್ರಿಗೆ ಅಳಬೇಕೆನಿಸಿತು. ಅದಕ್ಕೊಂದು ಕೊನೆ ಸಿಕ್ಕುವುದಾದರೆ ಅವರು ಕಂಡಿತ ಅಳಲು ಸಿದ್ಧ. ಅವರು ಆಯ್ದುಕೊಂಡ ಹೋರಾಟದ ಜೀವನ ನಿವೃತ್ತಿಯಲ್ಲೂ ಮುಂದುವರಿದಿತ್ತು.

❑ ❑ ❑

ಮುಂಬಯಿಗೆ ಹೋದ ಶಮಂತ್ ನಾಲ್ಕೇ ದಿನದಲ್ಲಿ ಹಿಂದಿರುಗಿದ. ಆ ಜೀವನದಲ್ಲಿ ತೀರಾ ಒರಿಜಿನಾಲಿಟಿ ಕಮ್ಮಿಯೆನಿಸಿತ್ತು. ಈ ಸಲ ಅವನ ತಂದೆ ಹತ್ತು ನಿಮಿಷ ಅವನಿಗಾಗಿ ಪುರಸತ್ತು ಮಾಡಿಕೊಂಡಿದ್ದರು.

"ಮುಂದೇನು ಮಾಡ್ಬೇಕೂಂತ ಇದ್ದೀಯಾ?"

ಅವರ ಪ್ರಶ್ನೆ ಸ್ಪಷ್ಟವಾಗಿ ಏನು ಹೇಳಲಾಗಿರಲಿಲ್ಲ. ಅದನ್ನ ಅರ್ಥ ಮಾಡಿಕೊಂಡು ಮುಗುಳ್ನಕ್ಕರು ಅವರು.

"ನಮ್ಹತ್ರ ಹಣ ಇದೆ. ಪ್ರತಿಷ್ಠೆ ಇದೆ. ಬೇರೆ ದಾರಿಯಲ್ಲಿ ಬರೋ ಪ್ರಶಸ್ತಿಗಳು, ಪ್ರಸಿದ್ಧಿಗಳು ಆದ್ರ ಜೊತೆಯಲ್ಲಿ ಇರ್ಲಿ. ನಿನ್ನ ಖ್ಯಾತಿ ರಾಷ್ಟ್ರೀಯ, ಅಂತರರಾಷ್ಟ್ರೀಯ ಮಟ್ಟದಲ್ಲಿ ತಲುಪೋಕೆ ನನ್ನ ಸಹಾಯ ಸಹಕಾರ ಇದ್ದೇ ಇದೆ. ಫೋಟೋ ಎಗ್ಸಿಬಿಷನ್, ನಿನ್ನ ಪುಸ್ತಕ ಬಿಡುಗಡೆಗೆ ಪ್ರಧಾನಿ, ರಾಷ್ಟ್ರಪತಿಗಳ್ನ ಬೇಕಾದ್ರೂ ಕರೆಸೋಣ."

ಅವನ ಧ್ಯೇಯ, ಉದ್ದೇಶಗಳಿಗೆ ಒಂದು ಮಹತ್ತರವಾದ ತಿರುವನ್ನು ನೀಡುವ ಉದ್ದೇಶ ಅವರದಾಗಿತ್ತು. ಅವನು ತೆಗೆದ ಪುಟ್ಟ ಕುಟ್ರು ಹಕ್ಕಿಯ ಆಹಾರ ಅನ್ವೇಷಣೆ, ಕೊಕ್ಕರೆಗಳ ಪ್ರೇಮ ಸಲ್ಲಾಪ, ಮುಂತಾದವು ವಿಶೇಷ ಮೆಚ್ಚಿಗೆ ಗಳಿಸಿದ್ದವು, ರಾಷ್ಟ್ರೀಯ ಮಟ್ಟದಲ್ಲಿ.

"ಹೇಳ್ತೀನಿ..." ಚುಟುಕಾಗಿ ಹೇಳಿ ಎದ್ದಿದ್ದ.

ಕೈಹಿಡಿದು ಕೂಡಿಸಿದ್ದರು "ಓ.ಕೆ., ಅದು ನಿಮ್ಮಿಷ್ಟಕ್ಕೆ ಬಿಟ್ಟಿದ್ದು. ಮದ್ವೆ ವಿಷ್ಯ ಏನ್ಮಾಡ್ದೇ?" ನಿನ್ನ ವಯಸ್ಸಿಗೆ ನಿನ್ನ ಇಬ್ಬರು ಅಣ್ಣಂದಿರು ವೈವಾಹಿಕ ಜೀವನದಲ್ಲಿ ಕಾಲಿಟ್ಟಿದ್ದರು. ನಂಗೆ ಅದೊಂದು ಜವಾಬ್ದಾರಿ ಇದೆ. ಸೆಂಟ್ರಲ್ ಫೈನಾನ್ಸ್ ಮಿನಿಸ್ಟರ್ ರಾಮ್ ಸಿಂಘಾನಿ ನಮ್ಮ ಸಂಬಂಧ ಬೆಳೆಸೋಕೆ ಆತುರದಿಂದ ಇದ್ದಾರೆ. ಇದು ನಮ್ಗೆ ಒಂದು ಆಪರ್ಚೂನಿಟಿ. ನಿಂಗೂ ಏನು ಸಮಸ್ಯೆ ಅನ್ನಿಸೋಲ್ಲ, ಅವ್ರ ಮಗ್ಳು ಅಮೆರಿಕಾದಲ್ಲಿ ಓದ್ತಾ ಇದ್ದಾಳೆ. ನೀನೂ ನೋಡಿದ್ದೀಯಾ" ವಿಷಯವನ್ನು ವಿವರವಾಗಿ ಅವನ ಮುಂದಿಟ್ಟರು.

ಶಮಂತ್ ಅವಳನ್ನು ಒಂದೆರಡು ಸಲವೇನು ನಾಲ್ಕಾರು ಬಾರಿ ನೋಡಿದ್ದ. ತುಸು ಎತ್ತರ, ಹೆಚ್ಚು ಬಿಳುಪೆನಿಸಿದ ಅವಳು ವಿಶ್ವಸುಂದರಿ ಸ್ಪರ್ಧೆಯಲ್ಲಿ ಪಾಲ್ಗೊಳ್ಳಲು ಬರುವವಳಂತೆ ಉಡುಪಿನ ವಿನ್ಯಾಸ, ಮೇಕಪ್‌ನಲ್ಲಿ ಕಾಳಜಿವಹಿಸಿದಂತೆ ಕಂಡಿದ್ದಳು.

ಯಾವುದೇ ದೃಷ್ಟಿಯಿಂದ ಶಮಂತ್ ನೋಡಿರಲಿಲ್ಲವಾದ್ದರಿಂದ ಅವನಿಗೇನು ಅನಿಸಲಿಲ್ಲ.

"ಯೋಚ್ನೇ ಮಾಡ್ಬೇಕು ! ಸದ್ಯಕ್ಕೆ ನಂಗೆ ವಿವಾಹದ ಬಗ್ಗೆ ಆಸಕ್ತಿ ಇಲ್ಲ" ಅವನ ಸ್ವರದಲ್ಲೇನು ಉತ್ಸಾಹವಿರಲಿಲ್ಲ "ನೋ.... ನೋ.... ಈ ವಿಷ್ಯದಲ್ಲಿ ನಿನ್ನ ಆಸಕ್ತಿಗಾಗಿ ಕಾಯಕ್ಕಾಗೋಲ್ಲ. ಅವಕಾಶಗಳು ಯಾವಾಗ್ಲೂ ಬರೋಲ್ಲ. ಬಂದಾಗ ಅದ್ರ ಪ್ರಯೋಜನ ಪಡ್ಕೋಬೇಕು. ಈ ಮದ್ವೆ ನಿನ್ನ ಫ್ಯೂಚರ್ ಬೈಟ್‌ನೆಸ್‌ಗೂ ಅನ್ಕೂಲ. ನಂಗೆ ನಿನ್ನ ಉತ್ತರವಲ್ಲ, ಒಪ್ಕೋಬೇಕು" ಅವರ ಸ್ವರದಲ್ಲಿ ದೃಢತೆ, ಅಧಿಕಾರವಿತ್ತು ಇದನ್ನು ಮೀರಿ ನಡೆಯುವಂತಿಲ್ಲವೆನ್ನುವ ತಾಕೀತು.

ಮೌನವಾಗಿ ಎದ್ದು ಬಂದಿದ್ದ.

ಒದ್ಹತ್ತು ದಿನ ಇರುವ ಯೋಚನೆ ಹೊತ್ತು ಹೋದವನು ನಾಲಕ್ಕೇ ದಿನದಲ್ಲಿ ಹಿಂದಿರುಗಿದ್ದ.

ಎಂದಿಗಿಂತ ಮೊದಲು ಎದ್ದ ಶಮಂತ್ ಸ್ನಾನ, ಬ್ರೇಕ್‌ಫಾಸ್ಟ್ ಮುಗಿಸಿಕೊಂಡು ಮಾಥುರ್‌ನ ಕರೆದ.

"ನಾನು ಫಾರೆಸ್ಟ್ ಒಳಗೆ ಹೋಗ್ತಾ ಇದ್ದೀನಿ. ಮಧ್ಯಾಹ್ನ ಲೇಟಾದರೆ ಲಂಚ್ ಹಿಡ್ದು ಅಲ್ಲಿಗೆ ಬಾ...." ಹೇಳಿದ.

ಅವನ ನಾಲಿಗೆಯಲ್ಲಿನ ಪಸೆಯಾರಿತು. ಇಲ್ಲದ ಉಗುಳನ್ನು ಬಲವಂತವಾಗಿ ನುಂಗಿದ.

"ಅಲ್ಲಿ ಹುಲಿಗಳು ಇವೆ ಅಂತಾರೆ" ಕಂಪಿಸಿತು ಅವನ ಸ್ವರ. ನೋಟವೆತ್ತಿ ತೀಕ್ಷ್ಣವಾಗಿ ನೋಡಿದ ಶಮಂತ್. "ಇಲ್ಲ, ಇದ್ರೂ, ತೊಂದರೆ ಇಲ್ಲ" ಎಂದವನು ಲೆನ್ಸ್‌ಗಳ ಪರಿಶೀಲನೆಯಲ್ಲಿ ತೊಡಗಿದ.

ಫ್ಲಾಸ್ಕ್, ಬೈನಾಕ್ಯುಲರ್, ಕ್ಯಾಮೆರ ಹೆಗಲಿಗೇರಿಸಿಕೊಂಡು ನಡೆದೇ ಹೊರಟ. ಕಾರು ಸ್ವಲ್ಪ ಟ್ರಬಲ್ ಇತ್ತು. ಹತ್ತಿರದ ದಟ್ಟವಾದ ಕಾಡಿನ ಪರಿಸರವನ್ನು ನೋಡಿಯೇ ವಾಸಕ್ಕೆ ಬಂಗ್ಲೆಯನ್ನಾರಿಸಿಕೊಂಡು ಅವನ ಕಲ್ಪನೆಯ ಪಂಚವಟಿಯನ್ನು ಸೃಷ್ಟಿಸಿದ್ದ.

ಹಕ್ಕಿಗಳ ಲೋಕದ ನಿಗೂಢತೆಯನ್ನು ಅರಿಯಲು ಇಂಥ ಅಲೆದಾಟ ನಡೆಸಿದ್ದ.

ಅತ್ಯಂತ ಕಲಾತ್ಮಕವಾಗಿ ಗೂಡು ಕಟ್ಟುವ ಗೀಜಗಗಳ ಬಗ್ಗೆ ಅವನ ಆಸಕ್ತಿ ಅಪರಿಮಿತ. ಅವು ನೆಲೆ ಹುಡುಕುವ, ಗೂಡು ಕಟ್ಟುವ ಮರಿ ಮಾಡುವ ಬಗ್ಗೆ ಸಲೀಂ ಅಲಿಯವರ ತತ್ವ ಅವನನ್ನು ಮತ್ತಷ್ಟು ಪ್ರಾಕ್ಟಿಕಲ್ಲಾಗಿ ಅಧ್ಯಯನ ಮಾಡಲು ಹಚ್ಚಿತ್ತು.

''ಹಲೋ...'' ಅವನ ತಪಸ್ಸಿಗೆ ಭಂಗ ಬಂದಂತಾಯಿತು. ಮನೀಲಾ ಸ್ವರ. ಅವನ ಮುಖ ಸೀರಿಯಸ್ಸಾಯಿತು. ತುಟಿಗಳು ಬಿಗಿದವು, ಹಲೋ' ಎಂದ, ಅನ್ನಲೋ ಬೇಡವೋಂತ.

ಅಷ್ಟು ಸಾಕಾಗಿತ್ತು ಅವಳಿಗೆ. ಸೈಕಲ್‌ನಿಂದ ಇಳಿದಳು ''ಕಾರು ಏನಾಯ್ತು...'' ಅವನಿಗೆ ಉತ್ತರ ಹೇಳಬೇಕೆನಿಸಲಿಲ್ಲ. ಹೆಜ್ಜೆ ವೇಗ ಹೆಚ್ಚಿಸಿದ.

''ಯಾಕೆ, ಬರ್ಲಿಲ್ಲ...... ನಮ್ಮ ಕಲ್ಚರಲ್ ಪ್ರೋಗ್ರಾಂಗೆ?'' ಸೈಕಲ್ ತಳ್ಳುತ್ತ ಹೆಜ್ಜೆ ಜೊತೆಗೂಡಿಸಿದಳು ''ನಂಗೆ ಪುರಸತ್ತು ಇರ್ಲಿಲ್ಲ'' ರೇಗಿದಂತಿತ್ತು ಅವನ ದನಿ.

''ನಾವೇನು ಇಡೀ ದಿನ ಪ್ರೋಗ್ರಾಂ ಮಾಡಿದ್ವಾ! ಸಂಜೆ ರಿಲ್ಯಾಕ್ಸ್ ಟೈಮ್ ತಾನೇ! ನೀವು ಬರಬಹುದು ಅಂದ್ಕೊಂಡಿದ್ದೆ.''

ಶಮಂತ್ ತಾಳ್ಮೆ ಕಳೆದುಕೊಂಡ ''ಈಗೇನು ಮಾಡ್ಬೇಕು?'' ನಿಂತ. ಅವಳ ಸುಂದರ ಕಣ್ಣು ರೆಪ್ಪೆಗಳು ಪಟಪಟ ಬಡಿದವು ''ಸೌಜನ್ಯಕ್ಕಾದ್ರೂ, ಸಾರಿ ಕೇಳ್ಬೇಕಿತ್ತು'' ಅಣಕಿಸಿದಂತೆ ಕಂಡಳು.

''ಷಟಪ್, ವ್ವಾಟ್ ನಾನ್ಸೆನ್ಸ್ ಯು ಆರ್ ಟಾಕಿಂಗ್'' ಕೆರಳಿದ. ಅವಳ ತುಟಿಗಳ ನಡುವೆ ಮುಗುಳ್ನಗೆ ಅರಳಿತು. ''ಬಿ ಕಾಮ್, ನಿಮ್ಗೆ ಕಾಮನ್ನಾಗಿ ಥಿಂಕ್ ಮಾಡೋದೆ ಗೊತ್ತಿಲ್ಲ, ಇಡೀ ಕಾಲೋನಿ ಜನ ಭಾಗವಹಿಸಿದ್ರು. ನಾನು ನೀವು ಕಾಲೋನಿಗೆ ಸೇರಿದವ್ರೂಂತಾನೆ ರಸೀದಿ ಕೊಟ್ಟು ಕಾಂಟ್ರಿಬ್ಯೂಷನ್ ತಗೊಂಡಿದ್ದು.''

ಅವನಿಗೆ ತಲೆ ಚಿಟ್ಟೆನಿಸಿತು ''ಡ್ಯಾಮ್ ಇಟ್, ಐ ಡೋಂಟ್ ಲೈಕ್...'' ಹಲ್ಲುಗಳನ್ನು ಕಚ್ಚಿಡಿದ, ಬೆಂಕಿಯ ವರ್ಷವನ್ನೆ ಸುರಿಯಿತು ಅವನ ಕಣ್ಣುಗಳು.

''ಮನ್ನೀ....'' ಉಲ್ಲಾಸ್ ಕೂಗಿಕೊಂಡ.

ಅವಳ ಗಮನ ಅತ್ತ ಹರಿದಾಗ ಅಸಹನೆಯಿಂದ, ಹೆಜ್ಜೆಯ ವೇಗ ಹೆಚ್ಚಿಸಿದ ಶಮಂತ್, 'ಛಿ....' ಬೇಸರದಿಂದ ಕುದಿದ.

ಯಾವುದೇ 'ಡಿಸ್ಟರ್ಬೆನ್ಸ್ ಇಲ್ಲದ ಈ ಪ್ರದೇಶವನ್ನು ಸೆಲೆಕ್ಟ್ ಮಾಡಿಕೊಂಡಿದ್ದ. ಯಾರದೇ ಪರಿಚಯಕ್ಕೆ ಅವನ ರಾಜಿ ಇರಲಿಲ್ಲ. ಇಂಥದ್ದರಲ್ಲಿ ಮನೀಲಾ..... ಅವಳಿಗೆ

ತಲೆ ಸರಿಯಿಲ್ಲವೆನ್ನುವ ತೀರ್ಮಾನಕ್ಕೆ, ಮಧ್ಯಾಹ್ನದ ಪ್ರಸಂಗ ದೃಢಪಡಿಸುವುದರ ಜೊತೆ - ಒಂದು ರೀತಿಯ ಪ್ರವಾಹದಲ್ಲಿ ಈಜುತ್ತಿದ್ದವನಿಗೆ ಒಂದು ತಡೆ !

ಗಂಡು ಗೀಜಗಕ್ಕಾಗಿ ಮೂರು ಗಂಟೆ ಕಾದ. ಗೂಡು ಕಟ್ಟುವ ಅದರ ವಿವಿಧ ಭಂಗಿಯ ಫೋಟೋ ತೆಗೆಯುವಲ್ಲಿ ನಿರ್ಲಿಪ್ತ.

ಇಂದು ಮಾಥುರ್ ಕೂಡ ಹುಡುಕಿ ಹುಡುಕಿ ಅವನನ್ನು ತಲುಪಿದ್ದ. ಆರಾಮಾಗಿ ಮರದ ಕೆಳಗೆ ಕೂತವನು ಅದರ ಬೊಡ್ಡೆಗೊರಗಿ ತೂಕಡಿಸತೊಡಗಿದ.

"ಹಲೋ...." ಮತ್ತದೇ ಸ್ವರ.

ಬೆಚ್ಚಿದವನಂತೆ ಇತ್ತ ನೋಟ ಹರಿಸಿದವನ ಮುಖ ಗಂಟಾಯಿತು. ಹಿಂದಕ್ಕೆ ನೋಟ ಹರಿಸಿದ ಮನೀಲಾ ಹಸನ್ಮುಖಿತೆ ಬೀರಿದಳು.

"ನಾವೆಲ್ಲ ಪಿಕ್‌ನಿಕ್‌ಗೆ ಬಂದಿದ್ದೀವಿ. ನೀವು ಈ ಕಡೆ ಬಂದ್ರಲ್ಲ.... ಅದ್ಕೆ ಧೈರ್ಯವಾಗಿ ಬಂದಿದ್ದು. ತಿಂಡಿ ತಿನ್ನೋಕೆ ಕಂಪನಿ ಕೊಡಿ. ಈ ಗಂಟು ಮುಖ ಅಲ್ಲ" ಕೆನ್ನೆಗಳನ್ನು ಉಬ್ಬಿಸಿ ಕಣ್ಣುಗಳನ್ನು ಅಗಲಿಸಿ ಅವನನ್ನು ಅಣಕಿಸಿದಳು.

ಅವಳ ದಿಟ್ಟತನಕ್ಕೆ ಆಶ್ಚರ್ಯಗೊಂಡ.

ದೀರ್ಘವಾಗಿ ಆಳವಾಗಿ ಹಲ್ಮುಡಿ ಕಚ್ಚಿ ನೋಡಿದ ಮನೀಲಾನ. ಸ್ವಚ್ಛವಾಗಿತ್ತು ಅವಳ ಮುಖದ ಭಾವನೆಗಳು.

"ಗೆಟ್ ಔಟ್ ಅಂತ ಹೇಳೋ ಹಾಗೆ ಮಾಡ್ಬೇಡಿ ಪ್ಲೀಸ್... ಔಟ್...." ಕೈಯನ್ನು ದೂರಕ್ಕೆ ತೋರಿಸಿದ.

ಅರುಣ ಓಡಿ ಬಂದು ಅವಳ ಕೈ ಹಿಡಿದಳು "ಮನೀ ಬಾ... ಐಸ್ ಕ್ರೀಮ್ ಎಲ್ಲಾ ಭಜ್ಜಿ ತಿಂದ್ಬಿಟ್ಟ" ಆಹವಾಲು ತಂದಳು.

ಅವನ ಜೊತೆ ನಡೆದಳು. ಕ್ಷಣಗಳಲ್ಲಿ ಆದರೊಡನೆ ಬೆರೆತುಹೋದಳು. ಮಾಥುರ್‌ನ ಕೂಡ ಎಳೆದೊಯ್ದು ತಿಂಡಿ ಕೊಟ್ಟಳು.

ಇಡೀ ಪ್ರಕರಣಕ್ಕೆ ಒತ್ತು ಕೊಡುವಂಥ ಘಟನೆ ನಡೆದು ಹೋಯಿತು.

"ನಾನು ಏನು ಬೇಕಾದ್ರೂ.... ಮಾಡ್ಬಲ್ಲೆ !" ಹನ್ನೆರಡರ ಚಂದ್ರ ಜಂಬ ಕೊಚ್ಚಿಕೊಂಡಳು. ಮೊದಲೇ ಜಂಬದ ಕೋಳಿಯೆನಿಸಿದ್ದ ಉಲ್ಲಾಸ್ "ಏನ್ಮಹಾ ಮಾಡ್ತೀಯಾ! ತೀರಾ ಸಿಂಪಲ್.... ಪಂಚವಟಿಯ ಪಾಳೆಗಾರನಿಗೆ ಕಿಸ್ ಮಾಡಿ ಬಾ... ನೋಡ್ತೀನಿ" ಅವಳನ್ನು ಪ್ರಚೋದಿಸಿದ.

ಚಂದ್ರಿಕಾ ತೀರಾ ಬೋಲ್ಡ್ ಹುಡುಗಿ. ಕ್ರಿಕೆಟ್, ವಾಲಿಬಾಲ್ ಅಂಥ ಗೇಮ್ಸ್ ಕೂಡ ಗಂಡು ಹುಡುಗರ ಜೊತೆಯಾಡುತ್ತಿದ್ದಳು. ಯಾರಿಗೂ 'ಕೇರ್' ಮಾಡದಂಥ ಸ್ವಭಾವ.

"ಏನು.... ಕೊಡ್ತೀಯೋ !" ಸವಾಲೆಸೆದಳು. ಉಲ್ಲಾಸ್ ತನ್ನಲ್ಲಿರುವ ಕಾಸ್ಟ್ಲಿ ಪೆನ್ನನ್ನು ಜಮಖಾನೆಯ ಮೇಲಾಕಿದ "ಇದು ನಿಂಗೆ..." ಅವಳು ಮುಖ ತಿರುಗಿಸಿದಳು. ಮನೀಲಾ ತನ್ನ ಪರ್ಸ್ ಅಲ್ಲಿಟ್ಟಳು "ಇದು ನಿಂಗೆ..." ಮಿಕ್ಕವರು ಕೂಡಾ ತಮ್ಮಲ್ಲಿದ್ದ ಒಂದೊಂದು ವಸ್ತುವನ್ನು ಅಲ್ಲಿ ಹಾಕಿದರು.

ತೀರಾ ಪುಟ್ಟ ಮೂರೂವರೆ ವರ್ಷದ ಮಂಜು ಕಡೆಯಿಂದ ಕೂಡಾ ಕೇರಂ ಬೋರ್ಡ್ ಸ್ಟ್ರೈಕರ್.

ಮುಖ ಉಬ್ಬಿಸಿ ನಡೆದಳು ಚಂದ್ರಿಕಾ. ಮತ್ತಷ್ಟು ದೂರದಲ್ಲಿದ್ದ ಶಮಂತ್. ಇವರುಗಳೆಲ್ಲ ಮರಗಳ ಹಿಂದೆ ಅವಿತುಕೊಂಡಿದ್ದರು.

ಹೋದ ಚಂದ್ರಿಕಾ ಅಷ್ಟು ದೂರದಲ್ಲಿ ನಿಂತಳು. ಒಮ್ಮೆ ಇತ್ತ ಶಮಂತ್ ನೋಟ ಬೆರೆಸಿದ. ಅವಳ ತೊಡೆಗಳಲ್ಲಿ ನಡುಕ ಶುರುವಾಯಿತು. ಸಿಂಹ ಸನ್ನಿಹದಲ್ಲಿ ನಿಂತು ಘರ್ಜಿಸಿದಂತಾಯಿತು.

ಹಿಂದಕ್ಕೆ ಓಟವಿಟ್ಟವಳು ಜಮಖಾನೆ ಹಾಸಿದ್ದ ಜಾಗ ತಲುಪುವವರೆಗೂ ಹಿಂದಕ್ಕೆ ತಿರುಗಿ ನೋಡಲಿಲ್ಲ, ಕುಕ್ಕರಿಸಿದಳು ಸುಸ್ತಾದವಳಂತೆ.

"ಮೈ ಗಾಡ್, ಒಳ್ಳೆ ಸಿಂಹ ನೋಡಿದಂತಾಯ್ತು, ನಾನು ಸೋತೆ" ಎರಡು ಮೊಣಕಾಲುಗಳ ನಡುವೆ ತಲೆ ಹುದುಗಿಸಿದಳು.

ಪಕ್ಕನೆ ನಕ್ಕ ಉಲ್ಲಾಸ್ "ಹೆಣ್ಣು ಹುಡ್ಗೀರೆಲ್ಲ ಪುಕ್ಕಲು !" ಪೆನ್ನೆತ್ತಿಕೊಂಡ. ಕಿತ್ತು ಅಲ್ಲಿಟ್ಟಳು ಮನೀಲಾ "ನಾನು ಟ್ರೈ ಮಾಡ್ತೀನಿ. ಕಣ್ಣಿನ ನೋಟ ಬಗೆಯಬಹ್ದು. ಆದ್ರೆ ಇದ್ಕೇ ಪಂಜಗಳಿಲ್ಲ" ಮೇಲೆದ್ದಳು.

ಮುಖ ಮೇಲೆತ್ತಿದ ಚಂದ್ರಿಕಾ "ಬೇಡ ಮನ್ನೀ, ನಿಜವಾಗ್ಲೂ ಸಿಂಹನೇ. ಸ್ವಲ್ಪ ಕೂಡ ಮುಖದಲ್ಲಿ ಸಾಫ್ಟ್ ಇಲ್ಲ. ಪಂಜಗಳಿಗಿಂತ ಸಾಫ್ಟ್ ಪಂಚವಟಿಯ ಹೀರೋ ಫೇಸ್" ಭಯದ ಜೊತೆ ಶಮಂತ್‌ಗೆ ಹೀರೋ ಪಟ್ಟ ಕಟ್ಟಿ ಬಿಟ್ಟಳು.

"ಐ ವಿಲ್ ಸೀ...." ಮುಂದಕ್ಕೆ ನಡೆದಳು.

ಹೆಜ್ಜೆ ಹಾರುವ ನಡಿಗೆಯಾಯಿತು. ಹಟದಲ್ಲಿ ಉಲ್ಲಾಸವಿತ್ತು. ಬೈನಾಕ್ಯುಲರ್ ಕಣ್ಣಿಗಿಟ್ಟುಕೊಂಡು ಅದರ ಸೂಕ್ಷ್ಮ ವಿಧಾನಗಳನ್ನು ಗಮನಿಸುತ್ತಿದ್ದ ಶಮಂತ್ ಕೆನ್ನೆಗೆ ತುಟಿಯೊತ್ತಿದಾಗಲೇ ಅವನು ವಾಸ್ತವಕ್ಕೆ ಮರಳಿದ್ದು.

ಕ್ಷಣ ಅವನಿಗೇನು ತೋಚಲಿಲ್ಲ, ಪ್ರಶಾಂತವಾದ ಅವನ ಹೃದಯ ಸಾಗರದಲ್ಲಿ ಅಲ್ಲೋಲ ಕಲ್ಲೋಲ. ನಿಧಾನವಾಗಿ ಕೈ ಕೆನ್ನೆಯ ಮೇಲೋಯಿತು.

"ಆರ್ ಯು ನಾಟ್ ಅಷೇಮ್ಡ್?" ಛೀಮಾರಿ ಹಾಕಿದ.

ಅವಳು ಅತ್ಯಂತ ಸರಳವಾಗಿ ವಿವರಿಸಿದಳು. ''ಇಲ್ಲಿ ನಾಚ್ಕೆಯ ವಿಷ್ಯವೇನು. ಗೆಲವು ನಂದು'' ಓಡಿದಳು. ಅತ್ತಲೇ ನೋಡಿದ. ಸುಂದರ ಹರಿಣಿ ದೌಡಾಯಿಸಿದಂತಿತ್ತು.

ಪಂಚವಟಿಗೆ ಶಮಂತ್ ಹಿಂತಿರುಗಿದ. ತಪಸ್ಸು ಭಂಗವಾದಂತೆ ಚಡಪಡಿಸುತ್ತಿದ್ದ. ಬೇಸರದಿಂದ ಕೂತು ತಲೆಯ ಕೂದಲು ಕಿತ್ತ.

ಮೊದಲೇ ಮಾಥುರ್ ಹೊರಟು ಬಂದಿದ್ದರಿಂದ ಅವನಿಗೆ ಅದರ ಸುಳಿವಿರಲಿಲ್ಲ.

''ಡಿನ್ನರ್.... ರೆಡಿಯಾಗಿದೆ'' ಬಾಗಿಲಲ್ಲಿ ಬಂದ ನಿಂತ.

''ಬೇಡ.... '' ಅಷ್ಟೇ ಹೇಳಿದ್ದು.

ತೀರಾ ಚಿಂತಿತನಾದ ಮಾಥುರ್, ಶಮಂತ್ ಹಗಲಿನ ಊಟಕ್ಕೆ ಹೆಚ್ಚು ಮಹತ್ವ ಕೊಡದಿದ್ದರೂ ರಾತ್ರಿಯ ಊಟ ಭರ್ಜರಿಯಾಗಿರಬೇಕು. ಒಂದು ಸ್ವೀಟ್ ಇದ್ದೇ ತೀರಬೇಕಿತ್ತು.

''ಮಧ್ಯಾಹ್ನ ಏನು ತಿನ್ಲೇ ಇಲ್ಲ'' ಹೇಳಿದ.

ಇವನು ಒಯ್ದುದರಲ್ಲಿ ಅವನು ತಿಂತಿದ್ದುದು ಎರಡು ಬ್ರೆಡ್ ಟೋಸ್ಟ್, ಒಂದು ಬೇಯಿಸಿದ ಮೊಟ್ಟೆ ಮಾತ್ರ.

''ಸುಮ್ನೆ ಡಿಸ್ಟರ್ಬ್.... ಮಾಡ್ಬೇಡ'' ಬೆಡ್ ರೂಮಿಗೆ ಹೋಗ್ಬಿಟ್ಟ.

ವಿಸ್ಮಿತನಾದ ಮಾಥುರ್. ಹನ್ನೊಂದರ ನಂತರವೆ ಮುಂದಿನ ಕೋಣೆ ಬಿಟ್ಟು ಬೆಡ್ ರೂಮಿಗೆ ಶಮಂತ್ ಹೋಗುತ್ತಿದ್ದುದ್ದು. ಕೆಲವೊಮ್ಮೆ ಇನ್ನು ತಡವಾಗಿಯೆ.

ಟೈಮ್ ನೋಡಿದ. ಬರೀ ಒಂಬತ್ತು-ಹತ್ತು, ಅವನಿಗೆ ತೀರಾ ಆಶ್ಚರ್ಯವಾದ ವಿಷಯ. ಹುಷಾರಿಲ್ಲದಾಗ ಬಿಟ್ಟು ಮಿಕ್ಕೆಲ್ಲ ಸಮಯವನ್ನು ಆ ಕೋಣೆಯಲ್ಲಿಯೇ ಕಳೆಯುತ್ತಿದ್ದ. ಕ್ಯಾಮರಗಳು, ಪುಸ್ತಕಗಳು, ಕ್ಯಾಸೆಟ್‌ಗಳು, ಲೆನ್ಸ್‌ಗಳ ದೊಡ್ಡ ಭಂಡಾರವೇ ಇತ್ತು ಅಲ್ಲಿ.

ಹತ್ತು ನಿಮಿಷಗಳಲ್ಲಿ ತಿಳಿ ಹಳದಿಯ ಬೆಡ್ ಲ್ಯಾಂಪ್ ಹತ್ತಿಕೊಂಡಿತು ಶಮಂತ್ ಕೋಣೆಯಲ್ಲಿ.

ತೀರಾ ಮೃದುವಾದ ಫೋಮ್ ಬೆಡ್ ಕೂಡ ಅವನಿಗೆ ಹಿತವೆನಿಸಲಿಲ್ಲ. ಅವನ ಪಕ್ಷಿ ಜಗತ್ತಿನಲ್ಲಿ ಯಾರದೋ ಅಕ್ರಮ ಪ್ರವೇಶ, ಅವನ ಮನ ಒಪ್ಪದ ಸ್ಥಿತಿಯಲ್ಲಿತ್ತು. ಎರಡು ಕೈಗಳನ್ನು ಬೆಸೆದು ತಲೆಯ ಕೆಳಗಿಟ್ಟುಕೊಂಡ. ಬಿಸಿಯುಸಿರು ಕೆನ್ನೆಯನ್ನು ಸೋಕಿದಂತಾಯಿತು. ಎದ್ದು ಕೂತ. ವಿಚಿತ್ರವಾದ ತಳಮಳ.

'ಸಿಲ್ಲಿ ಗರ್ಲ್' ಒಮ್ಮೆ ಬೈದುಕೊಂಡು ಮಲಗಿದ. 'ಬ್ಲಡಿ...' ಎರಡನೇ ಸಲ ಮನದಲ್ಲಿ ಶಪಿಸಿದ್ದು. 'ಸ್ಟುಪಿಡ್...' ಮೂರನೆ ಸಲದ ಬೈಗಳು. ಕಡೆಯಲ್ಲಿ 'ಡ್ಯಾಮಿಟ್...' ಕನಲಿದ.

ವಿಚಿತ್ರವಾದ ಸಂವೇದನೆ. ಅದು ಕೋಪ, ಅಸಹನೆಯ ರೂಪು ತಾಳಿತು. ಇದಕ್ಕೊಂದು ಮುಕ್ತಾಯ ಕೊಡಬೇಕೆಂಬ ತೀರ್ಮಾನಕ್ಕೆ ಬಂದ.

ಬೆಳಿಗ್ಗೆ ಟೀ ಹಿಡಿದು ಬಂದ ಮಾಥುರ್‌ನ ಕೇಳಿದ. "ಸೈಕಲ್ ಮೇಲೆ ಓಡಾಡ್ತಾಳಲ್ಲ, ಆ ಹುಡ್ಗೀ ಮನೆ ಎಲ್ಲಿ?" ತಲೆ ಕೆರೆದುಕೊಂಡ. ಪೇಚಾಟ ನಟಿಸಿದ "ಹತ್ತಿರದ ಕಾಲೋನಿಯಲ್ಲಿ..." ಕೋಪದ ಉಗುಳು ನುಂಗಿದ ಶಮಂತ್.

"ಅದು ನಂಗೂ ಗೊತ್ತು, ಪರ್‌ಫೆಕ್ಟಾದ ಪ್ಲೇಸ್ ಬಗ್ಗೆ ಕೇಳಿದ್ದು" ಕಣ್ಣು ಕೆಂಪಗೆ ಮಾಡಿದ.

"ಮಾಲಿ ರಂಗಯ್ಯನಿಗೆ ಗೊತ್ತಿರಬಹುದ್ದು." ಹೊರಗೆ ಓಡಿದ. ಅವನು ನಾಲ್ಕಾರು ಸಲ ಹೋಗಿದ್ದ. ಕಾಫೀ, ತಿಂಡಿಯೇನು ಒಮ್ಮೆ ಊಟ ಕೂಡ ಹಾಕಿದ್ದಳು, ಮನೀಲಾ.

"ಮಾಥುರ್, ನಿಮ್ಮ ಪಂಚವಟಿ ಅಂದ್ರೆ ನಂಗೆ ತುಂಬ ಇಷ್ಟ ಎಷ್ಟೊಂದು ಸುಂದರವಾಗಿದೆ. ರಿಯಲ್ ಫಾರೆಸ್ಟ್ ತರಹ ಮೈನ್‌ಟೈನ್ ಮಾಡಿದ್ದೀರಿ." ಮುಖದ ತುಂಬ ಬೆಳದಿಂಗಳು ಹರಡಿಕೊಂಡು ಮಾತಾಡಿದ ಕ್ಷಣವನ್ನು ಅವನು ಮರೆಯಲಾರ.

ಹತ್ತು ನಿಮಿಷಗಳ ನಂತರ ಬಂದವನು ವಿನಯದಿಂದ ನಿಂತ.

"ರಂಗಯ್ಯನ ಕೇಳಿದ್ಯಾ ?" ಕಠಿಣವಾಗಿತ್ತು ಶಮಂತ್ ಸ್ವರ. ಹೌದೆನ್ನುವಂತೆ ತಲೆದೂಗಿ "ಮೂರನೇ ಕ್ರಾಸ್....116 ನಂಬರ್ ಮನೆ..." ನಿಲ್ಲಿಸುವಂತೆ ಕೈಯೆತ್ತಿದ.

ಗೇಟು ದಾಟಿದ ಕಾರು ಪಂಚವಟಿಯ ಹೊರಭಾಗದಲ್ಲಿ ನಿಂತಿತು. ಇಳಿದು ಸುತ್ತಲೂ ನೋಟವರಿಸಿದ. ಕ್ರಿಕೆಟ್ ಬ್ಯಾಟು ಹಿಡಿದ, ಬೌಲಿಂಗ್ ಮಾಡಲು ಎತ್ತಿದ ಕೈಯ, ಸೈಕಲ್ ಹತ್ತಿರುವ, ಸೈಕಲ್ ತಳ್ಳುವ ಪುಟ್ಟ ಹುಡುಗಿ ಮಧ್ಯೆ ನಿಂತ ರಾಜಕುಮಾರಿ ಯಂಥ ವಿವಿಧ ಭಂಗಿಗಳು ನೆನಪಾಯಿತು. 'ಛೆ, ಸ್ವಲ್ಪವು ಸೀರಿಯಸ್‌ನೆಸ್ ಇಲ್ಲದ ಹುಡ್ಗಿ' ಮನದಲ್ಲೇ ಮೂದಲಿಸಿದ. ಮರುಕ್ಷಣವೇ ಆ ಜಾಗವನ್ನು ಸಹಾನುಭೂತಿ ಆವರಿಸಿತು.

ಸ್ಪಷ್ಟವಾದ ತೀರ್ಮಾನಕ್ಕೆ ಬಂದ ಒಬ್ಬ ನುರಿತ ಸೈಕಿಯಾಟ್ರಿಸ್ಟ್ ಬಳಿ ಚಿಕಿತ್ಸೆ ಕೊಡಿಸುವುದು ಅನಿವಾರ್ಯವೆನಿಸಿತು.

ಕಾಲೋನಿ ದ್ವಾರದಲ್ಲಿಯೇ ಎದುರಾದ ಪುಟ್ಟ ಹುಡುಗಿ ಕಣ್ಣುಗಳಲ್ಲಿ ಪ್ರಜ್ವಲ ಕೋಪ, ಅದಕ್ಕೂ ಮೀರಿದ ಅಳುವ ಭಾವ.

ನಿಲ್ಲಿಸಿ ಹಾರನ್ ಮಾಡಿ ಸನ್ನೆಯಿಂದ ಹತ್ತಿರಕ್ಕೆ ಕರೆದ. ಮುಖ ತಿರುಗಿಸಿದಳು. ಖಾಲಿಯಾದ ಜಾಗ ಅಣಕಿಸಿತು ಅವನನ್ನು,

ಮುಜುಗರವೇ. ಕಾರನ್ನು ಹಿಂದಿರುಗಿಸಿದ ಪಂಚವಟಿಗೆ. ಇಡೀ ದಿನ ನೀರಸ. ಯಾವುದೋ ಒತ್ತಡ, ಅರ್ಥವಾಗದೆ ತತ್ತರಿಸಿದ.

ಈ ಬಗ್ಗೆ ಮಾಥುರ್ ರಂಗಯ್ಯನ ಬಳಿ ಪಿಸುಗುಟ್ಟಿದ "ಯಾಕೋ ಯಜಮಾನ್ರು...

ಒಂದು ತರಹ ಇದ್ದಾರೆ. ರಾತ್ರಿ ಊಟ ಕೂಡ ಮಾಡ್ಲಿಲ್ಲ. ಮಾತಾಡಿಸೋಕೆ ಭಯ'' ಸದ್ಯಕ್ಕೆ ಅವನೊಬ್ಬನ ಮುಂದೆ ಮಾತ್ರ ತೋಡಿಕೊಳ್ಳಬಹುದಾಗಿತ್ತು.

''ಅಂತೂ, ಈವಯ್ಯನದು ವಿಚಿತ್ರವೇ !'' ತೀರಾ ಮೆಲ್ಲಗೆ ಹೇಳಿದ, ಅತ್ತಿತ್ತ ಭಯದ ನೋಟ ಹರಿಸುತ್ತ. ಗಾಳಿ ಎಲ್ಲಿ ತಾನು ಅಂದ ವಿಷಯ ಮುಟ್ಟಿಸಿ ತನ್ನ ಕೆಲಸಕ್ಕೆ ಸಂಚಕಾರ ತರಬಹುದೋ ಎನ್ನುವ ಭಯ.

ತಲೆಯ ಮೇಲೊಂದು ಮೊಟಕಿದ ಮಾಥುರ್ ''ಆರ್ಡಿನರಿ ಜನ ಅಲ್ಲ, ನಮ್ಮ ಯಜಮಾನ್ರು. ವೇರೀ ಗ್ರೇಟ್...'' ಇನ್ನಷ್ಟು ಅವನ ಕೆನ್ನೆಯ ಬಳಿ ಬಗ್ಗಿದ ''ಎಂದಾದ್ರು... ಬಾಟಲು ತಂದಿದ್ದಾರ ? ಫ್ರೆಂಡ್ಸ್ ಹುಡ್ಗೀರ ಬಂದಿದ್ದಾರ, ಪಂಚವಟಿಗೆ.'' ಅಭಿಮಾನದಿಂದ ಅವರ ಸ್ವರ ನಡುಗುತ್ತಿತ್ತು.

ಇಂದಿನ ಯುವ ಸಮುದಾಯವನ್ನು ನೋಡುತ್ತಿದ್ದ ಮಾಥುರ್, ಶಮಂತ್ ಮಿಲಿಯನ್ ಜನರಲ್ಲಿ ಒಬ್ಬ ಎನ್ನುವ ಗೌರವ.

ಮತ್ತೆರಡು ದಿನ ಕಳೆಯುವ ವೇಳೆಗೆ ಎಷ್ಟೇ ಪ್ರಯತ್ನಿಸಿದರೂ ಅವನಲ್ಲಿ ನಿರುತ್ಸಾಹ ಮೂಡತೊಡಗಿತು. ಹೊರಗೆ ಬಂದರೇ ಅವನ ಕಣ್ಣುಗಳು ಮನೀಲಾನ ಅರಸುತ್ತಿತ್ತು. ಕಾರಣವೇನೇ ಇರಲೀ. ಆ ಕ್ಷಣ ನೆನಪಾದರೆ ಅವನೆದೆಯ ಬಡಿತ ಏರುತ್ತಿತ್ತು.

ಅಂದು ಹೊರಟ ಕಾರನ್ನು ನಿಲ್ಲಿಸಿ ನಿಂತಿದ್ದ ಉಲ್ಲಾಸ್‌ನ ಹತ್ತಿರಕ್ಕೆ ಕರೆದ. ಮೊದಲು ಅನುಮಾನಿಸಿದ. ನಂತರ ಬರಲೋ ಬೇಡವೋಂತ ಬಂದ.

''ಎಲ್ಲಿ ನಿಮ್ಮ ಲೀಡರ್?'' ಅವನ ಸ್ವರವೇ ಏನು ನಯವಾಗಲಿಲ್ಲ. ಅವನು ಅಕ್ಕಪಕ್ಕ ಹಿಂದೂ ಮುಂದು ಎಲ್ಲ ನೋಡಿಕೊಂಡ ''ಯಾರು, ಸರ್'' ಅವನಿಗೇನು ತೋಚಿರಲಿಲ್ಲ.

''ನಿಮ್ಮ ಟ್ರೂಪ್‌ಗೆ ಯಾರು ಲೀಡರ್?'' ಅದೇ ಪ್ರಶ್ನೆ ಬದಲಾದ ರೂಪದಲ್ಲಿ. ಉಲ್ಲಾಸ್ ಕಣ್ಣುಗಳು ಕಿರಿದಾದವು ''ನಂಗೆ ಅರ್ಥ ಆಗ್ಲಿಲ್ಲ ಸರ್. ನಮ್ಮ ಮನೆಯಲ್ಲಿ ಮಾತ್ರ ನಾಮಾಕಾವಸ್ತೆ ನಮ್ಮಪ್ಪ ಯಜಮಾನ್ರು ಅಂದ್ಕೊಂಡ್ರು. ಎಲ್ಲಾ ಖಾತೇನು ನಮ್ಮಮ್ಮ ಇಟ್ಕೊಂಡಿರೋದ್ರಿಂದ.... ಅವ್ರೆ ಯಜಮಾನ್ರು'' ಮನೆಯ ವಿಷಯ ಹೇಳಿದ. ಆ ಮೂಡಿನಲ್ಲಿ ಇದ್ದ ಕೂಡ.

ತಲೆಹರಟೆಯೆನಿಸಿತು ಶಮಂತ್‌ಗೆ. ಕಾರನ್ನು ಮುಂದಕ್ಕೆ ನಡೆಸಿ ನಂತರ ಚಿಂತಿಸಿದ. ತನಗೇನು ತಲೆ ಕೆಟ್ಟಿದೆಯಾ ? ಹೇಗೂ ಅವಳ ಕಾಟ ತಪ್ಪಿದೆ ಹುಚ್ಚು ಬೆಪ್ಪು ಮತ್ತೇನಾದರೂ ಆಗಲಿ, ತನಗೇನು ?

ನಿರ್ಧಾರ ಬದಲಾಯಿಸಿಕೊಂಡ. ಸಂಜೆ ಮಾರ್ಕೆಟಿಂಗ್ ಸೆಂಟರಿಗೆ ಹೋದ. ಮಾಥುರ್ ರಾತ್ರಿ ಬಂದಿದ್ದು ಹತ್ತುಗಂಟೆಗೆ. ಅಷ್ಟರಲ್ಲಿ ತಾನೇ ನಾಲ್ಕು ಸಲ ಟೀ ಮಾಡಿಕೊಂಡು ಕುಡಿದಿದ್ದ.

ಇವನು ಪ್ರಶ್ನಿಸುವ ಮುನ್ನ ಅವನೇ ಹೇಳಿದ "ಲೇಟಾಯ್ತು! ವೆರಿ ಬ್ಯಾಡ್ ನ್ಯೂಸ್! ಮನ್ನಿಯಮ್ಮನಿಗೆ ಆಕ್ಸಿಡೆಂಟ್ ಆಯಿತಂತೆ. ನಾನು ಆಸ್ಪತ್ರೆಗೆ ಹೋಗಿದ್ದೆ ನೋಡಲು" ದುಃಖಿತಪ್ತನಂತೆ ಕಂಡ.

ಷಾಕ್ ತಿಂದಂತಾಯಿತು, ಶಮಂತ್‌ಗೆ. ಒಂದೇ ಸಮ ಏರಿದ ಎದೆ ಬಡಿತ ಒಂದು ಕಡೆ ಸ್ತಬ್ಧವಾದಂತಾಯಿತು. "ಐ.ಸಿ. !..." ಅತಿ ಚಿಕ್ಕ ಶಬ್ದವನ್ನು ಬಹು ಮೆಲ್ಲಗೆ ಉಚ್ಚರಿಸಿದ. ಅದನ್ನು ಗಾಳಿ ಎಲ್ಲಿಗೆ ಒಯ್ದು ಮುಟ್ಟಿಸಿತೋ!

ಅಷ್ಟು ಸಾಕಾಗಿತ್ತು ಮಾಥುರ್‌ಗೆ. ಅವನ ನಾಲಗೆಗೆ ಚಲನೆ ಸಿಕ್ಕಿತು. "ಇನ್ನು ಪ್ರಜ್ಞೆ ಬಂದಿಲ್ಲ ಅಂದ್ರು..." ಕಣ್ಣೊರೆಸಿಕೊಂಡು ಬಿಟ್ಟ.

ಹೋಗುವಂತೆ ಸನ್ನೆ ಮಾಡಿದ. ಗಂಟುಗಟ್ಟಿದ ಅವನ ಹುಬ್ಬುಗಳು ನಿಧಾನವಾಗಿ ಸಡಿಲಗೊಂಡವು. ಒಂದು ಪ್ರಶ್ನೆ ಕೇಳಬೇಕೆನಿಸಿತು.

"ಬಹಳ ಪೆಟ್ಟಾಗಿದ್ಯಾ" ಉಸಿರು ಹಿಡಿದಂತಾಯಿತು. ಗೊತ್ತಿಲ್ಲವೆನ್ನುವಂತೆ ಅತ್ತಿತ್ತ ತಲೆಯಾಡಿಸಿದ. "ಒಳ್ಗಡೆ ಬಿಡ್ಲಿಲ್ಲ. ಪಿಕ್‌ನಿಕ್‌ಗೆ ಬಂದ ದಿನವೇನಂತೆ ಆಕ್ಸಿಡೆಂಟ್ ಆಗಿದ್ದು" ಎಂದ. ತೀರಾ ಆತ್ಮೀಯರಿಗೆ, ಸಂಬಂಧಿಕರಿಗೆ ಆಘಾತವಾದಾಗಿನ ಚಡಪಡಿಕೆ ಅವನದು.

ಹಿಂದಕ್ಕೆ ಒರಗಿ ಕಣ್ಣೊರೆಸಿಕೊಂಡ, ಹೃದಯದ 'ಲಬ್‌ಡಬ್' ಬಡಿತ ಅವನ ಕಿವಿಗಳಿಗೆ ತೀರಾ ಸಮೀಪ.

ದುರ್ಬಲತೆ ತೋರಿಸಲು ಇಚ್ಛಿಸದೆ ಇನ್ನೂ ನಿಂತೇ ಇದ್ದ. ಮಾಥುರ್‌ಗೆ "ಹಾರ್ಲಿಕ್ಸ್, ಬೋರ್ನ್‌ವೀಟಾ, ಜೂಸ್... ಮತ್ತೆ ಏನಾದ್ರೂ ತಗೊಂಡ್ಬಾ" ಕಳುಹಿಸಿ, ನಂತರ ಭಾರವಾದ ಉಸಿರು ದಬ್ಬಿದ ಅತಿ ಪ್ರಯಾಸದಿಂದ.

ನಿಧಾನವಾಗಿ ತೊಡೆಯ ಮೇಲಿದ್ದ ಕೈ ಮೇಲಕ್ಕೇರಿ ಕೆನ್ನೆಯನ್ನು ಸ್ಪರ್ಶಿಸಿತು. ಒಂದು ಮಧುರವಾದ ಅನುಭೂತಿ. ಕೋಪ, ಅಸಹನೆ ಅವಳ ಬಗೆಗಿನ ಅನುಮಾನ ಕರಗಿ ಸ್ವಚ್ಛ ವಿಗ್ರಹದಂತೆ ಹೊಳೆದಳು ಆ ಕ್ಷಣ.

ಯಾವುದೇ ಒತ್ತಡ, ಉತ್ಕಟತೆಗೆ ಒಳಗಾದ. ಆಘಾತಕ್ಕೆ ತಾನೇ ಪ್ರತ್ಯಕ್ಷ ಕಾರಣವೆನ್ನುವಂತೆ ನೊಂದುಬಿಟ್ಟ.

ಹಾರ್ಲಿಕ್ಸ್ ಕೊಡುತ್ತ ಮಾಥುರ್ "ನಿಮ್ಮ ಫ್ರೆಂಡ್ ಬಂದಿದ್ದಾರೆ. ಮಲ್ಗಿದ್ದಾರೇಂತ ಹೇಳಿ ಕಳ್ಸಿಬಿಡ್ಲಾ?" ಅವನ ದನಿ ಮೆತ್ತಗಾಗಿತ್ತು, ಇನ್ನು ಚೇತರಿಸಿಕೊಂಡಿರಲಿಲ್ಲ.

"ಬೇಡ, ಕಳ್ಸು ಒಳ್ಗೇ..." ಎಂದ. ವಿಪರೀತ ಒಂಟಿತನ ಬಯಸುತ್ತಿದ್ದವನಿಗೆ, ಸದ್ಯಕ್ಕೆ ಮಾತಾಡಲು, ಏಕಾಂತವನ್ನೋಡಿಸಲು ಯಾರಾದರೂ ಬೇಕಾಗಿತ್ತು.

ಚುರುಕಾಗಿ ಬಂದ ಅನಿಲ್ ನಿಂತ ಚಕಿತನಾಗಿ. "ಯಾಕೆ, ಹುಷಾರಿಲ್ವ! ನೀನು

ಬೆಡ್ ರೂಮಿನಲ್ಲಿದ್ದೀಯಾಂದ್ರೆ ನಿನ್ನನ್ನು ಬಲ್ಲ ಯಾರಿಗಾದ್ರೂ ಗಾಬರನೇ'' ತುಸು ಆತಂಕ ನಟಿಸಿದ.

ಕೈ ಕೊಡವಿ ಮೇಲಕ್ಕೆದ್ದ ಶಮಂತ್ ಗೋಡೆಯಂಚಿಗೆ ಇದ್ದ ದಿವಾನ್ ಹಾಸ್‌ನ ಮೇಲೆ ಕೂಡುತ್ತ ''ನೋ.... ನೋ... ಐಯಾಮ್ ಓಕೇ.... ಕೂತ್ಕೋ ಬಾ. ಒಂದು ರೀತಿ ಡಿಪ್ರೆಷನ್ ಅಷ್ಟೆ'' ಪಕ್ಕದಲ್ಲಿನ ದಿಂಬಿಗೆ ಒರಗಿದ.

ಕೈಯಲ್ಲಿನ ಪುಸ್ತಕವನ್ನು ಅವನೆದುರುಗಿದ್ದ ಚಿತ್ತಾರದ ಕರೀ ಮರದ ಟೀಪಾಯಿ ಮೇಲಿಟ್ಟು ''ಫೀಲ್ಡ್ ಗೈಡ್ ಟು ದಿ ಬರ್ಡ್ಸ್ ಆಫ್ ಈಸ್ಟರ್ನ್ ಹಿಮಾಲಯಾಸ್ ಎಂದ. ಗುಡ್ ಬುಕ್. ಇಂಥ ಅನನ್ಯ ಪುಸ್ತಕ ಪ್ರಕಟಿಸಿದ ಸಲೀಂ ಅಲಿ ಮಹಾನ್ ತಪಸ್ವಿ. ಅವ್ರ ಸಾಧನೆ ಅದ್ಭುತ. ಜಗತ್ತಿನಲ್ಲಿ ಪಕ್ಷಿಗಳು ಇರೋವರ್ಗೂ ಅವ್ರು, ಅವರ ಬರವಣಿಗೆ ಜೀವಂತ'' ಮನ ತುಂಬ ಹೊಗಳಿದ.

ಸಾಧಾರಣವಾಗಿ ಹಾರಾಡುವ ಪಕ್ಷಿಗಳ ಬಗ್ಗೆ ಅವನ ಆಸಕ್ತಿ ತಿಳುವಳಿಕೆ ತೀರಾ ಕಡಿಮೆ. ಎಂಥ ಅದ್ಭುತ, ಅಪೂರ್ವ, ವೈವಿಧ್ಯತೆ ಕಂಡು ಬೆರಗಾಗಿದ್ದ.

ಬರೀ ಮುಗುಳ್ನಕ್ಕ ಶಮಂತ್.

''ಏನಾದ್ರೂ... ತಗೋತೀಯಾ'' ಕೇಳಿದ.

ಅನಿಲ್ ಏನು ತೆಗೆದುಕೊಳ್ಳುವ ಮೂಡ್‌ನಲ್ಲಿಲ್ಲ. ಮಾತಾಡುವ ಹುಮ್ಮಸ್ಸು ಅವನದು. ಶಮಂತ್ ಆರಾಮವಾಗಿ ಸಿಕ್ಕಿದ್ದು ಅವನ ಉತ್ಸಾಹಕ್ಕೆ ಗರಿ ಹಚ್ಚಿದಂತಾಯಿತು.

ಅವನು ''ಬೇಡ, ನಾನು ಹೇಳೋದ್ನ ಸ್ವಲ್ಪ ಕೇಳೋ ರಿಸ್ಕ್ ತಗೋ. ನಿಮ್ಮಣ್ಣ ಒಮ್ಮೆ ನಕ್ಕಾಗ ನಮ್ಮ ಶಮಂತ್‌ಗೆ ರೆಸ್ಪಾನ್ಸಿಲಿಟಿ ಕಡ್ಮೆ ಎಂದರು. ಆಗೇನು ಅನ್ನಿಸ್ಲಿಲ್ಲ. ಈಗ ನಂಗೆ ಬರ್ನಾಡ್ ಷಾರ ಮಾತುಗಳು ನೆನಪಾಗ್ತ ಇದೆ The responsible man adaps himself to Circumstance. The unresponsible man adapts circumstance to himself. So, all the progress depends on the unreasonable man (ಸಕಾರಣವಾಗಿ ನಡೆಯುವ ವ್ಯಕ್ತಿ ಪರಿಸ್ಥಿತಿಗೆ ಹೊಂದಿಕೊಂಡು ಹೋಗುತ್ತಾನೆ. ಹಾಗಲ್ಲದವನು ಪರಿಸ್ಥಿತಿಯನ್ನು ತನಗೆ ಹೊಂದಿಸಿಕೊಳ್ಳುತ್ತಾನೆ. ಅಂದರೆ ಇಡೀ ಪ್ರಗತಿಯೆಲ್ಲ ಈ ಸಕಾರಣವಾಗಿ ನಡೆಯದ ವ್ಯಕ್ತಿಯನ್ನೇ ಅವಲಂಬಿಸಿರುತ್ತೆ) ಐಯಾಮ್ ಪ್ರೌಡ್ ಆಫ್ ಯು ಮೈ ಫ್ರೆಂಡ್...'' ಸಂತೋಷದಿಂದ ಉದ್ವಿಗ್ನನಾಗಿ ಅವನ ಕೈ ಕುಲುಕಿದ.

ಬೇರೆ ಸಂದರ್ಭದಲ್ಲಿಯಾಗಿದ್ದರೆ ಶಮಂತ್ ಹೇಗೆ ಪ್ರತಿಕ್ರಿಯಿಸುತ್ತಿದ್ದನೋ, ಆದರೆ ಇಂದಿನ ನಿರಾಸಕ್ತಿ ಏನು ಅನ್ನಿಸಲಿಲ್ಲ ಅವನಿಗೆ.

''ಥ್ಯಾಂಕ್ಯೂ...'' ಅಷ್ಟೇ ಹೇಳಿದ್ದು.

ಆಡಿದ್ದನ್ನೆಲ್ಲ ಮೌನವಾಗಿ ಕೇಳಿದ. ಅವನಿಗೆ ಅಷ್ಟು ತಾಳ್ಮೆ ಇದೆಯೇ, ಇತ್ತಾ! ಆಶ್ಚರ್ಯವೆನಿಸಿತು ಅನಿಲ್‌ಗೆ.

"ಈಗ ಏನಾದ್ರೂ ತಗೋಬಹುದಾ!" ತಾನೇ ಪ್ರಸ್ತಾಪಿಸಿದ. ಮನದ ಆಂದೋಳನ ಮೆಟ್ಟಿ ನಿಲ್ಲುವುದು ಮೊದಲ ಸಲ ಕಷ್ಟವೆನಿಸಿತ್ತು, ಶಮಂತ್‌ಗೆ "ಹೊರಗಡೆ... ಕೂತ್ಕೊಳ್ಳೋಣ" ತಾನೇ ಎದ್ದ. ಹಿಂಬಾಲಿಸುವುದು ಅನಿಲ್ ಸರದಿ.

ಮುಂದಿನ ಸುಂದರ, ಅತ್ಯಂತ ಸುಂದರ ಪಂಚವಟಿಯ ಗಾರ್ಡನ್ನಿನಲ್ಲಿ ಬಂದು ಕೂತರು. ಹತ್ತಾರು ಹಕ್ಕಿಗಳ ಕಲರವ. ಅತ್ತಿತ್ತ ಚುಕ್ಕೆಗಳ ಹೊಂಬಣ್ಣದ ಜಿಂಕೆ. ಸದ್ದಿಲ್ಲದೆ ಓಡಾಡಿಕೊಂಡಿದ್ದ ಜೋಡಿ ನವಿಲುಗಳು. ಕೃತಕವಾಗಿ ನಿರ್ಮಿಸಿದ ಕೊಳದಲ್ಲಿನ ಕೊಕ್ಕರೆಗಳು.

"ವ್ಹಾವ್ಹಾ... ಕೊಕ್ಕರಗಳ್ನ ಎಲ್ಲಿ ಸಂಪಾದಿಸ್ತಿ ?" ಮೆಚ್ಚುಗೆಯಾಡಿದ ಅನಿಲ್ ಕಣ್ಣರಳಿಸಿ "ಮಾಲಿ ರಂಗಯ್ಯ ಪ್ರಯಾಸದಿಂದ ತಂದು ಬಿಟ್ಟ. ಅವು ಈಗ ಸರ್ವ ಸ್ವತಂತ್ರ. ಆಗಾಗ ಹಾರಿ ಹೋಗುತ್ತೆ, ಬರುತ್ತೆ. ವಲಸೆಗೆ ಇದೊಂದು ಪ್ಲೇಸ್ ಅಷ್ಟೆ" ಅವುಗಳತ್ತಲೇ ನೋಡಿದ. ಅವೆರಡರ ನಡುವೆ ಮನೀಲಾ ಕಂಡಂತಾಯಿತು. ವಿಚಲಿತನಾದ.

ರಸಗುಲ್ಲಾ, ಬಿಸಿ ಸಮೋಸಾ ತಂದಿಟ್ಟ, ಶಮಂತ್‌ಗಿಂತ ಸ್ವಲ್ಪ ಹೆಚ್ಚಾಗೆ ತಿಂದ.

ಒಮ್ಮೆ ಟೀ ಸಿಪ್ ಮಾಡಿದ ಶಮಂತ್ "ಪುಸ್ತಕ ಕೊಡೋಕೋಸ್ಕರ... ಬಂದ್ಯಾ?" ಅವನ ಕೈಯಲ್ಲಿನ ಟೀ ಕಪ್ ಕೆಳಗಿಳಿಯಿತು. "ಅದೇ ಉದ್ದೇಶವಾಗಿಯೇನು ಬರ್ಲಿಲ್ಲ. ನನ್ನ ಸ್ಟೂಡೆಂಟ್ ಮನೀಲಾಗೆ ಆಕ್ಸಿಡೆಂಟ್ ಆಗಿದೆ. ನರ್ಸಿಂಗ್ ಹೋಂಗೆ ಹೋಗಿದ್ದೆ. ಒಳ್ಗೆ ಬಿಡ್ಲಿಲ್ಲ. ಡಾಕ್ಟರುಗಳು ಏನು ಹೇಳಿಲ್ಲ. ಸ್ವಲ್ಪ ಅವ್ಳ ಮಾವನನ್ನು ಮಾತಾಡಿಕೊಂಡ್ಹೋಗೋಣಾಂತ. ನನ್ನನ್ನೆ ಮನದ ಸಮಾಧಾನಕ್ಕೆ" ಅವನ ಮುಖದ ಮೇಲೆ ವ್ಯಥೆಯ ನೆರಳಾಡಿತು.

ನಾಲಿಗೆ ತುದಿಯವರೆಗೂ ಬಂದ ಮಾತನ್ನು ಶಮಂತ್ ನುಂಗಿಕೊಂಡ.

"ಬರ್ತೀನಿ. ಒಂದಿಷ್ಟು ಮಾತಾಡ್ಸಿಕೊಂಡ್ಹೋಗ್ತೀನಿ. ಅಂಥ ಪ್ರಬಲವಾದ ಪೆಟ್ಟು ಕೂಡ ಬಿದ್ದಿಲ್ಲಾನ್ನೋ ನ್ಯೂಸ್. ಆದ್ರೂ ದಿನಗಳು ಕಳೆದರೂ ಪ್ರಜ್ಞೆ ಮರುಕಳಿಸಲಿಲ್ಲಾಂದ್ರೆ ಅರ್ಥವೇನು ? ನಂಗೆ ಟ್ರೂತ್ ಬೇಕು." ಎದ್ದವನು ಮುಖ ಉಜ್ಜಿದ.

ಪ್ಯಾಂಟಿನ ಜೇಬಿನಲ್ಲಿ ಕೈ ತುರುಕಿದವನು "ಮನೀಲಾ ನನ್ನ ಒಬ್ಬ ಸ್ಟೂಡೆಂಟ್ ಮಾತ್ರ. ಸುಂದರ ನಿಲುವು, ಕೀಟಲೆ ಮುಖ, ನೀಳ ರೆಪ್ಪೆಗಳು, ಕಡು ಕಪ್ಪು ಗುಡ್ಡೆಗಳ ದೊಡ್ಡ ದೊಡ್ಡ ಬಿಳಿಯ ಕಣ್ಣುಗಳು - ಎಲ್ಲರ ನೆನಪಿನಲ್ಲಿ, ಎಲ್ಲರಿಗೂ ಇಷ್ಟವಾಗುವಂತೆ ಮಾಡಿದೆ. ಜಗತ್ತಿನಲ್ಲಿ ಏನಾದರೂ ನಾಶವಾಗಬಹುದು. ಮನೀಲಾ ಮುಖದ ಪ್ರೀತಿ-ಸ್ನೇಹ ಆತ್ಮೀಯತೆಯ ಮಿಂಚು ಎಂದು ಹಾಳಾಗದು ಎನ್ನುವ ಭ್ರಮೆ ಮೂಡಿಬಿಡುತ್ತದೆ." ನುಡಿದ ಭ್ರಮಿತನಂತೆ ಅನಿಲ್.

ಅತ್ಯಂತ ಸುಂದರ ಹಕ್ಕಿ ಶಮಂತ್ ಮುಂದೆ ಹೊರಳಾಡಿ ಹೊರಳಾಡಿ ನರಳಿದಂತಾಯಿತು. ಅವನ ಹೃದಯ ವಿಲಿ ವಿಲಿ ಒದ್ದಾಡಿತು.

"ನಂಗೂ ಆ ಕಡೆ ಬರೋದಿದೆ. ನಿನ್ನ ಡ್ರಾಪ್ ಮಾಡ್ತೀನಿ" ಒಳಗೆ ನಡೆದ ಶಮಂತ್. ಅನಿಲ್ ಸ್ವರ ಹಿಡಿದು ನಿಲ್ಲಿಸಿತು. "ಸಾಕಷ್ಟು ನಿನ್ನ ಟೈಮ್‌ನವೇಸ್ಟ್ ಮಾಡಿದ್ದೀನಿ. ಮತ್ತೆ ನಂಗೋಸ್ಕರಾಂತ ನೀನು ಬರೋದ್ಬೇಡ. ಡೋಂಟ್ ಮೈಂಡ್."

ಅವನು ಏನು ಮಾತಾಡದೆ ಒಳಗೆ ನಡೆದ. ಬರುವೆನೆಂದೇ ಅರ್ಥ. ಇಂಥ ರಮ್ಯ ಪ್ರದೇಶದಲ್ಲಿ ನಿಮಿಷಗಳೇನು ಗಂಟೆಗಳು ಕೂಡ ಕಾಯಬಹುದು. ರೆಪ್ಪೆ ಬಡಿಯದೆ ಕಣ್ಣು ನಿಮಿರಿಸಿ ಸುತ್ತಲು ನೋಟ ಹರಿಸಿದ.

"ಹೋಗೋಣ....." ಸನಿಹದಲ್ಲಿ ಶಮಂತ್‌ನ ದನಿ ಕೇಳಿದಾಗ, ಅತ್ಯಂತ ಮಧುರವಾದ ರಾಗವನ್ನಾಲಿಸುತ್ತಿದ್ದಾಗ ಮಧ್ಯದಲ್ಲಿ ತಾಮ್ರದ ಬಿಂದಿಗೆ ಬಿದ್ದಂಥ ಸದ್ದು." ಓ ಮೈ ಗಾಡ್, ಇಲ್ಲಿನ ಗಾಳಿಯನ್ನು ಆಸ್ವಾದಿಸುವುದೇ ಒಂದು ರೀತಿಯ ಮಧುರ..." ಮೈಮರೆತಂತೆ ನುಡಿದ.

ಕಾರು ನಿಧಾನವಾಗಿ , ಹೆಚ್ಚು ಸದ್ದು ಮಾಡದಂತೆ ಪಂಚವಟಿಯ ಮೈನ್ ಗೇಟ್ ದಾಟಿತು. ವಾಹನದ ಶಬ್ದದಿಂದ ಮರಗಳ ಮೇಲೆ ಆರಾಮಾಗಿ ಕೂತು ಸಂಭಾಷಿಸುವ ಹಕ್ಕಿಗಳಿಗಾಗಲೇ ಕೆಳಗಿರುವ ನವಿಲು, ಜಿಂಕೆ, ಕೊಕ್ಕರೆ .... ಮುಂತಾದವುಕ್ಕಾಗಲಿ ತೊಂದರೆಯಾಗಬಾರದೆಂಬುದೆ ಅವನಿಚ್ಛೆ.

ಸದಾ ಮೈದಾನದಲ್ಲಿ ಬೌಲಿಂಗ್, ಪ್ರಾಕ್ಟೀಸ್ ಮಾಡುತ್ತಿದ್ದ ಕಡೆ, ಅವನ ನೋಟ ಹರಿದಾಗ ನಿರ್ಜನವಾಗಿತ್ತು "ಹಲೋ".... ಮನೀಲಾ ಕೂಗಿದಂತಾಯಿತು. ಒಂದೆರಡು ಕ್ಷಣ ಚಲಿಸಿ ಹೋದ.

"ಶಮಂತ್...." ಅನಿಲ್ ಭುಜದ ಮೇಲೆ ಕೈಯಿಟ್ಟಾಗಲೆ ಚೇತರಿಸಿಕೊಂಡಿದ್ದು "ನಿನ್ನ ಪಕ್ಷಿ ಲೋಕ ಈಗ್ಲೂ ನಿನ್ನ ಕಾಡ್ತಾ ಇದಿಯೋಂತ ಹೆದರಿದೆ. ನೀವುಗಳು ನ್ಯೂಸ್ ಮೇಕರ್ಸ್. ನಕ್ಕ. ಮಾತಾಡಲಿಲ್ಲ ಶಮಂತ್.

ಅಗ್ನಿಹೋತ್ರಿಗಳ ಮನೆಯ ಮುಂದೆ ಕಾರು ನಿಂತಿತು. ಅನಿಲ್ ಇಳಿದಾಗ ತಲೆ ಹೊರಗೆ ಹಾಕಿ ಕೇಳಿದ "ಇಂಥ ಸ್ಥಿತಿಯಲ್ಲಿ ಅವ್ರು ಆಸ್ಪತ್ರೆ ಬಿಟ್ಟು ಮನೆಯಲ್ಲಿ ಇರ್ತಾರ?" ಅನುಮಾನ ವ್ಯಕ್ತಪಡಿಸಿದ.

"ಎಲ್ಲಾ ನ್ಯೂಸ್ ಗ್ಯಾದರ್ ಮಾಡಿದ್ದೀನಿ. ಪುರಸತ್ತು ಇದ್ದರೆ... ಹತ್ತು ನಿಮಿಷ ಇಳೀ. ಮಿಲಿಟರಿ ಮನುಷ್ಯ ನಿನ್ನ ಆಹ್ವಾನವಿಲ್ಲದೇ ಪಂಚವಟಿಗೆ ಬಂದು ತೊಂದರೆ ಕೊಡೋಲ್ಲ" ಔಪಚಾರಿಕವಾಗಿ ಕರೆದ. ಯಾವುದೇ ಒತ್ತಾಯ ಗೆಳೆತನವನ್ನು ಮುರಿದುಹಾಕಬಹುದೆಂದು ಅನಿಲ್‌ಗೆ ಗೊತ್ತು.

ತಟ್ಟನೆ ಇಳಿದ ಶಮಂತ್. ಹೊಸ ಬದಲಾವಣೆ ಕಂಡು ದಿಗ್ಭ್ರಾಂತನಾದ ಅನಿಲ್.

ಇಬ್ಬರೂ ಕೂಡಿಯೇ ಬಾಗಿಲಿಗೆ ಬಂದಾಗ ತೀರಾ ಮಂಕಾದ ಒಂದು ಹೆಣ್ಣು ಹೆಂಗಸು ನೆಲವನ್ನು ಅಚ್ಚುಗಟ್ಟು ಮಾಡುತ್ತಿದ್ದಳು.

ತೆರೆದ ಬಾಗಿಲ ಮೇಲೆ ಸದ್ದು ಮಾಡಿದ. ಹಿಂದಕ್ಕೆ ತಿರುಗಿದವಳು ಎದ್ದು ನಿಂತು ಸೆರಗಿನಿಂದ ಕೈಯಾಡಿಸಿಕೊಂಡಳು.

"ಅಗ್ನಿಹೋತ್ರಿಗಳು ಮನೆಯಲ್ಲಿ ಇಲ್ವಾ !" ಕೇಳಿದ. ಇದ್ದಾರೆನ್ನುವಂತೆ ತಲೆಯಾಡಿಸಿ ಒಳಗೆ ಹೋದಳು.

"ಬಹುಶಃ ಮೂಗಿ, ಇದ್ಮೇಲಾಯ್ತು, ಕೂತುಕೊಳ್ಳೋಣ" ಅನಿಲ್ ಸೋಫಾ ಮೇಲೆ ಕೂತ. ಸಂಕೋಚಿಸದೆ ಶಮಂತ್ "ಅವ್ರಿಗೇನಾದ್ರೂ ಡಿಸ್ಟರ್ಬ್ ಆಗುತ್ತೇನೋ" ಸಮಯದ ಮಹತ್ವ ಬಲ್ಲವ ಉಸುರಿದ.

"ಪರ್ವಾಗಿಲ್ಲ ಕೂತ್ಕೋ, ರಿಟೈರ್ಡ್ ಮಿಲಿಟರಿ ಅಧಿಕಾರಿ. ಸಂಶೋಧನೆ ರಿಸರ್ಚ್ ಮಾಡೋ ಜನರ ಹಾಗೆ ಬುಕ್ ಹಿಡ್ದು ಕೂಡೋಲ್ಲ. ಮಾತು, ಪರಿಚಿತರು, ಗೆಳೆಯರು, ಸಂಬಂಧಿಗಳು ಎಲ್ಲಾ ಬೇಕಾಗುತ್ತಾರೆ. ಇಂಥ ಸಮಯದಲ್ಲಿ ಅದು ಅನಿವಾರ್ಯ ಕೂಡ." ಮಾನವ ಸೈಕಾಲಜಿ ಬಲ್ಲವನಂತೆ ನುಡಿದ.

ಬಂದ ಅಗ್ನಿಹೋತ್ರಿಗಳು ಮಾಮೂಲಿನ ನಗುವಿನಂತೆಯೇ ಸ್ವಾಗತಿಸಿದರು. ಶಮಂತ್‌ನ ಪರಿಚಯಿಸುವುದು ಬೇಕಿರಲಿಲ್ಲ.

"ಪರಿಚಯವಿಲ್ಲದಿದ್ರೂ ನಿಮ್ಮ ತಂದೆ, ಇಂಡಸ್ಟ್ರಿಗಳ ಬಗ್ಗೆ ಗೊತ್ತು" ಬಿಂಕ, ಬಿಗುಮಾನ, ಅತಿ ಮರ್ಯಾದೆ ತೋರದೇ ಸರಳವಾಗಿ ಉಚ್ಚರಿಸಿದರು. "ಈಗ ಪಂಚವಟಿಯ ರಾಜಕುಮಾರ..." ನಗುವಿನೊಂದಿಗೆ ಒತ್ತಿ ಹೇಳಿದರು.

ಅವರಾಗಿ ಮನೀಲಾ, ಆ್ಯಕ್ಸಿಡೆಂಟ್ ಸುದ್ದಿ ಎತ್ತಲಿಲ್ಲ. ಅರೆ ಮನಸ್ಸಿನನಿಂದಲೇ ಅನಿಲ್ ಪ್ರಸ್ತಾಪಿಸಿದ.

"ಮನೀಲಾ.... ಕಾಲೇಜಿಗೆ ಬರ್ತಾ ಇಲ್ಲ"

ತಕ್ಷಣ ದಟ್ಟವಾಗಿ ಕಾರ್ಮೋಡಗಳು ಕವಿದುಕೊಂಡವು ಅಗ್ನಿಹೋತ್ರಿಗಳ ಮುಖದ ಮೇಲೆ. ಎಲ್ಲೆಲ್ಲಿ ಅಡಗಿ ಕೂತಿದ್ದ ಸುಕ್ಕುಗಳೆಲ್ಲ ಕಣ್ಣಿನ ಕೆಳಗೆ, ಹಣೆಯ ಮೇಲೆ ವಿಜೃಂಬಿಸಿದವು.

"ಅವ್ಳಿಗೆ ಆ್ಯಕ್ಸಿಡೆಂಟ್ ಆಗಿದೆ. ಬೆಳಿಗ್ಗೆ ಆಸ್ಪತ್ರೆಯಿಂದ ನರ್ಸಿಂಗ್ ಹೋಂಗೆ ಷಿಫ್ಟ್ ಆದಳು." ಅಷ್ಟೇ ಹೇಳಿದ್ದು

"ಹೇಗಿದ್ದಾಳೆ ?" ಅನಿಲ್ ಪ್ರಶ್ನೆ.

ಉತ್ತರ ಹೇಳಲಾರದೆ ಒದ್ದಾಡಿದರು ಕಾಲಿಗೆ, ಕೈಗೆ ಬ್ಯಾಂಡೇಜ್ ಹಾಕುವಷ್ಟು ಪೆಟ್ಟು ಮಾತ್ರ ಬಿದ್ದಿದ್ದು. ತಲೆಗೆ ಪುಟ್ಟ ಗಾಯವು ಇಲ್ಲ. ಆ್ಯಕ್ಸಿಡೆಂಟ್ ಆದಾಗ ತಪ್ಪಿದ ಪ್ರಜ್ಞೆ ಇನ್ನು ಮರಳಿರಲಿಲ್ಲ.

"ಪರ್ವಾಗಿಲ್ಲ. ಅಂಥ ಪೆಟ್ಟೇನು ಬಿದ್ದಿಲ್ಲ ! ಚುಟುಕು ಉತ್ತರ ಅನಿಲ್‌ಗೆ ತೃಪ್ತಿಯಾಗಲಿಲ್ಲ ಇನ್ನು ಪ್ರಜ್ಞೆ ಬಂದಿಲ್ಲಾಂತ ತಿಳೀತು !"

ತುಟಿ ಬಿಗಿದು ದುಃಖವನ್ನು ನುಂಗಿದರು ಅಗ್ನಿಹೋತ್ರಿಗಳು "ಹೌದು. ಅದಕ್ಕೆ ಡಯಾಗ್ನೈಸ್ ಸಿಕ್ತಾ ಇಲ್ಲ. ಎಲ್ಲಾ.... ನಾರ್ಮಲ್, ವೈದ್ಯಕೀಯ ಜಗತ್ತಿನಲ್ಲಿ ಗುಣ ಕಾರಣ, ತಿಳಿಯಲಾಗದ ವಿಸ್ಮಯಗಳೆಷ್ಟೋ ಇದೆ" ಜಾರಿಕೆಯ ಮಾತಾಡಿದರು. ಮತ್ತೆ ಏನು ಕೇಳಲಾಗಲಿಲ್ಲ ಅನಿಲ್‌ಗೆ.

ಮೇಲೆದ್ದರು ಇಬ್ಬರು "ಮನೀಲಾ. ಗೆಟ್‌ವೆಲ್ ಸೂನ್", ಅಷ್ಟನ್ನು ಮಾತ್ರ ಹಾರೈಸಿದ್ದು... "ಬರ್ತೀವಿ" ಎಂದ ಅನಿಲ್ ದುಗುಡದ ಸ್ವರದಲ್ಲಿ.

ಕಾರಿನವರೆಗೂ ಬಂದು ಬೀಳ್ಕೊಟ್ಟ ಅಗ್ನಿಹೋತ್ರಿಗಳು ಶಮಂತ್ ಕೈ ಕುಲುಕಿ "ನಮ್ಮ ಮನೀಲಾ ನಿಮ್ಮ ಪಂಚವಟಿನ ತುಂಬ ಇಷ್ಟಪಡ್ತಾ ಇದ್ಲು. ಆ ಹೆಸರು ನೋಡ್ಬಂದ ದಿನ ರಾಮಾಯಣದ ಪಂಚವಟಿ ಪೂರ್ಣ ಪರಿಚಯ ಕೇಳಿ ತಿಳಿದಳು. ನಿಮ್ಗೇ ತೊಂದರೇನು ಕೊಟ್ಟಿದ್ದಳು" ಸ್ವರ ಒತ್ತಿ ಹಿಡಿದು ನುಡಿದರು.

ಶಮಂತ್ ಮಾತಾಡಲಿಲ್ಲ, ಅವನೇ ಮನೀಲಾ ಬಗ್ಗೆ ಅವರಿಗೆ ಕಂಪ್ಲೇಟ್ ನೀಡುವವನಿದ್ದ. ಈಗ ಮುಖದ ಭಾವನೆಗಳನ್ನು ಬದಲಿಸಲು ಕೂಡ ಅವನಿಂದಾಗಲಿಲ್ಲ.

ಕಾರು ತಿರುವಿಗೆ ಬಂದಾಗ ಅನಿಲ್ ಕುತೂಹಲ ತಡೆಯಲಾರದೆ, "ನಿಂಗೆ ಮನೀಲಾ ಗೊತ್ತೆ?" ಕೇಳಿದ ಮರೆತವನಂತೆ.

ಭಾರವಾದ ಉಸಿರು ದಬ್ಬಿದ ಶಮಂತ್ "ಗೊತ್ತು, ಆದರೆ ನಿನ್ನಷ್ಟು ಅಲ್ಲ. ಕೀಟಲೆಯ ಹುಡ್ಗಿಯಾಗಿ ಅಷ್ಟೇ, ಬಂಗ್ಲೆ ಪಕ್ಕ ಕ್ರಿಕೆಟ್ ಆಡಿ ಬಾಲ್‌ಗಳ್ನ ಪಂಚವಟಿಗೆ ಬೀಳಿಸಿ ಕೋಪ ಬರೆಸಿದಷ್ಟೆ" ಮಾಮೂಲಾಗಿ ಮಾತಾಡಿರೂ ಉದ್ವಿಗ್ನತೆ ಕಾಣಿಸಿಕೊಂಡಿತು ಅವನಲ್ಲಿ.

ಜೋರಾಗಿ ನಕ್ಕುಬಿಟ್ಟ ಅನಿಲ್. ಹಿಂದೊಮ್ಮೆ ಇದೇ ಮಾತುಗಳನ್ನು ಕೇಳಿದ್ದ.

"ಅಂತೂ ಮನೀಲಾ ನಿಂಗೂ ಸಾಕಷ್ಟು ಪರಿಚಯವೆ. ಇಲ್ಲೇ ನಿಲ್ಸು.... ನನ್ನ ರೂಮಿಗೆ ನಿಯರ್. ನೀನ್ಬಂದ್ರೆ... ರೂಮಿಗೆ ಸಂತೋಷ. ಆದರೆ ಆ ವಾತಾವರಣ ನಿಂಗೆ ಹಿಡಿಸಲಿಕ್ಕಿಲ್ಲ" ಎಂದ.

ಬೇರೆ ದಿನ, ಸಮಯದಲ್ಲಾಗಿದ್ದರೇ ಇವನ ಕಾಲಿಗೆ ಬಿದ್ದು ದಮ್ಮಯ್ಯ ಗುಡ್ಡೆ ಹಾಕಿದ್ದರೂ ಹೋಗುತ್ತಿರಲಿಲ್ಲ. ಅವನ ಮನಸ್ಸೊಂದು ವಿಚಿತ್ರ ಸುಳಿಯಲ್ಲಿ. ಏಕಾಂಗಿಯಾಗಿರಲೇ ಹೆದರುತ್ತಿದ್ದ.

"ಬರ್ತೀನಿ...." ಸ್ಪಷ್ಟವಾಗಿ ಉಚ್ಚರಿಸಿದ.

ಚಕಿತನಾದ ಅನಿಲ್. ಸೂರ್ಯ ದಿಕ್ಕನ್ನೇ ಬದಲಾಯಿಸುತ್ತಾನೆಂದರೆ ಕೂಡ ನಂಬಿ ಬಿಡಬಲ್ಲ. ಆದರೆ ಶಮಂತ್ ವಿಚಾರದಲ್ಲಿ ಅನುಮಾನ. ಆದರೂ ತೋರ್ಪಡಿಸಿಕೊಳ್ಳಲಿಲ್ಲ.

"ಮೈಗಾಡ್. ಅಂತು ನನ್ನ ಕುಟೀರ ಪಾವನ!" ಉದ್ಗರಿಸಿದ ಅಷ್ಟೇ.

ಸುಮಾರಾದ ಕಾಂಪೌಂಡ್. ಕೆಳಗಡೆ ಮೈನ್ ಹೌಸ್‌ನಲ್ಲಿ ಓನರ್ ಇದ್ದರು. ಕೆಳಗಿನ ಔಟ್‌ಹೌಸ್ ಮೇಲಿನ ಮೂರು ಪುಟ್ಟ ಹೌಸ್‌ಗಳು ಬಾಡಿಗೆಗೆ ಕೊಟ್ಟು ಕ್ಲಾಸ್ ಒನ್ ಆಫೀಸರ್ ಸಂಬಳದಷ್ಟನ್ನು ಗಳಿಸುತ್ತಿದ್ದರು.

ಮೇಲಕ್ಕೆ ಕರೆದೊಯ್ದು ತನ್ನ ಫ್ಲಾಟ್‌ನ ಕೀಲಿ ತಗೆದು "ವೆಲ್‌ಕಮ್... ಮೋಸ್ಟ್ ವೆಲ್‌ಕಮ್..." ಕೈಚಾಚಿ ಆಹ್ವಾನಿಸಿದ.

ರೂಮು, ಹಾಲ್, ಕಿಚನ್, ವರಾಂಡ, ಬಾತ್ ಎಲ್ಲವನ್ನು ಒಳಗೊಂಡ ಪುಟ್ಟ ಮನೆ ಚೆನ್ನಾಗಿಯೇ ಇತ್ತು! ಇದು ಶ್ರೀಸಾಮಾನ್ಯರ ಭಾವನೆ, ಅನಿಸಿಕೆ ಅಷ್ಟೆ.

"ನಾನೇ ಚಿಕ್ಕ ಮನೆ ಇಡ್ದೆ. ಇಲ್ಲಿನ ಸಂಬಳಕ್ಕೆ ಹೊಂದಿಕೊಳ್ಳುವಂತಿರಬೇಕು. ನೌಕರ, ಚಾಕರರ ತಕರಾರು ಇಲ್ದೇ ನಾನೇ ಸುವ್ಯವಸ್ಥಿತವಾಗಿ ಮ್ಯಾನೇಜ್ ಮಾಡ್ಕೋಬೇಕೆನ್ನುವ ! ಅಂದಾಜಿನಿಂದ ಅಷ್ಟೆ ಇಡೀ ಮನೆ ನಿನ್ನ ಸ್ಟಡಿ. ರೂಮಿನಷ್ಟಿಲ್ಲ" ವಿವರಣೆ ನೀಡಿ ಅನಿಲ್ ನಕ್ಕ.

ಶಮಂತ್ ಆ ಬಗ್ಗೆ ತಲೆ ಕೆಡಿಸಿಕೊಳ್ಳಲಿಲ್ಲ. 'ತನ್ನಿಂದಲೇ' ಎನ್ನುವ ಕಾಂಪ್ಲೆಕ್ಸ್‌ಗೆ ಒಳಗಾದ ಶಮಂತ್ ಒಳಗೊಳಗೆ ನರಳುತ್ತಿದ್ದ. ತಾನು ಅಷ್ಟು ಕಟುವಾಗಿ ವರ್ತಿಸಬಾರದಿತ್ತು! ಇದು ಒಮ್ಮೆ ಮೂಡುವ ಭಾವನೆಯಾರೂ ಮತ್ತೆ ಹೇಗೆ ವರ್ತಿಸಲು ಸಾಧ್ಯವಿತ್ತು ? ಒಬ್ಬ ಯುವತಿ ನಾಚಿಕೆಗೆಟ್ಟು ಒಬ್ಬ ಯುವಕನನ್ನು ಚುಂಬಿಸುವುದೆಂದರೆ ಅವನ ಒಪ್ಪಿಗೆ ಭಾವನೆಗಳಿಲ್ಲದೆ.

"ಅರೆ. ಕೂತ್ಕೋ... ಇನ್ನು ನಿಂತೆ ಇದ್ದೀಯಲ್ಲ. ಅಷ್ಟು ಭಯಂಕರವಾಗಿ ಯೋಚ್ಸೋಕೆ ನಿಂಗೆ ಯಾವ ಪ್ರಾಬ್ಲಮ್" ಒಳಗೆ ಹೋಗಿ ಬಂದ ಅನಿಲ್ ನಗೆಯಾಡಿದ.

ಮೃದುವಾದ ಮೆತ್ತಗಳನ್ನು ಅಳವಡಿಸಿದ್ದ ಬೆತ್ತದ ಛೇರ್ ಮೇಲೆ ಕೂತ. ಟೀಪಾಯಿ ಮೇಲಿದ್ದ ಪುಸ್ತಕಗಳನ್ನೆತ್ತಿಕೊಂಡು ತಿರುವಿಹಾಕಿ ಹಾಗೆಯೇ ಇಟ್ಟ, ಅನಿಲ್ ಪಾಠ ಮಾಡುವ ಸಬ್ಜೆಕ್ಟ್‌ಗೆ ಸಂಬಂಧಪಟ್ಟಿದ್ದು

"ಏನಾದ್ರೂ... ತಗೋತೀಯಾ ?" ಕೇಳಿದ ಅನಿಲ್ ಷರಟಿನ ತೋಳುಗಳನ್ನು ಮಡಚುತ್ತ. "ಬರೀ ನೀರು... ಸಾಕು. ಅಗ್ನಿಹೋತ್ರಿ ಹೇಳಿದ್ದರಲ್ಲಿ ನಂಗೆ ನಂಬ್ಕೇ ಇಲ್ಲ. ಸ್ಪೆಷಲಿಸ್ಟ್‌ಗಳಿಗೆ ತೋರಿಸೋಕೆ ಹಿಂಜರಿಯುತ್ತಲಿದ್ದಾರೆ ಅನ್ನಿಸೋಲ್ವಾ !" ಪ್ರಸ್ತಾಪವೆತ್ತಿದ ಶಮಂತ್, ಆಶ್ಚರ್ಯದ ಮೇಲೆ ಆಶ್ಚರ್ಯ ಅನಿಲ್‌ಗೆ.

"ನಿಂಗೆ ಅಂಥ ಅನುಮಾನ ಯಾಕ್ಬಂತು ? ಅಗ್ನಿಹೋತ್ರಿಗಳಿಗೆ ಮದ್ವೆ ಇಲ್ಲ. ಅವ್ರ ತಂಗಿ ಮಗಳಂತೆ ಮನೀಲಾ" ಕಾಲೇಜಿನಲ್ಲಿ ಅವಳು ಹೇಳಿದುದನ್ನು ನೆನೆಸಿಕೊಂಡು ಅದನ್ನು ಬಿಡಿಸಿಟ್ಟ." "ಅವ್ಳಿಗೆ ಯಾವ್ದೇ ವಾಯ್ಸ್, ಭವಿಷ್ಯದ ಬಗ್ಗೆ ಚಿಂತನೆ ಇಲ್ಲಾಂತ ನಂಗೆ ಅಂದೇ ಅನ್ನಿಸಿದ್ದು. ಕಲ್ಚರಲ್ ಪ್ರೋಗ್ರಾಂಗೆ ಹೋದ ದಿನ ಹೇಳಿ ಎಚ್ಚರಿಸ್ಬೇಕನ್ನೋ ಉದ್ದೇಶ ನನಗಿತ್ತು. ಅದ್ಕೇ ಅವ್ರು ಅವಕಾಶ ಕೊಡ್ಲಿಲ್ಲ."

ಮತ್ತೊಂದು ಮಾತಾಡದೆ ಎದ್ದ ಶಮಂತ್ "ನೀರು ಕೊಡು, ಹೋಗೋದಿದೆ" ಎಂದಾಗ ಬೆರಗುಗೊಂಡ ಅನಿಲ್, ತಕ್ಷಣ ಗೆಳೆಯನ ಮುಖದಲ್ಲಿ ಸೀರಿಯಸ್ ತುಂಬಿಕೊಂಡಿದ್ದೇಕೆ ? ಪ್ರಶ್ನೆಯಾಗಿ ಕಾಡಿತು ಅವನನ್ನು.

ಒಮ್ಮೆ ಟೀ, ಕಾಫಿ ಸಿಪ್ ಮಾಡುವಷ್ಟೇ ಪ್ರಮಾಣದಲ್ಲಿ ನೀರನ್ನು ಕುಡಿದಿದ್ದು ಬಾಗಿಲು ದಾಟಿದವನು ಹೊರಟೇಬಿಟ್ಟ ಮೆಟ್ಟಿಲುಗಳನ್ನು ಇಳಿದು.

ಅನಿಲ್ ಹೊರಬರುವ ವೇಳೆಗೆ ಕಾರು ಧೂಳೆಬ್ಬಿಸುತ್ತ ಮರೆಯಾಯಿತು.

ಎಷ್ಟು ನೋವು, ವೇದನೆ, ದುಃಖದಿಂದ ನೊಂದನೆಂದರೇ, ತಹತಹಿಸಿ ಬಿಟ್ಟ ಇಡೀ ರಾತ್ರಿಯೆಲ್ಲ ಒಂದು ಗಳಿಗೆ ಕಣ್ಮುಚ್ಚುವುದು ಕೂಡ ಅವನಿಂದಾಗಲಿಲ್ಲ.

ಒಂದು ಪಕ್ಷಿ, ಅತ್ಯಂತ ಸುಂದರ. ಸುಮಧುರ ಕಂಠದ ಹಕ್ಕಿ ಪೆಟ್ಟು ತಿಂದು ವಿಲಿ ವಿಲಿ ಒದ್ದಾಡಿದಂತೆ, ನರಳಿ ನರಳಿ ಕೊರಗಿದಂತೆ.

"ನೋ... ನೋ..." ಎರಡು ಕೈಯಲ್ಲಿ ತಲೆ ಹಿಡಿದುಕೊಂಡ. ಸೈಕಲ್ ಏರಿ ಕೈ ಬೀಸಿ 'ಹಲೋ...' ಎನ್ನುವದೃಶ್ಯ ಕಂಡರೆ ಸಾಕೆನಿಸಿಬಿಟ್ಟಿತು ಅವನಿಗೆ.

❑ ❑ ❑

ಇಡೀ ದಿನ ನರ್ಸಿಂಗ್ ಹೋಂನಲ್ಲಿದ್ದ ಅಗ್ನಿಹೋತ್ರಿಗಳು ಕಾಲೋನಿಗೆ ಮರಳುವಾಗ ದೇವಸ್ಥಾನದ ಮುಂದೆ ಸಾಲುಗಟ್ಟಿ ನಿಂತ ಜನರತ್ತ ಕಣ್ಣು ಹಾಯಿಸಿದರು.

ಮೈಯಲ್ಲಿ ತೀರಾ ಶಕ್ತಿಯುಡುಗಿದಂತಾಯಿತು. ಅವರು ದೇವರನ್ನು ಕಂಡಿದ್ದು ಕೆಲಸದಲ್ಲಿ ಮಾತ್ರ.

ಪಕ್ಕದಿಂದ ಹಾದವರು ಆವರಣ ಪ್ರವೇಶಿಸಿ ಕಲ್ಲು ಹಾಸಿನ ಮೇಲೆ ಕೂತರು. ಮನದ ನೋವು, ವೇದನೆ, ತೊಳಲಾಟ ಯಾರೊಂದಿಗಾದರೂ ಹೇಳಿಕೊಳ್ಳಬೇಕಿತ್ತು. ಯಾರೊಂದಿಗೆ?

ಹಿಂದೆ ಹೋಗಿ ಸಂಪಿಗೆ ಮರಕ್ಕೆ ಕಣ್ಣೀರು ಸುರಿಸಿದರು. ಬಿಕ್ಕಿ ಬಿಕ್ಕಿ ಮಗುವಿನಂತೆ ಅತ್ತರು.

"ಹಲೋ..." ಪರಿಚಿತ ಸ್ವರ, ಗಾಬರಿ, ಸಂಕೋಚದಿಂದ ಕಣ್ಣೊರೆಸಿಕೊಂಡು ಇತ್ತ ತಿರುಗಿದವರು ನಗುವನ್ನು ಮುಖದ ಮೇಲೆ ತಂದುಕೊಂಡರು. ಪ್ರಯತ್ನ ಪೂರ್ವಕವಾಗಿ "ಹಲೋ..." ಕ್ಯಾಮರ ನೇತುಹಾಕಿಕೊಂಡಿದ್ದ ಶಮಂತ್. ಅತ್ತ ನೋಟ ಹರಿಸಿದವರು ತಮ್ಮ ದುರ್ಬಲತೆಯನ್ನು ಮುಚ್ಚಿಡಲು ಮಾತು ಮುಂದುವರಿಸಿದರು, "ಬೇಟೆಗೆ ಬಂದಂಗಿದೆ. ಬಾಣದಿಂದ, ಪಿಸ್ತೂಲ್‌ನ ಗುರಿಯಿಂದಲಾದ್ರೂ ತಪ್ಪಿಸಿಕೊಳ್ಳ ಬಹುದು, ಆದರೆ ನಿಮ್ಮ ಕ್ಯಾಮರ ಕಣ್ಣಿಂದ ಅಸಾಧ್ಯ..." ಜೋಕ್ ಕಟ್ ಮಾಡಿದರು. ಅವನೇನು ನಗಲಿಲ್ಲ.

"ಹೇಗಿದ್ದಾರೆ, ಮನೀಲಾ ?" ಕೇಳಿದ. ಯಾಕೋ ಅವನ ಮನಸ್ಸು ಅಳುಕಿತು. "ನೋ ಪ್ರಾಬ್ಲಮ್...." ಎಂದರು. ಅವರ ಮುಖದ ಮೇಲೆ ವಿಷಾದದ ರೇಖೆಗಳು ಸ್ಪಷ್ಟವಾಗಿದ್ದವು.

ಶಮಂತ್ ಕಣ್ಣು ಕಿರಿದು ಮಾಡಿ ಅತಿ ಸೂಕ್ಷ್ಮವಾಗಿ ಅವರ ಮುಖದ ಮೇಲಿನ ಭಾವನೆಗಳನ್ನು ಅಳೆದ. ಹಲವು ದಿನಗಳು ಅವರ ಆಯಸ್ಸನ್ನು ಹೆಚ್ಚಿಸಿತ್ತು.

"ಒಮ್ಮೆ ನೋಡಬಹುದಾ !" ಕುತೂಹಲ ವ್ಯಕ್ತಪಡಿಸಿದ. ಒಂದೆರಡು ನಿಮಿಷಗಳ ಮೌನದ ನಂತರ "ಬೈ ಆಲ್ ಮೀನ್ಸ್... ಅಲ್ಲಿಗೆ ಹೊರಟಿದ್ದೀನಿ" ಸಮ್ಮತಿ ಸೂಚಿಸಿದರು.

ಅದಕ್ಕೆ ಕಾರಣವಿತ್ತು. ಪಂಚವಟಿಯನ್ನು ಕಂಡ ನಂತರ ಪ್ರತಿ ದಿನ ಅದರ ಬಗ್ಗೆ ಸೀರಿಯಸ್ ಮುಖದ ಅದರ ಯಜಮಾನನ ಬಗ್ಗೆ ದಿನಕ್ಕೊಮ್ಮೆ ಅಥವಾ ಪ್ರತಿರಾತ್ರಿಯು ಒಂದಲ್ಲ ಒಂದು ವಿಷಯ ಮಾತಾಡುತ್ತಿದ್ದಳು.

ಆಕ್ಸಿಡೆಂಟ್‌ಗೆ ಎರಡು ದಿನದ ಮುನ್ನ ಮೂವತ್ತು ಕ್ರಿಕೆಟ್ ಬಾಲ್‌ಗಳ ಕಾರುಬಾರನ್ನು ಹೇಳಿಕೊಂಡು ನಕ್ಕಿದ್ದಳು. ಇಂಟರೆಸ್ಟಿಂಗ್ ಪರ್ಸನ್ ಅಲ್ವಾ ಅವಳ ಕೇಳಿಕೆ ಇನ್ನು ಅವರ ಕಿವಿಗಳಲ್ಲಿತ್ತು.

ಅಂತು ಶಮಂತ್ ಮನೀಲಾ ಇಷ್ಟಪಡುವ ವ್ಯಕ್ತಿಯೆಂಬ ನಿರ್ಧಾರ.

"ನನ್ನ ಕಾರಿನಲ್ಲೇ ಹೋಗೋಣ." ಕ್ಯಾಮರಾನ ಬ್ಯಾಗ್‌ಗೆ ಸೇರಿಸಿ ಹಿಂದಿನ ಸೀಟು ಮೇಲಿಟ್ಟ "ಇಲ್ಲೇ.. ಬನ್ನಿ" ಆಹ್ವಾನಿಸಿದ.

ಅತ್ಯಂತ ಸುಸಜ್ಜಿತ, ಶ್ರೀಮಂತ ನರ್ಸಿಂಗ್ ಹೋಂ ಮುಂದೆ ಕಾರು ನಿಂತಿತು. ಶಮಂತ್ ಬೆರಗುಗೊಂಡ. ಇದು ಸಾಧಾರಣ ಜನಕ್ಕೆ ಎಟುಕುವಂಥದ್ದಲ್ಲ. ಅತಿ ಕಾಸ್ಲೀ ನರ್ಸಿಂಗ್ ಹೋಂ ಸಿಟಿಯಲ್ಲೇ.

ಕಾರಿಡಾರ್‌ನಲ್ಲಿ ನಡೆಯುತ್ತಿದ್ದಾಗ ಎದುರಿಗೆ ಸಿಕ್ಕ ಶ್ವೇತ ವಸ್ತ್ರಧಾರಿಗಳಾದ ನರ್ಸ್‌ಗಳು ಗೌರವಭಾವದಿಂದ ಅಗ್ನಿಹೋತ್ರಿಗಳಿಗೆ ವಿಶ್ ಮಾಡುತ್ತಿದ್ದರು.

ಸ್ಪೆಷಲ್ ರೂಮು, ವಿ.ಐ.ಪಿ.ಗಳಿಗಾಗಿಯೇ ಮೀಸಲಾದ ಆಧುನಿಕ ಸೌಲಭ್ಯದ ನಿಶ್ಶಬ್ದವಾದ. ಪ್ರಶಾಂತತೆಯನ್ನು ಕಾಯ್ದುಕೊಂಡಿತ್ತು.

ಒಳಗೆ ಹೋದಾಗ ಮೆಲುದನಿಯಲ್ಲಿ ಎರಡು ನಿಮಿಷ ಮಾತಾಡಿದ್ದ ಸಿಸ್ಟರ್ ಹೊರ ಹೋದಳು. ಡ್ರಿಪ್ ಹಾಕಿದ್ದರು. ನೇತಾಡುವ ಕೊಳವೆಗಳನ್ನು ನೋಡಿದಾಗ ಅವೆಲ್ಲ ಕಿತ್ತೆಸೆದು "ಹಲೋ..." ಎಂದಂಗಾಯಿತು ಮನೀಲಾ.

ಹತ್ತಿರಕ್ಕೆ ಹೋಗಿ ಮೃದುವಾಗಿ ಅವಳ ಕೂದಲನ್ನು ಸವರಿದ ಅಗ್ನಿಹೋತ್ರಿ ನಿಲ್ಲಲಾರದೆ ಹೊರಗೆ ಹೋದರು.

ಇಷ್ಟು ಸನಿಹದಿಂದ ನೋಡುವ ಅವಕಾಶ ಒದಗಿಬಂದಿತ್ತು ಶಮಂತ್‌ಗೆ, ಅವಳ ಇಂಥ ಸ್ಥಿತಿಯಲ್ಲಿ.

"ಹಲೋ..." ಅನ್ನಬೇಕೆನಿಸಿದರು ಸ್ವರ ಹೊರಡಲಿಲ್ಲ.

ಅಂಥ ಚೂಟಿಯಾದ ಮನೀಲಾ ಹೀಗೇ ಮಲಗಿರಲು ಸಾಧ್ಯವೇ ? ಅವಳನ್ನು ಬಲ್ಲವರು ಖಂಡಿತ ನಂಬಲಾರರು.

ಉಸಿರು ಕಟ್ಟುವ ರೂಮಿನಿಂದ ಹೊರಗೆ ಬಂದುಬಿಟ್ಟು ಶೂನ್ಯದಲ್ಲಿ ದೃಷ್ಟಿ ನೆಟ್ಟಿದ್ದರು ಅಗ್ನಿಹೋತ್ರಿಗಳು.

"ಹೋಗೋಣ...." ಬಹಳ ಕಷ್ಟದಿಂದ ಉಚ್ಚರಿಸಿದ ಪದ "ಸಾರಿ...." ಎಂದವರು ಅವನೊಂದಿಗೆ ಹೆಜ್ಜೆ ಹಾಕಿದರು.

ಕಾರು ಹತ್ತಿದ ನಂತರವೆ ಪ್ರಶ್ನಿಸಿದ್ದು "ತಲೆಗೇನಾದ್ರೂ..." ಅವಳ ತಲೆಗೆ ಯಾವುದೇ ಪಟ್ಟಿ ಹಾಕಿದ್ದು ಕಂಡಿರಲಿಲ್ಲ ಶಮಂತ್‌ಗೆ ಅಡ್ಡಡ್ಡ ತಲೆಯಾಡಿಸಿದರು.

ದೂರದ ದಿಗಂತದಲ್ಲಿ ಆಸೆಯೆ ಕ್ಷಕಿರಣವೊಂದು ಗೋಚರಿಸಿತ್ತು. ಅದನ್ನು ಹಿಡಿಯಬೇಕೆನ್ನುವಷ್ಟರಲ್ಲಿ ವಿಪತ್ತು.

"ಇಲ್ಲ ಶಮಂತ್, ಈ ಸ್ಥಿತಿಗೆ ಆ್ಯಕ್ಸಿಡೆಂಟ್ ಒಂದು ನೆವ ಅಷ್ಟೆ ಅದ್ಕೆ ಕಾರಣ ಬೇರೆನೇ ಇದೆ" ಎಂದರು ನಿಟ್ಟುಸಿರು ದಬ್ಬುತ್ತ.

ಅತ್ಯಂತ ಪ್ರಾಮಾಣಿಕ ಪೊಲೀಸ್ ಆಫೀಸ್ ನರೋನಾಗೆ ಮೂರು ಮಕ್ಕಳು. ಅವರಲ್ಲಿ ಮೊದಲನೆಯವಳೇ ಮನೀಲಾ. ತಾಯಿ ತಂದೆಯರ ವಿಪರೀತ ಅಕ್ಕರೆಯ ಕೂಸು ಅವಳು. ಹಾಗೆಂದು ತುಂಟಿಯಾಗಿರಲಿಲ್ಲ. ಹಟಮಾರಿಯಾಗಿರಲಿಲ್ಲ. ಅತ್ಯಂತ ಸೌಜನ್ಯಮಯವಾದ ಮೃದು ನಡತೆ ಅವಳದು - ವಿವರಿಸಿದಾಗ ಷಾಕ್ ತಿಂದಂತಾಯಿತು ಅವನಿಗೆ.

"ನರೋನಾ, ನನ್ನ ತಂಗಿಯದು ಲವ್ ಮ್ಯಾರೇಜ್. ನನ್ನದಂತು ಯಾವ್ದೇ ಅಡ್ಡಿ ಇರಲಿಲ್ಲ ನರೋನಾ, ನಾನು ಗುಡ್ ಫ್ರೆಂಡ್ಸ್. ನನ್ನ ಹತ್ತಿರದ ಬಂಧುಗಳು ತಂಗಿ ಸಂಸಾರ ಮಾತ್ರ. ನನ್ನ ರಜ ದಿನಗಳನ್ನು ಕಳೆಯುತ್ತಿದ್ದುದು ಅಲ್ಲೇ" ನಿಲ್ಲಿಸಿಬಿಟ್ಟರು ಅಗ್ನಿಹೋತ್ರಿ, ಮಾತನಾಡದಷ್ಟು ದುಗುಡಕ್ಕೆ ಒಳಗಾಗಿದ್ದರು.

ಅಂದು ನಾನು ಬಂದಾಗ ನರೋನಾ ಎಂದಿನಂತೆ ಇರಲಿಲ್ಲ. ಎಂದಿನ ಪ್ರಶಾಂತತೆ ಇರಲಿಲ್ಲ, ಎಕ್ಸೈಟ್ ಆಗಿದ್ದರು.

"ನಾರ್ಮಲ್... ಆಗಿಲ್ಲ?" ಪ್ರಶ್ನಿಸಿದಾಗ ತುಟಿ ಕಚ್ಚಿ ಶತಪಥ ಹಾಕಿದರು. "ಎಸ್ ಐ. ಶಿವಶಂಕರ್ ಹೆಂಡ್ತಿನ ರೇಪ್ ಮಾಡಿದ್ದಾರೆ. ಅಪರಾಧಿ ಕೂಡ ಸಿಕ್ಕಾ, ಅವ್ನ ಹಿಂದೆ ದೊಡ್ಡವ್ರ ಕೈ ಇದೆ. ಯಾವ್ದೇ ಒತ್ತಡಕ್ಕೆ ನಾನು ಮಣಿಯೋಲ್ಲ" ತಾಳ್ಮೆ ಕಳೆದುಕೊಂಡು ಅಬ್ಬರಿಸಿದರು. ಎಷ್ಟು ನರೋನ ತಾಳ್ಮೆ ಕೆಟ್ಟಿದ್ದರೆಂದರೆ ಇಡೀ ಮೈನ ರಕ್ತವೆಲ್ಲ ಮುಖದ ಮೇಲೆ ನುಗ್ಗಿದಷ್ಟು ಕೆಂಪಾಗಿದ್ದರು.

"ನೀನು ರೆಸ್ಟ್ ತಗೋ, ಬರ್ತೀನಿ" ಸಮವಸ್ತ್ರದಲ್ಲಿ ಮನೆಯಿಂದ ಹೊರಬಿದ್ದರು.

ನಂತರ ಶ್ರೀ ಲಕ್ಷ್ಮಿ ಅಣ್ಣನಿಗೆ ವಿವರಿಸಿದಳು "ಶಿವಶಂಕರ್ ತೀರಾ ಒಡ ಹುಟ್ಟಿದವನಂತೆ ಇವ್ರಿಗೆ ಅಂಟಿಕೊಂಡಿದ್ದ. ಧೈರ್ಯಕ್ಕೆ ಇನ್ನೊಂದು ಹೆಸರು ಅವ್ನು. ನಮ್ಮ ಮನೆಗೆ ಬಂದು ಊಟ ಮಾಡಿಕೊಂಡು ಹೋದ ರಾತ್ರಿ... ಕಲ್ಲು ಅಡ್ಡ ಇಟ್ಟು ಬೈಕ್ ನಿಲ್ಸಿ ಹತ್ತಾರು ಜನ ಅಟ್ಯಾಕ್ ಮಾಡಿದ್ದಾರೆ. ಮಾರನೆ ದಿನ ಸಿಕ್ಕಿದ್ದು ಶಿವಶಂಕರ್ ಹೆಂಡ್ತಿ ಶವ, ಅರೆ ಜೀವವಾಗಿದ್ದ ಶಿವಶಂಕರ್ ಅದು ನೋಡಿ ಬಂದ ಅವ್ರು ರುದ್ರನಾಗಿಬಿಟ್ಟಿದ್ರು, ಎರಡೇ ದಿನದಲ್ಲಿ ಬೇಟೆಯಾಡಿ ಗ್ಯಾಂಗ್‌ನ ಒಬ್ಬ ವ್ಯಕ್ತಿಯನ್ನು ಸ್ಟೇಷನ್‌ಗೆ ಹಾಕಿದ್ದಾರೆ. ಅವನದು ಎದೆ ನೋವಿನ ನಾಟಕ. ಸದ್ಯಕ್ಕೆ ಏನು ಪ್ರಶ್ನಿಸಬಾರದು ಎನ್ನುವುದು ಮೇಲಿನವ್ರ ಆಜ್ಞೆ. ಅದ್ಕೇ ಈ ಕುದಿ"

ಕೇಳಿ ಪೂರ್ತಿ ಮಂಕಾಗಿಬಿಟ್ಟರು ಅಗ್ನಿಹೋತ್ರಿ.

ರಾತ್ರಿ ನರೋನ ಬಂದಿದ್ದು ಲೇಟು, ಸ್ವಲ್ಪ ಸಮಾಧಾನಕ್ಕೆ ಬಂದಂತೆ ಕಂಡರು. "ನಂಗೆ ಇಂದು ಬಂದಿರೋ ಕೋಪದಲ್ಲಿ, ಅವ್ನು ಬಾಯಿ ಬಿಡದೇ ಮೊಂಡು ಬಿದ್ದಿದ್ರೆ ಏರೋಪ್ಲೇನ್‌ಗೆ ಬಗ್ಗಲಿಲ್ಲಾಂದ್ರೆ 'ರೋಲರ್ ಟ್ರೀಟ್‌ಮೆಂಟ್' ಕೊಟ್ಟು ಹಣ್ಣುಗಾಯಿ ನೀರುಗಾಯಿ ಮಾಡಿ ಬಿಡ್ತಾ ಇದ್ದೆ" ಕಟ ಕಟ ಹಲ್ಲುಗಳನ್ನೆ ಕಡಿದಿದ್ದರು. ಮೇಲಿನವರ ಬಗ್ಗೆಯು ಅವರ ಆಕ್ರೋಶ.

"ಬೇರೆ ರೀತಿ ಬಿಡಿಸ್ದೇ ಅವ್ನ ಬಾಯನ್ನ" ಊಟ ಮಾಡುವಾಗ ಹೇಳಿದರು 'ಆದ ಅನ್ಯಾಯಕ್ಕೆ ಖಂಡಿತ ಪರಹಾರ ಸಿಗಬಾರ್ದು. ಆದರೆ ಅಪರಾಧಕ್ಕೆ...' ಅವರ ಮುಖದಲ್ಲಿ ಕಾವು ಇಣಕಿತು.

ಸಂತೃಪ್ತಿಯಿಂದ ಬೆಳಗಿನ ನಾಲ್ಕರವರೆಗೆ ನಿದ್ರಿಸಿದರು ನರೋನ. ಎಚ್ಚರಿಸಿದ ಫೋನ್‌ನಲ್ಲಿ ಎಸ್.ಐ. ಉಸುರಿದ್ದನ್ನ ನೋಡಿ ಅವರ ಉಸಿರೇ ನಿಂತಂತಾಗಿತ್ತು.

ಇಪ್ಪತ್ತರ ಆ ವ್ಯಕ್ತಿ ಆರೋಗ್ಯವಾಗಿದ್ದ. ಸ್ವಲ್ಪ ಒರಟ. ಯಾವುದೇ ಥರ್ಡ್ ಡಿಗ್ರಿ ಮೆಥಡ್ ಉಪಯೋಗಿಸಿರಲಿಲ್ಲ. ಹೇಗೆ... ಸತ್ತ?

ನರೋನ ಠಾಣೆಗೆ ಬರುವ ವೇಳೆಗೆ ಪೊಲೀಸ್ ಟಾರ್ಚರ್‌ನಿಂದ ಲಾಕಪ್‌ನಲ್ಲಿ ಒಬ್ಬ ವ್ಯಕ್ತಿ ಮರಣಿಸಿದ್ದಾನೆಂಬ ಸುದ್ದಿ ಇಡೀ ಸಿಟಿಯಲ್ಲಿ ಹರಡಿ ವರದಿಗಾರರೆಲ್ಲ ಆಗಲೇ ಬಂದು ಮುತ್ತಿಗೆ ಹಾಕಿಬಿಟ್ಟಿದ್ದರು.

ನರೋನ ಮೇಲೆ ಸಮಯ ಕಾಯುತ್ತಿದ್ದ ಒಬ್ಬ ವ್ಯಕ್ತಿ ಇದನ್ನು ದಾಳವಾಗಿ ಉಪಯೋಗಿಸಿಕೊಂಡು ತನಗೆ ನಿಷ್ಠರಾಗಿದ್ದ ಗೂಂಡಾಗಳನ್ನು ಉಪಯೋಗಿಸಿಕೊಂಡು ರೊಚ್ಚಿಗೆಬ್ಬಿಸಿದ.

ಇವನ ಟ್ರಾನ್ಸ್‌ಫರ್‌ಗಾಗಿ ಪ್ರಯತ್ನಿಸಿದ್ದ ಜಿಲ್ಲಾ ಎಂ.ಎಲ್.ಎ. ಬಲವಾದ ಪೆಟ್ಟು

ಕೊಡಲು ಸಿದ್ಧನಾದ. ನರೋನಾಗೆ ಅರ್ಥವಾಯಿತು. ತಾನು ಈಗ ಅಪರಾಧಿಯಾಗಿ ಕೋರ್ಟು ಮಾರ್ಷಲ್‌ನಲ್ಲಿ ನಿಲ್ಲಬೇಕೆಂದು.

ಇಂಥ ಘಟನೆ ನರೋನ ಪೀರಿಯಡಿನಲ್ಲಿ ನಡೆದಿದ್ದು ಮೊದಲ ಸಲ.

ಹೋಂ ಮಿನಿಸ್ಟರ್ ಮನೆಯಿಂದ ಬುಲಾವ್. ಅಲ್ಲಿಯೇ ಇದ್ದರು ಡಿ.ಐ.ಜಿ. ಕಮಿಷನರ್ ಆಫ್ ಪೊಲೀಸ್.

ಆದರೆ ಯಾವುದೋ ಲಕ್‌ನಿಂದ ಆ ಪ್ರಕರಣದಿಂದ ಹೊರ ಬಿದ್ದರು.

ನರೋನಾ ಅಂದು ಮನೆಗೆ ಬಂದವರೆ ಹೇಳಿದರು.

''ನಾಲ್ಕು ದಿನ ರಜ, ಜಾಲಿಯಾಗಿ ಊಟಿಗೆ ಹೋಗೋಣ'' ಮನೀಲಾನ ಹತ್ತಿರ ಕರೆದವರೇ ಹಣೆಗೆ ಮುತ್ತನ್ನು ಒತ್ತಿದರು.

ಮಿಳಿಂದ್. ಆಲೋಕ್ ಉತ್ಸಾಹವೋ ಉತ್ಸಾಹ. ನಾಲ್ಕು ದಿನಕ್ಕೆ ಆಗುವಷ್ಟು ಬಟ್ಟೆ ಬರೆಯನ್ನು ಪ್ಯಾಕ್ ಮಾಡಿಕೊಂಡರು.

ನರೋನ ತಂದೆ ಸ್ಥಿತಿವಂತರು, ಸಾಕಷ್ಟು ಆಸ್ತಿಯನ್ನು ಮಗನಿಗಾಗಿ ಬಿಟ್ಟು ಹೋಗಿದ್ದರು. ಎರಡು ಕಾರು, ಎರಡು ಬಂಗ್ಲೆ, ಜೊತೆಗೆ ಸಾಕಷ್ಟು ಬ್ಯಾಂಕ್ ಬ್ಯಾಲೆಸ್ಸ್ ಇತ್ತು.

ಹುಡುಗರ ಜೊತೆ ಅಗ್ನಿಹೋತ್ರಿಗಳು ಫಿಯೆಟ್ ಹತ್ತಿದರು. ನರೋನ, ಶ್ರೀಲಕ್ಷ್ಮಿ ಪ್ರಿಮಿಯರ್ 118 ಎನ್ ಇನಲ್ಲಿ ಲಗೇಜ್ ಇಟ್ಟರು.

''ಮೊದ್ಲು ನಮ್ಮ ಕಾರು'' ಆಲೋಕ್ ಹಟ.

ಇದು ಎಲ್ಲಿಗೆ ಹೋಯಿತೆಂದರೆ ನರೋನಾ, ಅಗ್ನಿಹೋತ್ರಿ ಬೆಟ್ಸ್ ಕಟ್ಟುವ ಮಟ್ಟಕ್ಕೆ.

''ಓ... ಕೇ....' ಮಿಳಿಂದ್ ಕೈ ಹಿಡಿ ಮಾಡಿ ಹೆಬ್ಬೆಟ್ಟು ಎತ್ತಿದ. ನರೋನಾ ಮುಕ್ತವಾಗಿ ನಕ್ಕು ಅವನಂತೆಯೇ ಎತ್ತಿದರು.

ಕಾರುಗಳು ಸಿಟಿ ಡಾಬರ್ ರಸ್ತೆಯಲ್ಲಿ ಓಡತೊಡಗಿದವು. ಮುಂದೆ ಬಂದ ಅಗ್ನಿಹೋತ್ರಿಗಳು ವೆಹಿಕಲ್ ನಿಧಾನಿಸಿ ಹಿಂದಕ್ಕೆ ತಿರುಗಿದರು.

ಬೈ ಪಾಸ್‌ನಲ್ಲಿ ಹಾದು ಬಂದ ಪ್ರೀಮಿಯರ್ 118 ಎನ್ ಇ ಕಣ್ಣು ಮುಚ್ಚಿ ತೆರೆಯುವುದರಲ್ಲಿ ಹತ್ತು ಗಜಗಳಷ್ಟು ಮುಂದಕ್ಕೆ ಹೋದ ಕಾರು ದೊಡ್ಡ ಶಬ್ದದೊಂದಿಗೆ ಬೆಂಕಿ ಹತ್ತಿಕೊಂಡಿತು. ಆಕಾಶದೆತ್ತರಕ್ಕೆ ಹೊಗೆ ಹಾರಿದಂತಾಯಿತು.

ಉಸಿರು ನಿಂತಂತಾಯಿತು ಅಗ್ನಿಹೋತ್ರಿಗಳಿಗೆ.

ಜನ ಮುತ್ತಿದರು. ಫೈರ್ ಇಂಜಿನ್‌ಗಳು ಬಂದವು. ನಿರಂತರವಾಗಿ ಹೋರಾಡಿ ಬೆಂಕಿಯನ್ನು ನಂದಿಸಿದವು. ಆದರೆ ನರೋನಾ, ಶ್ರೀಲಕ್ಷ್ಮಿಯವರ ದೇಹಗಳು ಚೂರು ಚೂರಾಗಿ ಚಿಮ್ಮಿ ಹೋಗಿದ್ದವು.

ಅವನ್ನ ನೋಡಿ ಜ್ಞಾನ ತಪ್ಪಿದ ಮನೀಲಾ, ಮಿಳಿಂದ್, ಆಲೋಕ್ ಕೋಮಾದಿಂದ ಹೊರಗೆ ಬಂದಿದ್ದು ಹಲವು ದಿನಗಳ ನಂತರ. ಅದೇ ಅವಸ್ಥೆ ಎರಡು ಬಲಿಗಳನ್ನು ತೆಗೆದುಕೊಂಡಿತ್ತು.

ಕೇಳಿದ ಶಮಂತ್ ಕೂತಲ್ಲೇ ಕಲ್ಲಾಗಿದ್ದ.

❑ ❑ ❑

ಶಮಂತ್ ಮುಂಬೈಗೆ ಹೋದವನು ಒಂದು ತಿಂಗಳು ಅಲ್ಲಿಯೇ ಉಳಿದ. ಅವನ ತಂದೆ ಬಲವಾದ ಹೃದಯಾಘಾತಕ್ಕೆ ಒಳಗಾಗಿದ್ದರು. ಅವನು ಸದ್ಯಕ್ಕೆ ಅಲ್ಲೇ ಉಳಿಯುವುದು ಅನಿವಾರ್ಯವಾಯಿತು.

ಮನೀಲಾ ನೆನಪಾದರೇ ಅವನೆದೆ ದ್ರವಿಸಿ ಹೋಗುತ್ತಿತ್ತು. ಅವ್ಳು ತೀರಾ ಸಾವಿಗೆ ಸನಿಹ. ಯಾವ್ದೂ ಒತ್ತಡ, ಚೌಕಟ್ಟು ಮನೀಲಾ ಪಾಲಿಗಿಲ್ಲ. ಇರುವಷ್ಟು ದಿನ ಹಕ್ಕಿಯ ಹಾಗೆ ಹಾರಾಡಿಕೊಂಡಿರಲಿ ಆಕಾಶದಲ್ಲಿ.

ಅಗ್ನಿಹೋತ್ರಿಗಳ ವ್ಯಥೆಯ ಉಸಿರಿನಿಂದ ಹೊರಟ ಮಾತುಗಳು ಅಮೃತ ಶಿಲೆಯ ಮೇಲೆ ಕೆತ್ತಿದಂಥ ಅಕ್ಷರಗಳ ಹಾಗೆ ಅವನಲ್ಲಿ ಉಳಿದು ಹೋಗಿತ್ತು.

''ಡೋಂಟ್ ವರೀ. ಹಿ ಈಸ್ ಆಲ್ ರೈಟ್'' ಅಂದ ಮೇಲೆಯೇ ಅವನು ಹೊರಡುವ ಮನಸ್ಸು ಮಾಡಿದ್ದು. ''ಹೋಗ್ಬರ್ತೀನಿ.... '' ತಂದೆಯ ಮಂಚದ ಬಳಿ ನಿಂತಾಗ ಮುಗುಳ್ನಕ್ಕರು ''ಆಲ್ ದಿ ಬೆಸ್ಟ್ ನಿನ್ನ ಸಾಧನೆ ನಮ್ಮ ಮನೆತನಕ್ಕೆ ಉಜ್ವಲ ಹೆಸರು ತಂದ್ಕೊಡ್ಬೇಕು'' ಆಶೀರ್ವದಿಸಿಯೇ ಕಳುಹಿಸಿ ಕೊಟ್ಟರು.

ಉಸಿರು ಕಟ್ಟುವ ವಾತಾವರಣದಿಂದ ಬಿಡಿಸಿಕೊಂಡು ಆಕಾಶಕ್ಕೆ ಹಾರಿದ ಪಕ್ಷಿಯಾದ. ಪಂಚವಟಿಯ ನೆನಪೇ ಅವನಲ್ಲಿ ಉಲ್ಲಾಸವನ್ನು ತುಂಬಿತು.

ಹೊರಟು ನಿಂತಾಗ ಅವನ ಹಿರಿಯಣ್ಣ ಭುಜದ ಮೇಲೆ ಕೈಯಿಟ್ಟು ''ಏನು ಯೋಚ್ನೇ ಮಾಡ್ದೇ ? ನಿನ್ನ ಚಿಂತನೆಗಳ್ನ ಅಭ್ಯಾಸಕ್ಕೆ ಇಟ್ಕೋ. ವಿವಾಹ ವಿಷ್ಯವನ್ನು ಡ್ಯಾಡಿಗೆ ಬಿಡು. ಫೈನಾನ್ಶಿಯಲ್ ಮಿನಿಸ್ಟ್ರು, ಒಳ್ಳೆ ಮಗಳು, ವಿದ್ಯೆ ಮನೆತನ, ಅಂತಸ್ತು ಎರಡು ಕುಟುಂಬಗಳ ಸಂಬಂಧಕ್ಕೆ ಹೇಳಿ ಮಾಡ್ಸಿದಂತಿದೆ. ಒಂದ್ಸಲ ಹಾರ್ಟ್ ಅಟ್ಯಾಕ್ ಆದ ಡ್ಯಾಡಿಯ ಬಗ್ಗೆ ಯಾವ್ದೇ ಭರವಸೆ ಇಟ್ಕೋಳ್ಳೋಕ್ಕಾಗೋಲ್ಲ'' ವಿವೇಕ ಪೂರ್ಣವಾಗಿ ಮಾತಾಡಿದ.

ಎರಡು ಕ್ಷಣದ ಮೌನದ ನಂತರ ''ನಂಗೆ ಕಾಲಾವಕಾಶಬೇಕು. ಇದ್ವರ್ಗೂ ಮದ್ವೆ ಅನ್ನೋ ವಿಷ್ಯದ ಬಗ್ಗೆ ಯೋಚ್ಸಿಲ್ಲ. ನನ್ನ ಅಭ್ಯಾಸಗಳು ಅವ್ರಿಗೆ ವಿಲಕ್ಷಣ ಅನ್ನಿಸ್ಬಹುದ್ದು'' ಅತ್ಯಂತ ಸ್ಪಷ್ಟವಾಗಿ ಹೇಳಿದ.

ಅವನು ನಕ್ಕುಬಿಟ್ಟ "ನಿಂಗೆ... ಗೊತ್ತು, ನಿಮ್ಮ ಅತ್ತಿಗೆನ ಭೇಟಿಯಾಗೋದು ರಾತ್ರಿ ಬೆಡ್ ರೂಂನಲ್ಲಿ. ಬೇರೆ ವಿಷ್ಯಗಳ ತಕರಾರಿಗೆ ಸಮಯಾವಕಾಶವೇ ಇಲ್ಲ. ಯಾವ ಹೆಣ್ಣು ನಮ್ಮ ಮನೆತನದಲ್ಲಿ ಗಂಡಿಗೆ ತೊಂದರೆಯಾಗಲ್ಲ! ಅವ್ಳಿಗೆ ನಿನ್ನ ಪಂಚವಟಿ ಲೈಫ್ ಇಷ್ಟವಿಲ್ಲವೆಂದ್ಕೊಂಡ್ರೆ... ಇಲ್ಲೇ ಇರಲೀ" ನಾಲ್ಕು ಮಾತು ಹೆಚ್ಚಿಗೆಯೆ ಹೇಳಿದ.

"ಫೋನ್... ಮಾಡ್ತೀನಿ" ಚುಟುಕಾಗಿ ಹೇಳಿದ.

ಮತ್ತೆ ಆ ವಿಷಯವಾಗಿ ತಲೆ ಕೆಡಿಸಿಕೊಳ್ಳಲು ಹೋಗಲಿಲ್ಲ.

ಪಂಚವಟಿಯ ಮುಂದೆ ಟ್ಯಾಕ್ಸಿ ನಿಂತಾಗ ತಂಪು ಗಾಳಿ ಸುವಾಸನೆ ಹೊತ್ತು ತಂದು ಸ್ವಾಗತಿಸಿದಂತಾಯಿತು ಶಮಂತ್‌ಗೆ.

ಅರೆ ತೆರೆದಂತಿದ್ದ ಗೇಟು ಬಾಗಿಲಲ್ಲೇ ನಿಂತ. ಕಸ ತೆಗೆಯುತ್ತಿದ್ದ ಮಾಲಿ ರಂಗಯ್ಯ. ಮಾಥುರ್ ಅವನ ಕೆಲಸ ನೋಡುತ್ತಿದ್ದ ಬಿಸಿಲಲ್ಲಿ ಕೂತು.

ನಿರ್ಜನತೆಯಲ್ಲಿ ಹಕ್ಕಿಗಳ ಚಿಲಿಪಿಲಿ ಸದ್ದು ಸ್ವರ್ಗವೆನಿಸಿತು. ತಟ್ಟನೆ ಕೋಗಿಲೆ ಕೂಗುವ ಸದ್ದು. ಆಲಿಸತೊಡಗಿದ.

"ಯಜಮಾನ್ರು..." ಮಾಥುರ್ ದನಿ ಅವನನ್ನು ಎಚ್ಚರಿಸಿತು. ಬಂದು ಬ್ರೀಫ್‌ಕೇಸನ್ನು ತೆಗೆದುಕೊಳ್ಳುತ್ತ "ಒಂದು ಪುಟ್ಟ ಕೋಗಿಲೆ... ಬಂದಿದೆ" ಸಂತೋಷದಿಂದ ಉದ್ಗರಿಸಿದ.

ಮಾತಾಡಬೇಡವೆಂದು ತುಟಿಗಳ ಮೇಲೆ ಬೆರಳಿಟ್ಟು ಷೂ ಸದ್ದನ್ನು ಕಮ್ಮಿ ಮಾಡಿ ಮೆಲುವಾಗಿ ಹೆಜ್ಜೆ ಇಟ್ಟು ಒಳ ನಡೆದ.

ಎಂದಿನ ಹಾಗೆ ಕೋಗಿಲೆಯ ಇಂಚರ ಕೇಳಲು ಬಂದು ನಿಲ್ಲಲಿಲ್ಲ. ಕ್ಯಾಮರ ಹೊರಗೆ ಬರಲಿಲ್ಲ.

ಪಕ್ಷಿ ಜಗತ್ತಿನಂತೆ ಮನೀಲಾ ಜೀವನದಲ್ಲಿರುವ ವಿಸ್ಮಯ ಕಂಡು ವ್ಯಾಕುಲಚಿತ್ತನಾಗಿದ್ದ

"ಮಾಥುರ್..." ಕರೆದ.

ಟೀ ಸಮೇತ ಬಂದು ನಿಂತ. ಕೇಳಬೇಕೆಂದುಕೊಂಡಿದ್ದು ಬಾಯಿಗೆ ಬರುವ ಮುನ್ನವೆ ಅವನೆದೆಯ ಬಡಿತ ಏರುಪೇರಾಯಿತು. ನಾಲಿಗೆಯ ತೇವ ಆರಿತು.

ಬಟ್ಟೆ ಬದಲಾಯಿಸುವುದನ್ನೂ ಬಿಟ್ಟು ಕೂತ, ಹೃದಯಕ್ಕೆ ಬಲವಾದ ಪೆಟ್ಟು ಬೀಳು ವಂಥ ಸುದ್ದಿಯಾದರೇ! ಕೋಗಿಲೆಯ ದನಿಯು ಕೂಡ ಕರ್ಕಶವಾದಂತೆ ಭಾಸವಾಯಿತು.

"ಅನಿಲ್ ಸಾಹೇಬ್ರು... ಎರಡ್ಸಲ ಬಂದು ವಿಚಾರಿಸ್ಕೊಂಡ್ಹೋದ್ರು" ವಿಶೇಷ ಸುದ್ದಿಯೆನ್ನುವಂತೆ ಅದನ್ನೊಂದೇ ಹೇಳಿದ್ದು "ಪೋಸ್ಟ್ ಎಲ್ಲಾ ಮೇಜಿನ ಮೇಲಿಟ್ಟಿದ್ದೀನಿ" ಇನ್ನೊಂದು ಮಾತು ಸೇರಿಸಿದ.

ಮತ್ತೆ ಏನಾದರೂ ಹೇಳಬಹುದೆಂದು ಕಾದ ಮಾಥುರ್ ಮುಖದಲ್ಲಿ ಏನಾದರೂ ದುಃಖದ ಛಾಯೆ ಇದೆಯೇನೋಂತ ಹುಡುಕಿದ.

"ಮತ್ತೇನು... ಪ್ರಾಬ್ಲಮ್ ಇಲ್ವಾ ?" ಟೀ ಕಪ್ ತುಟಿಗಚ್ಚಿದ. ತಟ್ಟನೆ ಮಾಥುರ್ ಬಾಯಿ ಬಿಟ್ಟವನು ಹಾಗೆಯೇ ಮುಚ್ಚಿಕೊಂಡ. ಸಂಬಂಧವಿಲ್ಲದ ವಿಷಯಗಳು ಯಜಮಾನನಿಗೆ ರುಚಿಸದೆಂದು ಅವನಿಗೆ ಗೊತ್ತು.

ಹೊರಟವನನ್ನು ಕರೆದ "ಫ್ರಿಜ್‌ನಲ್ಲಿರೋದು ಬಿಸಿ ಮಾಡೋದ್ಬೇಡ. ಏನಾದ್ರೂ ಫ್ರೆಶ್ಶಾಗಿ ಮಾಡು. ಬಿಸಿ ಬಿಸಿ ಇರುವಾಗ್ಲೇ ಕೊಡು" ಎಂದ.

ಹೇಗಾದರೂ ಮನೀಲಾ ಬಗ್ಗೆ ತಿಳಿಯಬೇಕೆನಿಸಿತು. ಅಗ್ನಿ ಹೋತ್ರಿ ಎಲ್ಲಾ ಹೇಳಿಕೊಂಡಿದ್ದರು ಆತ್ಮೀಯ ಹಸ್ತ ಚಾಚುತ್ತ. ಆದರೆ ಹೋಗಿ... ಅವರೆದುರಿಗೆ...

"ಮನೀಲಾ ಸಾವಿನೊಂದಿಗೆ ನನ್ನ ಕೆಲ್ಸಗಳೆಲ್ಲ ಮುಗಿದಂತೆ. ಆಮೇಲೆ ನಂಗೆ ಬದ್ಕೀನ ಅಗತ್ಯವಿಲ್ಲ" ಕೇಶವ ಕಣ್ಣುಗಳನ್ನು ಬೆರಳಿನಿಂದ ಸವರುತ್ತ ಬಿಡಿಸಿಟ್ಟಿದ್ದರು ಮುಂದಿನ ಚಿತ್ರವನ್ನು.

ಸುತ್ತಿ ಬಳಸಿ ಮಾತಾಡುವುದು ಅವನಿಗೆ ಬರದು. ಅಂಥ ಒಂದು ಪ್ರಯತ್ನ ಮಾಡಿದ.

"ಮಾಥುರ್, ಯಾಕೆ ಒಂದು ತರಹ ಇದ್ದಿ!"

ಮೊದಲು ಆ ಪ್ರಶ್ನೆಗೆ ಗಾಬರಿಯಾದರೂ ನಂತರ ಸಪ್ಪಗಾದ "ಅಂಥದೇನಿಲ್ಲ ಅಂದ್ಕೊಂಡ್ರು, ನೀವು ಇಲ್ಲದ್ದು ಬೇಜಾರಷ್ಟೆ ನಾನು ಬಂಗ್ಲೆಯ ಒಳಗಿದ್ದುದೆ ಕಮ್ಮಿ ಸದಾ ಹೊರ್ಗೇ ಇರ್ತಾ ಇದ್ದಿದ್ದು. ಕಾಡಿನ ಮಧ್ಯೆ ಇದ್ದ ಅನುಭವವಾದರೂ ಒಂದು ತರಹ ಹಾಯಾಗಿತ್ತು" ಹೇಳಿಕೊಂಡ ದೀರ್ಘವಾಗಿ. ಈ ಪುರಾಣ ಕೇಳಿ ಬೇಸರವೊಡೆಯಿತು ಹೇಮಂತ್ ಮುಖದ ಮೇಲೆ,

"ಮತ್ತೆ ಏನಾದ್ರೂ... ಇದ್ಯಾ ಹೇಳೋದು?" ಕಟುವಾಗಿತ್ತು ಅವನ ಸ್ವರ. "ಏನಿಲ್ಲ..." ಅಂದವನು ಹೊರಗೆ ಹೋದ.

ಮತ್ತೆ ಕರೆದ ಶಮಂತ್ "ಕಂಟ್ರಾಕ್ಟರ್. ಬಂದಿದ್ರಾ ? ಅಭ್ಯಾಸವಿಲ್ಲದಿದ್ದರೂ ಪೀಠಿಕೆ ಹಾಕಿದ. "ಬಂದಿದ್ದರು, ಕಾಂಪೌಂಡ್ ಗೋಡೆ ಎತ್ತರಿಸುವ ಅಗತ್ಯವೇನು ಇಲ್ಲ, ಇನ್ಮೇಲೆ ಹುಡುಗರಾರು ಇಲ್ಲಿ ಕ್ರಿಕೆಟ್ ಆಡೋಲ್ಲ, ಕಾಲೋನಿಗೆ ಹತ್ತಿರದಲ್ಲೇ ಒಂದು ಮೈದಾನ ಮಾಡ್ಕೊಂಡಿದ್ದಾರೆ" ಅವನ ಪೀಠಿಕೆ ಕೆಲಸ ಮಾಡಿತ್ತು.

ಕ್ಷಣ ಕಾಲ ಅವನ ಹೃದಯದ ಬಡಿತ ಸ್ತಬ್ಧವಾಯಿತು. ಗಾಳಿ ಕೂಡ ತನ್ನ ಚಲನೆ ನಿಲ್ಲಿಸಿದಂಥ ಭ್ರಮೆ.

ಮಾಥುರ್ ಕಣ್ಣುಕಣ್ಣು ಬಿಟ್ಟ

ಆ ಮಾತು ಕೇಳಿ ಶಮಂತ್ ಸಮಾಧಾನಗೊಳ್ಳಬೇಕಿತ್ತು. ಅದನ್ನು ಬಿಟ್ಟು ಯಾಕೆ? ಎನ್ನುವ ಪ್ರಶ್ನೆ.

ನಾಲ್ಕು ದಿನದ ಹಿಂದೆ ಸಿಕ್ಕ ಉಲ್ಲಾಸ್ ರೋಪ್ ಹಾಕಿದ್ದ "ಇನ್ಮೇಲೆ ನಿಮ್ಮ ಬಂಗ್ಲೆ ಕಡೆ ನಾವು ತಲೆ ಹಾಕೋಲ್ಲ. ಬೇಕಾದಷ್ಟು ಜಾಗಗಳಿವೆ. ಹತ್ತು ಪ್ಲೇಗ್ರೌಂಡ್‌ಗಳ್ನ ಬೇಕಾದ್ರೆ... ನಿರ್ಮಿಸ್ತೀವಿ." ಬಡಾಯಿ ಕೊಚ್ಚಿಕೊಂಡು ಹೋಗಿದ್ದ. ಅದನ್ನೆ ಯಜಮಾನನ ಮುಂದೆ ಹೇಳಲು ಸಾಧ್ಯವೆ ?

"ಅವ್ರ, ಕಾಲೋನಿಗೆ ಹತ್ತಿರದಲ್ಲಿ ಮಾಡ್ಕೊಂಡಿದ್ದಾರೆ" ಎಂದಾಗ ಹೋಗುವಂತೆ ಸನ್ನೆ ಮಾಡಿದ "ಒಂದರ್ಧ ಗಂಟೆ ನನ್ನ ಡಿಸ್ಟರ್ಬ್ ಮಾಡ್ಬೇಡ" ನುಡಿದ.

ಬಿಸಿ ಬಿಸಿಯಾಗಿ ಏನಾದರೂ ಮಾಡಿಕೊಡು ಎಂದ ವಿಷಯ ಮರೆತುಬಿಟ್ಟಿದ್ದ.

ಬಟ್ಟೆ ಬದಲಾಯಿಸಿ ಹಾಸಿಗೆಯ ಮೇಲೆ ಉರುಳಿಕೊಂಡ. ಬ್ರಹ್ಮಾಂಡವನ್ನೇ ಸೀಳಿಬಿಡುವಂಥ ಸ್ಫೋಟ ಪಕ್ಕದಲ್ಲಿಯೇ - ತಕ್ಷಣ ಎದ್ದು ಕೂತ.

ಎಷ್ಟು ಮಟ್ಟಿಗೆ ಭ್ರಮಿತನಾಗಿಬಿಟ್ಟನೆಂದರೆ, ತಾನು ಜೀವಂತವಾಗಿದ್ದೇನೆಯೇ ಎಂದು ದೃಢಪಡಿಸಿಕೊಳ್ಳಲು ಕೂಡ ಹೆಣಗಾಡಿದ ನಂತರ ತನ್ನ ಸ್ಟಡೀ ಕೋಣೆಗೆ ಹೋಗಿ ಪ್ರತಿಯೊಂದು ಅದರದರ ಸ್ಥಾನದಲ್ಲಿದೆಯೇ ಎಂದು ದೃಢಪಡಿಸಿಕೊಂಡ.

"ಮೈ ಗಾಡ್..." ಮುಖದ ಬೆವರನ್ನು ತೊಡೆದುಕೊಳ್ಳುತ್ತ ಕುಸಿದು ಕೂತ ಸೋಫಾ ಮೇಲೆ.

ಅಂದು ಚೂರು ಚೂರಾದ ಮನೀಲಾ ತಾಯಿ-ತಂದೆಯರ ದೇಹಗಳು ಸುತ್ತಲೂ ಹರಡಿಕೊಂಡಂತೆ ಭಾಸವಾಯಿತು. ಒಬ್ಬ ನಿಷ್ಠಾವಂತ ಪೋಲೀಸ್ ಅಧಿ ಕಾರಿಯ ಸಂಸಾರದ ದುರಂತ ಚಿತ್ರ.

ಹೊರಗೆದ್ದು ಬಂದ ಪ್ರಯತ್ನಪೂರ್ವಕವಾಗಿ ರೊಟ್ಟಿ ತಿನ್ನುತ್ತಿದ್ದ ರಂಗಯ್ಯ ತಟ್ಟನೆ ಎದ್ದು ನಿಂತ.

"ಕೂತ್ಕೋ... ಕೂತ್ಕೋ..." ಸನ್ನೆ ಮಾಡಿ ಹೇಳಿದ ಎಂಟು ಎಕರೆಯ ಪ್ರದೇಶ ಅವನೊಬ್ಬನೇ ಇದನ್ನೆಲ್ಲ ನೋಡಿಕೊಳ್ಳಬೇಕಿರಲಿಲ್ಲ. ಮಾಥುರ್ ಕೈ ಸೇರಿಸುತ್ತಿದ್ದ. ಕೆಲವು ಕೆಲವು ಕೆಲಸಗಳನ್ನು ಖುದ್ದಾಗಿ ಮಾಡುತ್ತಿದ್ದ ಶಮಂತ್.

ಸಂಕೋಚದಿಂದ ಮರೆಯಾದ ಅವನು ಒಂದು ಇನ್ವಿಟೇಷನ್ ಹಿಡಿದು ಬಂದ "ನನ್ನ ಒಬ್ಬೇ ಮಗ್ಳ ಮದ್ವೆ..." ಆಹ್ವಾನಿಸುವ ಧೈರ್ಯವಂತು ಅವನಿಗಿರಲಿಲ್ಲ.

ಇಂಥ ವಿಷಯಗಳಲ್ಲಿ ಅಲಕ್ಷ್ಯ ತೋರುವುದು ಅವನ ಸ್ವಭಾವ. ಇಂದು ಹಾಗೆ ಮಾಡಲಿಲ್ಲ, ಆಹ್ವಾನ ಪತ್ರಿಕೆಯನ್ನು ತೆರೆದು ನೋಡಿದ.

"ನೀನು ರಜ ಹೋಗ್ಬೇಕು..." ಎಂದ.

ಅವನು ಇನ್ನಷ್ಟು ಮೈ ಬಗ್ಗಿಸಿ ವಿನಯ ತೋರಿದ "ಏನು ಬೇಕಿಲ್ಲ, ಲಗ್ನದ ದಿನ ಬೆಳಿಗ್ಗೆ ಹೋದ್ರೆ ಸಾಕು. ಸಂಜೆ ವೇಳೆಗೆ ಬಂದ್ಬಿಡ್ತೀನಿ. ಸಾಕಷ್ಟು ಜನ ಇದ್ದಾರೆ, ಅಲ್ಲಿ ನಾನು ಮಾಡೋಂಥದೇನೂ ಇಲ್ಲ" ನಮ್ರನಾಗಿ ನುಡಿದ. ಇನ್ನೊಂದು ಬೇಡಿಕೆ ಇತ್ತು, ಅದನ್ನು ಮುಂದಿಡಲು ಅವನಿಗೆ ಭಯ.

ಮತ್ತೇನು ಎನ್ನುವಂತೆ ನೋಡಿದ. ಅವನು ತಲೆ ಕೆರೆದುಕೊಂಡ, ಕೈ ಕಟ್ಟಿದ.

"ಹಣ-ಏನಾದ್ರೂ... ಬೇಕಾ ?" ಇವನೆ ಕೇಳಬೇಕಾಯಿತು. "ಹೌದು" ಇನ್ನಷ್ಟು ಪೇಲವವಾಯಿತು ಅವನ ಮುಖ "ಮಾಥುರ್‌ಗೆ ಹೇಳ್ತೀನಿ. ಇಸ್ಕೋ" ಎದ್ದವನು ಕಾರಿನ ಕೀ ತರಲು ಮಾಥುರ್‌ಗೆ ಹೇಳಿದ.

ಹಲವು ಕೊಳವೆಗಳ ಜೋಡಣೆ ಮಧ್ಯೆ ಪ್ರಶಾಂತವಾಗಿದ್ದ ಮನೀಲಾನ ನೋಡಬೇಕಿತ್ತು.

"ಕೋಮಾಗೆ ಹೋದ ಮನೀಲಾ ತಮ್ಮ ಮಿಲಿಂದ ಮತ್ತೆ ಏಳಲೆ ಇಲ್ಲ. ಪ್ರಜ್ಞೆ ಕಳೆದುಕೊಂಡ ಇಪ್ಪತ್ತೊಂದನೆ ದಿನ ಕೊನೆಯುಸಿರೆಳೆದಿದ್ದ" ಅಗ್ನಿಹೋತ್ರಿ ತೋಡಿಕೊಂಡರು ಒಂದು ದುರಂತ ಘಟನೆ.

ಕೀ ಬಂಚ್ ಹಿಡಿದು ಬಂದ ಮಾಥುರ್ "ಒಂದ್ಮಾತು..." ತಡವರಿಸಿದ ಇವನ ಹುಬ್ಬುಗಳು ಗಂಟಿಕ್ಕಿದವು "ಹೇಳೋದು ಬೇಗ್ಹೇಳು. ನಂಗೆ ಸುತ್ತಿ ಬಳಸೋ ಮಾತುಗಳು ಇಷ್ಟವಾಗೋಲ್ಲ..." ಕನಲಿದ.

"ಸೈಕಲ್ ಹುಡ್ಗೀ ಹಣ ವಾಪ್ಸು ಕೊಟ್ಟಳು. ನೀವು ಕಲ್ಚರಲ್ ಪ್ರೋಗ್ರಾಂಗೆ ಬರ್ದ ಮೇಲೆ.. ಹಣ ಬೇಡಾಂದ್ಲು. ರಸೀದಿ ಕೊಡ್ಬೇಕಂತೆ" ಭಯಪಡುತ್ತಲೆ ನುಡಿದ.

ಮೃತ್ಯು ಮುಖದಲ್ಲಿದ್ದ ಪಕ್ಷಿ ಎಲುವಿನಿಂದ ಆಕಾಶಕ್ಕೆ ಹಾರಿ ಹಾರಾಡಿದಂತಾಯಿತು. ಲಕ್ಷ ಲಕ್ಷ ಪಕ್ಷಿಗಳ ಸಂಕುಲ ಅದಕ್ಕೆ ಶುಭ ಕೋರುವಂತೆ ಕಲರವ ಮಾಡಿದ್ದು ಶಮಂತ್‌ನ ಕಿವಿಗಳಲ್ಲಿ ಧ್ವನಿಸಿತು.

"ಆ ಹುಡ್ಗಿ, ಹುಷಾರಾಗಿದ್ದಾಳ?" ಅಕ್ಷರಗಳು ಬಿಡಿ ಬಿಡಿಯಾಗಿ ಉರುಳಿ ಬಂತು ಹೊರಗೆ. "ಚೆನ್ನಾಗಿದ್ದಾಳೆ!" ಎಂದ. ಅಷ್ಟು ಸಾಕಾಗಿತ್ತು ಅವನಿಗೆ.

ಕಾರು ಯಾವ ಸಂಕೋಚವು ಇಲ್ಲದೆ ದೌಡಾಯಿಸಿತು ಕಾಲೋನಿಯ ಕಡೆಗೆ.

ಹೊರಗೆ ಬಂದ ಅಗ್ನಿಹೋತ್ರಿಗಳು ತಾವೆ ನಗುಮುಖದಿಂದ ಆಹ್ವಾನಿಸಿದರು "ಬನ್ನಿ, ಹೇಗಿದ್ದಾರೆ ನಿಮ್ಮ ತಂದೆ ? ನಾನು ಪೇಪರ್‌ನಲ್ಲಿ ನೋಡ್ದೇ ವಿಷಯಾನ." ಪರಿಚಯಕ್ಕೆ ಮೀರಿದ ಸ್ನೇಹದ ಸಿಂಚನವಿತ್ತು ಅವರ ಧ್ವನಿಯಲ್ಲಿ.

"ಈಗ ಪರ್ವಾಗಿಲ್ಲ, ನೋ ಪ್ರಾಬ್ಲಮ್... ಬಹಳ ಗಟ್ಟಿ ಎದೆ ಅವರದು ಇನ್ನು ನೂರು ವರ್ಷ ಮಾಡಬಹುದಾದ ಪ್ಲಾನ್‌ಗಳಿವೆ ಅವ್ರ ತಲೆಯಲ್ಲಿ. ಸದ್ಯಕ್ಕಂತು ಐವತ್ತು

ವರ್ಷದ ಎಸ್ಟಿಮೇಟ್‌ಗಳು ಅವ್ರ ಟೇಬಲ್ಲು ಮೇಲೆ'' ಸ್ವಲ್ಪ ದೀರ್ಘವಾಗಿ ಹೇಳಿದ ನಂತರವೇ ಅವನಿಗೆ ಅವರ ಬಗ್ಗೆ ಅಚ್ಚರಿಯಾದದ್ದು.

ಅನಾವಶ್ಯಕವಾದ ಒಂದು ಮಾತು ಆಡಿದರೂ ಬೇಸರಿಸಿಕೊಳ್ಳುವ ಜಾಯಮಾನ ಅವನದು.

ಆಗತಾನೇ ಕಿತ್ತಿಟ್ಟಿದ್ದ ಹೂಗಳು ಟೀಪಾಯಿ ಮೇಲಿನ ಗಾಜಿನ ವಾಚ್‌ನಲ್ಲಿ ನಗುತ್ತಿದ್ದವು. ಹತ್ತು ತರಹ ಹೂಗಳಲ್ಲಿ ಒಂದು ಕಾಡು ಜಾತಿಯ ಹಳದಿ ಹೂಗಳು ಅವನ ಗಮನಕೆ ಬಂತು.

ಅದನ್ನ ಪಂಚವಟಿಯ ನೆಲದಲ್ಲಿ ಬೆಳೆಸಲು ಬಹಳ ಪ್ರಯಾಸಪಟ್ಟಿದ್ದ. ಪಶ್ಚಿಮ ಘಟ್ಟಗಳ ಕಾಡಿನಿಂದ ತಂದು ಬೆಳೆಸಿದ್ದ.

''ಈ ಜೋಡಣೆಯೆಲ್ಲ ನಮ್ಮ ಮನೀಲಾದೆ'' ಎಂದರು. ಅವನ ಕಣ್ನೋಟ ಅರ್ಥ ಮಾಡಿಕೊಂಡು ''ಯಾವಾಗ್ಬಂದ್ರಿ?'' ತಕ್ಷಣ ಅವನೇನು ಉತ್ತರಿಸಲು ಹೋಗಲಿಲ್ಲ.

ಹೆಚ್ಚು ಮಾತು ಬೇಕಿಲ್ಲದ ''ಅವನು ಬೇರೆಯವರ ಮುಂದೆ ಕೂತಾಗ ಮಾತುಗಳಿಗೆ ತಡಕಾಡಬೇಕಿತ್ತು. ಸಾಮಾಜಿಕ, ರಾಜಕೀಯ, ಶೈಕ್ಷಣಿಕ ವಿಷಯಗಳನ್ನು ಧಾರಾಳವಾಗಿ ಹರಟಲಾರ.

ಒಳಗೆ ಹೋದ ಅಗ್ನಿಹೋತ್ರಿ ಫೋಟೋಗ್ರಫಿಗೆ ಸಂಬಂಧಪಟ್ಟೊಂದೆರಡು ಪುಸ್ತಕಗಳನ್ನು ತಂದು ಹಾಕಿ ''ನಮ್ಮ ಮನೀಲಾ, ವಿಶೇಷವಾದ ತಿಂಡಿ ತಯಾರಿಸ್ತಾ ಇದ್ದಾಳೆ. ಮೊದ್ಲು ರುಚಿ ನೋಡೋ ಅದೃಷ್ಟ ನಿಮ್ದು'' ಹುಬ್ಬು ಕುಣಿಸಿ ಒಳಗೆ ಹೋದರು.

ಅಂದರೆ ಮನೀಲಾ ಪೂರ್ತಿ ಆರೋಗ್ಯವಾಗಿದ್ದಾಳೆ ಎನ್ನುವ ನೆಮ್ಮದಿ ಅವನನ್ನು ಉಲ್ಲಾಸಭರಿತನನ್ನಾಗಿ ಮಾಡಿತು. ಆದರೂ ಅವಳ ಬದುಕು ತಂತಿಯ ಮೇಲಿನ ನಡೆದಾಟದಂತೆ.

ಎರಡು ಪ್ಲೇಟು ಹಿಡಿದು ಬಂದವರು ಅವನ ಮುಂದಿಟ್ಟರು ''ನಮ್ಮ ಮನೀಲಾ ಮಾಡಿದ್ದು ಟೇಸ್ಟಾಗಿರುತ್ತೆ'' ಕಣ್ಣೊಡೆದರು. ಅವಳಿಗೆ ಒಬ್ಬ ಗೆಸ್ಟ್ ಬಂದಿದ್ದಾರೆಂದು ಹೇಳಿದ್ದರೇ ವಿನಾ ಶಮಂತ್ ಬಂದಿರುವ ವಿಷಯ ತಿಳಿಸಿರಲಿಲ್ಲ.

ಗಾಜಿನ ಹೂಜಿ ಹಿಡಿದು ಬಂದವಳ ಕೈಯಲ್ಲಿ ಕಂಪನ. ಕೈಯಲ್ಲಿನ ಹೂಜಿ ಜಾರಿ ನೆಲಕ್ಕೆ ಅಪ್ಪಳಿಸಿತು. ಸದ್ದಿನ ಜೊತೆ ಗಾಜಿನ ಚಲ್ಲಾಪಿಲ್ಲಿ. ಇದೇ ಸ್ಥಿತಿಯಲ್ಲಿ ಬಿದ್ದಿದ್ದವು ಅವಳ ತಾಯಿ ತಂದೆಯರ ದೇಹದ ಭಾಗಗಳು. ಆ ಸಂದರ್ಭಕ್ಕೆ ಅವಳು ಜಾರುವ ಮುನ್ನ ಯಾವುದೋ ಸ್ವರ ಅವಳನ್ನು ಪಕ್ಕಕ್ಕೆಳೆಯಿತು.

''ಮನೀಲಾ... ಈ ಕಡೆ ಬನ್ನಿ'' ಅದು ಗಾಬರಿಯಿಂದ ಬಂದ ಶಮಂತ್ ದನಿ. ಆತಂಕಗೊಂಡ ಅಗ್ನಿಹೋತ್ರಿಗಳ ಮುಖದ ನರಗಳು ನಿಧಾನವಾಗಿ ಸಡಿಲಗೊಂಡಿತು.

"ಥ್ಯಾಂಕ್ ಗಾಡ್..." ಮೇಲುಸಿರಿನೊಂದಿಗೆ ಹೇಳಿದವರು ಹೋಗಿ ಅವಳ ಕೈ ಹಿಡಿದುಕೊಂಡರು. ಬಿಸಿಯ ಜೊತೆ ಚಲನೆಯು ಇತ್ತು ಅವಳಲ್ಲಿ.

"ಪವಳಕುಡಿ ಅದೆಲ್ಲ ಸರಿಮಾಡ್ತಾಳೆ, ಬಿಡು" ಕರೆದೊಯ್ದರು.

'ನಾಚಿಕೆ ಇಲ್ಲದವಳು' ಅಂದು ಬೈಯ್ದಿದ್ದ. ಹೀಯಾಳಿಸಿದ್ದ ಶಮಂತ್ ಮುಂದೆ ಹಿಡಿಯಾದರೂ ಅವಳಲ್ಲಿ ಭಾವ ಸಂಚಾರವಿತ್ತು. ಕೆಲವು ನಿಮಿಷಗಳಲ್ಲಿ ಚೇತರಿಸಿಕೊಂಡಳು.

ಅವಳ ಆರೋಗ್ಯದ ಬಗ್ಗೆ ವಿಚಾರಿಸುವುದುಅಪಾಯವೆಂದು ಶಮಂತ್ ಅರಿವಿಗೆ ಬಂದಿತ್ತು.

"ನಿಮ್ಮ ಆಕ್ಟಿವಿಟೀಸ್ ಬಂದ್ ಆಗಿದೆಯಲ್ಲ !" ಚುಡಾಯಿಸುವಂತೆ ಕೇಳಿದ. ಬೆರಗು ಮೂಡಿತು ಅವಳಸುಂದರ ಕಣ್ಣುಗಳಲ್ಲಿ. ತಾನೇನಾದರೂ ಅನ್‌ಕಾನ್ಷಿಯಸ್ ನಲ್ಲಿದ್ದೀನಾ ಎಂದು ಯೋಚಿಸುವಂತಾಯಿತು ಅವಳಿಗೆ.

"ಮನೀಲಾ... ಮನೀಲಾ..." ಅವಳ ತೋಳಿಡಿದು ಅಲ್ಲಾಡಿಸಿದರು ಅಗ್ನಿಹೋತ್ರಿಗಳು. ಅತ್ಯಂತ ಸುಂದರವಾಗಿ ನಕ್ಕು. ಕೀಟಲೆಯ ಮುಖಕ್ಕೆ ತೀರಾ ಆಪ್ಯಾಯಮಾನವಾಗಿ ಕಂಡಿತು ಆ ನಗೆ. "ನೋ... ನೋ... ಸೈಕಲ್ ಪಂಕ್ಚರ್ !" ತಡಬಡಿಸಿಗೊಂಡು ಹೇಳಿದಳು. ಅದು ಸರಿಯಾದ ಉತ್ತರವಲ್ಲವೆಂದು ಅವಳಿಗೆ ಗೊತ್ತು.

ಬಂದ. ಸಂಜೀವಯ್ಯನವರು ಅಗ್ನಿಹೋತ್ರಿಗಳನ್ನು ಕರೆದೊಯ್ದರು. ಎದುರಿಗೆ ಕೂತವಳು ನೋಟವೆತ್ತಲಾರದೆ ಎತ್ತಿದವಳು ಘೊಳ್ಳನೆ ನಕ್ಕಳು.

"ನಂಗಂತೂ.... ಸರ್‌ಪ್ರೈಜ್ ! ನೀವು ಯಾವಾಗ ಮಾತಾಡೋದು ಕಲೀತಿರಿ ? ಅದನ್ನ ಕೂಡ ನಿಮ್ಮ ಹಕ್ಕಿಗಳೆ ಕಲಿಸಿರಬೇಕು" ಮುತ್ತುಗಳಂತೆ ಪದಗಳನ್ನು ಉದುರಿಸಿದಳು.

ಆಮೇಲೆ ಮಾಡಿದ ಸ್ಪೆಷಲ್‌ನ ತಿನ್ನುವಂತೆ ಬಲವಂತ ಮಾಡಿದಳು. ರಾಷ್ಟ್ರೀಯ, ಅಂತರರಾಷ್ಟ್ರೀಯ ಮಟ್ಟದಲ್ಲಿ ಪ್ರಕಟವಾದ ಅವನ ಲೇಖನ ಮತ್ತು ಫೋಟೋಗಳನ್ನು ತಂದು ಅವನ ಮುಂದಿಟ್ಟಳು.

"ನೋಡಿದ್ರಾ ನನ್ನ ಸಂಗ್ರಹ !" ಮುಖ ಉಬ್ಬಿಸಿ ಜಂಬದ ಭಾವ ಪ್ರಕಟಿಸಿದಳು. "ಥ್ಯಾಂಕ್ಯೂ..." ಎಂದ. ನೇರವಾಗಿ ಅವನು ಅವಳೊಂದಿಗೆ ಮಾತಾಡುತ್ತಿರುವುದು ಇಂದೇ. ಆದರೂ ಎಷ್ಟೋ ವರ್ಷದ ಸ್ನೇಹವೆನ್ನುವಂತೆ ಹರಟುತ್ತಿದ್ದಳು. ಅದು ಕೆಲವರಿಗೆ ಮಾತ್ರ ಸಾಧ್ಯವೇನೋ.

ಮಾತು ಎಂದರೆ ಬೇಸರಪಡುವ ಶಮಂತ್ ಸಂಗೀತ ಆಲಿಸುವಂತೆ ಕೇಳುತ್ತ ಕೂತಿದ್ದ. ಅವಳ ಕುಟುಂಬದ ಕತೆ, ಇಂದಿನ ಸ್ಥಿತಿಯ ಬಗ್ಗೆ ಸಹಾನುಭೂತಿಯೇನೋ?

ಮೇಲೆದ್ದ ಶಮಂತ್ "ಕ್ರಿಕೆಟ್ ಅಭ್ಯಾಸ ಮತ್ತೆಂದಿನಿಂದ ಪ್ರಾರಂಭವಾಗೋದು?" ಮೆಲ್ಲನೆ ಕೇಳಿದ. ಬೆರಗು ಗಣ್ಣುಗಳಿಂದ ರೆಪ್ಪೆಗಳನ್ನೆ ಬಡಿದಳು "ನಿಮ್ಗೂ ಸೆನ್ಸ್ ಆಫ್

ಹ್ಯೂಮರ್ ಇದೆ. ಸಂಡೇ ಮಾತ್ರ ಇನ್ಮೇಲೆ ಸ್ಪೋರ್ಟ್ಸ್. ನಾನು ಓದ್ದಿಲ್ಲಾಂದ್ರು ಮಿಕ್ಕವ್ರು ಓದ್ಬೇಕಲ್ಲ. ಮತ್ತೆಂದೂ ಪಂಚವಟಿಯಲ್ಲಿ ನಮ್ಮ ಬಾಲ್ ಬೀಳೋಲ್ಲ'' ಚಕ ಚಕ ಯಂತ್ರದಂತೆ ಮಾತಾಡಿದಳು.

ಅಷ್ಟರಲ್ಲಿ ಬಂದ ಅಗ್ನಿಹೋತ್ರಿಗಳು ಅವನನ್ನು 'ಎಕ್ಸ್‌ಕ್ಯೂಸ್' ಕೇಳಿದರು. ಕಾರು ಹತ್ತಿದ ಮೇಲೂ ಅವರಿಗೇನು ಆಹ್ವಾನ ನೀಡಲಿಲ್ಲ! ಹೆಚ್ಚು ಜನ ಸಂಚಾರ ಪಂಚವಟಿಯ ಅನ್ಯೂನ್ಯತೆಯನ್ನು ಹಾಳು ಮಾಡುತ್ತದೆಯೆಂದು ಅವನ ಅಭಿಪ್ರಾಯ !

ಯಾವುದೋ ಲೋಕ ಹೊಕ್ಕು ಹೊರ ಬಂದಂತಾಗಿತ್ತು ಶಮಂತ್‌ಗೆ. ಅಂದೆಲ್ಲ ಮನೀಲಾ, ಶಮಂತ್ ಮತ್ತು ಪಂಚವಟಿಯ ಬಗ್ಗೆ ಮಾತಾಡುತ್ತಿದ್ದಳು. ಸಮಯದಲ್ಲಿ ಮಿಂಚುತ್ತಿದ್ದ ಅವಳ ಕಣ್ಣುಗಳನ್ನು ಗಮನಿಸಿದರು.

ತಕ್ಷಣ ಏನೋ ಹೊಳೆದವಳಂತೆ ''ಮಾವ, ಈ ಸೀರಿಯಸ್ ವ್ಯಕ್ತಿ ನಿಮ್ಗೆ ಹೇಗೆ ಪರಿಚಯ ? ಉಪ್ಪರಿಗೆಯ ಜನರ ಹಾಗೆ ಆಡ್ತಾರೆ'' ಕುತೂಹಲ ವ್ಯಕ್ತಪಡಿಸಿದಳು.

''ಸರ್ಯಾದ ಪರಿಚಯ ನಿನ್ನಿಂದ್ಲೇ ಆಗಿದ್ದು. ನಿನ್ನ ಲೆಕ್ಚರರ್ ಅನಿಲ್‌ಗೆ ಫ್ರೆಂಡಂತೆ. ಒಮ್ಮೆ ಪರಿಚಯಿಸಿದ್ರು ಗ್ಲಾಡ್ ಟು ಮೀಟ್ ಯು ಎಂದಿದ್ದ. ಉಪ್ಪರಿಗೆಯ ಜನನೇ. ಆದರೆ ಬಂಗ್ಲೆ, ಉಪ್ಪರಿಗೆಗಿಂತ ಶಮಂತ್‌ಗೆ ಕಾಡು ಇಷ್ಟ ಗುಡ್ ಫೋಟೋಗ್ರಾಫರ್. ಪಕ್ಷಿಗಳ ಜಾಡನ್ನು ಅರಸಿ ಸುತ್ತಾಡುವ ಅವನು ಸಂಶೋಧನೆಯ ವಿದ್ಯಾರ್ಥಿಯೇ'' ಅಷ್ಟು ಉಸುರಿ ಮೇಲೆದ್ದಿದ್ದರು.

ಸಂಜೆಯ ಘಟನೆ ಅವರನ್ನು ದಿಕ್ಕು ತೋಚದಂತೆ ಮಾಡಿತ್ತು. ಹೊರಗೆ ಹೋಗಿದ್ದ ಮನೀಲಾ ತಾನು ತೊಟ್ಟುಕೊಂಡು ಹೋಗಿದ್ದ ಅತೀ ಕಾಸ್ಟ್ಲಿ ಉಲನ್ ಕೋಟನ್ನು ಯಾರಿಗೋ ಕೊಟ್ಟು ಆರಾಮಾಗಿ ಮನೆಗೆ ಬಂದಿದ್ದಳು. ಯೋಚನೆ ಕಾಸ್ಟ್ಲಿ ಕೋಟು ಬಗ್ಗೆಯಲ್ಲ.

''ಇಷ್ಟೊಂದು ಚಳಿ, ಗಾಳಿ, ಸಣ್ಣನೆಯ ತುಂತುರು, ಕೋಟು ಏನಾಯ್ತೇ ?'' ಅವಳ ಬಗ್ಗೆ ಗಾಬರಿಯಿಂದ ಪ್ರಶ್ನಿಸಿದ್ದರು. ''ಐಸ್‌ಕ್ರೀಮ್ ಮಾರೋನಿಗೆ ಕೊಟ್ಟುಬಿಟ್ಟೆ ನಾನು...'' ಎಂದವಳು ಬಾಯಿಗೆ ಕೈ ಅಡ್ಡ ಹಿಡಿದು ಬಿಕ್ಕಳಿಸಿದಳು.

ಆತಂಕದಿಂದ ಅವರೆದೆಯೊಡೆದಂತಾಯ್ತು. ಮೊದಲಿನಿಂದ ಅವಳನ್ನು ತಪಾಸಿಸಿದ ಡಾ|| ನರೋನ, ಸೈಕಿಯಾಟ್ರಿಸ್ಟ್ ಡಾ|| ಪಿತ್ರೆ ''ಈ ಸಲ ಮನೀಲಾಗೆ ಪ್ರಜ್ಞೆ ಬರುತ್ತೆ ಅನ್ನೋ ನಂಬ್ಕೇ ಇರ್ಲಿಲ್ಲ. ಮುಂದೆ ಎಂದಾದ್ರೂ ಈ ತರಹವಾದ್ರೆ... ಅದೇ ಅವ್ಳ ಅಂತಿಮ ನಿದ್ದೆಯಾಗುತ್ತೆ. ವೈದ್ಯಕೀಯ ರಂಗಕ್ಕೆ ಇದೊಂದು ಸವಾಲ್...''

ಎದೆಗೊರಗಿಸಿಕೊಂಡು ಸಂತೈಸಿದರು ''ನೀನು ತೀರಾ ಧೈರ್ಯದ ಹುಡ್ಗೀ ಅಂದ್ಕೊಂಡಿದ್ದೆ. ಅಳು ನಿನ್ನಂಥೋರ ಮುಖಕ್ಕೆ ಶೋಭಿಸೋಲ್ಲ'' ಕಣ್ಣೀರು ತೊಡೆದರು. ಸದಾ ಕಂಬನಿ ಮಿಡಿಯುವ ಅವರ ಹೃದಯದ ಕಣ್ಣೀರನ್ನು ಯಾರೂ ತೊಡೆಯಲಾರರು.

ಸ್ವಲ್ಪ ಬೇಗ ಸಮಾಧಾನಕ್ಕೆ ಬಂದಳು ಕೂಡ. ಡಾ॥ ಪಿತ್ರೆ ಪ್ರೀತಿಯ ಅವಳ ಕೈಯನ್ನು ತಮ್ಮ ಕೈಯೊಳಗೆ ತಗೊಂಡು "ತೀರಾ ವರೀ, ಆಘಾತ, ಆಕಸ್ಮಿಕಗಳು ತಡೆಯ ಲಾರದಷ್ಟು ನಿನ್ನ ಮಿದುಳು ಮೃದುವಾಗ್ಬಿಟ್ಟಿದೆ. ಅದ್ನ ಛಾಲೆಂಜಾಗಿ ತಗೋಬೇಕಾದ್ರೆ.... ಅವು ಯಾವನ್ನೂ ಹತ್ತಿರಕ್ಕೆ ಸೇರಿಸದಂತೆ ಜಾಗರೂಕವಾಗಿರ್ಬೇಕು. ಕೀಪ್ ಯುವರ್ ಮೈಂಡ್" ವಿವರಿಸಿ ಎಚ್ಚರಿಕೆ ನೀಡಿದ್ದರು.

ಊಟ ಕೂಡ ಮಾಡದೇ ಹೋಗಿ ಮಲಗಿಬಿಟ್ಟಳು. ಅಲೋಕ ಅವಳ ಅತ್ಯಂತ ಪ್ರೀತಿಯ ತಮ್ಮ ಬ್ರಹ್ಮಾಂಡ ಬುದ್ಧಿಶಾಲಿ. ಅವನಿಂದ ರ್‍ಯಾಂಕ್ ಹೇಗೆ ತಪ್ಪಿಸಬೇಕೆಂದು ಉಪಾಧ್ಯಾಯರು ಪರದಾಡಬೇಕಿತ್ತಷ್ಟೆ... ಸದಾ ಚೂಟಿ.

ರಾಜೀವ್‌ಗಾಂಧಿ ಸ್ಫೋಟದಿಂದ ಸಾವಪ್ಪಿದ್ದನ್ನು ಟಿ.ವಿ.ಯಲ್ಲಿ ನೋಡಿ ಕುಸಿದವನು ಪ್ರಜ್ಞೆ ತಪ್ಪಿ ಕೋಮಾಗೆ ಹೋದವನು ಮರಳಿ ಏಳಲಿಲ್ಲ. ಆ ನೆನಪು ಕೂಡ ಅವಳಿಗಿಷ್ಟವಿಲ್ಲ.

ಕಣ್ಣು ಬಿಟ್ಟುಕೊಂಡು ಛಾವಣಿ ನೋಡುತ್ತಿದ್ದವಳ ಪಕ್ಕದಲ್ಲಿ ಹೋಗಿ ಕೂತವರು ಮಮತೆಯಿಂದ ಅವಳ ಮುಂಗೂದಲಲ್ಲಿ ಬೆರಳಾಡಿಸಿದರು.

"ಏನು ತಿನ್ಲೇ ಇಲ್ಲ, ಯಾಕೆ ಹಸಿವಿಲ್ವಾ ?" ಎಷ್ಟು ಮೃದುವಾಗಿ ಕೇಳಬಹುದೋ, ಅಷ್ಟು ನಯವಾಗಿ ಕೇಳಿದರು. ಅವರ ಕೈಯನ್ನು ತನ್ನ ಕೈಯೊಳಗೆ ತಗೊಂಡು "ನಂಗೆ ಭಯ ಆಗುತ್ತೆ ಮಾವ" ಭೀತಿಯಿಂದ ತತ್ತರಿಸಿದಳು.

ಇಡಿಯಾಗಿ ಅವಳನ್ನಪ್ಪಿಕೊಂಡರು "ನೀನು ಡರ್‌ಪೋಕ್ ಅಂದು ಕೊಳ್ಳೋಕೆ ನಂಗಿಷ್ಟವಿಲ್ಲ, ಯಾಕೆ ಅಂಥ ಯೋಚ್ನೇ ಮಾಡ್ತೀಯಾ" ಕಣ್ಣೀರು ತೊಡೆದರು.

ಹೆಚ್ಚು ಪ್ರಯತ್ನಪೂರ್ವಕವಾಗಿಯೇ ಅವಳಿಗೆ ಮಾತ್ರೆ ನುಂಗಿಸಿದ್ದು. ಈಚೆಗೆ ಪಿಲ್ಸ್ ನುಂಗಲು ಕೂಡ ತಕರಾರು.

"ಪ್ಲೀಸ್, ಬೇಡ, ಮಾವ, ನಂಗೆ ನಿದ್ದೆಯಲ್ಲಿ ಎಲ್ಲಿ ಸತ್ತು ಹೋಗ್ತೀನೋ ಅನ್ನೋ ಭಯ. ಆ ಕ್ಷಣದವರ್ಗೂ ಎಚ್ಚರವಾಗಿಯೇ ಇರ್ತೀನಿ" ನಿರಾಕರಿಸುತ್ತಿದ್ದಳು. ಅವಳ ಭಯಕ್ಕೆ ಅಂಥ ಪ್ರಬಲವಾದ ಕಾರಣಗಳು ಇದ್ದವು.

ರೂಮಿನಿಂದ ಹೊರಗೆ ಬಂದ ಅಗ್ನಿಹೋತ್ರಿಗಳು ಹೊರಗೆ ಬಂದು ಕೂತರು. ಮನೆಯ ನಿಶ್ಶಬ್ದ ಅವರೆದೆಯನ್ನು ನಡುಗಿಸಿತು.

'ಛೆ' ಎದ್ದು ಶತಪಥ ಹಾಕಿದರು. ಸಾವಿನ ನೆರಳು ಎನ್ನುವಂಥ ಪ್ರೊಫೆಷನ್ ನಲ್ಲಿಯೇ ಕೆಲಸ ಮಾಡಿದ್ದು. ಅವರ ಪಿರಿಯಡ್‌ನಲ್ಲಿ ಎರಡು ಯುದ್ಧಗಳು. ನೂತನ ಶಸ್ತಾಸ್ತ್ರಗಳ ಬಳಕೆ ಮಾನವ ಜೀವಕ್ಕೆ ಬೆಲೆ ಇಲ್ಲದ ಸಮಯ. ಅಲ್ಲಿ ಗೆಲುವಿನ ಫಲ ಎದುರಾಳಿಯನ್ನು ಹೊಡೆದುರುಳಿಸುವುದಷ್ಟೇ ಮುಖ್ಯ. ಅಲ್ಲಿ ಸೈನಿಕರ ಧಮನಿಗಳಲ್ಲಿ ಹರಿಯುತ್ತಿರುವುದು ದೇಶ ಪ್ರೇಮದ ರಕ್ತ.

ಅಂತಹ ಭಯಂಕರ ಸಂದರ್ಭಗಳಲ್ಲಿ ಕೂಡ ಸಾವಿಗೆ ವಿಚಲಿತರಾಗಿರಲಿಲ್ಲ. ಈಗ ಮೇಲುಗೈ ಸಾಧಿಸಿದ ಸಾವು ಪ್ರತಿಕ್ಷಣವೂ ಅವರನ್ನೆದುರಿಸುತ್ತಿತ್ತು, ಹಿಂಸಿಸುತ್ತಿತ್ತು. ಆದರೂ ಮೆಟ್ಟಿನಿಲ್ಲುವಂಥ ಗಟ್ಟಿ ಎದೆಯ ವ್ಯಕ್ತಿಯ ಅಗ್ನಿಹೋತ್ರಿ.

ಹೆಜ್ಜೆಯ ಸದ್ದಾಯಿತು. ತಲೆಯೆತ್ತಿದರು ಪವಲಕುಡಿ ನಿಂತಿದ್ದಳು. ''ಊಟಕ್ಕೆ...'' ಬೇಡವೆಂದು ತಲೆ ಅಲುಗಿಸಿದವರು ''ನೀನು ಊಟ ಮಾಡ್ಕೊಂಡ್ ಮನೆಗೆ ಹೋಗು. ಅಡ್ಗೇ ಕೆಲ್ಸ ಮುಗ್ಸಿ ಕೊಟ್ರೆ... ಸಾಕು; ನಮಗಾಗಿ ಕಾಯೋದ್ಬೇಡ. ಇಷ್ಟು ರಾತ್ರಿಯಲ್ಲಿ ಹೇಗೆ ಮನೆಗೆ ಹೋಗ್ತೀಯಾ?'' ಕೇಳಿದರು.

''ಕಲ್ಯಾಣಮ್ಮ... ಬಾ... ಅಂದಿದ್ದಾರೆ. ಮಗು ಊಟ ಮಾಡಿಲ್ಲ'' ಅಷ್ಟು ಹೇಳಿ ಬಾಗಿಲು ಮುಂದಕ್ಕೆಳೆದುಕೊಂಡು ಹೋದಳು.

ಬೋಲ್ಟ್ ಹಾಕದ ಬಾಗಿಲು ರಪ್ ಎಂದು ಮಳೆ ಗಾಳಿಗೆ ಹಿಂದಕ್ಕೆ ಬಂತು. ಎದ್ದು ಹಾಕಬೇಕೆನಿಸಲಿಲ್ಲ. ತೆರೆದ ಬಾಗಿಲು ಎದುರು ಕೂತೇ ಇಡೀ ರಾತ್ರಿಯನ್ನು ಕಳೆದರು.

❑ ❑ ❑

ಅಪರೂಪಕ್ಕೆ ಮೊದಲ ಸಲ ಅಗ್ನಿಹೋತ್ರಿಗಳು ಪಂಚವಟಿಯೊಳಗೆ ಹೆಜ್ಜೆ ಇಟ್ಟಾಗ ಮಾಥುರ್ ಸಂಭ್ರಮ. ''ಬನ್ನಿ... ಬನ್ನಿ.... ನಮ್ಮ ಮನ್ನೀ ಹೇಗಿದ್ದಾರೆ ?'' ಅಕ್ಕರೆಯಿಂದ ಕೇಳಿದ. ಆ ಹುಡುಗಿ ತಾರತಮ್ಯವನ್ನೊಡೆದೊಡಿಸಿ, ತುಂಬು ವಿಶ್ವಾಸವನ್ನು ತೋರಿದ್ದಳು.

''ಬೊಂಬಾಟಾಗಿದ್ದಾಳೆ, ನಾಳೆ ಅವ್ಳ ಬರ್ತ್‌ಡೇ. ನೀನು, ರಂಗಯ್ಯ ಎಲ್ಲಾ ಬರ್ಬೇಕು. ಇಲ್ದಿದ್ರೆ ಮತ್ತೆ ಸೈಕಲ್ ಹತ್ತಿ ಕರೆಯೋಕೆ ಬಂದು ಬಿಡ್ತಾಳೆ'' ನಗುತ್ತ ಹೇಳಿದರು.

ಸ್ಟಡೀ ರೂಮಿನಲ್ಲಿದ್ದ ವಿಷಯ ತಿಳಿದು ಶಮಂತ್ ಹೊರಗೆ ಬಂದ. ತುಟಿಯಂಚಿನಲ್ಲಿ ಮುಗುಳ್ನಗೆ ಇತ್ತು.

''ನಮ್ಮ ಮನೀಲಾ ಬರ್ತ್‌ಡೇ, ಆಹ್ವಾನಿಸೋಕೆ ಸ್ವಯಂ ನಾನೇ ಬಂದೇ'' ಎಂದರು. ಸುತ್ತಲ ಚಮತ್ಕಾರ ನೋಡುತ್ತಾ ಒಳಗೆ ಇನ್ ಡೋರ್ ಪ್ಲಾಂಟ್‌ಗಳ ಸಂಭ್ರಮ ಹೆಚ್ಚು ಇಷ್ಟವಾಯಿತು ಅವರಿಗೆ.

''ಹೇಗಿದ್ದಾರೆ. ಮನೀಲಾ ?'' ಕೇಳಿದ.

''ನಾರ್ಮಲ್...'' ಅವರ ಗಂಟಲು ಕಟ್ಟಿತು.

ಹಿಂದಿನ ದಿನ ಮನೀಲಾ ಬರ್ತ್‌ಡೇ ಇನ್ವಿಟೇಷನ್ ಕಾರ್ಡ್‌ಗಳನ್ನು ಮಾಡಿಸಿಕೊಂಡು ಬಂದಾಗ ಎಲ್ಲಾ ಮುಂದೆ ಹರಡಿಕೊಂಡು ಕೂತಿದ್ದಳು.

"ಮನ್ನೀ..." ಯಾರೋ ತೀರಾ ಅಪರಿಚಿತ, ಆತ್ಮೀಯ ಸ್ವರ. ಸುತ್ತಲೂ ನಿಟ್ಟಿಸಿದಳು. "ಈ ಸಲ ನಿಂಗೆ ಎಂಥ ಪ್ರೆಸಂಟೇಷನ್... ಬೇಕು ?" ಅದು ಅವಳ ತಂದೆಯ ಸ್ವರ.

ಕಂಬನಿ ತುಂಬಿದ ಕಣ್ಣೊರೆಸಿಕೊಂಡಳು. ಎಂಥ ಸದೃಢವಾದ ಕಟ್ಟು ಮಸ್ತಾದ ಆರಡಿ ಎತ್ತರದ ನರೋನ ಹೇಗೆ ಧೂಳೀಪಟವಾಗಿ ಹೋಗಿದ್ದರು.

ನೆನಪುಗಳಿಂದ ತಪ್ಪಿಸಿಕೊಳ್ಳಲು ಹೊರಗೋಡಿ ಬಂದಿದ್ದಳು. ಜನರ ಮಧ್ಯೆ ಇದ್ದಾಗ ಒಂದು ರೀತಿಯ ಧೈರ್ಯ.

"ಪ್ಲೀಸ್, ನನ್ನ ಬರ್‍ತ್ಡೇ ಸೆಲಬ್ರೇಟ್ ಮಾಡೋದ್ಬೇಡ" ಅವರೆದೆಯಲ್ಲಿ ಮುಖವಿಟ್ಟು ಥರಥರ ನಡುಗಿದಾಗ "ಓಕೇ, ನಿಂಗೆ ಇಷ್ಟವಿಲ್ಲಾಂದ್ಮೇಲೆ ಬೇಡ" ಆಶ್ವಾಸನೆ ಇತ್ತಿದ್ದರು.

ಉಲ್ಲಾಸ್ ಜೊತೆ ಹೋದವಳು ಮರಳಿ ಬಂದಾಗ ತನ್ನ ನಿರ್ಧಾರ ಬದಲಾಯಿಸಿ ಕೊಂಡು ಸಾಕಷ್ಟು ಬಣ್ಣದ ಪೇಪರ್, ಬಲೂನ್‌ಗಳನ್ನು ಹೊತ್ತು ತಂದಿದ್ದಳು.

"ಡೆಕೋರೇಷನ್ ಮಾಡೋಕೆ ನನ್ನ ಫ್ರೆಂಡ್ಸ್ ಎಲ್ಲಾ ಬಂದಿದ್ದಾರೆ" ಉತ್ಸಾಹ ತುಂಬಿಕೊಂಡು ಹೇಳಿದಾಗ ಮುಗುಳ್ನಗೆಯಿಂದ ಹ್ಞೂಗುಟ್ಟಿದ್ದರು.

ಮೌನವಾಗಿ ಕಲ್ಲಿನಂತೆ ಕೂತುಬಿಟ್ಟ ಅವರನ್ನು ಶಮಂತ್ ಎಚ್ಚರಿಸಬೇಕಾಯಿತು. "ತುಂಬ ಡಿಪ್ರೆಸ್ಡ್ ಆದ ಹಾಗೆ ಕಾಣ್ತೀರಾ" ಎಂದ. ಅವನ ಸ್ವರದಲ್ಲಿ ಅರಿವಾಗದಂಥ ವಿಷಾದವಿತ್ತು.

ಎದೆಯಲ್ಲಿ ಮಡುವುಗಟ್ಟಿ ನಾಲ್ಕಾರು ಗಂಟೆಗಳಿಂದ ಹಿಂಸಿಸುತ್ತಿದ್ದ ಉಸಿರನ್ನು ಜೋರಾಗಿ ಒಳಗೆ ದಬ್ಬಿದರು.

"ಮನುಷ್ಯನ ಬದಿಗೆ ಆಕಸ್ಮಿಕ ಸಾವುಗಳೇ ಒಳ್ಳೆಯವು ಅನ್ನಿಸುತ್ತೆ. ಆ ಕ್ಷಣದವರೆಗಾದ್ರೂ ಮನುಷ್ಯ ಕನಸು ಕಾಣುತ್ತ, ಕಲ್ಪನೆಗಳು ಬೆಳೆಸಿಕೊಳ್ಳುತ್ತ ಜೀವಿಸ್ಬಹುದು. ಮನೀಲಾ ಸಾವಿನ ನೆರಳಲ್ಲಿ ಇದ್ದಾಳೇಂತ ತಿಳಿದ್ಮೇಲೆ ಅವ್ಳ ಭವಿಷ್ಯತ್ ಬಗ್ಗೆ ಯಾವುದೇ ಸುಂದರ ಕಲ್ಪನೆಯಿಲ್ಲ. ದಿನಗಳನ್ನು ದೂಡಿದಂತೆ ತಳ್ಳುವುದಷ್ಟೆ ಅದೆಷ್ಟು ಪ್ರಯಾಸವೆಂದು ಅನುಭವಿಸಿದವ್ರಿಗೆ ಮಾತ್ರ ಗೊತ್ತು. ನಮ್ಮ ಮನೀಲಾ ವಯಸ್ಸಿನ ಹುಡ್ಗಿಯರು ತಮ್ಮ ಸುಂದರ ಬದ್ಕಿನ ಬಗ್ಗೆ ನೂರಾರು ಕನಸುಗಳ್ನ ಕಟ್ಟಿಕೋತಾರೆ. ಅದು ಸಫಲ, ವಿಫಲವೆನ್ನುವುದು ಮುಖ್ಯವಲ್ಲ, ಕನಸಿನ ಕ್ಷಣಗಳಲ್ಲಿನ ಮಧುರತೆಗೆ ಯಾವ್ದೇ ಲೆಕ್ಕ ಕಟ್ಟಲು ಸಾಧ್ಯವಿಲ್ಲ. ಅಂಥ ಪುಣ್ಯ ನಮ್ಮ ಮನ್ನೀಗಿಲ್ಲ. ಕಲ್ಪನೆಗಳಿಲ್ಲ, ಕನಸುಗಳಿಲ್ಲ, ಜೀವನ ಎಷ್ಟು ಭಾರ" ಒಂದು ಸ್ಪಷ್ಟ ಚಿತ್ರವನ್ನೇ ಅವನ ಮುಂದೆ ಬಿಡಿಸಿಟ್ಟರು.

ಇಂಥ ಗಂಭೀರ ಮಾತುಗಳಿಗೆ ಶಮಂತ್ ಏನು ಹೇಳಲು ಸಮರ್ಥನಾಗಲಿಲ್ಲ.

ಹೊರಡುವಾಗ ಮತ್ತೊಮ್ಮೆ ಹೇಳಿದರು "ಶಮಂತ್ ಖಂಡಿತ ಬರ್ಬೇಕು..." ಅನುಮಾನಿಸಿದ ಅವನು "ಬನ್ನೇರುಘಟ್ಟಕ್ಕೆ ಹೋಗೋ ಪ್ರೋಗ್ರಾಂ ಇದೆ" ಎಂದ.

ಎರಡು ನಿಮಿಷ ಮೌನವಾಗಿದ್ದವರು ಅವನ ಎರಡು ಕೈಗಳನ್ನೂ ಹಿಡಿದುಕೊಂಡು "ಪ್ಲೀಸ್, ಶಮಂತ್. ನಿನ್ನಲ್ಲಿ ನನ್ನದೊಂದು ಪ್ರಾರ್ಥನೆ. ಮನೀಲಾಗೆ ನಿನ್ನ ಬಗ್ಗೆ ಆಸಕ್ತಿ ಇದೆ. ಅವಳಲ್ಲಿ ಕಲ್ಪನೆಗಳು, ಕನಸುಗಳು ನೀನು ಅರಳಿಸಲು ಸಮರ್ಥವಾದರೆ ಅವು ಸಾವಿಗೆ ಅಭಿಮುಖವಾಗಿ ನಡೆಯಬಹುದ್ದು. ಆ ಭಯದಿಂದ ಅವ್ಳಿಗೆ ಮುಕ್ತಿ ಸಿಗ್ಬಹುದ್ದು. ಆ ಕ್ಷಣದವರೆಗಾದ್ರೂ ಮನೀಲಾ ನೆಮ್ಮದಿಯಾಗಿ ಇರ್ಲಿ. ಪ್ಲೀಸ್, ಹೆಲ್ಪ್ ಮೀ...' ದೈನ್ಯತೆ ಅವರ ಸ್ವರದಲ್ಲಿ ಮಿನುಗಿತು.

ಶಮಂತ್ ಗಾಬರಿಯಾದ. ತಡಬಡಿಸಿದ. ಮುಖದ ಬೆವರನ್ನೊರೆಸಿಕೊಂಡ.

ಆಮೇಲೆ ಎಷ್ಟೋ ಹೇಳಿಕೊಂಡರೂ ಮತ್ತೆ ಅದೇ ವಿಷಯವನ್ನು ಪ್ರಸ್ತಾಪಿಸಲಿಲ್ಲ. ಬನ್ನೇರುಘಟ್ಟದ ಪ್ರೋಗ್ರಾಂ ಕ್ಯಾನ್ಸಲ್ ಮಾಡಿ ಅವನು ಬರುತ್ತೇನೆಂದ ಮೇಲೆಯೇ ಪಂಚವಟಿ ಬಿಟ್ಟಿದ್ದು ನೆಮ್ಮದಿಯಿಂದ.

ಮನೀಲಾ ಬರ್ತ್‌ಡೇಗೆ ಇಡೀ ಕಾಲೋನಿ ಜನ ವಯಸ್ಸಿನ ತಾರತಮ್ಯವಿಲ್ಲದೆ ಸೇರಿದ್ದರು. ಕಲ್ಯಾಣಮ್ಮ ಅವಳಿಗೆ ನೀರು ಹಾಕಿ ಜರತಾರಿಯ ಸೀರೆಯನ್ನುಡಿಸಿದ್ದರು.

ನವಿಲು ಬಣ್ಣದ ಜರತಾರಿ ಸೀರೆಗೆ ಒಡಲೆಲ್ಲ ಜರಿಯ ಹೂಗಳು. ಗುಲಾಬಿ ಬಣ್ಣದ ದೊಡ್ಡ ಬಾರ್ಡರ್‌ನ ಜರಿ. ಒತ್ತಾದ ಯು ಆಕಾರದ ಕೂದಲನ್ನು ಎತ್ತಿ ಕಟ್ಟಿ ಕನಕಾಂಬರದ ಒತ್ತು ಮಾಲೆಯನ್ನು ಇಳಿ ಬೀಳುವಂತೆ ಮುಡಿಸಿದ್ದರು.

ಈ ವೇಷ ಅವಳಿಗೆ ಮುಜುಗರವೆ. ಚೂಡಿದಾರ್ ಕಮೀಜ್‌ಗಳಲ್ಲಿ ಆರಾಮವಾಗಿರುತ್ತಿದ್ದವಳಿಗೆ ರೇಶಿಮೆ ಸೀರೆ ಭಾರವೆನಿಸಿತು.

"ಈ ಸೀರೆಯಲ್ಲಿ ಎಷ್ಟೊತ್ತು ಇರೋದು" ಕೇಳಿದಳು.

"ಪಿ.ಡಬ್ಲ್ಯುಡಿನಲ್ಲಿ ಕ್ಲರ್ಕ್ ಆಗಿ ಈಚೆಗೆ ರಿಟೈರ್ಡ್ ಆದ ಶೇಷಾಚಲಂ ಈ ಕಾಲೋನಿಯ ಕಟ್ಟ ಕಡೆಯ ಪ್ರಜೆ ಬರೋವರ್ಗೂ ಹೀಗೆಯೇ ಇರ್ಬೇಕು. ನಮ್ಮ ಮನ್ನೀ ಎಷ್ಟು ಚೆಲುವೇಂತ ಎಲ್ಲ ನೋಡಬೇಡ್ವಾ!" ನಗೆಯಾಡಿದರು. ಆದರಲ್ಲಿ ಯಾವ ವ್ಯಂಗ್ಯವೂ ಇರಲಿಲ್ಲ.

ಮನೀಲಾಗೆ ಉಡುಗೊರೆಗಳ ಸುರಿಮಳೆ, ಪುಟ್ಟ ಅರುಣ ಕೂಡ ಫೈವ್ ಸ್ಟಾರ್ ಚಾಕಲೇಟು ಹಿಡಿದು ಬಂದಿದ್ದ.

ಅವಳ ನೋಟ ಬಾಗಿಲ ಬಳಿ ಆಗಾಗ ಇಣುಕುತ್ತಿದ್ದುದು ಅಗ್ನಿಹೋತ್ರಿಗಳ ಗಮನಕ್ಕೆ ಬಂದಿತ್ತು. ಭಯವೇರ್ಪಟ್ಟಿತ್ತು ಅವರೆದೆಯಲ್ಲಿ, ಅದು ಕ್ಷಣ ಕ್ಷಣಕ್ಕೂ ಹೆಚ್ಚಾಗಿ ಆಸ್ಫೋಟಿಸುವ ಸ್ಥಿತಿ ತಲುಪಿತ್ತು.

ಕಾರು ನಿಂತ ಸದ್ದು. ಅದರ ಹಿಂದೆಯೇ ಶಮಂತ್ ಒಳಗೆ ಬಂದ. ಹಿಂದೆ

ಮಾಥುರ್, ರಂಗಯ್ಯ ಇದ್ದರು. ಅಂದು ಮನೀಲಾ ನುಡಿದಂತೆ ಮಾರುತಿಯ ಹಿಂದಿನ ಸೀಟುಗಳಲ್ಲಿ ಅವರನ್ನ ಹತ್ತಿಸಿಕೊಂಡು ಬಂದಿದ್ದ.

ಇಂದು ಶಮಂತ್‌ನ ಫುಲ್ ಸೂಟ್‌ನಲ್ಲಿ ನೋಡಿ ತಲೆ ತಿರುಗಿದಂತಾಯಿತು. ರೆಪ್ಪೆಗಳು ನಿಮಿರಿ ನಿಂತವು. ಎಲ್ಲಿ ಈ ಅಪರೂಪ ದೃಶ್ಯ ಮರೆಯಾಗಿ ಬಿಡುತ್ತದೆಯೋ ಅಂತ ಕಣ್ಣುಗಳು ಆತುರಾತುರವಾಗಿ ಅವನನ್ನು ತಮ್ಮಲ್ಲಿ ಅಡಗಿಸಿಕೊಳ್ಳುವಂತೆ ಕಂಡಿತು. ಅವಳ ತುಂಟು ಮುಖದಲ್ಲಿ ಲಜ್ಜೆ ಬೆರೆತ ಅಪರೂಪದ ಮಾರ್ದವತೆ ಅರ್ಧ ಬಿಚ್ಚಿಕೊಂಡ ಬಾಯಿ ಹಾಗೆಯೇ ನಿಂತು ಬಿಟ್ಟಿತು.

"ಹಲೋ..." ಎಂದ ಶಮಂತ್.

ಅವನ ಜೇನುಗಣ್ಣುಗಳಲ್ಲಿ ಸ್ನೇಹ ಗುರ್ತಿಸಿ ಪರವಶಳಾದಳು. "ಹಲೋ..." ಅವಳ ಸ್ವರ ವೀಣೆಯ ತಂತಿಯ ಮೇಲೆ ಮೆಲ್ಲಗೆ ಬೆರಳಾಡಿಸಿದಂತೆ ನುಡಿಯಿತು.

ಅಲ್ಲಲ್ಲಿದ್ದವರೆಲ್ಲ ಗುಂಪಾಗಿ ಒಂದು ಕಡೆ ಸೇರಿದರು. ಕೇಕ್ ಕಟ್ ಮಾಡಿದ್ದು ಹ್ಯಾಪಿ ಬರ್ತ್‌ಡೇ ಹೇಳಿದ್ದು ಆಯಿತು, ನಾನು, ತಾನು ಎನ್ನುವಂತೆ ಕೇಕ್‌ನ ತುಂಡುಗಳನ್ನು ಎಲ್ಲರೂ ತೆಗೆದುಕೊಂಡರು. ಅಷ್ಟುದೊಡ್ಡ ಕೇಕ್‌ನ್ನು ನಾಲ್ಕು ಮನೆಯ ಗೃಹಿಣಿಯರು ಸೇರಿ ತಯಾರಿಸಿದ್ದರು ಮನೀಲಾಗಾಗಿ.

ಮಾಥುರ್, ರಂಗಯ್ಯ ಕೂಡ ಕೇಕ್ ತೆಗೆದುಕೊಂಡು ಗುಲಾಬಿಗಳನ್ನು ಕೊಟ್ಟು ಶುಭ ಹಾರೈಸಿದರು.

ಶಮಂತ್ ಮಾತ್ರ ಗಂಭೀರವಾಗಿ ಒಂದು ಕಡೆ ನಿಂತಿದ್ದ. ಸಮೀಪದಲ್ಲಿ ನಿಂತ ಅಗ್ನಿಹೋತ್ರಿಗಳು ಏನೋ ಹೇಳುತ್ತಿದ್ದರು. ಇಡೀ ಕಾಲೋನಿಯ ಜನರಿಗೆಲ್ಲ ಪಂಚವಟಿಯ ಯಜಮಾನ ಬಂದಿದ್ದು ಆಶ್ಚರ್ಯದ ಸುದ್ದಿ.

ಎಲ್ಲರಿಗೂ ಬಫೇಯ ಏರ್ಪಾಟು ಆಗಿತ್ತು. ಅತ್ತಿತ್ತ ಜನರು ಸರಿದಾಗ ಒಂಟಿಯಾಗಿ ಅವಳ ಬಳಿ ಬಂದ ಶಮಂತ್.

ಗುಲಾಬಿ ಬಣ್ಣದ ರೇಶಿಮೆಯಿಂದ ಮಾಡಿದ ಸುಂದರ ಬೊಂಬೆಯಂತೆ ಕಂಡಳು ಮನೀಲಾ. ಬಿಳಿ, ಕೆಂಪು ಬೆರೆತ ಬಣ್ಣ ಅಗಲ ಬಿಳಿ ಗುಡ್ಡೆಗಳಲ್ಲಿ ಹೊಳೆಯುವ ಕಪ್ಪು ಗುಡ್ಡೆಗಳು ನೀಲಾಂಜನಗಳಂತೆ ಹೊಳೆಯುತ್ತಿದ್ದವು.

"ಮೆನಿ ಹ್ಯಾಪಿ ರಿಟರ್ನ್ಸ್ ಆಫ್ ದಿ ಸ್ವೀಟ್ ಬರ್ತ್‌ಡೆ" ತಾನು ತಂದಿದ್ದ ಆಲ್ಬಮ್‌ನ ವಿಶ್ ಮಾಡುತ್ತ ಅವಳಿಗೆ ನೀಡಿದ.

ಮನೀಲಾ ರೆಪ್ಪೆಗಳು ಅಚಲವಾದವು. ಶಮಂತ್‌ನ ನಿರ್ಲಕ್ಷ್ಯ, ಕಟು ನುಡಿಗಳನ್ನು ಕೇಳಿದ್ದ ಅವಳಿಗೆ ಇಂಥದೊಂದನ್ನು ನಂಬಲೇ ಶಕ್ಯವಿರಲಿಲ್ಲ.

ಚಲನೆಯಿಲ್ಲದೆ ನಿಂತವಳನ್ನು ಶಮಂತ್ ಎಚ್ಚರಿಸಿದ.

''ನಂಗೆ ಕೇಕ್ ಕೊಡೋ ಉದ್ದೇಶವಿಲ್ವಾ !''

ಬೆಚ್ಚಿದವಳಂತೆ ಚೇತರಿಸಿಕೊಂಡಳು ''ಆ್ಹ..... ಹ್ವೂ... ಥ್ಯಾಂಕ್ಯೂ'' ಸ್ಪಷ್ಟವಾಗಿ ಏನು ನುಡಿಯಲಾರದೆ ಹೋದಳು. ಸಣ್ಣಗೆ ನಕ್ಕ. ಕೋಟಿ ಕೋಟಿ ನಕ್ಷತ್ರಗಳು ಬಾನಿನಲ್ಲಿ ಪ್ರಜ್ವಲಿಸುವಂತಾಯಿತು. ''ಸಾರಿ...'' ಕೀಟಲೆಯ ಸ್ವರದಲ್ಲಿ ಮೃದುವಿನ ಸ್ಪರ್ಶ.

ಅವಳನ್ನ ನೋಡುತ್ತ ಕೇಕ್ ಬಾಯಿಗಿಟ್ಟುಕೊಂಡ.

ಜನರ ಮಧ್ಯೆ ಅವನಿಗೊಂದಿಷ್ಟು ಮುಜುಗರವೆ ''ಬರ್ತೀನಿ...'' ಅರಿವಾಗದಂತೆ ಸೆರೆ ಹಿಡಿದ ಅವಳ ಕಣ್ಣೋಟವನ್ನು, ತಕ್ಷಣ ಚೇತರಿಸಿಕೊಂಡಳು ''ಒಂದ್ನಿಮ್ಷ... ಬನ್ನಿ'' ತನ್ನ ಕೋಣೆಗೆ ಕರೆದೊಯ್ದಳು. ''ಸ್ವಲ್ಪ ಕೂತ್ಕೊಳ್ಳಿ...'' ಎಂದವಳು ಮೇಜಿನ ಡ್ರಾಯರ್ ತೆಗೆದು ಅಪ್ಲಿಕೇಷನ್ ಫಾರಂ ಕಟ್ಟು ಮತ್ತು ರಸೀದಿ ಪುಸ್ತಕ ಹೊರ ತೆಗೆದಳು.

''ಈ ಕಾಲೋನಿಯವರದು ಒಂದು ಸಾಂಸ್ಕೃತಿಕ ಸಂಘ ಇದೆ. ಅದ್ಕೇ ನೀವು ಮೆಂಬರ್ ಆಗ್ಬೇಕು. ಬರೀ ಹನ್ನೊಂದ್ರೂಪಾಯಿ ಅಷ್ಟೆ'' ಎನ್ನುತ್ತ ಅಪ್ಲಿಕೇಷನ್ ಫಾರಂ ಅವನ ಮುಂದಿಟ್ಟಳು. ಲಕ್ಷ ಲಕ್ಷಗಳ ಆಸ್ತಿಯ ಒಡತಿ, ಭವ್ಯ ಬಂಗ್ಲೆ ಬ್ಯಾಂಕ್ ಅಕೌಂಟ್, ಎರಡು ಕಾರುಗಳು - ತೀರಾ ಸಾಮಾನ್ಯ ಸರಳ ಬದುಕಿಗೆ ಹೊಂದಿಕೊಂಡ ಮನೀಲಾ ಬಗ್ಗೆ ಆಶ್ಚರ್ಯವೆನಿಸಿತು. ಆದರೂ ತೋರ್ಪಡಿಸಲಿಲ್ಲ.

''ನೋ, ನಾನು ಮೆಂಬರ್ ಆಗೋಲ್ಲ'' ಎಂದ ನಿಂತೇ.

ಮುಖ ಒಂದು ತರಹ ಮಾಡಿದಳು ''ಯಾಕೇಂತ ಕೇಳಬಹುದಾ '' ಅಡ್ಡಡ್ಡ ತಲೆಯಾಡಿಸಿದ ''ಕೇಳ್ಬಾರ್ದು, ಹುಟ್ಟಿದ ಹಬ್ಬಕ್ಕೇಂತ ಇನ್ವೈಟ್ ಮಾಡಿ... ಇಂಥ ಒತ್ತಡ ನಂಗೆ ಇಷ್ಟವಾಗೋಲ್ಲ'' ಸೀರಿಯಸ್ಸಾಗಿ ಹೇಳಿದ.

''ಓ.ಕೇ. ಬಾಬಾ.... ಸಾರಿ.... ಇಂದು ಬೇಡ ಬಿಡಿ'' ಅವೆರಡನ್ನು ಮತ್ತೆ ಡ್ರಾಯರ್‌ನೊಳಕ್ಕೆ ಹಾಕಿ ''ಎಕ್ಸ್‌ಕ್ಯೂಜ್ ಮೀ... ನೀವು ಸಿಂಹದ ಹಾಗೇ ಕಾಣ್ತೀರಾಂತ ಉಲ್ಲಾಸ್ ಹೇಳ್ದ'' ಕಿಲಕಿಲ ನಕ್ಕಳು, ಶಿಶು ಸದೃಶ ನಡೆ ನುಡಿಯೆಂದುಕೊಂಡ.

ಇಬ್ಬರು ಹೊರಗೆ ಬಂದಾಗ ಎಲ್ಲರ ನೋಟಗಳು ಇತ್ತ. ಪ್ರೀತಿ-ಸ್ನೇಹ-ಸರಳತೆ ಕೂಡಿದ ಸಜ್ಜನಿಕೆಯ ಮುಖ ಮನೀಲಾದು. ಬಿಗಿದ ಹುಬ್ಬುಗಳು, ನೀಳಮೂಗು, ಶ್ರೀಮಂತ ಮುಖಭಾವ ಶಮಂತರದು. ಇವರಿಬ್ಬರಲ್ಲಿ ಯಾರ ಸೌಂದರ್ಯ ಹೆಚ್ಚು ಯಾರದು ಕಡಿಮೆ ಎಂದು ಲಾಜಿಕ್ ಮಾಡುವುದು ಸಾಧ್ಯವಿರಲಿಲ್ಲ, ಹೇಳಿ ಮಾಡಿಸಿದಂಥ ಒಂದು ಅಪರೂಪ ಜೋಡಿ.

ಯಾರ ನೋಟವನ್ನು ಲೆಕ್ಕಿಸದೆ ಹೊರ ನಡೆದ ಶಮಂತ್.

ಕಾರು ಮರುಕ್ಷಣವೆ ಕಣ್ಮರೆಯಾಯಿತು. ರೆಪ್ಪೆ ಬಡಿಯದೆ ಅತ್ತಲೇ ದಿಟ್ಟಿಸಿ ನೋಡಿದಳು ಮನೀಲಾ.

ತಮ್ಮ ಯೋಜನೆ ಫಲಿಸಿತೆನ್ನುವಂಥ ಪರಮಾನಂದ.

"ಶಮಂತ್ ಒಳ್ಳೆಯವ್ರ ಹಾಗೆ ಕಾಣಿಸ್ತಾರೆ" ಅವಳ ಹಿಂದಿನಿಂದ ನುಡಿದರು. ಗಕ್ಕನೆ ತಿರುಗಿದಳು ಅವರತ್ತ "ಒಳ್ಳೆಯವ್ರು ಅಂದರೇ... ಹೀಗೇನಾ ! ಇಂದು ಮುಖದ ಗಂಟು ಸಡಿಲಿಸಿದ್ರಾ ಅನ್ನೋದ್ರ ಬಗ್ಗೆ ಅನುಮಾನ" ಎಂದಳು. ಅವಳ ಕಣ್ಣುಗಳಲ್ಲಿ ನೋಡಿದರು ನಸುನಗುತ್ತ "ಗುಡ್ ಪ್ರೆಸೆಂಟೇಷನ್ನೆ ಕೊಟ್ಟಿರ್ತಾರೆ" ಛೇಡಿಸಿದರು.

ಕಲ್ಯಾಣಮ್ಮ ಬಂದಿದ್ದರಿಂದ ವಿರಾಮ ಬಿತ್ತು.

"ದೃಷ್ಟಿ ಬಡಿಯೋಹಂಗೆ ಇದ್ದೀಯೆ !" ಮೆಚ್ಚಿಗೆಯ ಮಹಾಪೂರವೇ ಇತ್ತು ಅವರ ಕಣ್ಣುಗಳಲ್ಲಿ. ತಟ್ಟನೆ ಬಗ್ಗಿ ಅವರ ಪಾದಗಳನ್ನು ಕಣ್ಣಿಗೊತ್ತಿಕೊಂಡಳು "ಆಂಟೀ, ಅಂಥ ದೊಡ್ಡ ಆಶೀರ್ವಾದಗಳೇನು ಬೇಡ. ಒಂದು ಚಿಕ್ಕ..." ಎಂದು ಅಂದವಳು ಅಗ್ನಿಹೋತ್ರಿಗಳ ಕಡೆ ನೋಡಿ ಸುಮ್ಮನಾದಳು.

ಮಾರ್ಕಂಡೇಯ ತನ್ನ ಸಾವು ಖಚಿತವೆಂದು ತಿಳಿದಾಗ ಸಂತರ, ತಪಸ್ವಿಗಳ, ಹಿರಿಯರ ಕಾಲಿಗೆ ಬಿದ್ದು 'ಚಿರಂಜೀವಿಯಾಗು, ದೀರ್ಘಾಯುಸ್ಮಮಾನ್ ಭವ' ಎನ್ನುವ ಆಶೀರ್ವಾದ ಪಡೆಯುತ್ತಿದ್ದರಂತೆ. ಸತಿಸಾವಿತ್ರಿ ತನ್ನ ಪತಿಯ ಪ್ರಾಣ ಉಳಿಸಿಕೊಳ್ಳಲು ಗುರು, ಹಿರಿಯರಿಂದ 'ದೀರ್ಘಸುಮಂಗಲೀ ಭವ' ಎನ್ನುವ ಆಶೀರ್ವಾದ ಪಡೆದರಂತೆ. ಇವೆರಡು ಪುರಾಣದ ಕತೆಗಳು.

ನಾಲ್ಕು ದಿನದ ಹಿಂದೆ ಈ ಎರಡು ಪುರಾಣ ಪ್ರಕರಣಗಳನ್ನು ವಿವರಿಸಿದ್ದರು ಅಗ್ನಿಹೋತ್ರಿಗಳು.

ಈಗ ಅದನ್ನು ಅನುಸರಿಸಿದರೇ... ಎನ್ನುವ ಭಾವ ಅವಳ ನೋಟದಲ್ಲಿ ಇದ್ದುದ್ದನ್ನ ಅಗ್ನಿಹೋತ್ರಿಗಳು ಅರ್ಥ ಮಾಡಿಕೊಂಡರು.

ಎಲ್ಲರಿಗೂ ಕಾಫೀ, ಟೀ ಸರ್ವ್ ಮಾಡುತ್ತಿದ್ದ ಉಲ್ಲಾಸ್ ಮತ್ತು ಅವನ ಅಕ್ಕ ಸ್ಮಿತಾ ಬಂದು ಮನೀಲಾ ಕೈ ಹಿಡಿದುಕೊಂಡಳು.

"ಅವ್ರು ಹೊರಟೇಹೋದರಾ ? ಏನು ತಗೊಳ್ಳಿಲ್ಲ" ಖಾಲಿ ಟ್ರೇ ಹಿಡಿದು ಬಂದ ಸ್ಮಿತಾ ಕೇಳಿದ್ದು "ಬರೀ ಜಂಬದ ಕೋಳಿ. ಯಾರತ್ರನೂ ಮಾತಾಡೋಲ್ಲ, ಇವತ್ತು ಬಂದಿದ್ದೇ ಹೆಚ್ಚು" ಉಲ್ಲಾಸ್ ಕಹಿ ಮುಖ ಮಾಡಿ ಹೇಳಿದ.

ಯಾಕೋ ಮನೀಲಾ ಏನು ಪ್ರತಿಕ್ರಿಯಿಸಲು ಹೋಗಲಿಲ್ಲ, "ಅವ್ರು ಬಿಜಿ ಜನ ಬಿಡಿ" ಅಗ್ನಿಹೋತ್ರಿಗಳು ಹೇಳಿ ಅವಳ ಭುಜದ ಮೇಲೆ ಕೈ ಹಾಕಿ ಒಳಗೆ ಕರೆದೊಯ್ದರು.

ಒಂದು ಅದ್ಭುತ ಸಂತೋಷಕೂಟವಾಗಿತ್ತು, ಅಲ್ಲಿ ಜನ ಬೆರೆತ ರೀತಿ ತೀರಾ ಅನ್ಯನ್ಯ. ಮನೀಲಾ ಒಂದು ಸುಂದರ ಹೂವಿನ ಅದ್ಭುತ ಸುವಾಸನೆಯಂತೆ ಅವರ ಮನಗಳಲ್ಲಿ ಹರಡಿಕೊಂಡಿದ್ದಳು.

ಕೊನೆ ವ್ಯಕ್ತಿಗಳಾಗಿ ಹೊರಟಿದ್ದು ಕಲ್ಯಾಣಮ್ಮ, ಸಂಜೀವಯ್ಯ, ಆಗ ಹನ್ನೊಂದು ಗಂಟೆಯ ಸುಮಾರು.

ಅವಳ ಸನಿಹಕ್ಕೆ ಬಂದ ಸಂಜೀವಯ್ಯ ಸ್ವಲ್ಪ ಬಗ್ಗಿ ಪಿಸು ದನಿಯಲ್ಲಿ ಹೇಳಿದರು. ''ನಿನ್ನ ಎತ್ತರ, ಸೌಂದರ್ಯಕ್ಕೆ ಶಮಂತ್ ಸರ್ರ್ಯಾದ ಜೋಡಿಯಾಗಿ ಕಂಡ. ಇದು ನನ್ನೊಬ್ಬನ ಅನಿಸಿಕೆ ಯಲ್ಲ, ಎಲ್ಲರದು ಕೂಡ'' ಎಲ್ಲಿಂದಲೋ ರೊಯ್ಯೆಂದು ಬಿಸಿ ಬಂದ ಗಾಳಿ ಅವಳನ್ನು ಅಪ್ಪಿದಂತಾಯಿತು. ಅದೆಷ್ಟು ಬಲವಾಗಿತ್ತೆಂದರೆ ಕೊಡವಿಕೊಂಡು ಸರಿಯಲು ಅವಳಿಂದಾಗಲಿಲ್ಲ.

''ಬರ್ತೀವಿ....' ಅವರುಗಳು ಹೊರಟರು.

ಶಿಲೆಯಂತೆ ಕದಲದೆ ಅವಳು ನಿಂತಿದ್ದರೂ ಅದ್ಭುತವಾದ ಭಾವ ಸಂಚಾರವಿತ್ತು ಮನೀಲಾಳಲ್ಲಿ. ಹಿಂದೆ ಎಂದೂ ಮೂಡದ ಮಧುರದ ಗಾಢತೆಯಲ್ಲಿ ಅವಳ ಮನಸ್ಸು ತಬ್ಬಿಬ್ಬಾಗಿತ್ತು.

ಮುಜುಗರವೆನಿಸಿದ್ದ ಭಾರವಾದ ಸೀರೆಯನ್ನು ಬಿಚ್ಚುವುದಕ್ಕೆ ಕೂಡ ಹೋಗದೆ ಹೋಗಿ ಮಂಚದ ಮೇಲೆ ಉರುಳಿಕೊಂಡಳು. ಶಮಂತ್‌ನ ತುಟಿಯಂಚಿನಲ್ಲಿ ಕಂಡ ಅಪರೂಪವಾದ ಅಮೂಲ್ಯವಾದ ನಗು ಅವಳ ಕಣ್ಣು ರೆಪ್ಪೆಗಳನ್ನು ಭದ್ರವಾಗಿ ಮುಚ್ಚುತ್ತಿತ್ತು. ಯಾವುದೇ ಭಯ, ಕೆಟ್ಟ ನೆನಪುಗಳು ಅವಳನ್ನು ಕಾಡಲಿಲ್ಲ. ಅದಕ್ಕೆಲ್ಲ ಬಂಡೆಯಂತೆ ಅಡ್ಡ ನಿಂತಿದ್ದ ಶಮಂತ್.

ಕಣ್ಣೆಳೆದುಕೊಂಡು ಹೋಯಿತು. ಸ್ವಪ್ನಲೋಕಕ್ಕೆ ಜಾರಿದಂತೆ ನಿದ್ರಿಸಿಬಿಟ್ಟಳು.

ಹಾಲು ಹಿಡಿದು ಬಂದ ಪವಳಕುಡಿ ಬ್ಲಾಂಕೆಟ್‌ನ ಹೊದ್ದಿಸಿ, ಎರಡು ಕೆನ್ನೆಗಳನ್ನು ಮುಟ್ಟಿ ನೆಟಿಗೆ ತೆಗೆದು ಹೊರಹೋದವಳು ಸುದ್ದಿ ಮುಟ್ಟಿಸಿದಳು ಅಗ್ನಿಹೋತ್ರಿಗಳಿಗೆ.

''ಮಗು ನಿದ್ದೆ ಮಾಡಿದೆ.''

ರೋಮಾಂಚಿತರಾಗಿಬಿಟ್ಟರು. ಈ ಮೂರು ವರ್ಷದಲ್ಲಿ ಟ್ಯಾಬ್ಲೆಟ್ ಇಲ್ಲದೆ ಅಥವಾ ಅವರು ನೂರೆಂಟು ಕತೆಗಳನ್ನು ಹೇಳುತ್ತ ಹತ್ತಿರ ಕೂತ ಹೊರತು ಅವಳೆಂದು ನಿದ್ರಾಲಿಂಗನಕ್ಕೆ ಸಿಕ್ಕಿದವಳೇ ಅಲ್ಲ. ಸದಾ ಬೆನ್ನಟ್ಟುತ್ತಿರುವ ದುರಂತ ಘಟನೆಗಳಿಂದ ಅವಳೆಂದು ಮುಕ್ತಿ ಪಡೆದಿರಲಿಲ್ಲ.

''ಪವಳಕುಡಿ, ನೀನು ಅಲ್ಲೇ ಹಾಸಿಕೊಂಡು ಮಲ್ಗು'' ಎಂದವರು ಸೋಫಾಗೆ ಒರಗಿದರು. ''ಥ್ಯಾಂಕ್ಯೂ ಶಮಂತ್, ಥ್ಯಾಂಕ್ಯೂ ಶಮಂತ್... ಐಯಾಮ್ ಎವರ್ ಗ್ರೇಟ್‌ಫುಲ್ ಟು ಯು'' ಕೇಳಿಸು ವಂತೆ ಹೇಳಿದರು. ಗೋಡೆಗಳು ಕೇಳಬೇಕಿತ್ತು ಅಲ್ಲಿ ಅಷ್ಟೆ.

ಒಟ್ಟಿಗೆ ಬಾಂಬು ಸ್ಫೋಟಕ್ಕೆ ಮನೀಲಾ ತಂದೆ, ತಾಯಿ ಎದುರಿನಲ್ಲೇ ಬಲಿಯಾಗಿ ಹೋದಾಗ. ಒಟ್ಟಿಗೆ ಮೂವರು ಪ್ರಜ್ಞಾಶೂನ್ಯರಾಗಿದ್ದರು. ಅದೇ ಒಂದು ದೊಡ್ಡ ಕಾಹಿಲೆಯಾಗಿ ಅವರನ್ನು ಬಲಿ ತೆಗೆದುಕೊಳ್ಳುತ್ತದೆಯೆಂದು ಅವರು ಅಂದು

ತಿಳಿದಿರಲಿಲ್ಲ. ಇಬ್ಬರ ಬಲಿ ನಡೆದು ಹೋಗಿತ್ತು. ಈಗ ಮನೀಲಾ ಆ ಅಂಚಿನಲ್ಲಿ ನಿಂತಿದ್ದಳು. ಎಂದೋ ಯಾವ ಕ್ಷಣವೋ, ಹನಿ ತುಂಬಿದ ಕಣ್ಣುಗಳು ಮಸುಕಾದವು.

ಹೊರಗಿನ ಕತ್ತಲು ಅತ್ಯಂತ ದಟ್ಟವಾಗಿತ್ತು. ನಿಶ್ಯಬ್ದ... ಒಂದು ರೀತಿ ಬೆಚ್ಚಿ ಬೀಳುವಂಥ ನಿಶ್ಯಬ್ದ. ಕೆಲವು ಸಲ ನಿಶ್ಯಬ್ದವೆ ಮನುಷ್ಯನನ್ನು ಹೆದರಿಸುತ್ತದೆ.

ಎರಡು ಸಾವಿನ ಹಿಂದಿನ ಹಿಸ್ಟರಿಯನ್ನು ಅತ್ಯಂತ ಸೂಕ್ಷ್ಮವಾಗಿ ಪರಿಶೀಲಿಸಿದವರು, ಎಲ್ಲಾ ರೀತಿಯಿಂದಲೂ ಮನೀಲಾ ಮಾನಸಿಕ ಸ್ಥಿತಿಯನ್ನು ಅನಾಲಿಸಿಸ್ ಮಾಡಿದವರು ಏನು ಹೇಳಲಾರದೆ ತಹತಹಿಸಿದ್ದರು.

"ಎಲ್ಲಾ ನಾರ್ಮಲ್... ಅವ್ಳ ದೇಹಸ್ಥಿತಿ.... ಮಾನಸಿಕ ಸ್ಥಿತಿ ಎಲ್ಲಾ ನಾರ್ಮಲ್. ದುರಂತ ಚಿತ್ರ, ಸಾವಿನ ಘಟನೆಗಳು ಬೆನ್ನತ್ತಿದಾಗ ಎಲ್ಲಾ ಏರುಪೇರು. ಬಿ.ಪಿ. ಹೆಚ್ಚಾಗಿ ಸ್ಟ್ರೋಕ್ ಬರಬಹ್ದು. ಸೆರಬ್ರಲ್ ಹೆಮರೇಜ್ ಆಗಬಹುದು. ಹಾರ್ಟ್ ಅಟ್ಯಾಕ್ ಆಗಬಹ್ದು. ಇಲ್ಲ ಕೊನೆಯದಾಗಿ ಕೋಮಾಕ್ಕೆ ಹೋಗ್ಬಹ್ದು. ಹಿಂದಿನ ಸಾವುಗಳು ಕೋಮಾ ಪ್ರವೇಶಿಸಿದ ನಂತರವೇ ಆಗಿದೆ. ಮನೀಲಾ ಸಾವು.... ಅದೇ ನೆರಳು" ಮುಂದೆ ಹೇಳಲಾರದೆ ಹೋಗಿದ್ದರು. ಅಡಗಿ ಹೋಗಿದ್ದ ನಿಗೂಢತೆಯನ್ನು ಭೇದಿಸಿ ಚಿಕಿತ್ಸೆ ಮಾಡುವುದು ಅವರಿಗೆ ನಿಲುಕದ್ದು. ಡಾ|| ಪಿತ್ರೆ ಕಣ್ಣುಗಳಲ್ಲಿ ನಿರಾಶೆ ಇಣುಕಿತ್ತು ಆ ಸಂದರ್ಭದಲ್ಲಿ.

ನೆನಪುಗಳಿಂದ ಹೊರ ಬಂದ ಅಗ್ನಿಹೋತ್ರಿಗಳು ಡ್ರಾಯರ್ ಅಡಿಯಲ್ಲಿದ್ದ ಸಿಗರೇಟು ಕೇಸನ್ನು ಲೈಟರನ್ನು ತಂದಿಟ್ಟುಕೊಂಡು ಸೋಫಾ ಮೇಲೆ ಕೂತರು ಆರಾಮಾಗಿ.

ಒಂದು, ಎರಡು, ಮೂರು, ನಾಲ್ಕು ಸಿಗರೇಟನ್ನು ಸುಟ್ಟರು. ಈ ಇತ್ತೀಚಿನ ವರ್ಷಗಳಲ್ಲಿ ಎಂದೂ ಇಷ್ಟು ನಿಶ್ಚಲವಾಗಿ ಕೂತು ಸಿಗರೇಟು ಸೇದಿರಲಿಲ್ಲ.

ಬೆಳಿಗ್ಗೆ ಮನೀಲಾ ಕಣ್ಣಿಗೆ ಬೀಳಬಾರದೆಂದು ಸಿಗರೇಟು ತುಂಡುಗಳನ್ನು ಕಿಟಕಿಯಿಂದ ಹೊರಗೆಸೆದು ಬಂದು ಕೂತರು.

ಗಡಿಯಾರ ಎರಡು ಗಂಟೆ ನಲವತ್ತೆರಡು ನಿಮಿಷಗಳನ್ನು ತೋರಿಸುತ್ತಿತ್ತು. ಮುಂದಿನ ಗೆಸ್ಟ್‌ರೂಂಗೆ ಬಂದು ಮಂಚದ ಮೇಲೆ ಉರುಳಿಕೊಂಡರು. ನಿದ್ದೆ ಅವರನ್ನು ಮುಟ್ಟಲಿಲ್ಲ.

ಅವರ ಮಂಚ ಇದ್ದಿದ್ದು ಮನೀಲಾ ರೂಮಿನಲ್ಲಿಯೇ. ಎದ್ದು ಕೂತರು. ಮತ್ತೆ ಮಲಗಿದರು. ಬೇಗ ಬೆಳಗಾಗಬಾರದೆ ಎಂದು ತಹತಹಿಸಿದರು.

❑ ❑ ❑

ಬನ್ನೇರುಘಟ್ಟ ಬಂಡಿಪುರದ ಟೂರ್ ಮುಗಿಸಿಕೊಂಡ ಶಮಂತ್ ಬಂದಿದ್ದು

ಎಂಟು ದಿನದ ನಂತರವೆ. ಸಾಕಷ್ಟು ಸಲ ಹೋಗಿದ್ದ. ಈ ಸಲವೂ ಹೋಗಿದ್ದ. ಈ ಸಲ ಅವನ ಕ್ಯಾಮರ ಕ್ಲಿಕ್ಕಿಸಿದ್ದು ಕೆಲವು ಪ್ರಾಣಿಗಳ ಫೋಟೋಗಳನ್ನು. ಅದೇನು ಅವನ ಆಸಕ್ತಿಯ ವಿಷಯವಲ್ಲ.

ಪಕ್ಷಿಗಳನ್ನು ಹುಡುಕಿಕೊಂಡು ಕಾಡನ್ನು ಪ್ರವೇಶಿಸುವುದು ಅವನ ಪಾಲಿಗೆ ರೋಮಾಂಚಕಾರ ಅನುಭವ.

ಒಂದೇ ಸಮ ಹಿಡಿದ ಜಡಿ ಮಳೆಯಿಂದ ಪಂಚವಟಿ ತೊಯ್ದು ಶುಭ್ರವಾಗಿತ್ತು. ಕೆಲವು ಹಕ್ಕಿಗಳ ಗೂಡುಗಳು ಜೋರಾದ ಗಾಳಿ ದೆಸೆಯಿಂದ ನೆಲ ಕಚ್ಚಿದ್ದವು. ಬಂದ ಕೂಡಲೇ ಗಮನ ಹರಿಸಿದ್ದು ಅತ್ತಲೆ.

"ಏನು... ವಿಷ್ಯ ಮಾಥುರ್?" ಕೇಳಿದ ಬಿಸಿ ಟೀ ಸಿಪ್ ಮಾಡುತ್ತ. ಈ ಸಲ ಅವನ ಹತ್ತಿರ ದೊಡ್ಡ ಸ್ಲಿಪ್ ಇತ್ತು. "ದೊಡ್ಡ ಯಜಮಾನ್ರು, ಚಿಕ್ಕ ಯಜಮಾನ್ರು ಬಂದಿದ್ರು, ಎರಡು ದಿನ ಇದ್ರು. ಈ ಜಾಗ ಅವ್ರಿಗೆ ಮೆಚ್ಚಿಗೆಯಾಯ್ತು. ನಿಮ್ಮ ಟೇಬಲ್ಲು ಮೇಲೆ ಒಂದು ಲೆಟರ್ ಇಟ್ಟಿದ್ದಾರೆ. ಬಂದ ಕೂಡ್ಲೇ ಸಂಪರ್ಕಿಸ್ಬೇಕಂತೆ. ಅನಿಲ್ ಸಾಹೇಬ್ರು ಒಂದ್ಸಲ ಬಂದಿದ್ರು, ಯಾವ್ದೋ ಪುಸ್ತಕ ತಗೋತೀನೀಂದ್ರು. ಆ ಕೋಣೆಗೆ ಹೋಗೋಕೆ ಪರ್ಮಿಷನ್ ಇಲ್ಲಾಂದೆ. ಮನ್ನೀಯಮ್ಮನ ಬರ್ತ್‌ಡೇ ಮರುದಿನ ಕರ್ನಲ್ ಸಾಹೇಬ್ರು ಬಂದಿದ್ರು ಬೆಳಿಗ್ಗೆ, ಬೆಳಿಗ್ಗೆಯೇ..." ಆಮೇಲೆ ಹೇಳಿದ ಯಾವುದೇ ಮಾತುಗಳು ಅವನ ತಲೆಗೆ ಹೋಗಲಿಲ್ಲ.

ಮನೀಲಾಗೆ ಮತ್ತೇನಾದರೂ... ಅವನ ನಾಡಿಯ ಬಡಿತವೇ ಸಮಸ್ಥಿತಿ ತಪ್ಪಿತು.

"ಮನೀಲಾ... ಬಂದಿದ್ಲಾ?" ಉದ್ವಿಗ್ನನಾದ.

ಸತ್ಯ ಹೇಳಲು ಇಚ್ಛಿಸಲಿಲ್ಲ ಮಾಥುರ್. "ಇಲ್ಲ... ಇಲ್ಲ... ಈ ಕಡೆ ಬರಲೆ ಇಲ್ಲ! ಅಲ್ಲೇ ಮೈದಾನ ಮಾಡ್ಕೊಂಡಿದ್ದಾರೆ. ತುಂಬ ದೂರ ನೋಡಿ. ನಾನು ಹುಡುಗರನ್ನು ಹೆದರಿಸ್ದೆ. ಅವನು ಹೇಳೋ ರೀತಿ ನೋಡಿಯೇ ನಿಜವಲ್ಲವೆನಿಸಿತ್ತು ಅವನಿಗೆ. ಶಮಂತ್ ಉದ್ವಿಗ್ನತೆ ಕೂಡ ಕಡಿಮೆಯಾಯಿತು. ಮುಕ್ತವಾಗಿ ನಕ್ಕು ಬಿಟ್ಟ ಕೂಡ "ನೀನೂ..." ತೀಕ್ಷ್ಣವಾಗಿ ನೋಡಿದ. ಅವನ ಮುಖ ಬಿಳುಚಿಕೊಂಡಿತು. "ನಾನಾ... ಇಲ್ಲೇ ಇಲ್ಲ, ಮಾರ್ಕೆಟಿಂಗ್ ಸೆಂಟರ್‌ಗೆ ಕೂಡ ಹೋಗ್ಲಿಲ್ಲ" ಅತ್ಯಂತ ವಿಧೇಯತೆ ಪ್ರಕಟಿಸಿದ.

ಅಂದು ಮನೀಲಾ ಮನೆಯ ಗಾಜಿನ ವಾಶ್‌ನಲ್ಲಿ ಕಂಡ ಹಳದಿ ಹೂಗಳು ನೆನಪಾಯಿತು. ಕೇಳಬೇಕೆಂದುಕೊಂಡರೂ ಕೇಳಲಿಲ್ಲ.

ರೂಮಿಗೆ ಹೋದವನು ಟೇಬಲ್ಲು ಮೇಲಿದ್ದ ಲೆಟರ್ ತೆಗೆದುಕೊಂಡ. ಕೈ ಕಂಪಿಸಿತು. ಸ್ವತಃ ಅವನ ತಂದೆ ತಮ್ಮ ಹಸ್ತಾಕ್ಷರದಲ್ಲಿ ಎಂದು ಅವನಿಗೆ ಪತ್ರ ಬರೆದಿರಲಿಲ್ಲ! ಅವಕಾಶವಾಗಿರಲಿಲ್ಲವೋ, ಅಗತ್ಯವೆನಿಸಲಿಲ್ಲವೋ ! ವ್ಯವಹಾರ ಚತುರರಾದ ಅವರು ಎದುರಿದ್ದವರ ಮುಖ ಓದಿಯೇ ಮಾತಾಡುತ್ತಿದ್ದರು.

ನಾಲ್ಕು ಪದರ ಮಡಚಿದ್ದ ಬಿಳಿ ಹಾಳೆ ಬಾದಾಮಿ ಬಣ್ಣದ ಕವರ್‌ನಲ್ಲಿ ಸೀಲಾಗಿತ್ತು. ಕತ್ತರಿಯಿಂದ ಕಟ್ ಮಾಡಿ ಬಿಡಿಸಿದ್ದ.

ಅಷ್ಟು ದೊಡ್ಡ ಬಿಳಿ ಹಾಳೆಯಲ್ಲಿದ್ದುದ್ದು ನಾಲ್ಕು ಸಾಲು ಮಾತ್ರ.

ಪಂಚವಟಿ ಹೆಸರಿನಂತೆಯೇ ಸುಂದರ, ನಮ್ಮ ಮನೆತನದಲ್ಲಿ 'ಹೆಂಡತಿ' ಎನ್ನುವ ಪದಕ್ಕಿಂತ 'ಸೊಸೆ' ಎನ್ನುವ ಪದಕ್ಕೆ ಹೆಚ್ಚು ಮರ್ಯಾದೆ. ಮಂತ್ರಿಗಳ ಖಾತೆ ಬದಲಾಗುವುದಕ್ಕೆ ಮುನ್ನ ನಿನ್ನ ಮದ್ವೆ ಮಾಡಿ ಮುಗಿಸಬೇಕು ಅಷ್ಟೇ ಪತ್ರದ ಒಕ್ಕಣೆ.

ಮಡಚಿ ಕವರ್‌ಗೆ ಸೇರಿಸಿ ಡ್ರಾಯರ್‌ನೊಳಕ್ಕೆ ಹಾಕಿದ. ಅವರ ತಾತ ಬದುಕಿದಷ್ಟೂ ಕಾಲ ಮೊಮ್ಮಕ್ಕಳು ಇರಲೀ, ಅವನ ತಂದೆ ಕೂಡ ಎದುರು ನಿಂತು ಮಾತಾಡುತ್ತಿರಲಿಲ್ಲ. ಅವರ ಮನೆತನ ಅಂದರೆ ಇನ್ನೂರು ನಾಲ್ಕು ಕುಟುಂಬಗಳು, ಅವಕ್ಕೆಲ್ಲ ಅವರೇ ಯಜಮಾನರು, ವ್ಯಾಪಾರ. ಮದುವೆಯಂಥ ವಿಷಯಗಳು ಅವರ ಸಲಹೆ, ತೀರ್ಮಾನಗಳಂತೆ ನಡೆದು ಹೋಗುತ್ತಿತ್ತು.

'ವಿವಾಹಗಳು ಯಾರದ್ದೇ ವ್ಯಕ್ತಿಗತ ಪರ್ಸನಲ್ ಅಲ್ಲ. ಎರಡು ಮನೆತನಗಳ ಬೆಸುಗೆ. ಯೋಚ್ಸಿ ಮಾಡ್ಬೇಕಾದ ಕೆಲ್ಸ. ಎಲ್ಲಾ ರೀತಿಯ ವ್ಯವಹಾರಗಳಲ್ಲೂ ಒಬ್ಬರಿಂದ ಒಬ್ಬರಿಗೆ ಸಹಾಯ, ಸಹಕಾರ, ಅನುಕೂಲಕರವಾಗಿರಬೇಕು' ಇದು ಅವರ ತತ್ವ.

ಈಗಲೂ ಇದು ಕುಟುಂಬದಲ್ಲಿ ಪಾಲನೆ ಇತ್ತು.

ಇವನ ಮದುವೆಯಾದರೂ ಅವಳೇನು ಇವನ ಹಿಂದೆ ಓಡಿ ಬರಲಾರಳು. ಮನೆತನದ ಪ್ರತಿಷ್ಠೆ, ಸ್ಥಾನಮಾನ ಕಾಯ್ದುಕೊಳ್ಳುವುದು ಅವಳ ಕೆಲಸ.

ಬಿಸಿ ಬಿಸಿ ಸೂಪ್ ತಂದಿಟ್ಟ "ಹೊರ್ಗಡೆ ಚಳಿಗೆ ಒಳ್ಳೇದು" ಹೇಳಿದ ಮಾಥುರ್ ಅಲ್ಲಿಯೇ ನಿಂತ. "ಒಂದಿಷ್ಟು ಸಾಮಾನು ಬೇಕಿತ್ತು, ನಾನು ಸಿಟಿಗೆ ಹೋಗ್ಬಂದು ಬಿಡ್ಲಾ?"

ಸೂಪ್ ಸಿಪ್ ಮಾಡುತ್ತ "ಹೊರ್ಗಡೆ ಮಳೆ ಇದೆ. ಹೇಗೆ ಹೋಗ್ತೀಯಾ? ಇವತ್ತು ಏನಾದ್ರೂ ಅಡ್ಜಸ್ಟ್ ಮಾಡ್ಕೋ" ಎಂದ. ಮೆಲ್ಲಗೆ ಸರಿದು ಹೋದ ಮಾಥುರ್.

ದೊಡ್ಡ ದೊಡ್ಡ ಸೈಜಿನ ಅರೆ ಬಿರಿದ ಹಳದಿ, ಕೆಂಪು, ಬಿಳಿ ಉದ್ದ ಕಾಂಡದ ಗುಲಾಬಿ ಗಳನ್ನು ಕುಯ್ದಿಟ್ಟಿದ್ದ ಅದನ್ನೊಯ್ದು ಮನೀಲಾಗೆ ಕೊಟ್ಟು ಬರೋದು ಅವನ ಉದ್ದೇಶವಾಗಿತ್ತು.

ಕುಡಿದಿಟ್ಟ ಸೂಪ್‌ನ ಸಾಸರನ್ನು ಸರಿಸಿ ಹೊರಗೆ ಬಂದವನು ಶಮಂತ್ ಗಾರ್ಡನ್ (ಫಾರೆಸ್ಟ್)ನೊಳ ಗಿಳಿದ. ಒರಿಜಿನಲ್ ಕಾಡು ಎನ್ನುವಷ್ಟರ ಮಟ್ಟಿಗೆ ರಿಯಲಿಸ್ಟಿಕ್ ಆಗಿತ್ತು.

ಅದನ್ನೆಲ್ಲ ಸುತ್ತಿ ಮತ್ತೊಂದು ಕಡೆ ಇದ್ದ ನಾನಾ ಹೂ, ಜಾಕಿಯ ಗಿಡಗಳ ಕುಂಡಗಳ ಬಳಿಗೆ ಬಂದ.

ಒಂದು ಕಡೆ ಅವನ ನೋಟ ನಿಂತುಬಿಟ್ಟಿತ್ತು ಬಿಗ್ಗಿ ಹೂ ಸಮೇತ ಕತ್ತರಿಸಿದ ಹೂ ರೆಂಬೆಗಳನ್ನು ಪರೀಕ್ಷಿಸಿದ. ಕೋಪದಿಂದ ಅವನ ಹುಬ್ಬುಗಳು ಬೆಸೆದುಕೊಂಡವು.

''ಮಾಥುರ್... ರಂಗಯ್ಯ...'' ಕಲ್ಲಾಗಿದ್ದ.

ಕಂಬಳಿ ಹೊದ್ದು ತನಗಾಗಿ ಕೊಟ್ಟಿದ್ದ ಕೋಣೆಯಲ್ಲಿ ಕೂತಿದ್ದ ರಂಗಯ್ಯ. ಅಡಿಗೆ ಮನೆ ಸೇರಿದ್ದ ಮಾಥುರ್ ಇಬ್ಬರೂ ಪ್ರತ್ಯಕ್ಷರಾದರು ಒಟ್ಟಿಗೆ.

ಕಣ್ಣಲ್ಲೇ ಅವುಗಳತ್ತ ತೋರಿಸಿದ. ಅವನ ನೋಟದಲ್ಲಿ ಬೆಂಕಿ ಇತ್ತು. ಗಿಡ, ಪಕ್ಷಿಗೆ ಆಗುವ ಹಾನಿ ಎಂದೂ ಅವನಿಗೆ ಸಹನೀಯವಲ್ಲ.

''ಯಾರು ಕಟ್ ಮಾಡಿದ್ದು?'' ಸಹನೆ ಕಳೆದುಕೊಂಡ.

ಅಪರಾಧಿಯಲ್ಲದ ರಂಗಯ್ಯ ತಲೆ ತಗ್ಗಿಸಿದ. ಮಾಥುರ್ ಅಪರಾಧಿಯಾದರೂ ಸುಳ್ಳು ಹೇಳಿ ಅಪರಾಧವನ್ನು ಮತ್ತಷ್ಟು ದೊಡ್ಡದು ಮಾಡಲು ಇಚ್ಛಿಸಲಿಲ್ಲ.

''ನಾನೇ, ಮನ್ನೀಯಮ್ಮನಿಗೆ ಕೊಡೋಣಾಂತ. ನಮ್ಮಂಥವ್ರನ್ನ ಎಷ್ಟೋ ಸ್ನೇಹದಿಂದ ಕಾಣ್ತಾರೆ. ಅದಕ್ಕಾಗಿ ಏನು ಕೊಟ್ಟೇವು ! ಕೆಲವೊಮ್ಮೆ ಜೀವ ಕೊಟ್ರೂ ಕಡ್ಮೇಯೆನಿಸುತ್ತೆ'' ಅವನ ಕಂಠ ಕಂಪಿಸಿತು.

ಮಾತಾಡಲಿಲ್ಲ ಶಮಂತ್. ಮುಖ ಮತ್ತಷ್ಟು ದಪ್ಪಗೆ ಮಾಡಿಕೊಂಡು ಒಳಗೆ ಹೋಗಿಬಿಟ್ಟ.

ಮೌನವಾಗಿ ಕೂತ. ಅವನ ಕೀಟಲೆಗಳೆಲ್ಲ ಒಂದೊಂದಾಗಿ ನೆನಪಾಗಿ ಬಂದವು. 'ಷೇಮ್‌ಲೆಸ್ ಗರ್ಲ್ಸ್' ಎಂದು ಹಿಂದೆ ಸಿಡಿದಿದ್ದ.

'ಸುಸಂಸ್ಕೃತ ನಡೆ ಸಧಬಿರುಚಿಯ ಅಲಂಕಾರದ ಮನೀಲಾ ಬೇಗ ಎಲ್ಲರಿಗೂ ಇಷ್ಟವಾಗಿಬಿಡ್ತಾಳೆ'' ಅನಿಲ್ ಅಂದಿದ್ದ ಮಾತಿನ ಸಂದರ್ಭದಲ್ಲಿ.

''ಸಾರಿ, ಮನೀಲಾ...'' ಅರಿವಾಗದಂತೆ ಅಂದ.

ಅವನ ಕಾರು ಬಹಳ ಬೇಗ ಪಂಚವಟಿಯ ಗೇಟು ದಾಟಿ ಹೊರಗೆಹೋಯಿತು. ಅದು ನಿಂತಿದ್ದು ಮನೀಲಾ ಮನೆಯ ಮುಂದೆ.

ಸದ್ದಾಗದಂತೆ ಇಳಿದು ನಿಶ್ಯಬ್ದವಾಗಿ ಗೇಟು ತೆಗೆದುಕೊಂಡು ಒಳಗೆ ಹೆಜ್ಜೆ ಇಟ್ಟ. ಒಂದು ಕೈಯಿಂದ ದುಪ್ಪಟ್ಟ ಸರಿ ಮಾಡಿಕೊಳ್ಳುತ್ತ ಇನ್ನೊಂದು ಕೈಯನ್ನು ತೊಟ್ಟಿಕ್ಕುತ್ತಿದ್ದ ಮಳೆಯ ನೀರಿಗೆ ಹಿಡಿದಿದ್ದಳು. ಅದರಲ್ಲಿ ಎಷ್ಟು ತಾದಾತ್ಮ್ಯಭಾವ ಹೊಂದಿದ್ದಳೆಂದರೆ, ಇವನು ನಡೆದು ಅವಳನ್ನು ಸಮೀಪಿಸಿದ್ದು ಕೂಡ ಅವಳನ್ನು ಎಚ್ಚರಿಸಲಿಲ್ಲ.

''ಮನೀಲಾ...'' ಎಂದ ಮೆಲುವಾಗಿ.

ತೀರಾ ಮುಜುಗರದಿಂದ ತೊಯ್ದು ಕೂತ ಹಕ್ಕಿ ಸೂರ್ಯ ದರ್ಶನವಾದ ಕೂಡಲೇ ಪಟ ಪಟನೆ ರೆಕ್ಕೆಗಳನ್ನು ಬಡಿಯುತ್ತ ಮೇಲಕ್ಕೆ ಹಾರಿದಂತಾಯಿತು.

''ಹಾ...'' ಅರೆತೆರೆದ ಅವಳ ಬಾಯಿ ಹಾಗೆಯೇ ನಿಂತಿತು ''ನಿಮ್ಮಮಾ ಇಲ್ವಾ?'' ಕೇಳಿದ ತಪ್ಪನೆ ಅವಳ ಬಾಯಿ ಮುಚ್ಚಿಕೊಂಡಿತು ''ಇದ್ದಾರೆ.. ಇದ್ದಾರೆ..ಇದ್ದಾರೆ..'' ಒತ್ತಿನುಡಿದಳು.

ನಸು ನಕ್ಕ ಶಮಂತ್ ''ಮೂರು ಸಲ ಹೇಳೋ ಅರ್ಥವೇನು?'' ಹುಟ್ಟು ಬಳುವಳಿಯಾಗಿ ಬಂದ ಚೆಲುವೆಯ ಮುಖಕ್ಕೆ ಪ್ರೀತಿ, ಲಜ್ಜೆ ಬೆರೆತ ಭಾವ ಲೇಪಿತವಾದಾಗ ಸೃಷ್ಟಿಗೆ ಸವಾಲ್ ಎನ್ನಿಸುವುದು. ಅಂಥ ಭಾವ ಅವಳ ಮುಖದಲ್ಲಿ ಮಿನುಗಿತು ''ಕಾರಣ ಹೇಳಿದ್ರೆ... ಕೋಪ ಮಾಡ್ಕೊಂಡ್ ಬಿಡ್ತೀರಾ, ಬನ್ನಿ'' ಒಳಗೆ ನಡೆದಳು.

ಚೆಕ್‌ಗೆ ಸಹಿ ಹಾಕುತ್ತಿದ್ದ ಅಗ್ನಿಹೋತ್ರಿಗಳ ಮುಖ ಅರಳಿತು. ''ಥ್ಯಾಂಕ್ಯೂ ಥ್ಯಾಂಕ್ಯೂ ವೆರಿ ಮಚ್...'' ಎದ್ದು ಎರಡು ಹೆಜ್ಜೆ ಮುಂದಕ್ಕೆ ಬಂದು ಅವರ ಕೈ ಹಿಡಿದುಕೊಂಡರು. ''ಯಾವಾಗ್ಬಂದಿದ್ದು?''

ಯಾವ ಕಾರಣಕ್ಕೋ ಉತ್ತರ ಹೇಳುವುದು ಅವನಿಗೆ ಬೇಡವೆನಿಸಿತು, ಅಪ್ರಯತ್ನವಾಗಿ ಮುಗುಳ್ನಕ್ಕ ಅಷ್ಟೆ

''ಕೂತ್ಕೊಳ್ಳಿ...'' ಎಂದರು. ಸಂತೋಷದಿಂದ ಅವರಿಗೆ ತೊದಲುವಂತಾಗಿತ್ತು. ''ಥ್ಯಾಂಕ್ಯೂ ಫಾರ್ ಲಾಟ್...'' ಮತ್ತೆ ಅವರ ಸ್ವರ ಭಾರವಾಯಿತು.

ಕಿಲ ಕಿಲ ನಕ್ಕಳು ಮನೀಲಾ ''ಥ್ಯಾಂಕ್ಯೂ ಫಾರ್ ಲಾಟ್... ಥ್ಯಾಂಕ್ಸ್ ಫಾರ್ ಹಂಡ್ರೇಡ್, ಥ್ಯಾಂಕ್ಸ್ ಫಾರ್ ತೌಸಂಡ್.. ಥ್ಯಾಂಕ್ಸ್ ಫಾರ್ ಮಿಲಿಯನ್... ಇವೆಲ್ಲ ಯಾಕೆ? ನಂಗೆ ಗೊತ್ತಾಯ್ತು ಬಿಡಿ'' ಕಿಚನ್‌ನತ್ತ ನಡೆದಳು.

''ರಾತ್ರಿಗಳು ಟ್ಯಾಬ್ಲೆಟ್ ಇಲ್ದೇ ನಿದ್ದೆ ಮಾಡ್ತಾಳೆ. ನಾನು ಕಥೆ ಅದೂ ಇದೂ ಹೇಳಬೇಕಿತ್ತು. ಅವಳು ನಿದ್ದೆ ಮಾಡುವವರೆಗೆ. ಈಗ ನಿದ್ದೆ ಬರುವವರೆಗೆ ಮನೀಲಾ ಹೆಚ್ಚು ಮಾತಾಡ್ತಾಳೆ. ಅದ್ರಲ್ಲಿ ಹೆಚ್ಚಿನ ವಿಷ್ಯ ನಿಂದು, ಪಂಚವಟಿದು'' ಪಿಸು ದನಿಯಲ್ಲಿ ಹೇಳಿದರು. ಅವರ ಕಣ್ಣುಗಳಲ್ಲಿ ಕೃತಜ್ಞತೆಯ ಕಣ್ಣೀರಿತ್ತು.

ಸಂಕೋಚವೆನಿಸಿತು ಅವನಿಗೆ. ಆದರೆ ಮಾತುಗಳ ಮೂಲಕ ಸ್ಪಷ್ಟವಾಗಿ ಹೇಳಲಾರದೆ ಹೋದ. ಎಲ್ಲವನ್ನೂ ಮಾತುಗಳ ಮೂಲಕ ಹೇಳುವುದು ಸಾಧ್ಯವಿಲ್ಲವೆನಿಸಿತು ಅವನಿಗೆ. ಬರೀ ತಲೆ ಆಡಿಸಿ ತನ್ನ ಮುಜುಗರ ವ್ಯಕ್ತಪಡಿಸಿದ.

''ಲೈಕ್ ಸಮ್ ಟೀ ಸರ'' ಮಂಜುಳ ನಾದದಂಥ ಧ್ವನಿ ಪಕ್ಕದಲ್ಲಿ. ''ಓ...'' ನೋಟವೆತ್ತಿ ದೀರ್ಘವಾಗಿ ಅವಳನ್ನು ನೋಡಿ ''ಥ್ಯಾಂಕ್ಸ್....'' ಅಂದವನು ಕಪ್ ತೆಗೆದುಕೊಂಡ.

ಅಗ್ನಿಹೋತ್ರಿಗಳಿಗೊಂದು ಕೊಟ್ಟು ಅಲ್ಲೇ ಎದುರಿನಲ್ಲಿ ಕೂತಳು. ''ಮಳೆಯಲ್ಲಿ ತೊಯ್ದ ನಿಮ್ಮ ಪಂಚವಟಿ ಹೇಗಿರಬಹುದು ?'' ಕೇಳಿದಳು.

''ಬ್ಯೂಟಿಫುಲ್... ವಂಡರ್‌ಫುಲ್... ನಂದು ಕವಿ ಹೃದಯವಲ್ಲ... ಅದರ ಸೌಂದರ್ಯ ವರ್ಣಿಸೋಕೆ'' ಮುಕ್ತವಾಗಿ ಹೇಳಿದ. ಅವಳ ಸುಂದರ ನೀಳ ರೆಪ್ಪೆಗಳು ಪಟಪಟ ಬಡಿದುಕೊಂಡಿತು. ನೋಡಿಯೇ ನೋಡಿದವಳು ''ನೀವು ಇಷ್ಟು ಚೆನ್ನಾಗಿ ಮಾತಾಡ್ತೀರಾಂತ ಹೇಳೋಕ್ಕಾಗೋಲ್ಲ, ನಿಮ್ಮ ಬಿಗಿದ ಮುಖ ನೋಡಿದ ಮೊದ್ಲ ದಿನ

ನಿಮ್ಗೇ ಮಾತೇ ಬರೋಲ್ಲ ಅಂದ್ಕೊಂಡಿದ್ದೆ'' ನಕ್ಕಳು. ಹತ್ತಿರದಲ್ಲಿ ಗಾಜು ಒಡೆದಂಥ ಸದ್ದು ಇತ್ತು ಅವಳ ನಗೆಯಲ್ಲಿ.

ಮನೀಲಾ ಸರಳ, ಮುಕ್ತ ಮಾತುಗಳಿಗೆ ಎಲ್ಲಿ ಶಮಂತ್ ಬೇಸರಿಸುತ್ತಾನೋಂತ ಹೆದರಿದರು. ಆದರೆ ಅವಳ ನಿರ್ಮಲ ಶಿಶು ಸದೃಶವಾದ ಮನಸ್ಸಿನಲ್ಲಿ ಉಕ್ಕುವುದು ಸ್ವರ್ಗಲೋಕದ ಅಮೃತ ಜಲವೆಂದು ಅವರಿಗೆ ಗೊತ್ತು.

''ಪವಳಕುಡಿಗೆ ಹೇಳಿ ಏನಾದ್ರೂ ತಿಂಡಿಗೆ ಅರೇಂಜ್ ಮಾಡು'' ಅವಳನ್ನು ಒಳಗೆ ಕಳುಹಿಸಿದರು.

ಆರ್ಡರ್, ಕಮ್ಯಾಂಡಿಂಗ್ ಮಾಡಿ ಅಭ್ಯಾಸವಿದ್ದ ಅಗ್ನಿಹೋತ್ರಿಗಳು ಪೂರ್ತಿ ಮೆತ್ತಗಾಗಿದ್ದರು.

''ಡೋಂಟ್ ಮೈಂಡ್, ಮಿಸ್ಟರ್ ಶಮಂತ್... ಮೊದ್ಲು ಮಾತಿನ ಮಲ್ಲಿಯಾಗಿರಲಿಲ್ಲ ಮನೀಲಾ ; ದುರ್ಘಟನೆಗಳ ನಂತರ ಹೆಚ್ಚಿನ ಮಾತು, ಜನರ ನಡುವೆ ಇರೋ ಬಯಕೆ. ಎಲ್ಲ ಮಾತುಗಳನ್ನು ಸ್ವಂತ ಇಚ್ಛೆಯಿಂದ ಮಾತಾಡುವುದು. ಭಯ ಅಲ್ಲಿಗೆ ಅವಳನ್ನು ಅಟ್ಟುತ್ತಿದೆ. ದಯವಿಟ್ಟು ತಪ್ಪು ತಿಳ್ಕೋಬೇಡಿ. ಬದುಕಲು ಅವಳು ಪಡುವ ಪರದಾಟವಿದು ಅನ್ನಿಸುತ್ತೆ'' ಒಂದಿಷ್ಟು ಹೇಳಿಕೊಂಡರು.

''ನಂಗೆ ಅರ್ಥವಾಯ್ತು. ನೀವು ಏನೋ ಹೇಳುವ ಸಲುವಾಗಿಯೇ ಮನೀಲಾನ ಕಿಚನ್‌ಗೆ ಕಳಿಸಿದ್ದು. ಈಗೇನು ತಿನ್ನಾರೆ. ಬರ್ಲಾ'' ಎದ್ದೇ ಬಿಟ್ಟ.

''ಮನೀಲಾ...'' ಕೂಗುತ್ತಲೇ ಕಿಚನ್‌ಗೆ ಹೋದರು.

ಬಂದಿದ್ದು ಅವಳೊಬ್ಬಳೆ. ದೊಡ್ಡ ಸ್ಪೂನ್ ಇತ್ತು ಅವಳ ಕೈಯಲ್ಲಿ. ಏಪ್ರನ್ ಕಟ್ಟಿಕೊಂಡಿದ್ದಳು.

''ಯಾಕೆ. ಹೊರಟಿದ್ದು?'' ಸೊಂಟದ ಮೇಲೆ ಕೈಯಿಟ್ಟು ದೊಡ್ಡ ಹೆಂಗಸಿನಂತೆ ಕೇಳಿದಳು. ''ಹೋಗ್ಬೇಕು...'' ಅರಳಿದ ಹೂವಿನ ಪಕಳೆಯಂತಿದ್ದ ಅವಳ ಮುಖ ಮುದುಡಿತು. ಅದು ಅವನಿಗೆ ಇಷ್ಟವಾಗಲಿಲ್ಲ. ''ಮಾಥುರ್, ನಿಂಗೋಸ್ಕರ ಗುಲಾಬಿಗಳ್ನ ಕಿತ್ತಿಟ್ಟಿದ್ದಾನೆ'' ಮೆಲ್ಲಗೆ ಉಸುರಿದ. ಮುದುರಿದ ತಾವರೆ ಸೂರ್ಯರಶ್ಮಿ ಬಿದ್ದ ಕೂಡಲೇ ಅರಳುವಂತೆ ಅರಳಿತು. ''ಈಸಿಟ್, ನೀವು ಅವನನ್ನು ಕೆಲ್ಸದಿಂದ ತೆಗೆಯಲಿಲ್ವಾ?'' ಖಿನ್ನತೆ ಇಣುಕಿತು ಅವಳ ದನಿಯಲ್ಲಿ.

''ಇಲ್ಲ...'' ಚುಟುಕಾಗಿ ಹೇಳಿದ.

ಬಂದ ಅಗ್ನಿಹೋತ್ರಿ ''ಯು ಆರ್ ಅನ್‌ಲಕ್ಕೀ ಶಮಂತ್. ನಮ್ಮ ಮನ್ನಿನೇ ಏಪ್ರನ್ ಕಟ್ಟಿಕೊಂಡು ನಿಂಗೋಸ್ಕರ ಸ್ಪೆಷಲ್ ತಿಂಡಿಯ ತಯಾರಿಗೆ ನಿಂತುಬಿಟ್ಟಿದ್ಲು. ನೀನು ಹೊರಟೆ, ಅದು ನಿಂತುಹೋಗುತ್ತೆ ಅಲ್ಲಿಗೆ'' ಎಂದರು ನಗುತ್ತ.

ಶಮಂತ್ ಕಿರುನಗೆ ಬೀರಿದ.

ಆಡಲು ಮಾತೇ ಇಲ್ಲದಾಗ ಬೇರೊಬ್ಬರ ಮುಂದೆ ಕೂತು ಅವರು ಹೇಳಿದ್ದನ್ನು ಮೂಕನಾಗಿ ಕೇಳುವುದು ಎಷ್ಟು ಕಷ್ಟವೆಂದು ಅವ್ನಿಗೆ ಗೊತ್ತು.

ಬಾಗಿಲಿನಿಂದ ಹೊರ ನಡೆದವನ ತಲೆಯ ಮೇಲೆ ಕೊಡೆ ಹಿಡಿದಳು ಮನೀಲಾ "ಈ ಕಾಲೋನಿಯಲ್ಲಿ ಅರ್ಧಕ್ಕಿಂತ ಹೆಚ್ಚು ಜನಕ್ಕೆ ಕೋಲ್ಡ್ ಮೆಂಬರ್ ಅಲ್ವ ನೀವು ಅವ್ರುಗಳ ಸಾಲಿಗೆ ಸೇರ್ಪಡೆಯಾಗೋದು ಸಾಧ್ಯವಿಲ್ಲ" ಕೀಟಲೆಯಾಡುತ್ತ ಕಾರಿನವರೆಗೂ ಬಂದು ಬೀಳ್ಕೊಟ್ಟಳು.

ಹನಿಗಳು ಜೋರಾಯಿತು. ಸ್ಟೀರಿಂಗ್ ವೀಲ್ ಹಿಡಿದು ನೋಟ ಅವಳತ್ತ ಹರಿಸಿದ. ಮೇಲು ಹೊದ್ದಿಕೆ ಇಲ್ಲದ ಅವಳ ಕುಡಿಯೊಡೆದ ಯೌವನ ಸಂಪತ್ತು ಏರಿಳಿಯುತ್ತಿತ್ತು. ಮಂದಸ್ಮಿತದಲ್ಲಿ ಮಿಂದ ಸೌಜನ್ಯ ಮುಖ. ಆ ಕ್ಷಣ ಅವಳನ್ನು ತನ್ನ ತೋಳಿನೊಳಗೆ ಹುದುಗಿಸಿಕೊಂಡು ಬಿಡಬೇಕೆಂಬ ಅದಮ್ಯ ಇಚ್ಛೆ ಮೂಡಿತು.

ಕಾರು ಹರಿಯುತ್ತಿದ್ದ ಮಳೆಯ ನೀರನ್ನ ಚಿಮ್ಮುತ್ತ ಮುಂದಕ್ಕೆ ಹೋಯಿತು. ಅವನಲ್ಲಿ ಪ್ರಕಟವಾದ ಇಚ್ಛೆಗೆ ಬೇಸರಗೊಂಡ.

ಇವನ ಕಾರು ಪಂಚವಟಿಯ ಗೇಟು ತಲುಪುವ ವೇಳೆಗೆ ಮಳೆಯ ರಭಸ ಎಷ್ಟು ಹೆಚ್ಚಿತೆಂದರೆ ವೆಹಿಕಲ್ ನಡೆಸುವುದೇ ಕಷ್ಟವಾಗಿತ್ತು.

ಓಡಿ ಬಂದ ಕಾರು ಡೋರ್ ಬಳಿ ಮಾಥುರ್ "ಜೋರಾಗಿದೆ ಮಳೆ" ರಪ್ಪನೆ ಡೋರನ್ನು ತಳ್ಳಿದವನು ಅವನತ್ತ ದುರು ದುರು ನೋಡಿ ಓಡಿದ.

ಆ ಸಮಯದಲ್ಲಿ ಮಾಥುರ್‌ಗೆ ಯಾಕೆ ಹಾಗೆ ನೋಡಿದ್ದೆಂದು ಅರಿವಾಗಲಿಲ್ಲ.

ಹತ್ತು ಅಡಿ ಅದೇ ಮಳೆಯಲ್ಲಿ ಒಳಗೆ ಹೋಗುವ ವೇಳೆಗೆ ಮೂರನೆ ಒಂದು ಭಾಗದಷ್ಟು ನೆನೆದಿದ್ದ.

ಸ್ವಲ್ಪ ಹಳೆಯ ಮಾದರಿ ಅನುಸರಿಸಿ ಕಟ್ಟಿದ ಬಂಗ್ಲೆಯಾದ್ದುದರಿಂದ ದೊಡ್ಡ ಬಾಲ್ಕನಿ ಇರಲಿಲ್ಲ, ವಿನ್ಯಾಸವೇ ಬೇರೆ ತರಹವಿದ್ದು, ಅದನ್ನೇನು ಬದಲಾಯಿಸಲು ಹೋಗಿರಲಿಲ್ಲ ಶಮಂತ್.

ತಲೆಯೊರಸಿ ಬಟ್ಟೆ ಬದಲಾಯಿಸಿಕೊಂಡು ಬಂದು ದೊಡ್ಡ ಹಾಲ್‌ನಲ್ಲಿ ಕೂತ.

ಬಂದು ನಿಂತ ಮಾಥುರ್ ಕಡೆ ನೋಡಿದ. "ನಿನ್ನ ತಪ್ಪು ಏನೂಂತ ಅರ್ಥವಾಯ್ತು" ರೇಗಿ ಕೇಳಿದ.

ಮೊದಲು ತಲೆ ಬಗ್ಗಿಸಿದರೂ ಎತ್ತಿದ "ನೀವು ಬರೋದು ಗೊತ್ತಿದ್ದರೇ ಖಂಡಿತ ಗುಲಾಬಿನ ಕೀಳ್ತಾ ಇರ್ಲಿಲ್ಲ, ಸುರಿಯೋ ಮಳೆಯ ರಭಸಕ್ಕೆ ದಳಗಳು ಉದುರಿ ಮಳೆ ನೀರಿನಲ್ಲಿ ತೇಲಿಹೋಗೋ ಬದ್ಲು ಮನ್ನೀಯಮ್ಮನಿಗೆ ಸಂತೋಷವಾಗ್ಲೀಂತ ಕಿತ್ತೆ

ದಯವಿಟ್ಟು ಕ್ಷಮಿಸಿಬಿಡಿ'' ತಪ್ಪು ಒಪ್ಪಿಕೊಂಡು ಮನಃಪೂರ್ವಕವಾಗಿ ಕ್ಷಮೆಯಾಚಿಸಿದ. ಶಮಂತ್ ಜೋರಾಗಿ ನಕ್ಕು ಬಿಟ್ಟ.

ಕಣ್ಣು ಕಣ್ಣು ಬಿಟ್ಟ ಮಾಥುರ್, ಶಮಂತ್ ನಕ್ಕರೂ ಜೋರಾಗಿ ನಕ್ಕೇ ಇಲ್ಲ ಅನ್ನೋದು ಅವನ ವಾದ. ಈಗಿನ... ನಗುವಿಗೆ ವಿಸ್ಮಿತ ಕಣ್ಣುಗಳಿಂದ ನೋಡಿದ.

''ಮಳೆಯಲ್ಲಿ ಕಾರು ಹತ್ರ ಬಂದೆಯಲ್ಲ ಕೊಡೆ ತರಬೇಕನ್ನೋ ಪರಿವೆ ಇಲ್ವಾ ?'' ಅವನ ತಪ್ಪನ್ನು ಮನದಟ್ಟು ಮಾಡಿಕೊಟ್ಟಾಗ ಲಜ್ಜಿತನಾದ, ''ಸಾರಿ ಸಾರ್, ಗೊತ್ತಾಗ್ಲಿಲ್ಲ'' ಎಂದ.

ಗುಡುಗಿನ ಸದ್ದು ಜೋರಾಯಿತು. ತಟ್ಟನೆ ಕರೆಂಟ್ ಹೋಯಿತು. ಜನರೇಟರ್ ಆನ್ ಮಾಡಿದ ಮಾಥುರ್.

''ಫೋನ್... ಬಂದಿತ್ತು ! ಚಿಕ್ಕಯಜಮಾನ್ರು ತಕ್ಷಣ ಫೋನ್ ಮಾಡೋ ಕೇಳಿದ್ದಾರೆ.''

ಬರೀ ತಲೆದೂಗಿದ. ವಿಷ್ಯ ಹಳೆಯದೆ. ಈಗ ಇವನ ತಂದೆ ಬರೀ ಹಲವು ಲಕ್ಷಗಳ ಲಾಭದ ಬಗ್ಗೆಯಲ್ಲ, ಪ್ರತಿಷ್ಠೆ ಬೆಳೆಯುವುದು ಮಾತ್ರವಲ್ಲ, ತೀರಾ ವಿವಾದಕ್ಕೆ ಈಡಾಗಿದ್ದ ಕೆಮಿಕಲ್ ತಯಾರಿಸಲು ಲೈಸೆನ್ಸ್ ಸುಲಭವಾಗಿ ದೊರೆಯುತ್ತಿತ್ತು. ಇಂಟರ್‌ನ್ಯಾಷನಲ್ ಮಾರ್ಕೆಟಿನಲ್ಲಿ ಇವರ ಪ್ರತಿಷ್ಠೆ ತಾನಾಗಿ ಬೆಳೆಯುತ್ತಿತ್ತು. ಇಂಥದ್ದನ್ನು ಕಳೆದುಕೊಳ್ಳಲು ಅವರು ಮೂರ್ಖರಲ್ಲ.

ಇಲ್ಲದಿದ್ದರೇ ಅವರ ಬಿಜಿಯ ಕಾರ್ಯಕ್ರಮಗಳ ಮಧ್ಯೆಯೂ ಇಲ್ಲಿಗೆ ಧಾವಿಸುತ್ತಿರಲಿಲ್ಲ, ಬರೀ ಮಗನನ್ನು ನೋಡುವ ಸಲುವಾಗಿ.

ಇತ್ತೀಚೆಗೆ ತಾನು ತೆಗೆದ ಫೋಟೋಗಳನ್ನು ನೋಡುತ್ತ ಕೂತ. ಬಾಂಬೆ ನ್ಯಾಚುರಲ್ ಹಿಸ್ಟರಿ ಸೊಸೈಟಿಗೆ ಒಂದು ಪತ್ರ ಬರೆದ.

ಊಟ ಮುಗಿಸಿ ಹಾಸಿಗೆಗೆ ಹೋದ ನಂತರ ಮತ್ತೆ ಬಂದು ನೆನಪಿಸಿದ ''ಫೋನ್ ಮಾಡೋಕ್ಹೇಳಿದ್ದಾರೆ'' ಅದಕ್ಕೆ ಅವನು ಯಾವ ರೀತಿಯ ಪ್ರತಿಕ್ರಿಯೆಯನ್ನೂ ತೋರಲಿಲ್ಲ.

ಐದು ನಿಮಿಷದ ನಂತರ ಶಮಂತ್ ಇತ್ತ ತಿರುಗಿದಾಗ ಮಾಥುರ್ ನೆರಳು ಅಲ್ಲೇ ಇತ್ತು.

''ಏನು ವಿಷ್ಯ ?'' ಮೆಲ್ಲಗೆ ಕೇಳಿದ.

ಅವನ ಉಸಿರಾಟ ಬಿಟ್ಟು ಮತ್ತೇನು ಕೇಳಲಿಲ್ಲ. ಎದ್ದು ಕೂತ ಶಮಂತ್ ಹಣೆಯೊತ್ತಿಕ್ಕೊಂಡ. ಯಾಕೋ ತಲೆ ಭಾರವೆನಿಸಿತು.

''ಮಾಥುರ್...'' ಗದರಿದಂತೆ ಕೂಗಿದ.

ನಿಧಾನವಾಗಿ ನಿಶ್ಶಬ್ದ ವಾತಾವರಣದಲ್ಲಿ ಅವನ ಅಳು ಕೇಳಿಸಿತು. ಗಾಬರಿಯಿಂದ ಮಂಚ ಇಳಿದು ಬಂದ. ಅವನ ಅಳು ಮತ್ತೂ ಜೋರಾಯಿತು.

"ಅಳೋಕೇನಾಯ್ತು ? ಬಾಯಿ ಬಿಟ್ಟು ಹೇಳು. ಸುಮ್ನೇ ನನ್ನ ತಾಳ್ಮೆನ ಪರೀಕ್ಷೆ ಮಾಡ್ಬೇಡ. ಇನ್ನೊಂದು ನಿಮಿಷ ನೀನು ತಡಮಾಡಿದ್ರು... ಹೊರ್ಗೇ ದೂಡಿಬಿಡ್ತೀನಿ ಮಳೆಯಲ್ಲಿ"ಕೋಪ ಹತ್ತಿಕ್ಕಲಾರದೆ ಹೋದ.

"ಮನ್ನೀಯಮ್ಮ..." ಹೇಳಲಾಗದಿದ್ದರೂ ಆಮೇಲೆ ಎಲ್ಲಾ ವಿಷಯ ಬಿಡಿಸಿಟ್ಟ "ಅತ್ಯಂತ ಪ್ರಾಮಾಣಿಕರಾಗಿದ್ದ ಎ.ಸಿ.ಪಿ. ನರೋನ ಬಾಂಬ್ ಸ್ಫೋಟದಲ್ಲಿ ಚೆಲ್ಲಾಪಿಲ್ಲಿ ಯಾದರಂತೆ..." ಆ ಮೇಲಿನ ದುರಂತಗಳನ್ನು ಅವನೇ ಹೇಳಿದ.

"ಇದನ್ನೆಲ್ಲ ನಿಂಗೆ ಯಾರು ಹೇಳಿದ್ರು ?" ಮುಖ ಗಂಟಿಕ್ಕಿದ. ಮಾಥುರ್ ಕಣ್ಣೊರೆಸಿಕೊಂಡ. "ನನ್ನ ಕಸಿನ್ ಒಬ್ಬ ಕಾನ್ ಸ್ಟೇಬಲ್ ಆಗಿದ್ದಾನೆ. ಅವು ಬಂದಿದ್ದ ಡ್ಯೂಟಿ ಸಲುವಾಗಿ. ಎಲ್ಲಾ ಅವ್ನೇ ಹೇಳ್ದ"

ಇಡೀ ಮನೆಯೆ ಗಿರಗಿರ ತಿರುಗಿದಂತಾಯಿತು. ಇದೆಲ್ಲ ಅವನಿಗೆ ಹೊಸ ವಿಷಯವಲ್ಲ!

"ಹೋಗಿ ಮಲಕ್ಕೋ, ಮಾಥುರ್" ಎಂದ.

ಏನು ಮಾತನಾಡಲಾರದ ಸ್ಥಿತಿ. ಸುಂದರ ಪಕ್ಷಿ ಅವನ ಮುಂದೆ ವಿಲಿ ವಿಲಿ ಒದ್ದಾಡುತ್ತಿತ್ತು. "ನೋ.... ನೋ.... ಮನೀಲಾ" ಕೂಗಿಬಿಟ್ಟ ಬೆವರಿನಿಂದ ಅವನ ಇಡೀ ದೇಹ ತೊಯ್ದು ಹೋಯಿತು.

ಅಷ್ಟರಲ್ಲಿ ಫೋನ್ ಸದ್ದಾಯಿತು. ಅಲ್ಲಾಡದೇ ಕೂತಿದ್ದ. ಒಮ್ಮೆನಿಂತ ಸದ್ದು ಮತ್ತೆ ಶುರುವಾಯಿತು. ಅವನು 'ಹ್ಲೊ' ಅನ್ನಬೇಕು ಅಷ್ಟನ್ನು ಬಿಟ್ಟು ಬೇರೆ ನಿರೀಕ್ಷಿಸಲಾರರೆಂದು ಅವನಿಗೆ ಗೊತ್ತು.

ಮತ್ತೆ ಅರ್ಧ ಗಂಟೆಯ ನಂತರ ರಿಂಗಾಯಿತು.

ಬೇಸರದಿಂದಲೇ ಎತ್ತಿದ "ಹಲೋ. ನಾನು ಎಸ್. ಪಿ. ಪಾಂಡೆ..." ಅವನ ತಂದೆಯ ಖಾಸಾ ಸೆಕ್ರೆಟರಿ. ಹೊರಗಿನದ್ದು ಮಾತ್ರವಲ್ಲ ಮನೆಗೂ ಬಳಸಿಕೊಳ್ಳುತ್ತಿದ್ದರು ಅವನನ್ನು "ಹಲೋ...." ಎಂದ. ಮಧ್ಯೆ ಮಧ್ಯೆ ಸದ್ದು ಇದ್ದುದ್ದರಿಂದ ಅಲ್ಲಿಗೆ ಕೇಳಿಸಿತೋ, ಬಿಟ್ಟಿತೋ ಮತ್ತೆ "ಹಲೋ... ನಾನು ಎಸ್. ಪಿ. ಪಾಂಡೆ..." ಕೂಗಿದ. "ಹಲೋ ಐಯಾಂ ಹಿಯರ್, ಡ್ಯಾಡಿ ಆರೋಗ್ಯ ಹೇಗಿದೆ?" ಕೇಳಿದ.

"ಸರ್ಯಾಗಿ ಕೇಳಿಸ್ತಾ ಇಲ್ಲ, ಜೋರಾಗಿ ಮಾತಾಡಿ. ಯಜಮಾನ್ರು ಮಾತಾಡ್ತಾರೆ" ಲೌಡ್ ಸ್ಪೀಕರ್‌ನಂತೆ ಕೇಳಿಸಿತು.

ಮೌತ್‌ಪೀಸ್‌ಗೆ ಕೈ ಅಡ್ಡ ಹಿಡಿದು ಆಲಿಸಿದ. ಅವನ ಕಿವಿಗೆ ಕೇಳಿಸುವಷ್ಟು ಎದೆಬಡಿತ ಜೋರಾಗಿತ್ತು.

ಕೈ ತೆಗೆದು "ಹಲೋ..." ಎಂದ.

"ಹಲೋ..." ಅವನ ತಂದೆಯ ದನಿ "ಮುಂದಿನ ತಿಂಗ್ಳು ಇಪ್ಪತ್ತಾರಕ್ಕೆ ನಿನ್ನ ಲಗ್ನ ನಿಶ್ಚಯವಾಗಿದೆ. ಮದ್ವೆ ದೆಹಲಿಯಲ್ಲೆ, ಇಲ್ಲೊಂದು ಪಾರ್ಟಿ ಆರೇಂಜ್ ಮಾಡಿದ್ದೀನಿ" ತಿಳಿಸಿದರು. ಅವರ ಪ್ರಕಾರ ಕೇಳುವುದೇನು ಇರಲಿಲ್ಲ.

"ಲೈನ್‌ನಲ್ಲಿ ತುಂಬ ಡಿಸ್ಟರ್ಬೆನ್ಸ್ ಇದೆ. ಮಾತಾಡೋದು ಕೇಳಿಸ್ತಾ ಇಲ್ಲ. ಬೆಳಿಗ್ಗೆ ಫೋನ್ ಮಾಡ್ತೀನಿ" ಇಟ್ಟುಬಿಟ್ಟ.

ಆಮೇಲೆ ಅಧೈರ್ಯಗೊಂಡ.

ಮಾಥುರ್ ಕಣ್ಣುಗಳಲ್ಲಿ ಕಂಡ ವ್ಯಥೆ, ಅಳು ಹೊರಳಿ ಹೊರಳಿ ನರಳಿದಂತಾಯಿತು.

ಮನೀಲಾ ಸಾಯಕೊಡದು. ಮನದಲ್ಲೇ ಖಚಿತವಾದ ನಿರ್ಧಾರಕ್ಕೆ ಬಂದ.

❑ ❑ ❑

ಕೆಲವು ದಿನಗಳಿಂದ ಸುರಿದ ಮಳೆ ಹಠಾತ್ತಾಗಿ ನಿಂತಂತಾಗಿತ್ತು. ಸೂರ್ಯ ಮೋಡಗಳನ್ನು ಸರಿಸಿ ತನ್ನ ಪಾವಟಿಗೆಯನ್ನೇರಿ ಬಂದಿದ್ದ.

ಬೇಸತ್ತ ಜನ ಆಹ್ಲಾದಗೊಂಡರು.

ಜಾಗಿಂಗ್‌ಗೆ ಹೊರಟ ಶಮಂತ್‌ಗೆ ಎದುರಾದುದ್ದು ಮನೀಲಾ, ಅಗ್ನಿಹೋತ್ರಿಗಳು. "ಹಲೋ...ಗುಡ್ ಮಾರ್ನಿಂಗ್" ಮೊದಲು ಉತ್ಸಾಹದಿಂದ ಕೈ ಬೀಸಿದವಳು ಮನೀಲಾ. ಓಟ ನಿಲ್ಲಿಸದಿದ್ದರೂ ನಿಧಾನಿಸಿದ "ಹಲೋ, ಮಾರ್ನಿಂಗ್"

"ನಿಂಗೆ ಶಮಂತ್ ಕಂಪನಿ ಸಿಕ್ಕಿತಲ್ಲ, ನಂಗೊಂದಿಷ್ಟು ಕೆಲ್ಸ ಇದೆ. ಪವಳಕುಡಿ ಬರೋದ್ರೊಳ್ಗೇ ಮನೆ ಸೇರ್ಬೇಕು" ಎಂದವರು ಓಡುತ್ತ ಹೋದರು.

ಸ್ವಲ್ಪ ಹಿಂದೆ ಬಿದ್ದಳು. ನಿಂತು ಒಂದು ತರಹ ನೋಡಿದ. ಅವಳಿಗೆ ಏನನ್ನಿಸಿತೋ ಅವನನ್ನು ಬಿಟ್ಟು ಮುಂದಕ್ಕೆ ಹೋಗಿಬಿಟ್ಟಳು.

"ಇಬ್ಬರು ಒಂದು ಮರದ ಬುಡ ತಲುಪಿದರು. ಸ್ವಲ್ಪ ಆಯಾಸಗೊಂಡಂತಿದ್ದಳು. ಎದುರು ಮರದ ಆಸರೆಯಲ್ಲಿ ನಿಂತ ಶಮಂತ್ ದೀರ್ಘವಾಗಿ ಅವಳನ್ನೇ ನೋಡಿದ.

"ಅಲ್ಬರ್ಟ್ ಕಾಮು ಮಾತುಗಳು ಗೊತ್ತಾ, Don't go before me, I cannont follow you. Don't come behind me I cannot leave you. Come along with me, So, that we can be seen side by side" ಎಂದ.

ಅರ್ಥವಾಗದವಳಂತೆ ಪಿಳಿ ಪಿಳಿ ಕಣ್ಣುಗಳನ್ನು ಬಿಟ್ಟು ಅವನನ್ನು ನೋಡಿದಳು.

ಬರುವಾಗ ಮನೀಲಾ ತೀರಾ ಬಳಲಿದಂತೆ ಕಂಡಳು "ಸಾರಿ ನೀವ್ಹೋಗಿ ನಾನು

ನಿಧಾನವಾಗಿ ಹೋಗ್ತೀನಿ. ಸೈಕಲ್ಲೇ ನನ್ನ ಓಡಾಟದ ಸರ್ವಸ್ವವು ಆಗಿ ಹೋಗಿರುವುದರಿಂದ... ಕಾಲುಗಳು...." ಅಡ್ಡಡ್ಡ ತಲೆಯಾಡಿಸಿದಳು.

ಶಮಂತ್ ಕೂಡ ಅವಳ ಜೊತೆ ನಿಂತುಬಿಟ್ಟ "ನಡೆದೇ ಹೋಗೋಣ. ಪಂಚವಟಿಯಲ್ಲಿ ಒಂದು ಕಪ್ ಟೀ ಕುಡ್ದು ಹೋಗ್ಬಹುದ್ದು" ಎಂದ ಅತ್ಯಂತ ನವಿರಾಗಿ.

ಕಣ್ಣುಜ್ಜಿಕೊಂಡಳು. ಮೈಯೆಲ್ಲ ಕಣ್ಣು ಮಾಡಿಕೊಂಡು ಅವನನ್ನು ನೋಡಿದಳು. ಅವಳಿಗೇನು ಅರ್ಥವಾಗಲಿಲ್ಲ.

"ಏನು ಇಷ್ಟೊಂದು ಯೋಚ್ನೆ ಮಾಡ್ತಾ ಇದ್ದೀಯಲ್ಲ" ಕಿರುನಗುತ್ತ ಕೇಳಿದ. ಕೂದಲಲ್ಲಿ ಬೆರಳಾಡಿಸಿದಳು "ಇದೇನು ಕನಸಾ ಅಥವಾ...." ಕಗ್ಗಂಟಿನಲ್ಲಿ ಸಿಲುಕಿಕೊಂಡಂತೆ ಮುಖ ಮಾಡಿದಳು.

ಸನಿಹಕ್ಕೆ ಬಂದು ಅವಳ ಭುಜದ ಮೇಲೆ ಕೈ ಇಟ್ಟ. ಪರವಶಳಾದಂತೆ ಕ್ಷಣ ಕಣ್ಮುಚ್ಚಿದರೂ ಮರುಕ್ಷಣ ದೂರಕ್ಕೆ ಸರಿದಳು.

"ಪಂಚವಟಿಯಲ್ಲಿ ಟೀ... ನಿನ್ನ ಚಿಂತೆಗೆ ಫುಲ್‌ಸ್ಟಾಪ್ ಹಾಕ್ಬಹುದ್ದು" ಮೋಹಕ ನಗೆ ಬೀರಿದ.

ತಬ್ಬಿಬ್ಬಾದಳು. ಅವನಲ್ಲಿನ ಬದಲಾವಣೆ ಅವಳ ಪಾಲಿಗೆ ಎಂಟನೆ ಅದ್ಭುತ. ನೇರವಾಗಿ ಅವನ ಕಣ್ಣೊಳಗೆ ಇಣಕಿದಳು. ಗಂಭೀರವಾಗಿರುತ್ತಿದ್ದ ಕಣ್ಣುಗಳಲ್ಲಿ ತುಂಟತನ.

ಅವಳ ಮನದ ಗೊಂದಲ ಶಮಂತ್‌ಗೆ ಅರ್ಥವಾಯಿತು. "ನಿನ್ನ ಹೆಲ್ಪ್ ನಂಗೆ ಬೇಕು, ಮನೀಲಾ, ಒಬ್ಬ ಅಸಿಸ್ಟೆಂಟ್ ನಂಗೆ ಅನಿವಾರ್ಯ. ತುಂಬ ಚುರುಕಾಗಿ ಕಾಣುವ ನೀನೇ ಯಾಕೆ ಆಗ಼್ಾರ್ದು?"

ಮುಖ ಒಂದು ತರಹ ಮಾಡಿ ತಲೆ ಕೆರೆದುಕೊಂಡಳು. ಅವನ ಸೀರಿಯಸ್‌ನೆಸ್ ಪಂಕ್ಚುಯಾಲಿಟಿ, ಡಿಸಿಪ್ಲಿನ್ ಗೊತ್ತು. ತನ್ನಿಂದ ಸಾಧ್ಯವೆ?

ಎರಡು ಕೈ ಜೋಡಿಸಿದಳು. "ನಂಗೆ ಪಂಚವಟಿ ಇಷ್ಟ ಹುಡುಗಾಟ, ಮಾತು, ಆಟ ಎಲ್ಲಾ ಇಷ್ಟ ನಿಮ್ಹತ್ರ ಮಾತ್ರ ಕೆಲ್ಸ ಮಾಡೋಕ್ಕಾಗೋಲ್ಲ" ತಪ್ಪಿಸಿಕೊಳ್ಳಲು ನೋಡಿದಳು.

"ಆ ಬಗ್ಗೆ ಆಮೇಲೆ ಯೋಚ್ಸಬಹುದ್ದು. ಈಗ್ಲೇ ನಿಂಗೆ ಅಡ್ವಾನ್ಸ್ ಕೊಟ್ಟು ಅಪಾಯಿಂಟ್‌ಮೆಂಟ್ ಆರ್ಡರ್ ಕೊಡೋಲ್ಲ. ಈಗ... ನಡೀ" ಎಂದ ಒಂದು ರೀತಿಯ ಅಲಕ್ಷ್ಯದಿಂದ.

ಎರಡು ಹೆಜ್ಜೆ ಅವನಿಗಿಂತ ನಿಧಾನವಾಗಿ ಹೆಜ್ಜೆ ಹಾಕುತ್ತಿದ್ದ ಮನೀಲಾ ಮತ್ತಷ್ಟು ನಿಧಾನಿಸಿ ಒಂದಾರು ಹೆಜ್ಜೆ ಹಿಂದೆ ಉಳಿದಳು.

"ನಂಗೆ... ಭಯ !" ಎದೆಯ ಮೇಲೆ ಕೈ ಇಟ್ಟುಕೊಂಡು ಹೇಳಿದಳು. ಮುಂದೆ ಹೋಗಿದ್ದ ಶಮಂತ್ ನಿಂತ. ಬೆಳಗಿನ ಬಿಸಿಲಿನ ಶೋಭೆ ಅವನ ಮುಖದ ಮೇಲೆ

ಪ್ರತಿಫಲಿಸಿತು. ದಂಗಾದಳು ಮನೀಲಾ. ಪುರುಷ ಸೌಂದರ್ಯದಲ್ಲಿ ಇಷ್ಟೊಂದು ಆಕರ್ಷಣೆ ಇದೆಯೆಂದು ಅವಳಿಗೆ ಇಂದೇ ಅರಿವಾಗಿದ್ದು. ನೋಟ ಕೀಳಲಾರದೆ ಹೋದಳು.

ಶಮಂತ್ ಅವಳ ಸಮೀಪಕ್ಕೆ ಬಂದ.

"ನಿಂಗೆ ಇಷ್ಟವಿಲ್ಲಾಂದ್ರೆ ನಾನೇನು ನಿನ್ನ ಜೊತೆಯಲ್ಲಿ ಕಾಡಿಗೆ ಕರ್ಕೊಂಡ್ಹೋಗೋಲ್ಲ. ಬೇರೆ ರೀತಿ ಸಹಾಯ ಮಾಡ್ಬಹ್ದು ಈಗ... ನಡೀ.... ಟೀಯಿಂದ ಮಾತ್ರ ತಪ್ಪಿಸಿಕೊಳ್ಳುವಂತಿಲ್ಲ. ಅದೇ ಕಾರಣ ಇದೆ" ಹುರಿದುಂಬಿಸಿ ಕರೆದೊಯ್ದ.

ಮಾಲಿ ರಂಗಯ್ಯ ಮಹಾ ಅದ್ಭುತ ಕಂಡಂತೆ ಕಣ್ಣರಳಿಸಿದ. ಮಾಥುರ್ ಬಾಯಲ್ಲಂತು ಮಾತು ಹೊರಡಲಿಲ್ಲ.

"ಟೀ.... ತಗೊಂಡ್ಬಾ" ಮುಂದಿನ ಸಿಟ್ಟಿಂಗ್ ರೂಮಿನಲ್ಲಿ ಕೂತು ಅವಳನ್ನು ಕೂಡುವಂತೆ ಸನ್ನೆ ಮಾಡಿದ "ನಂಗೋಸ್ಕರ ಒಂದೆರಡು ಗಂಟೆ ಕೆಲ್ಸ ಮಾಡಿ ಕೊಟ್ರಾಯ್ತು, ಕಾಲೋನಿ ಜನಕ್ಕಾಗಿ ಅಷ್ಟು ಮಾಡೋರು... ನಂಗೂ ಒಂದಿಷ್ಟು ಹೆಲ್ಪ್ ಮಾಡಿ" ಎಂದ ಧಾರಾಳವಾಗಿ ಮಾತನಾಡುತ್ತ.

"ನೀವು ನಮ್ಮ ಕಾಲೋನಿಯ ಮೆಂಬರ್ ಅಲ್ಲ" ಕೀಟಲೆಯ ಸ್ವರದಲ್ಲಿ ಅಂದಳು. 'ಉಸ್' ಎಂದು ಸುಸ್ತಾದವನಂತೆ ಎದ್ದುಹೋಗಿ ಐವತ್ತರ ಒಂದು ನೋಟು ತಂದಿಟ್ಟ- "ಮೆಂಬರ್‌ಷಿಪ್ ಫೀಜು ಕೊಟ್ಟಿದ್ದೀನಿ."

ಐವತ್ತರ ನೋಟು ಅವನನ್ನು ಬದಲಿಸಿ ಬದಲಿಸಿ ನೋಡಿದವಳು, ಕಲ್ಚರಲ್ ಪ್ರೋಗ್ರಾಂ. ರಸೀದಿ ಕೊಟ್ಟ ದಿನದ ಪ್ರಕರಣ ನೆನಪಿಸಿಕೊಂಡಳು.

"ಮೊದ್ಲು ಅಪ್ಲಿಕೇಷನ್ ತಗೊಂಡ್ ಫಿಲಪ್ ಮಾಡ್ಕೊಡಿ... ಆಮೇಲೆ ಆ ವಿಷ್ಯದ ಬಗ್ಗೆ ತೀರ್ಮಾನಕ್ಕೆ ಬರೋಣ" ಎಂದಳು. ರೂಲ್ಸು ಮೆಯಿನ್‌ಟೆನ್ಸ್‌ನ ಬಗ್ಗೆ ಪ್ರಥಮ ಪಾಠದ ಬೋಧನೆ.

"ಓಕೇ ಮಿಸ್.... ಓಕೇ.... ಓಕೇ" ಎಂದ.

ಬಹಳ ಸಡಗರದಿಂದಲೇ ಟೀ ತಂದಿಟ್ಟ ಮಾಥುರ್ ಅಷ್ಟು ದೂರದಲ್ಲಿ ನಿಂತ "ಮಧ್ಯಾಹ್ನದ ಅಡ್ಗೇ..." ಪ್ರಾರಂಭಿಸುವಷ್ಟರಲ್ಲಿ ತುಂಡರಿಸಿದ. "ಅದ್ನ ಕೇಳೋಕೆ ಸಮಯವಿದೆ" ರೇಗಿದಂತೆ ಹೇಳಿದ.

ಇಂಥ ಒಂದು ಅವಕಾಶ ತನ್ನ ಜೀವನದಲ್ಲಿ ಬರಬಹುದೆಂದು ಅವಳು ನಿರೀಕ್ಷಿಸಿರಲಿಲ್ಲ. 'ಪಂಚವಟಿ' ಅವಳಿಗೆ ತುಂಬ ಇಷ್ಟ ಶಮಂತ್ ಇಲ್ಲದಾಗ ಬಂದು ನೋಡುತ್ತಿದ್ದಳು, ಆನಂದಿಸುತ್ತಿದ್ದಳು. ಆಗ ರಂಗಯ್ಯ, ಮಾಥುರ್ ಚಡಪಡಿಸುತ್ತಿದ್ದರು. ಇಂದು.... ಹಠಾತ್ತನೆ ಪಕ್ಷಿಯ ರೂಪ ತಾಳಿ ಮೇಲೆ.... ಅತಿ ಎತ್ತರದಲ್ಲಿ ಹಾರಿದಂತಾಯಿತು.

ಭ್ರಮಿತಳಂತೆ ಕೂತ ಅವಳನ್ನು ಎಚ್ಚರಿಸಿದ "ಮನೀಲಾ..." ವಾಸ್ತವಕ್ಕೆ ಮರಳಿದವಳು ಪೆಚ್ಚುಪೆಚ್ಚಾಗಿ ನಕ್ಕಳು. ಅತ್ಯಂತ ಶುಭ್ರ ಶಿಶುಸದೃಶ ನಗು. ಎಲ್ಲರಿಗೂ ಮನೀಲಾ ಇಷ್ಟವಾಗುವುದಕ್ಕೆ ಈ ನಗುವೆ ಕಾರಣವೆಂದುಕೊಂಡ.

ಸಾಸರ್‌ಗೆ ಬಗ್ಗಿಸಿಕೊಂಡು ಟೀ ಕುಡಿದಿಟ್ಟಳು.

"ಬರ್ತೀನಿ..." ಹೊರಟು ನಿಂತಳು.

"ಯಾವಾಗ್ಬರ್ತೀಯಾ?" ನಗುವಿನ ಅವನ ಪ್ರಶ್ನೆ.

ಜೋರಾಗಿ ನಕ್ಕುಬಿಟ್ಟಳು "ಅದು ವಾಡಿಕೆಯ ಮಾತಷ್ಟೆ ನಿಮ್ಗೇನು ಸಹಾಯ ಮಾಡ್ಬೇಕಾಗುತ್ತೆ. 'ಸಹಾಯ' ಅನ್ನೋ ಪದದ ಬಳಕೆ ಬೇಡ. ಟೈಮಿಂಗ್... ಹೇಗೆ ?" ವಿಚಾರಿಸಿದಳು.

ಟೀ ಕಪ್ ಕೆಳಗಿಟ್ಟು ಮೇಲೆದ್ದವನು "ಸಂಡೇ ಕಾಲೇಜಿಲ್ಲ, ನೀನು ಫ್ರೀ ಅಂದು ಬಾ" ಎಂದ. ಕ್ಷಣ ಯೋಚಿಸುತ್ತ ನಿಂತವಳು "ಬೆಳಿಗ್ಗೆ ಎಂಟರಿಂದ ಹತ್ತರವರ್ಗೂ ಅರುಣಗೆ ಪಾಠ ಹೇಳಿಕೊಡ್ಬೇಕು. ಹತ್ತುಗಂಟೆಗೆ ಕಲ್ಯಾಣಿ ಆಂಟೀ ಎಣ್ಣೆನೀರು ಹಾಕ್ತಾರೆ. ಆಮೇಲೆ ವಿಶೂ ಅಮ್ಮ ಉಲ್ಲಾಸ್ ನಾನು ತರಕಾರಿ ತರಲು ಪೇಟೆಗೆ ಹೋಗ್ತೀವಿ... ಒಂದೊಂದೆ ಬೆರಳು ಮಡಚತೊಡಗಿದಾಗ, ಅವನು ಉಳಿದ ಬೆರಳುಗಳನ್ನು ಮಡಚಿ ಕೈ ಹಿಡಿದು ಹೇಳಿದ "ಎಲ್ಲಾ ಮುಗಿದಂತೆ ಅರ್ಥ... ಹೇಗೋ ಭಾನುವಾರ ಬಂದರೇ ಸರಿ. ಅಂದೆಲ್ಲ ಬರೀ ನನ್ನ ಕೆಲ್ಸ ಮಾತ್ರ" ಕೈಯೊತ್ತಿ ಹೇಳಿದ.

ಮನೀಲಾ ಮೈ ನರ ನರಗಳಲ್ಲಿ ವಿದ್ಯುತ್ ಸಂಚಾರವಾದಂತಾಯಿತು. "ಸರಿ... ಹೊತ್ತಾಯ್ತು" ಕೈ ಬಿಡಿಸಿಕೊಂಡು ಹಾರಿದಂತೆ ಹೊರಗೆ ಹೋದಳು.

ಸ್ವತಂತ್ರದಿಂದ ಇಡೀ ಪಂಚವಟಿಯ ಆವರಣ ಸುತ್ತಿದ್ದಳು. ಲಕ್ಷ್ಮಣ ಅಣ್ಣ ಅತ್ತಿಗೆಯವರಿಗಾಗಿ ನಿರ್ಮಿಸಿದ ಪಂಚವಟಿಯ ಪ್ರದೇಶ ಮತ್ತೆಷ್ಟು ಸುಂದರವಾಗಿರಬಹುದು.

ಜಿಂಕೆಯ ಮುಂದೆ ಹುಲ್ಲು ಹಿಡಿದಳು. ನವಿಲನ್ನು ದೂರದಲ್ಲಿ ನಿಂತು ನೋಡಿದಳು. ಹಕ್ಕಿಗಳ ಕಲರವ ಸಂಗೀತವನ್ನು ಆಲಿಸಿದಳು.

ಮನೆಗೆ ಬಂದ ಮನೀಲಾ ನೇರವಾಗಿ ನುಗ್ಗಿದ್ದು ಅಡಿಗೆ ಮನೆಗೆ. ಹಿಟ್ಟುಕಲೆಸುತ್ತಿದ್ದ ಪವಳಕುಡಿ ಕೈಯಿಂದ ಡಬರಿ ಕಿತ್ತುಕೊಂಡಳು.

"ಇವತ್ತು ನಾನೇ ಬ್ರೇಕ್‌ಫಾಸ್ಟ್ ರೆಡಿ ಮಾಡ್ತೀನಿ"

ಅವಳು ಸುಮ್ಮನೆ ಕೂತಳು. ಮನೆಗೆ ಜೀವ ಸಂಚಾರವಾಗಿದ್ದ ಮನೀಲಾನ ಕಂಡರೇ ಅವಳಿಗೆ ಪಂಚಪ್ರಾಣ.

ಬಂದ ಅಗ್ನಿಹೋತ್ರಿಗಳು ಅವಳ ಕೈಯಲ್ಲಿನ ಡಬರಿ ಕಿತ್ತುಕೊಂಡು "ಅರುಣ ಟ್ಯೂಷನ್‌ಗೆ ಬಂದಿದ್ದಾನೆ. ಈ ಕೆಲ್ಸ ಪವಳಕುಡಿಗೆ ಬಿಡು" ತೋಳಿಡಿದು ಎಬ್ಬಿಸಿದರು.

ಕೈಗೆ ಮೆಟ್ಟಿದ ಹಿಟ್ಟನ್ನ ನೋಡಿದವಳು, ಮತ್ತಷ್ಟು ಹಿಗ್ಗಿಸಿ ಅಂಗೈಯಲ್ಲಿನ ರೇಖೆಗಳು ಸೂಕ್ಷ್ಮವಾಗಿ ನೋಡಿದಳು "ಮಾವ, ಪಾಲ್‌ಮಿಸ್ಟ್ರಿ ಬಗ್ಗೆ ನಿಮ್ಗೇನು ಗೊತ್ತು."

ಅವರು ಅವಳ ಕೈಯನ್ನ ನಲ್ಲಿಯ ಕೆಳಗಿಡಿದು "ಮಿಲಿಟರಿಯಲ್ಲಿ ಇದ್ದವನು ನಾನು... ನಮ್ಮ ಭವಿಷ್ಯ ನಮ್ಗೇ ಗೊತ್ತಿತ್ತು. ಸ್ವಂತಕ್ಕಿಂತ ನಮ್ಮ ತಲೆ ಶತ್ರುನ ಹೇಗೆ ಸದೆಬಡಿದು ಹೇಗೆ ದೇಶದ ಭದ್ರತೆ ಕಾಯಬಹುದೆಂಬ ವಿಚಾರವೇ ತಲೆಯಲ್ಲಿ ತುಂಬಿಕೊಂಡು ಇರ್ತಾ ಇದ್ವಿ. ಹೋಗಿ ಅರುಣನ ನೋಡು" ಅವಳನ್ನು ಕಳುಹಿಸಿದರು.

ಪುಟ್ಟ ಅರುಣನಿಗೆ ಇವಳು ಟೀಚರ್. ಅದರ ಜೊತೆ ಅವಳ ಸ್ನಾನ, ಬ್ರೇಕ್‌ಫಾಸ್ಟ್ ಎಲ್ಲಾ ಇಲ್ಲೇ. ಅವಳ ಮುಗ್ಧ ಒಡನಾಟದಲ್ಲಿ ಒಂದೆರಡು ಗಂಟೆ.

ಆದರೆ ಇಂದು ಅವಳಣ್ಣ ಬಂದು "ಅತ್ತೆ ಬಂದಿದ್ದಾರೆ" ಕರೆದೊಯ್ದ.

ಬಂದು ಅಗ್ನಿಹೋತ್ರಿಗಳ ಮುಂದೆ ಕೂತಳು "ಮಾವ, ಪಂಚವಟಿಗೆ ಹೋಗಿದ್ದೆ. ಅಲ್ಲೇ ಟೀ ಆಯ್ತು. ಶಮಂತ್ ಅವ್ರಿಗೆ ಅಸಿಸ್ಟೆಂಟ್ ಆಗಿ ಹೆಲ್ಪ್ ಮಾಡೋಕೆ ಆಫರ್ ಮಾಡಿದ್ದಾರೆ. ಮೊದ್ಲೇ ಸಿಟ್ಟಿನ ಮನುಷ್ಯ... " ಹೇಳಿಕೊಂಡಳು.

"ನಿಂಗೆಲ್ಲಿ ಪುರಸತ್ತು ಇದೆ !" ಸೂಕ್ಷ್ಮವಾಗಿ ಅವಳ ಮುಖದ ಭಾವನೆಗಳನ್ನು ಅಳೆಯುತ್ತ ಕೇಳಿದರು.

ಮನೀಲಾ ಕಣ್ಣುಗಳಲ್ಲಿ ಮಾಧುರ್ಯ ತುಂಬಿಕೊಂಡಿತು. "ಪಂಚವಟಿ ನೋಡ್ಬೇಕೂಂತ ಎಷ್ಟೊಂದು ರಿಸ್ಕ್ ತಗೊಂಡೆ ಗೊತ್ತಾ, ಮಾವ. ಈಗ ಅನಾಯಾಸವಾಗಿ ಅದ್ರಲ್ಲಿ ಗಂಟೆಗಳ ಕಳ್ಯೋ ಅವಕಾಶ ಸಿಕ್ತಾ ಇದೆ. ಹೇಗೆ ಕಳ್ಕುದ್ಕೊಳ್ಳಿ?" ಭಾವಪರವಶಳಾಗಿ ನುಡಿದವಳು ತಟ್ಟನೆ "ಮಾವ. ನೀವು ಹೇಗೆ ಹೇಳಿದ್ರೆ ಹಾಗೆ. ಅವ್ರ ಕೆಲವು ಲೇಖನಗಳ್ನ ಓದಿದ್ದೀನಿ. ಸಿಂಪ್ಲೀ ಜೀನಿಯಸ್, ಅವ್ರಿಗೆ ನನ್ನಿಂದ ಏನು ಸಹಾಯವಾಗುತ್ತೊ ಬಿಡುತ್ತೋ ನಂಗೆ ಗೊತ್ತಿಲ್ಲ. ತೊಂದರೆಯಂತು ಆಗದ ಹಾಗೆ ನೋಡ್ಕೋಬೇಕು. ನಿಮ್ಮ ಡಿಸಿಷನ್ನೆ ಕೊನೆಯದು" ಅವರಿಗೆ ಬಿಟ್ಟಳು ಅರೆಮನಸ್ಸಿನಿಂದ, ಬೇಡವೆಂದು ಬಿಟ್ಟರೇ, ಒಳಗೊಳಗೆ ಹೆದರಿದಳು ಕೂಡ.

"ಶಮಂತ್ ತಾನಾಗಿ ಆಫರ್ ಮಾಡೋವಾಗ ಬೇಡ ಅನ್ನೋದೇಕೆ ! ವಯಸ್ಸು ಚಿಕ್ಕದಾದ್ರೂ ಅವ್ರ ನಡೆ, ನುಡಿ..." ಅವರು ಮಾತನ್ನ ಪೂರ್ತಿ ಮಾಡುವ ಮುನ್ನವೆ ಜೋರಾಗಿ ನಕ್ಕುಬಿಟ್ಟಳು.

ಕೋತಿಯ ಪ್ರಕರಣವನ್ನು ಪೂರ್ತಿಯಾಗಿ ವಿವರಿಸಿದಳು.

"ಅಷ್ಟು ಅಮೂಲ್ಯವಾಗಿ ಕಾಯ್ದುಕೊಂಡಿರೋ ಪಂಚವಟಿ ಹಾಳಾಗೋದು ಯಾರು ತಾನೇ ಸಹಿಸ್ತಾರೇ.... ಶಿಕ್ಷೆ ಇನ್ನು ಪ್ರಬಲವಾಗಿ ಇರ್ಬೇಕಿತ್ತು" ಅವನನ್ನೇ ಸಮರ್ಥಿಸಿಕೊಂಡರು.

ಸುಮ್ಮನಾಗಿಬಿಟ್ಟಳು ಮನೀಲಾ.

ಅರುಣ ಕೈಯಲ್ಲಿನ ಎರಡು ಸಪೋಟ ಕೂಡ ಬಿಡದ ವ್ಯಕ್ತಿ ಉದುರಿದ ಮೂಟೆಗಟ್ಟಲೇ ಹಣ್ಣುಗಳನ್ನು ಪ್ರಾಣಿ ಸಂಗ್ರಹಾಲಯ ಮತ್ತು ಶಾಲೆಗಳಿಗೆ ಫ್ರೀಯಾಗಿ ಕಳುಹಿಸಿಕೊಡುತ್ತಿದ್ದ.

ಒಮ್ಮೆ ಮನೀಲಾ ಕಣ್ಣಾರೆ ಕಂಡಿದ್ದಳು.

ಕಾಲೇಜಿಗೆ ಬರುವಾಗ ಮಧ್ಯೆ ದಾರಿಯಲ್ಲಿ ಇವಳ ಸೈಕಲ್ ಪಂಕ್ಚರ್ ಆಗಿತ್ತು.

ಮೂಟೆಗಳನ್ನು ತುಂಬಿಕೊಂಡು ಬಂದ ಆಟೋ ಸನಿಹದಲ್ಲಿ ನಿಂತಿತು. ಅದರಿಂದ ಇಳಿದವನು ಮಾಥುರ್.

"ಇದೇನು... ಮನ್ನೀಯಮ್ಮ" ಸೈಕಲ್ ಟೈರ್ ಮುಟ್ಟಿ ನೋಡಿದ "ಪಂಕ್ಚರ್... ನಾನು ತಳ್ಳಿಕೊಂಡ್ಬರ್ತೀನಿ. ನೀವು ಆಟೋದಲ್ಲಿ ಹೋಗಿ" ಅವನೇ ಹೇಳಿದ.

ಅವಳಿಗೆ ಆಟೋದಲ್ಲಿನ ಮೂಟೆ, ಬುಟ್ಟಿಗಳನ್ನು ನೋಡಿ ಆಶ್ಚರ್ಯ. "ಏನು.... ಇದೆಲ್ಲ" ಎಂದಾಗ ಅವನೇ ವಿವರಿಸಿದ್ದ "ಪ್ರಾಣಿ ಸಂಗ್ರಹಾಲಯಕ್ಕೆ."

ಕಪ್ಪೆ ಚಿಪ್ಪಿನಲ್ಲಿ ಹುದುಗಿಕೊಂಡ ಮುತ್ತಿನಂಥ ಅವನ ಸುಂದರ ವ್ಯಕ್ತಿತ್ವಕ್ಕೆ ಬೆರಗಾಗಿದ್ದಳು.

ಆ ಗುಂಗಿನಲ್ಲಿಯೇ ಬಿಟ್ಟು ಅಗ್ನಿಹೋತ್ರಿಗಳು ತಮ್ಮ ಕೋಣೆಗೆ ಹೋದರು.

ಸಾವಿರಾರು ಕನಸುಗಳು ಮಗಳ ಬಗ್ಗೆ ಅವರ ತಂಗಿಗೆ "ಏನಣ್ಣ ನಮ್ಮ ಮನೀಲಾನ ಮೆಡಿಕಲ್ ಓದಿಸಿದ್ರೆ" ನಕ್ಕುಬಿಡುತ್ತಿದ್ದರು "ನಂಗೆ, ಅದೆಲ್ಲ ಏನು ಬೇಕು ಅನ್ನಿಸೋಲ್ಲ, ಬೇಗ ಅವ್ಳಿಗೆ ಮದ್ವೆ ಮಾಡಿ ನನ್ನ ಜೊತೆಯಲ್ಲಿ ಇಟ್ಕೊತೀನಿ. ಕುಟುಂಬದ ಸುಖವನ್ನ ಆಗಲಾದ್ರೂ ಅನುಭವಿಸ್ತೀನಿ" ಎಂದಿದ್ದರು.

ಒಂದು ಮಾತಂತು ನಿಜವಾಗಿತ್ತು. ಮನೀಲಾ ಅವರ ಬಳಿಯಲ್ಲಿಯೇ. ಅವಳ ಸಂಪೂರ್ಣ ಜವಾಬ್ದಾರಿಯು ಅವರದೇ, ಆದರೆ ಮದುವೆಯ ಕನಸಂತು ಕಾಣಲಾರರು. ಅಂಥ ಧೈರ್ಯವೇ ಅವರಿಗಿಲ್ಲ.

ದುರ್ಘಟನೆ ನಡೆದ ವರ್ಷದಲ್ಲಿಯೇ ಒಂದು ಸಲ, ಕೆಲವು ಕಾಯಿಲೆಗಳನ್ನು ಪರೀಕ್ಷಿಸಿದ ಡಾಕ್ಟರುಗಳು ಇಂತಿಷ್ಟು ಕಾಲ ಬದುಕಬಹುದೆಂದು ಡಯಾಗ್ನೈಸ್ ಮಾಡಬಲ್ಲರು. ಆದರೆ... ಯಾವ ಅವಧಿಯ ಲಿಮಿಟ್ ಇಲ್ಲ.

ಆಟಕ್ಕೆ ಹೋಗಿ ಬಂದ ಅಲೋಕ್ ತುಂಬ ಆರೋಗ್ಯವಾಗಿಯೇ ಇದ್ದ. ಆಮೇಲೆ ನಡೆದಿದ್ದು.

ಕಂಬನಿ ತಡೆಯಲಾರದೆ ಕಿಟಕಿಯಬಳಿ ಹೋಗಿ ನಿಂತರು.

ಸಂಜೀವಯ್ಯನವರ ಧ್ವನಿ ಕೇಳಿಯೇ ಅಗ್ನಿಹೋತ್ರಿಗಳು ಹೊರಗೆ ಬಂದಿದ್ದು.

ಮುಚ್ಚಿದ ಬಟ್ಟಲನ್ನು ಟೀಪಾಯಿ ಮೇಲಿಟ್ಟು ಕೂತರು. "ಗುಲ್ಲು ಪಾವಟೆ ಅಂತಾರೆ. ಗೋಧಿ, ಬೆಲ್ಲದಲ್ಲಿ ಮಾಡಿರೋದು, ತುಂಬ ರುಚಿ" ಎಂದಾಗ ಅಗ್ನಿಹೋತ್ರಿಗಳು "ಕಲ್ಯಾಣಮ್ಮನಿಗೆ ಬರೋ ಎಲ್ಲಾ ಅಡಿಗೆಗಳ ರುಚಿ ನೋಡಿದ್ದಾಯ್ತು. ಇದೊಂದು ಬಾಕಿ ಇತ್ತೇನೋ" ಮೀಸೆಯಡಿಯಲ್ಲಿ ನಕ್ಕರು.

ಮೇಲೆದ್ದ ಸಂಜೀವಯ್ಯ ದಿಟ್ಟಿಸಿ ನೋಡಿದರು "ಇವತ್ತು ಮೀಸೆನ ದೊಡ್ಡದು ಮಾಡಿದ್ದೀರಾ ! ಇನ್ನಷ್ಟು ಅಗಲವಾಗಿ ಬಿಟ್ರೊ ನಿಮ್ಗೆ ಚೆನ್ನಾಗಿಯೇ ಕಾಣುತ್ತೆ" ಅಲ್ಲಿಂದ ನೋಟ ತೆಗೆಯದೆ ನುಡಿದರು.

ಉತ್ಸಾಹದಿಂದ ಕೂಡಿದ ಅಗ್ನಿಹೋತ್ರಿಗಳ ಮುಖ ಮಂಕಾಯಿತು. ತಂಗಿ, ಭಾವನ ಕರ್ಮಾಂತರಕ್ಕಾಗಿ ತಲೆಯ ಕೂದಲು, ಮೀಸೆಯನ್ನ ಬೋಳಿಸಿದರು ಮೊದಲ ಸಲ. ಹಿಂದೆ ಅವರಪ್ಪ, ಅಮ್ಮ ಸತ್ತಾಗಲೂ ಬೇರೆಯವರಿಂದ ಕರ್ಮಾಂತರ ಮಾಡಿಸಿದ್ದರೇ ವಿನಾ ತಾವು ಯಾವುದೇ ದುಃಖಕ್ಕಾಗಲಿ, ಬಂಧನಕ್ಕಾಗಲಿ ಒಳಪಟ್ಟಿರಲಿಲ್ಲ.

"ಬಂದ ಕೆಲ್ಸ ಮುಗ್ಸಿದ್ದಾರೆ. ಸುಖ, ಸಾವು, ಗೋಳಾಡೋದೇಕೆ !" ಎಂದು ಕೈ ತೊಳೆದುಕೊಂಡಿದ್ದರು. ಅವರದು ಅಷ್ಟು ಗಟ್ಟಿ ಮನ.

ಆದರೆ ತಮ್ಮ ಮುಂದೆಯೇ ಸ್ಫೋಟವಾಗಿ ಹೋದ ತಂಗಿ, ಅವಳ ಗಂಡನ ದೇಹಗಳ ಅವಯವಗಳನ್ನು ಒಟ್ಟು ಮಾಡಲಾರದ ದಿನ ಕುಸಿದಿದ್ದರು. ಎಲ್ಲಾ ಕಳೆದುಕೊಂಡಂತೆ ರೋದಿಸಿದರು.

ಎಷ್ಟೋ ಪ್ರೇಮದಿಂದ ನೋಡಿಕೊಂಡಿದ್ದ ಮೀಸೆಯನ್ನು ಅಂದು ಬೋಳಿಸಿದ ಮೇಲೆ ಅದರ ಬಗ್ಗೆ ಯಾವುದೇ ಮುತುವರ್ಜಿ ವಹಿಸಿರಲಿಲ್ಲ.

ಮೌನವಾದ ಅಗ್ನಿಹೋತ್ರಿಗಳನ್ನ ನೋಡಿ ಗಾಬರಿಯಾದರು ಸಂಜೀವಯ್ಯ. "ಯಾಕೆ ಒಂದು ತರಹ ಆಗ್ಬಿಟ್ರಿ ? ನಾನೇನು ತಪ್ಪು ಹೇಳಿಲ್ಲ ತಾನೇ" ಚಡಪಡಿಕೆ ಇತ್ತು ದನಿಯಲ್ಲಿ.

"ಎಂಥದ್ದು ಇಲ್ಲ, ಏನೋ ನೆನಪಾಯ್ತು ಅಷ್ಟೇ. ತೆಗೀರಿ ನಿಮ್ಮ ಪಾವಟೆ. ರುಚಿ ನೋಡಿಬಿಡ್ತೀನಿ" ಕೂತರು. ಅಭ್ಯಾಸ ಬಲದಿಂದ ಕಾಲು ಮೇಲು ಕಾಲು ಹೋಯಿತು.

"ಮನೀಲಾ.... ಎಲ್ಲಿ ಹೋದ್ಳು !" ಸಂಜೀವಯ್ಯನ ನೋಟ ಅತ್ತಿತ್ತ ಹುಡುಕಾಡಿತು. ತಟ್ಟನೆ ಪ್ರತ್ಯಕ್ಷವಾದಳು. "ನೀವು ತಂದಿರೋ ತಿಂಡಿಯ ವಾಸ್ನೆ ನಂಗೆ ಬಂತು" ಕೂತು ಅವರ ಮುಂದೆ ಕೈ ಚಾಚಿದಳು. ತೆರೆದ ಅಂಗೈಯಲ್ಲಿ ಒಂದು ಗುಲ್ಲು ಪಾವಟೆ ಇಟ್ಟರು "ಗೋಧಿಯ ಬಣ್ಣದ ಚಕ್ರಾಕಾರದ ಒಂದು ಕೇಕ್ ಮೇಲೆ ಒಣ ಕೊಬ್ಬರಿ, ಗೋಡಂಬಿ, ದ್ರಾಕ್ಷಿಯ ಅಲಂಕಾರ "ನೋಡೋಕೆ ಇಷ್ಟೊಂದು ಚೆನ್ನಾಗಿದೆ. ತಿಂದರೇ ಎಷ್ಟು ರುಚಿ ಇರ್ಬೇಕು" ಲೊಟ್ಟೆಯೊಡೆಯುತ್ತಲೆ ಬಾಯಿಗಿಟ್ಟುಕೊಂಡಳು.

ಹದವಾಗಿ ಹುರಿದು ಬೆರೆಸಿದ ಗೋಧಿ, ಬೆಲ್ಲದ ತಿನಿಸು ಅವಳಿಗೆ ಹೆಚ್ಚು ರುಚಿಯೆನಿಸಿತು.

''ತುಂಬ ಚೆನ್ನಾಗಿದೆ, ಅಂಕಲ್. ಆಂಟೀಗೆ ಥ್ಯಾಂಕ್ಸ್ ಹೇಳಿ ಬಂದ್ಬಿಡ್ತೀನಿ'' ತಿಂದು ಉಳಿದ ಅರ್ಧವನ್ನು ಕೈಯಲ್ಲಿಡಿದೇ ಓಡಿದಳು.

ಅವಳ ಓಟವನ್ನ ಅಗ್ನಿಹೋತ್ರಿಗಳ ಸ್ವರ ತಡೆಯಿತು ''ಕಾಲೇಜ್‌ಗೆ ಹೊತ್ತಾಯ್ತು, ಅಲ್ಲೇ ಕೂತು ಹರಟೆ ಹೊಡೀಬೇಡ'' ಅವಳು ಮುಂದಕ್ಕೆ ಹೆಜ್ಜೆ ಇಡದೇ ಹಿಂದಕ್ಕೆ ಬಂದಳು ''ಓ, ಮೈ ಗಾಡ್.... ಬೇಗ ಹೋಗ್ಬೇಕು'' ಕೈಯಲ್ಲಿ ಉಳಿದಿದ್ದನ್ನು ಬಾಯಿಗೆ ತುರುಕಿಕೊಂಡು ಓಡಿದಳು ಬಾತ್ ರೂಮಿಗೆ

ಇವಳು ಸ್ನಾನ ಮುಗಿಸಿ ಬರುವ ವೇಳೆಗೆ ನಾಲ್ಕು ಜನ ಇವಳಿಗಾಗಿ ಕಾದಿದ್ದರು. ''ಮನ್ನೀ ; ಶಾಲೆ ಬಸ್ಸು ಮಿಸ್ ಆಯ್ತು ನನ್ನ ಡ್ರಾಪ್ ಮಾಡ್ಬಿಡು'' ಅರುಣಳ ವಿನಂತಿ ''ಆಯ್ತು...'' ದಡ ದಡ ಕೋಣೆಗೆ ಹೋದಳು ಡ್ರೆಸ್ ಮಾಡಿಕೊಳ್ಳಲು.

ಹಿಂದೆಯೇ ಹೋದ ನಸೀಮಾ '' ಮನ್ನೀ.... ನನ್ನ ಶಾಲೆ ಹತ್ರ ಬಿಡು ಕಾಲಿಗೆ ಹೊಸ ಷೂ ಕಚ್ಚಿಬಿಟ್ಟಿದೆ. ಕಾಲೋನಿಯ ವಾಚ್‌ಮನ್ ಸುಲೇಮಾನ್ ಮಗಳ ಬೇಡಿಕೆ. ಅವಳು ಯಾರಿಗೂ ನಿರಾಸೆಯುಂಟು ಮಾಡಲಾರಳು.

ಅದಕ್ಕೆ ಈಚೆಗೆ ಸೈಕಲ್‌ಗೆ ವಿಶೇಷ ಸ್ಟ್ಯಾಂಡ್ ಮಾಡಿಸಿದ್ದಳು ಹಿಂದೆ. ಇಬ್ಬರು ಹಿಂದೆ, ಇಬ್ಬರು ಮುಂದೆ. ಮಧ್ಯೆ ಸೀಟು ಮೇಲೆ ಕೂತು ಸೈಕಲ್ ತುಳಿಯುತ್ತಿದ್ದಳು. ಮಧ್ಯೆ ಮಧ್ಯೆ ಮಾತಾಡುತ್ತ, ಕೆಲವೊಮ್ಮೆ ಭಯಪಡುತ್ತಿದ್ದರು ಅಗ್ನಿಹೋತ್ರಿಗಳು.

''ಈ ಸೈಕಲ್‌ಗಿಂತ ನಿಂಗೆ ಕಾರಿನ ಅಗತ್ಯ ಹೆಚ್ಚಾಗಿದೆಯೆನಿಸುತ್ತೆ'' ಒಮ್ಮೆ ಹೇಳಿದಾಗ ತಳ್ಳಿಹಾಕಿದ್ದಳು. ''ನೋ... ನೋ... ಕಾರು ಬೇಡ. ಸೈಕಲ್ ತುಳಿಯೋದ ರಲ್ಲಿಯೇ ಮಜಾ ಇದೆ'' ನಿರಾಕರಿಸಿದ್ದಳು.

ಐದು ನಿಮಿಷದಲ್ಲಿ ರೆಡಿಯಾಗಿ ತನ್ನ ರಥ ಹತ್ತಿಯೇಬಿಟ್ಟಳು. ''ಬರ್ತೀನಿ ಮಾವ, ಬರ್ತೀನಿ ಅಂಕಲ್...'' ಕೂಗಿ ಹೇಳಿದಳು.

ಹೊರ ಬಂದ ಅಗ್ನಹೋತ್ರಿಗಳು, ಸಂಜೀವಯ್ಯ ಅತ್ತ ಕಡೆಗೆ ನೋಡಿದರು.

''ಲಕ್ಷದಲ್ಲಿ ಒಂದು ಹುಡ್ಗೀ. ಹಿಂದೆ ಈ ಕಾಲೋನಿಯಲ್ಲಿ ಇಂಥ ಅನ್ಯೋನ್ಯತೆ ಇರ್ಲಿಲ್ಲ. ಮಂದಾನಿಲದಂತೆ ಬಂದ ಮನೀಲಾ ಎಲ್ಲಾ ಓಡ್ಸಿ ಬಿಟ್ಟಳು. ಸುಲೇಮಾನ್ ಮಗ್ಳು ನಸೀಮಾಗೂ ಇಂಜಿನಿಯರ್ ಮನೆ ಅರುಣಗೂ ಯಾವ್ದೇ ವ್ಯತ್ಯಾಸವಿಲ್ಲ ಅನ್ನೋ ಭಾವ ನಮ್ಮ ಮನೀಲಾದು'' ಅಭಿಮಾನದಿಂದ ಅವರ ಕಂಠ ಉಬ್ಬಿತು.

ಅಗ್ನಿಹೋತ್ರಿಗಳು ಏನು ಮಾತಾಡಲಿಲ್ಲ, ಏಕಾಂತ ಬೇಕೆನಿಸಿತು, ''ನನ್ನ ಧನ್ಯವಾದಗಳ್ನ ತಿಳ್ಸಿ ಇಂಥ ರುಚಿಯಾದ ತಿಂಡಿ ಕಳಿಸಿದ ಕಲ್ಯಾಣಮ್ಮನವ್ರಿಗೆ'' ಎಂದವರು ಅವರನ್ನು ಬೀಳ್ಕೊಟ್ಟು ಒಳಗೆ ಹೋದರು.

ಅಲೋಕ ಸತ್ತ ಮೇಲೆ ಮನೀಲಾನ ಉಳಿಸಿಕೊಳ್ಳುವ ದಾರಿಯೇ ಕಂಡಿರಲಿಲ್ಲ ಅವರಿಗೆ.

ಡಾ॥ ಪಿತ್ರೆಯವರು ಕೆಲವು ಸಲಹೆಗಳನ್ನು ಕೊಟ್ಟರು.

''ಮನೀಲಾ, ಈ ವಾತಾವರಣದಿಂದ ದೂರವಿರ್ಲಿ, ಒಣ ಸಹಾನುಭೂತಿ, ನಾಟಕೀಯ ಮಾತುಗಳು, ಕುಹಕ ನೋಟದಿಂದ ಅವ್ಳು ದೂರವಿರ್ಲಿ. ಸರಳವಾದ ಸಾಮಾನ್ಯ ಜನರ ಮಧ್ಯೆ ಒಂದು ರೀತಿಯ ರಿಲ್ಯಾಕ್ಸ್ ಆಗುತ್ತೆ. ಕೆಲವು ದಿನವಾದ್ರೂ ನಿಮ್ಮ ಜೊತೆಯಲ್ಲಿ ಇರ್ತಾಳೆ.''

ಬಹಳ ಬೇಗನೆ ಅದನ್ನ ಕಾರ್ಯರೂಪಕ್ಕೆ ತಂದರು ಅಗ್ನಿಹೋತ್ರಿಗಳು. ದೊಡ್ಡ ಪೊಲೀಸ್ ಅಧಿಕಾರಿಯ ಮಗಳು ಮನೀಲಾ ಎಂದು ಇಲ್ಲಿ ಯಾರಿಗೂ ಗೊತ್ತಿಲ್ಲ. ಎರಡು ಭವ್ಯ ಬಂಗ್ಲೆ ಎರಡು ಕಾರುಗಳಷ್ಟೆ ಮಿಕ್ಕ ಪ್ರಾಪರ್ಟಿಯ ಒಡತಿಯೆಂದು ಇಲ್ಲಿ ಯಾರಿಗೂ ಗೊತ್ತಿಲ್ಲ. ಸಾಧಾರಣ ಮನೆ, ಅವಳ ಓಡಾಟಕ್ಕೆ ಸೈಕಲ್ - ಅಂತು ಸದಾ ಬಿಜಿಯಾಗಿರೋ ವಾತಾವರಣದಿಂದ ಎಷ್ಟೋ ಚೇತರಿಸಿಕೊಂಡಿದ್ದಳು.

ಕೆಲವು ಗಂಟೆ, ವಾರಗಳು, ತಿಂಗಳುಗಳಷ್ಟೆ ವರ್ಷಗಳಷ್ಟೂ ದೀರ್ಘವಾಗಿ ಕಾಲ ಅವಳನ್ನ ಉಳಿಸಿಕೊಳ್ಳುವುದು ಸಾಧ್ಯವಿಲ್ಲವೆಂದು ಅಗ್ನಿಹೋತ್ರಿಗಳಿಗೆ ಗೊತ್ತು.

ನಿರಪರಾಧಿ ಒಬ್ಬ ಪ್ರಾಮಾಣಿಕ ಅಧಿಕಾರಿ ಬಲಿಯಾಗಿ ಹೋದ ವಿಷಯ ಈಗ ಹಳೆಯದಾಗಿ ಹೋಗಿತ್ತು. ಅಪರಾಧಿಗಳು ಯಾರೆಂದು ಗೊತ್ತಿಲ್ಲದಿದ್ದರೂ ಅವರ ಹಿಂದೆ ಇರುವ ವ್ಯಕ್ತಿಗಳು ಗೊತ್ತಿದ್ದರೂ ಹಿಡಿದು ಶಿಕ್ಷಿಸಲಾರದಷ್ಟು ಕುಲಗೆಟ್ಟ ರಾಜಕೀಯ. ಅವರ ಹಿಡಿತದಲ್ಲಿ ಪ್ರಾಮಾಣಿಕ ಅಧಿಕಾರಿಗಳು ವಿಲಿ ವಿಲಿ ಒದ್ದಾಡಬೇಕು.

ಮುಷ್ಟಿ ಬಿಗಿ ಹಿಡಿದು ಗೋಡೆಗೆ ಗುದ್ದಿದರು ಕೋಪದಿಂದ. ''ಸ್ಟುಪಿಡ್, ರೋಗ್ಸ್..'' ಅಬ್ಬರಿಸಿದರು ತಾಳ್ಮೆ ಕಳೆದುಕೊಂಡು.

ಎಷ್ಟೋ ! ಹೊತ್ತು ಹಾಗೆಯೇ ಕೂತುಬಿಟ್ಟರು.

ಅಂದು ಶಮಂತ್ ತೀರಾ ಬೆಳಿಗ್ಗೆ ಕ್ಯಾಮರ, ಬೈನಾಕ್ಯುಲರ್ ಹಿಡಿದು ಹತ್ತಿರದ ಕಾಡು ಹೊಕ್ಕ. ದಟ್ಟ ಪರಿಸರದ ಅರಣ್ಯದಲ್ಲಿ ಹಲವು ವಿಧದ, ಹಲವು ಬಣ್ಣದ ಪಕ್ಷಿಗಳ ನೆಲೆಗಳು, ಅದರ ಧ್ವನಿಗಳನ್ನು ಟೇಪ್ ರೆಕಾರ್ಡರ್‌ನಲ್ಲಿ ಹಿಡಿದಿಡುತ್ತಿದ್ದ.

ಹಿಡಿದು ಸುತ್ತಲೂ ಕಣ್ಣಾಡಿಸುತ್ತಿದ್ದಾಗ ಏದುಸಿರು ಬಿಡುತ್ತ ಬಂದ ಮಾಥುರ್ ಸುಸ್ತಾದತೆ ಕುಕ್ಕರಿಸಿದ.

''ಫೋನ್... ಬಂದಿದೆ'' ಹೇಳಿದ.

ತನ್ನ ಕೆಲಸದಿಂದ ವಿಚಲಿತನಾಗದೆ ''ನಾನು ಪಂಚವಟಿಯಲ್ಲಿ ಇಲ್ದೇ ಇರೋ ವಿಷ್ಯ ಹೇಳಿದ್ಯಾ ?'' ಮರಕ್ಕೆ ಹಬ್ಬಿದ ಬಳ್ಳಿಯ ಮೇಲೆ ಕೂತ ಬಣ್ಣದ ಹಕ್ಕಿಯ ಮೇಲಿತ್ತು ಅವನ ದೃಷ್ಟಿ

"ಈಗ ಹೊರಟರು ಅಂತ ಹೇಳ್ದೆ" ಎಂದ ಏಳುತ್ತ.

"ಹೇಳಿ ಆಯಿತಲ್ಲ, ಮತ್ತೆ ಯಾಕ್ಬಂದೆ" ಅವನ ನೋಟ ಅತ್ತಿತ್ತ ಕದಲಲಿಲ್ಲ. ಆಹಾರ ಬಾಯಲ್ಲಿ ಕಚ್ಚಿಕೊಂಡು ಬಂದ ಹಕ್ಕಿ ತನ್ನ ಮರಿಯನ್ನು ಅರಸುವಂತೆ ಕಂಡಿತು "ಯಾಕೋ ನಂಬ್ಲಿಲ್ಲ, ನಿಮ್ಮನ್ನ ಕರೀಂದ್ರು, ಫೋನ್ ಇಟ್ಟು ಬಂದ್ಬಿಟ್ಟೆ" ಎಂದ ಮುಖದ ಬೆವರನೊರೆಸಿಕೊಳ್ಳುತ್ತ.

ಮೆಲ್ಲಗೆ ಬೈನಾಕ್ಯುಲರ್ ತೆಗೆದವನು ಕ್ಯಾಮರ ಲೆನ್ಸ್ ಪರೀಕ್ಷಿಸಿ "ನಂಬೋದು, ಬಿಡೋದು ಅವ್ರ ಹಣೆ ಬರಹ. ನೀನು ಈಗ ಹೋಗು" ಗಡುಸಾಗಿ ಹೇಳಿದ.

ಮಾಥುರ್‌ಗೆ ಧೈರ್ಯವಾಗಲಿಲ್ಲ. ಒಂದು ದೊಡ್ಡ ಇಂಡಸ್ಟ್ರಿಗೆ... ಮಹಾರಾಜರಿದ್ದಂತೆ ಮಲಾನಿ. ಪ್ರತಿಯೊಬ್ಬರ ಬಗ್ಗೆಯು ಅಷ್ಟೇ ಕಟ್ಟೆಚ್ಚರ. ಸ್ವಲ್ಪ ಅನುಮಾನ ಬಂದರು ಕಿತ್ತೆಸೆಯುವವರು ಮುಲಾಜು ನೋಡದೆ.

"ತಪ್ಪಾಗುತ್ತೆ..." ಎಂದ ಸೋತ ಧ್ವನಿಯಲ್ಲಿ.

"ಈಡಿಯಟ್, ನಿಂಗೆ ಸ್ವಲ್ಪ ಕೂಡ ಕಾಮನ್‌ಸೆನ್ಸ್ ಇಲ್ಲ. ಇಲ್ಲಾಂತ್ಹೇಳಿ ಹೇಗೆ ಕರ್‍ಯೋಕ್ಬಂದೆ, ಮೂರ್ಖತನ: ಮತ್ತೆ ಫೋನ್ ಮಾಡಿದ್ರು ಅದೇ ಉತ್ತರ ಹೇಳು, ಅಥ್ವಾ ನಾನು ಬರೋತನ್ಕ ಫೋನೆತ್ತ ಬೇಡ" ತಾಕೀತು ಮಾಡಿದ.

ಪಕ್ಕದಿಂದ ಹರಿದು ಬಂದ ನಾಗರ ಹಾವು ತಿಳಿ ಬಿಸಿಲಿನಲ್ಲಿ ಹೆಡೆಯೆತ್ತಿ ಆಡತೊಡಗಿತು.

"ಹಾವು...!" ಎಂದ ಅವನ ಬಾಯನ್ನು ಕೈಯಿಂದ ಮುಚ್ಚಿದ ಶಮಂತ್ "ಅದು ತಾನಾಗಿ ಏನು ಮಾಡೋಲ್ಲ. ಅಪಾಯದ ಅರಿವಾದಾಗ್ಲೇ ಆತ್ಮರಕ್ಷಣೆಗಾಗಿ ಫೂತ್ಕರಿಸುವುದು. ನಿನ್ನಪಾಡಿಗೆ ನೀನು ಹೋಗು" ತೀರಾ ಮೆಲ್ಲನೆ ಹೇಳಿದ. ಸ್ಪಷ್ಟವಾಗಿ ಕೇಳಿಸಲಿಲ್ಲ ಅವನಿಗೆ.

"ನಂಗ್ಯಾಕೋ ಭಯ, ಬಂದ್ಬಿಡಿ" ಗೋಗರೆದ.

ಇಂದು ತೀರಾ ಅಸಹನೆಯಿಂದಲೆ ಮಾಥುರ್ ಜೊತೆ ಹಿಂದಿರುಗಿದ. ಮದುವೆ ಫಿಕ್ಸ್ ಆಗಿರುವ ಡೇಟ್ ತಿಳಿಸಿದ್ದರು. ಮುವತ್ತೆರಡು ದಿನವಿತ್ತು. ಯಾವ ಕಾರಣಕ್ಕೂ ಅವನ ತಂದೆ ಬದಲಿಸರು. ಪ್ರತಿಯೊಂದು ಪ್ರತಿಷ್ಠೆಗೆ ಧಕ್ಕೆ ಬರದಂತೆ ನಡೆಯಬೇಕು ಎನ್ನುವುದೆ ಅವರ ಸಂವಿಧಾನ.

ಹಕ್ಕಿ ಹಾರಿಹೋಯಿತು. ಒಂದು ಅಪರೂಪ ಚಿತ್ರದ ಅನ್ವೇಷಣೆಯಲ್ಲಿದ್ದ ಶಮಂತ್‌ಗೆ ರೇಗಿತು "ಗೆಟ್ ಔಟ್ ಫ್ರಂ ಮೈ ಸೈಟ್..." ಕನಲಿದ.

ಅವನೇನು ಅತ್ತಿತ್ತ ಅಲುಗಲಿಲ್ಲ.

"ನೀವು ಬಾಯಿ ಮಾತಿನಲ್ಲಿ ಹೇಳ್ತೀರಿ. ದೊಡ್ಡ ಯಜಮಾನ್ರು ಕಳಿಸಿಯೇಬಿಡ್ತಾರೆ. ಆಮೇಲೆ ನಾನೇನ್ಮಾಡ್ಲಿ?" ಧೈರ್ಯದಿಂದ ಅಷ್ಟು ಹೇಳಿದ.

ತಂದೆಯ ಸ್ವಭಾವ ಬಲ್ಲ ಅವನು ನಡೀ ಎನ್ನುವಂತೆ ಕಣ್ಸನ್ನೆ ಮಾಡಿ ತಾನು ನಡೆದ. ಅವರಿಗೆ ಏನಾದರೂ ಹೇಳಲು ಸಾಧ್ಯವೇ ಎಂದು ಯೋಚಿಸಿದ. ಮದುವೆಯ ನಂತರವೆ ಅವನು ಅತ್ತಿಗೆಯರನ್ನು ನೋಡಿದ್ದು. ಈಗಲೂ ಅಪರೂಪದ ಸಂದರ್ಭಗಳಲ್ಲಿಯೇ ಅವರ ಮುಖದ ದರ್ಶನ. ಇದೇನು ಅಪರೂಪವಲ್ಲ, ಬೆಳೆದ ಪರಿಸರವೆ ಅದು.

ಆದರೆ ಯಾಕೋ ಏನೋ ಸದ್ಯಕ್ಕೆ ಮದುವೆ ಮಾಡಿಕೊಳ್ಳುವ ಇಚ್ಛೆ ಅವನಿಗಿರಲಿಲ್ಲ, ಇವನು ಹೇಳುವ ಸ್ಪಷ್ಟ ಕಾರಣವನ್ನು ಅವರು ಒಪ್ಪರು.

ಮರದ ನೆರಳಿಗೆ ನಿಲ್ಲಿಸಿದ್ದ ಮಾರುತಿಯ ಬಳಿ ಬರುತ್ತ "ನಿಂಗೆ, ಮನೀಲಾ ಮತ್ತು ಅವಳ ಫ್ಯಾಮಿಲಿಯ ಬಗ್ಗೆ ತಿಳ್ದ ವಿಷ್ಯಗಳು ನಿನ್ನಲ್ಲೇ ಇರ್ಬೇಕು. ನಿಂಗೆ ಗೊತ್ತಿದ್ದೆಯೆಂದು ಅವ್ಪ ಮುಂದೆ ತೋರಿಸ್ಕೋಬಾರ್ದು. ಬಿ ಕೇರ್‌ಫುಲ್... " ಎಚ್ಚರಿಸಿದ.

ಪಂಚವಟಿಯ ಮುಂಭಾಗದಲ್ಲಿಯೇ ಮನೀಲಾ ಒಂದು ಹಿಂಡು ಹುಡುಗರ ಜೊತೆ ನಿಂತಿದ್ದಳು.

"ಇವತ್ತು ಉಲ್ಲಾಸ್ ಬರ್ತ್‌ಡೆ. ಸ್ವೀಟ್ ಕೊಡೋಕ್ಕೋಸ್ಕರ ಬಂದ್ವಿ"

ಶಮಂತ್ ಕಾರಿನಿಂದ ಇಳಿದ. ಅವಳು ಅವನ ಮುಂದೆ ಹಿಡಿದ ಸ್ವೀಟ್ ಬಾಕ್ಸ್‌ನಿಂದ ಒಂದು ಪೇಡಾ ತಗೊಂಡ್ ಉಲ್ಲಾಸ್ ಅತ್ತ ಇರುಗಿ "ಮೆನಿ ಮೆನಿ ಹ್ಯಾಪಿ ರಿಟರ್ನ್ಸ್ ಆಫ್ ದಿ ಡೇ" ಶುಭ ಹಾರೈಸಿದ.

ಕಣ್ಣಲ್ಲಿ ಮಿಂಚು ತುಳುಕಿಸುತ್ತ ಮನೀಲಾ "ನಿಮ್ಮನ್ನು ಮೆಂಬರ್ ಮಾಡಿಕೊಳ್ಳೋಕೆ ನಮ್ಮ ಕಾಲೋನಿ ಜನ ಒಪ್ಪಿದ್ದಾರೆ. ತಗೊಳ್ಳಿ ಅಪ್ಲಿಕೇಷನ್ ಫಾರಂ... ಉಲ್ಲಾಸ್ ಕೈಗೆ ಸ್ವೀಟ್ ಬಾಕ್ಸ್ ಕೊಟ್ಟು ಅರುಣ ಕೈಯಲ್ಲಿದ್ದ ಲೆದರ್ ಬ್ಯಾಗ್‌ನಿಂದ ಒಂದು ಅಪ್ಲಿಕೇಷನ್ ಫಾರಂ ಕೊಟ್ಟಳು. "ಇದ್ನ ತುಂಬಿ ಭಾನುವಾರ ಫೀಜು ಜೊತೆ ಕೊಟ್ರೆ... ಸಾಕು" ಅಲ್ಲಿಗೆ ತನ್ನ ವ್ಯವಹಾರ ಮುಗಿಯಿತೆನ್ನುವಂತೆ ಹಿಂದಕ್ಕೆ ತಿರುಗಿದಳು.

ಮಾಥುರ್‌ಗೆ ಸ್ವೀಟ್ ಕೊಡೋದು ಮರೆತಿರಲಿಲ್ಲ.

ಅತ್ಯಂತ ಪ್ರೀತಿ ಪಾತ್ರ ಮಗಳು, ಅವಳ ಓಡಾಟಕ್ಕಾಗಿಯೇ ಒಂದು ಕಾರು ಮೀಸಲಿರಿಸಿದ್ದರು ನರೋನಾ.

"ಸದಾ ಕಾರಿನಲ್ಲಿ ಓಡಾಡ್ತ ಇದ್ದ ಹುಡ್ಗೀಯಂತೆ" ತನ್ನ ವೇದನೆಯನ್ನು ಬಾಯಿ ತಪ್ಪಿ ಉಸುರಿಬಿಟ್ಟ ಮಾಥುರ್ ನಂತರ ದಿಗಿಲುಗೊಂಡ. ಕಣ್ಣು ಕೆಂಪಗೆ ಮಾಡಿದ ಶಮಂತ್ "ಷಟಪ್, ನಾಲಿಗೆ ಹಿಡಿತದಲ್ಲಿ ಇರ್ಲಿಲ್ಲಾಂದ್ರೆ ನಿನ್ನ ಮುಂಬಯಿಗೆ ಪಾರ್ಸಲ್ ಮಾಡ್ಬಿಡ್ತೀನಿ" ಎಚ್ಚರಿಸಿದ.

ಕಾರು ನಿಲ್ಲಿಸಿ ಬಂದವನು ಫೋನ್‌ನತ್ತ ನಡೆದ. ತೆರೆದಿಟ್ಟ ಫೋನ್ ಹಾಗೆಯೇ ಇತ್ತು. ಕ್ರೆಡಲ್ ಮಾಡಿದ ಎರಡೇ ನಿಮಿಷಕ್ಕೆ ರಿಂಗ್ ಬಂತು.

"ನಾನು ಸೆಕ್ರೆಟರಿ ಎಸ್.ಪಿ. ಪಾಂಜೆ ನಿಮ್ಮನ್ನು ನಾಳೆ ಫ್ಲೈಟ್‌ಗೆ ಬರೋಕ್ಹೇಳಿದ್ದಾರೆ ಯಜಮಾನ್ರು" ಹೇಳಿದ.

ಸ್ವಲ್ಪ ಧೈರ್ಯ ತಂದುಕೊಂಡ ಅತ್ಯಂತ ಪ್ರಯತ್ನಪೂರ್ವಕವಾಗಿ "ಒಂದಿಷ್ಟು ಪ್ರಾಬ್ಲಮ್, ನಾಳೆ ಬರೋಕಾಗೋಲ್ಲ. ಬರೋಕೆ ಮುನ್ನ ಫೋನ್ ಮಾಡ್ತೀನಿ" ಪ್ರತಿಕ್ರಿಯೆಗೆ ಕಾಯದೆ ಇಟ್ಟುಬಿಟ್ಟ.

ಹೋಗಿ ಅವರನ್ನು ಕನ್ವಿನ್ಸ್ ಮಾಡುವದು ಸುಲಭವಲ್ಲವೆಂದು ಸುಮ್ಮನಾದ. ಅಣ್ಣಂದಿರು ಇಬ್ಬರಿಗಿಂತ ಇವನ ಬಗ್ಗೆ ಹೆಚ್ಚು ಪ್ರೀತಿ ; ಸ್ವಲ್ಪ ಮೃದುತನ.

ಬೆಡ್ ರೂಮಿಗೆ ಹೋದವನು ಮನೀಲಾ ಕೊಟ್ಟ ಮೆಂಬರ್‌ಷಿಪ್ ಫಾರಂನ ಬಿಡಿಸಿದ. ಹೆಸರು ವಿಳಾಸದಿಂದ ಹಿಡಿದು ಹಾಬಿಗಳು, ವಿಶಿಷ್ಟ ವಾದ ಹವ್ಯಾಸಗಳು, ದೊಡ್ಡ ಆ್ಯಂಬಿಷನ್‌ಗಳು ಬಗ್ಗೆಯೆಲ್ಲ ಒಂದೊಂದು ಕಾಲಂ ಇತ್ತು.

ಅರಿವಾಗದಂತೆ ಕಿರು ನಗುವೊಂದು ಅವನ ತುಟಿಗಳನ್ನು ಅಲಂಕರಿಸಿತು.

ನಿಧಾನವಾಗಿ ಚಿಂತನೆಯೊಳಗೆ ಮುಳುಗಿದ. ತಾನು ಅಗ್ನಿಹೋತ್ರಿಗಳ ಕೇಳಿಕೆಗಾಗಿ ಮನೀಲಾ ವಿಷಯದಲ್ಲಿ ಆಸಕ್ತಿವಹಿಸಿದೆನಾ ? ಪ್ರಶ್ನೆ ಬೃಹದಾಕಾರವಾಗಿ ಬೆಳೆಯಿತು. ಉತ್ತರ ಅದರಡಿಯಲ್ಲಿ ಹೊರಗೆ ತರಲಾರದೆ ಚಡಪಡಿಸಿದ.

ಕೆನ್ನೆಯ ಬಳಿ ಬಿಸಿ ಉಸಿರಿನ ಸ್ಪರ್ಶ. ಅವಳಲ್ಲಿ ಯಾವುದೇ ಭಾವನೆಗಳಿಲ್ಲದ, ಹುಡುಗಾಟ ಕ್ರಿಯೆ ಇರಬಹುದು. ಆದರೆ ಅಂದು ಅವನ ಪ್ರತಿಕ್ರಿಯೆ ತೀವ್ರವಾಗಿತ್ತು. 'ಷೇಮ್‌ಲೆಸ್ ಗರ್ಲ್' ತೀರಾ ನಾಚಿಕೆಗೆಟ್ಟ ಹೆಣ್ಣಾಗಿ ಕಂಡಿದ್ದಳು. ಆದರೆ ಅವಳ ಕಣ್ಣಲ್ಲಿನ ಅಮಾಯಕತ್ವ ಅವನ ಭಾವನೆಯನ್ನು ನಿಧಾನವಾಗಿಯಾದರೂ ಬದಲಾಯಿಸಿತು.

"ಡಿನ್ನರ್ ರೆಡಿಯಾಗಿದೆ" ಕೈ ಕಟ್ಟಿ ನಿಂತ ಮಾಥುರ್.

"ಡ್ಯಾಡಿ, ಲೈನ್‌ನಲ್ಲಿ ಸಿಕ್ಕಿದ್ರಾ ?" ಕೇಳಿದ.

ಅಡ್ಡಡ್ಡ ತಲೆಯಾಡಿಸಿದ 'ನೀವು ಸಿಕ್ಕಿದ ನಂತರವೆ ಫೋನ್ ಅವ್ರ ಕೈಗೆ ಹೋಗೋದು. ನಂಗೆ ಎಷ್ಟೋ ಸಲ ಅವ್ರ ಸ್ವರ ಕೇಳಬೇಕನ್ನೋ... ಆಸೆ!" ಎಂದ. ಮಲಾನಿ ಅವರ ಮುಂದೆ ನಿಲ್ಲಲಾರ ಮಾಥುರ್. ಅವರು ಎದುರಿಗೆ ಬಂದರೆ ಇವನ ತೊಡೆಗಳಲ್ಲಿ ನಡುಕ ಶುರುವಾಗುತ್ತಿತ್ತು.

"ಮತ್ತೆ ನೆನಪಿಸಿದ. ಶಮಂತ್‌ನ ಮೌನ ನೋಡಿ "ಡಿನ್ನರ್ ರೆಡಿಯಾಗಿದೆ." ನೆಲ ಸೇರಿದ ಮೆಂಬರ್ ಷಿಪ್‌ಫಾರಂನ ಎತ್ತಿ ಅವರ ಮೇಲೆ ವೈಟ್ ಇಟ್ಟ.

ತಟ್ಟನೇ ಮುಖ ಒಂದು ತರಹ ಮಾಡಿದ ಶಮಂತ್ "ಏಯ್, ಮಾಥುರ್.... ರಂಗಣ್ಣನಿಗೆ ಸರ್ಯಾಗಿ ಊಟ ಹಾಕ್ತೀಯೋ, ಇಲ್ವೋ ! ಯಾಕೋ ಮೂಳೆ ಬಿಟ್ಟುಕೊಂಡ ಮನುಷ್ಯ...." ಎಂದ ಕೂಡಲೇ ಮಾಥುರ್ 'ಓ ಹೊ' ಎಂದು ಜೋರಾಗಿ

ನಗತೊಡಗಿದ. "ಅವ್ನಿಗೆ ನಮ್ಮ ಊಟ ಹಿಡಿಸೋಲ್ಲ. ಅದ್ಕೇ ನಾನೇ ಅಡ್ಗೇ ಮಾಡ್ಕೊತೀನೀಂತ ದುಂಬಾಲು ಬಿದ್ದಿದ್ದಾನೆ. ಚಪಾತಿ, ರೊಟ್ಟಿ ಜೊತೆ ಸಾಗು, ಗೀಗು ಬೇಡಾಂತ ಮೆಣಸಿನ ಕಾಯಿ ತಿಂತಾನೆ" ಮತ್ತಷ್ಟು ಜೋರಾಗಿ ನಕ್ಕ.

"ಸ್ಟಾಪ್, ಯು ಸಿಲ್ಲೀ" ನಸು ಮುನಿಸಿನಿಂದ ಬೈಯ್ದ.

ರಾತ್ರಿಯೆಲ್ಲ ಅವರ ಕಣ್ಮುಂದೆ ಬಂದು ನಿಲ್ಲುತ್ತಿದ್ದುದು ಮನೀಲಾ ರೂಪ. ಎಷ್ಟು ಆರೋಗ್ಯವಂತ ಬಣ್ಣ; ಮೈಕಟ್ಟು.

ಜೊತೆಯಲ್ಲಿ ಕರೆದೊಯ್ದಿದ್ದ 'ಮನೀಲಾ ಹೌಸ್'ಗೆ ಒಂದು ಆಲ್ಬಮ್‌ನ ಅವನ ಮುಂದಿಡಿದಿದ್ದರು.

"ನಮ್ಮ ಮನೀಲಾ ಆಡ್ತಾ ಇದ್ದ ಮಾತೇ ಕಮ್ಮಿ. ಹತ್ತು ಸಲ ಮಾತಾಡಿಸಿದ್ರೆ... ಒಮ್ಮೆ ಮುತ್ತಿನ ಮಣಿಗಳಂತೆ ಪದಗಳು ಉರುಳುತ್ತಿದ್ದವು. ಈಗ ನೋಡಿದ್ದೀರಲ್ಲ..."

ಬಹಳ ದೊಡ್ಡ ಬದಲಾವಣೆಯನ್ನು ಗುರುತಿಸಬಹುದಾಗಿತ್ತು!

ಬಲವಾಗಿ ಕಣ್ಮುಚ್ಚಿಕೊಂಡು ನಿದ್ರಿಸಲು ಪ್ರಯತ್ನಪಟ್ಟ ಶಮಂತ್.

❑ ❑ ❑

ಭಾನುವಾರ ಎಂಟರ ಸುಮಾರಿಗೆ ಮನೀಲಾ ಸೈಕಲ್ ಪಂಚವಟಿ ತಲುಪಿತು. ಹಿಂದಿನ ದಿನವೇ ಇನ್‌ಫಾರ್ಮೇಷನ್ ಕೊಟ್ಟಿದ್ದು ಶಮಂತ್.

ಮಾಥುರ್ ನೂರು ಕಣ್ಣುಗಳಲ್ಲಿ ಆಹ್ವಾನಿಸಿದ "ಯಜಮಾನ್ರು ಹೇಳಿದ್ದರು ನೀವು ಬರೋ ವಿಷ್ಯ." ಸೈಕಲ್ ನಿಲ್ಲಿಸಿದವಳು "ಇವತ್ತು ಜಾಗಿಂಗ್ ಕೂಡ ಕಟ್. ಎದ್ದಿದ್ದೇ ಲೇಟು" ಎನ್ನುತ್ತ ಈ ಕಡೆ ತಿರುಗಿದವಳು ಬಿಟ್ಟ ಕಣ್ಣುಗಳಿಂದ ನಿಂತುಬಿಟ್ಟಳು.

ಪುಟ್ಟ ಅಳಿಲು ಸಪೋಟ ಮರದಲ್ಲಿ ಓಡಾಡುತ್ತಿತ್ತು. ಅದ್ಭುತ ದೃಶ್ಯವೆನಿಸಿತು ಅವಳಿಗೆ.

"ಬನ್ನಿ, ಇಲ್ಲಿ ಇಂಥವುಕ್ಕೇನು ಕೊರತೆ ಇಲ್ಲ" ನಸುನಕ್ಕು ಕರೆದೊಯ್ದ ಸಿಟ್ಟಿಂಗ್ ರೂಮಿಗೆ "ಯಜಮಾನ್ರು ರಾತ್ರಿ ಬಹಳ ಹೊತ್ತಿನವರ್ಗೂ ಎದ್ದಿದ್ರು. ಇಂದೇಕೋ ಇನ್ನೂ ಎದ್ದಿಲ್ಲ, ಕೂತಿರಿ" ಹೊರಗೆ ಹೋದ.

ಗೋಡೆಯ ಮೇಲೆ ಅಲ್ಲಲ್ಲಿ ವಿರಾಜಮಾನವಾಗಿದ್ದವು ಹಕ್ಕಿಗಳ ನಾನಾ ಅವಸ್ಥೆಗಳ ಬಣ್ಣದ ಛಾಯಾ ಚಿತ್ರಗಳು.

ಭಾವಪರವಶಳಾದಳು. ಈ ಎಲ್ಲಾ ಛಾಯಾ ಚಿತ್ರಗಳ ನಡುವೆ ನನ್ನದೊಂದು ಚಿತ್ರ-ಯೋಚನೆ ಬಂದಿದ್ದೇ ತಡ ನಕ್ಕುಬಿಟ್ಟಳು. ಮನದಲ್ಲೆ ಅನಾಲಿಸಿಸ್ ಮಾಡಿದಳು. ನಾನೇನಾದರೂ ಸತ್ತರೆ ನಂತರ ಈ ಪಂಚವಟಿಯ ಒಂದು ಪಕ್ಷಿಯಾಗಿ ಹುಟ್ಟಿದರೆ ಎಷ್ಟು ಚೆಂದ-ಅವಳಿಗೆ ಇದು ಬಹಳ ಇಷ್ಟವಾಗಿ ಕಂಡಿತು.

ಸುಂದರ ಪರಿಸರ, ಶಮಂತ್‌ನ ಒಡನಾಟ-ಒಂದು ಭಾಗ್ಯವೆನಿಸಿತು ಆ ಕ್ಷಣ.

"ಹಲೋ, ಗುಡ್ ಮಾರ್ನಿಂಗ್..." ಶಮಂತ್ ಒಳಗೆ ಬಂದ ಹಸನ್ಮುಖಿನಾಗಿ. ಮೇಲೆತ್ತಿದ ಅವಳ ನೋಟ ಅಲ್ಲಿಯೇ ನಿಂತುಹೋಯಿತು. "ಮಾರ್ನಿಂಗ್..." ಇದೊಂದೇ ಶಬ್ದ ನುಡಿಯಲು ಅವಳು ಸಮರ್ಥಳಾಗಿದ್ದು.

ಮಿರಿ ಮಿರಿ ಮಿನುಗುವ ಅವನ ಕ್ರಾಪಿನ ಒತ್ತು ಕೂದಲು ಅಸ್ತವ್ಯಸ್ತವಾಗಿತ್ತು. ಅತಿ ಬೆಲೆಬಾಳುವ ಬಾದಾಮಿ ಕಂದು ಬೆರೆತ ನೈಟ್ ಕೋಟು. ಅದರ ಬಣ್ಣ ಅವನ ಕಣ್ಣುಗಳಲ್ಲಿ ಪ್ರತಿಫಲಿಸಿ ಮತ್ತಷ್ಟು ಉಜ್ವಲವಾಗಿ ಕಾಣುತ್ತಿತ್ತು.

ಪರಿಪೂರ್ಣವಾಗಿ ಬೆಳೆದ ಪ್ರಮಾಣಬದ್ಧ ಅಂಗಸೌಷ್ಠವವಿರುವ ಶಮಂತ್ ಅತಿ ಆಕರ್ಷಕವಾಗಿ ಕಂಡ.

"ಇದೇನು. ಮೊದಲ ಸಲ ನೋಡಿದಂಗೆ ನೋಡ್ತಾ ಇದ್ದೀರಾ" ಎಚ್ಚರಿಸಿದ. ಅವಳ ಮುಖದಲ್ಲಿ ಇಣಕಿತು ಲಜ್ಜೆ ಬೆರೆತ ಸ್ನೇಹ "ಇನ್ನೊಂದು ಸಲ ಹೇಳ್ತೀನಿ. ಈಗ ನನ್ನ ಕೆಲ್ಸ ಹೇಳಿ" ಎಂದಳು.

ಅವಳಿಂದ ಮಾಡಿಸುವ, ಅವಳು ಮಾಡುವಂಥ ಯಾವುದೇ ಕೆಲಸವಿಲ್ಲದಿದ್ದರೂ, ಸಾವಿನ ಛಾಯೆಯಲ್ಲಿ ಬದುಕುತ್ತಿರುವ ಅವಳಲ್ಲಿಯ ಕನಸುಗಳನ್ನೊಡೆಯುವಂತೆ ಮಾಡಬೇಕಿತ್ತು.

"ಈಗೇನು... ಕುಡೀತೀರಾ, ನೀವು" ಸೋಫಾಕ್ಕೆ ಒರಗಿ ಇನ್ನು ಭಾರವಾಗಿದ್ದ ಕಣ್ಣು ರೆಪ್ಪೆಗಳ ಮೇಲೆ ಮೃದುವಾಗಿ ಬೆರಳುಗಳನ್ನಾಡಿಸಿದ "ನಾನು ಕುಡಿದು ಬಂದೇ. ನಂಗೆ ಕಾಫೀ ಇಷ್ಟ ಮಾವನಿಗಾಗಿ ಟೀ, ನಿಮಗೋಸ್ಕರ ಏನಾದ್ರೂ ಕುಡೀತೀನಿ" ಬಡಬಡ ಹೇಳಿದಳು.

ತೀರಾ ಗಂಭೀರ, ಹಿತಮಿತ ಮಾತು, ಸಂಕೋಚದ ಮುದ್ದೆಯಂತಿದ್ದ ಮನೀಲಾನ ಅವರ ಫ್ಯಾಮಿಲಿ ಆಲ್ಬಮ್‌ನಲ್ಲಿ ಕಂಡಿದ್ದ. ಮಾತು, ತುಂಟತನ - ಇವೆಲ್ಲ ಬಲವಂತವಾಗಿ ಬೆಳೆಸಿಕೊಂಡ ಪ್ರವೃತ್ತಿ.

ಅವಳಿಗೆ ಕಾಫೀ, ಅವನಿಗೆ ಟೀ ತಂದಿಟ್ಟ ಮಾಥುರ್.

"ನಂಗೂ ಕಾಫೀನೇ ಕೊಡು, ಮಾಥುರ್" ಎಂದ.

ಅರ್ಥವಾಗದವನಂತೆ ಮುಖ ಮುಖ ನೋಡುತ್ತ ಹೋದ ಮಾಥುರ್, ತೀರಾ ಅಪರೂಪ ಕಾಫೀ ಕುಡಿಯುತ್ತಿದ್ದುದು, ಶಮಂತ್. ಇಂದು ಕಾಫೀಗೆ ಆಫರ್ ಮಾಡಿದಾಗ ಏನೋ ವಿಶೇಷವಿದೆಯೆನಿಸಿತು.

ಅವಳ ಅರಳುಗಣ್ಣುಗಳು ಕಿರಿದಾದವು "ನೀವು ಟೀನೆ ಕುಡಿಯಬಹುದಿತ್ತಲ್ಲ..." ಎಂದಳು. ಅವನು ನಸುನಕ್ಕ "ನಿಮಗೋಸ್ಕರ..." ಕಣ್ಣಲ್ಲೇ ಅವಳತ್ತ ತೋರಿಸಿದ. ಆ ನೋಟವನ್ನ ಅರಗಿಸಿಕೊಳ್ಳುವುದು ಮನೀಲಾಗೆ ಕಷ್ಟವಾಯಿತು.

ತಾನೇ ಕಾಫೀಯ ಕಪ್ ಎತ್ತಿ ಅವಳಿಗೆ ಕೊಟ್ಟ.

"ಥ್ಯಾಂಕ್ಸ್..." ಲಜ್ಜಿತವಾದ ಅವಳ ನೋಟ ತಗ್ಗಿತು.

ಅವಳ ಎದುರಿನಲ್ಲಿಯೇ ಕೂತು ನಿಧಾನವಾಗಿ, ಬಹುಶಃ ಮೂರು ನಿಮಿಷ ಒಂದೂವರೆ ಔನ್ಸ್‌ನಷ್ಟು ಕಾಫಿ ಕುಡಿದ.

"ಬನ್ನಿ..." ಅವಳನ್ನು ತನ್ನ ಸ್ಟಡಿ ರೂಮಿಗೆ ಕರೆದೊಯ್ದ. "ಓ ಮೈ ಗಾಡ್..." ಅದ್ಭುತವಾದ ಜಗತ್ತನ್ನು ನೋಡಿದಂತೆ ವಿಸ್ಮಿತಳಾದಳು.

ಅದರತ್ತ ಗಮನ ಕೊಡದಂತೆ "ಸಲೀಂ ಅಲಿಯವರ 'ಬರ್ಡ್ಸ್ ಆಫ್ ಕೇರಳ' ಪುಸ್ತಕ ಹುಡುಕಿಕೊಡು" ಎಂದವನು ಹೊರಗೆ ಹೋದ.

ಮನಿಲಾಗೆ ಕುಣಿದಾಡುವಂತಾಯಿತು. ಪಂಚವಟಿಯನ್ನು ಸರಿಯಾಗಿ, ಅತ್ಯಂತ ಸನಿಹದಲ್ಲಿ ನೋಡುವ ಆಸೆ ಹಂಬಲವಾಗಿ ಅವಳಲ್ಲಿ ಬೆಳೆದಿತ್ತು. ಅದಕ್ಕಾಗಿ ಶಮಂತ್‌ನ ಕೋಪ, ಅವಹೇಳನ ಸಹಿಸಿದ್ದಳು. ಈಗ... ಪಂಚವಟಿಯ ಇಂಚು ಇಂಚನ್ನು ನೋಡುವುದು ಮಾತ್ರವಲ್ಲ ತಿಳಿಯುವ ಅವಕಾಶ ಅವಳಿಗೆ ಒದಗಿ ಬಂದಿತ್ತು.

ಒಂದು ಕಡೆ ಎರಡು ಎರಡು ಮರದ ಬೀರುಗಳಲ್ಲಿ ಪುಸ್ತಕಗಳ ಜೋಡಣೆ. ಅದರ ಎದುರುಬದಿಗೆ ಮತ್ತೊಂದು ಬೀರು. ಅದಕ್ಕೆಲ್ಲ ಗಾಜಿನ ಬಾಗಿಲು.

ಮೊದಲು ಯಾವ ಬೀರು ಹುಡುಕುವುದು, ಎಲ್ಲಿಂದ ಷುರು ಮಾಡುವುದು ಯೋಚಿಸಿದಳು.

ಯೋಚನೆ ಪಕ್ಕಕ್ಕಿಟ್ಟು ಹುಡುಕತೊಡಗಿದಳು. ಇಡೀ ಒಂದು ಬೀರು ಪುಸ್ತಕ ಗಳನ್ನು ತೆಗೆದು, ತೆಗೆದು ಗಂಟೆಗಾಲ ಹುಡುಕಿದಳು. 'ದಿ ಬರ್ಡ್ಸ್ ಆಫ್ ಕೇರಳ' ಸಿಕ್ಕಲಿಲ್ಲ.

ಅಷ್ಟರಲ್ಲಿ ಬಂದ ಶಮಂತ್ ಸ್ನಾನ ಮಾಡಿ ಫ್ರೆಶ್ಶಾಗಿದ್ದ. "ಸಿಕ್ತಾ, ಅರ್ಜೆಂಟಾಗಿ ಬೇಕಾಗಿದೆ" ಅವಸರಿಸುತ್ತ ಬಂದವನು ಬೀರುವಿನಲ್ಲಿದ್ದ ಹತ್ತಾರು ಕ್ಯಾಮರ ಲೆನ್ಸ್‌ಗಳನ್ನು ಮುಂದೆ ಹಾಕಿಕೊಂಡು, ನೋಡತೊಡಗಿದ.

"ಈ ಬೀರುನಲ್ಲಿ ಸಿಕ್ಕಿಲ್ಲ!" ಎಂದಳು.

ತನ್ನ ಕೆಲಸದಿಂದ ನೋಟ ಕದಲಿಸದೆ "ಮತ್ತೊಂದು ಬೀರುನಲ್ಲಿ ನೋಡ್ಬಹುದ್ದು" ಅಷ್ಟೆ ಹೇಳಿದ್ದು.

ಪಕ್ಕದ ಬೀರುನಲ್ಲಿ ಒಂದೊಂದೆ ಪುಸ್ತಕ ತೆಗೆದು ತೆಗೆದು ನೋಡತೊಡಗಿದಳು. ಪ್ರತಿಯೊಂದು ಪುಸ್ತಕದ ಶೀರ್ಷಿಕೆ, ಆಥರ್ ಅವಳ ಇಂಟರೆಸ್ಟ್ ಕೆರಳಿಸಿತು. ಮತ್ತೆರಡು ಪುಟ ತಿರುಗಿಸಿ ನೋಡತೊಡಗಿದಾಗ ಕೆಲಸ ನಿಧಾನಿಸಿತು.

ಆಗಾಗ ವಾರೆ ನೋಟದಿಂದ ಇದನ್ನು ಗಮನಿಸುತ್ತಲೆ ಇದ್ದ ಶಮಂತ್.

"ಮನೀಲಾ... ಸಿಕ್ತಾ?" ಕೇಳಿದ.

''ಇಲ್ಲ...'' ತಡಬಡಿಸಿಕೊಂಡು ಹೇಳಿದಳು.

ಲೆನ್ಸ್‌ಗಳನ್ನು ಪಕ್ಕಕ್ಕೆ ಸರಿಸಿ ಮೇಲೆದ್ದವನು ''ಬ್ರೇಕ್ ಫಾಸ್ಟ್ ಮುಗ್ಸಿಕೊಂಡ್ಬಂದು ಹುಡ್ಕಬಹುದ್ದು. ನಡೀ'' ಎಂದ. ಅತ್ಯಂತ ಆಸಕ್ತಿಯಿಂದ ಹುಡುಕುತ್ತಿದ್ದಳು ಮನೀಲಾ,

ಅತ್ಯಂತ ಸುಂದರವಾಗಿ ಮಾಡಿದ ರೇಷ್ಮೆಯ ಬೊಂಬೆಯಂತಿದ್ದಳು.

ದುಗುಡದ ಎಳೆಯೊಂದು ಅವನ ಮನದಲ್ಲಿ ಮೂಡಿ ಭಯಂಕರ ನೋವಾಗಿ ಅವನ ಹೃದಯವನ್ನು ಹಿಂಡಿತು.

''ಮನೀಲಾ...'' ಎಂದ ಅತ್ಯಂತ ಮೃದುವಾಗಿ.

ಗಕ್ಕನೆ ತಿರುಗಿದವಳು ನಿಂತುಬಿಟ್ಟಳು. ಅವನೇ ನೋಟ ಬದಲಿಸಿಕೊಂಡು ''ಬ್ರೇಕ್ ಫಾಸ್ಟ್ ಮುಗ್ಸಿಕೊಂಡ್ಬಂದು ಹುಡ್ಕಬಹುದ್ದ. ನಾನು ಸಹಾಯ ಮಾಡ್ತೀನಿ, ನಡೀ'' ಬಲವಂತ ಮಾಡಿ ಡೈನಿಂಗ್ ಹಾಲ್‌ಗೆ ಕರೆದೊಯ್ದ.

ಮೊಟ್ಟೆ ಆಮ್ಲೆಟ್‌ನ ವಾಸನೆ ಬಗ್ಗನೆ ಬಡಿದಾಗ ಚಲಿಸದಂತೆ ನಿಂತಳು. ಸಾವಿರಾರು ಮೊಟ್ಟೆಗಳು ಕೊರಳೆತ್ತಿ ತಮ್ಮ ದಮನಕ್ಕೆ ಮೊರೆಯಿಟ್ಟಂತಾಯಿತು. ಅವುಗಳ ಪ್ರತಿಯೊಂದರಲ್ಲೂ ಅವಳ ರೂಪವೇ ಕಂಡಿತು.

''ನಂಗೆ... ಬೇಡ !'' ಹೊರ ಬಂದುಬಿಟ್ಟಳು.

ಹಿಂದೆಯೇ ಬಂದ ಶಮಂತ್ ಅವಳ ಭುಜದ ಮೇಲೆ ಕೈಯಿಟ್ಟ ''ರಿಲಾಕ್ಸ್... ರಿಲ್ಯಾಕ್ಸ್... ಈಗ ಬ್ರೇಕ್‌ಫಾಸ್ಟ್ ವಿಷ್ಯವೆ ಬೇಡ. ನಂಗೆ ಅರ್ಜೆಂಟಾಗಿ ಬೇಕಾಗಿದೆ 'ಬರ್ಡ್ಸ್ ಆಫ್ ಕೇರಳ' ಎಂದ. ತಕ್ಷಣ ಮುಂಗೈನಿಂದ ಕಣ್ಣೊರೆಸಿಕೊಳ್ಳುತ್ತ ಮೇಲೆದ್ದಳು. ''ನೀವು ತಗೊಳ್ಳಿ... ನಾನು ಹುಡುಕ್ತೀನಿ'' ದಢದಢನೆ ಅವನ ಸ್ಟಡಿ ರೂಮಿಗೆ ಹೋದಳು.

ಪುಸ್ತಕ ಹುಡುಕಲು ಅವನು ಜತೆಗೂಡಿದ, ಅವನೊಂದು ಬೀರು ಆರಿಸಿಕೊಂಡ ಹುಡುಕಲು. ಮತ್ತೆ ಆ ಪುಸ್ತಕ ಸಿಗದಾಗ ಅವಳು ಹುಡುಕಿದ ಬೀರುವನ್ನು ಇವನು, ಶಮಂತ್ ಹುಡುಕಿದ ಬೀರುವನ್ನು ಅವಳು ಮತ್ತೆ ಹುಡುಕಿದ್ದರು ಒಂದೂವರೆ ಗಂಟೆಯ ಕಾಲ.

ಸಂಪೂರ್ಣವಾಗಿ ಹುಡುಕಿ ಸೋತವನೇ ಮತ್ತೆ ಹುಡುಕುತ್ತಿದ್ದ ಬೀರುವಿನ ಬಳಿ ಬಂದ ''ಇಲ್ಲಿಯೇ ಇರಬೇಕಾಗಿತ್ತು.'' ಯೋಚನೆಯ ಧಾಟಿಯಲ್ಲಿ ಹೇಳಿದವನು ''ಏನೋ ಆಗಿದೆ. ಮತ್ತೊಲ್ಲೋ ಸೇರಿ ಹೋಗಿದೆ. ಆಕಸ್ಮಾತ್ ಕಳೆದಿರಲಿಕ್ಕೂ ಉಂಟು. ಒಮ್ಮೊಮ್ಮೆ ಹೊರ್ಗಡೆ ಒಯ್ಯುತ್ತಿದ್ದೆ. ಹುಡುಕೋದನ್ನ ನಿಲ್ಸಿ ಬಿಡೋಣ'' ಎಂದವನು 'ಎಲ್' ಆಕಾರದಲ್ಲಿ ಗೋಡೆಗೆ ಅಂಟಿದಂತ ನಿರ್ಮಿಸಿದ್ದ ಸೋಫಾ ಮೇಲೆ ಕೂತು ''ಮಾಥುರ್...'' ಕೂಗಿದ.

ಬ್ರೆಡ್ ಟೋಸ್ಟ್ ಟಮೊಟೋ ಸಾಸು, ಚೀಸು ತಂದಿಟ್ಟು ಹೋದ.

"ಈಗ ತಿನ್ನಬಹುದಲ್ಲ. ಹೊಟ್ಟೆಯಲ್ಲಿ ಪಕ್ಷಿಗಳ ಕಲರವ ಷುರುವಾಗಿದೆ" ಎಂದ ಕಿರುನಗುತ್ತ.

ಪುಸ್ತಕ ಸಿಗದಿದ್ದುದು ಒಂದು ಬೇಸರ ಮನೀಲಾಗೆ. ಮತ್ತೆ ಇನ್ನಷ್ಟು ಜಿಗುಪ್ಸೆಯನ್ನೇ ಅವನ ಮುಖದಲ್ಲಿ ಕಾಣಲು ಇಚ್ಛಿಸದೆ ಬಂದು ಕೂತಳು.

ತಾನೇ ಅವಳ ಪ್ಲೇಟಿಗೆ ಬ್ರೆಡ್ ಟೋಸ್ಟ್ ಸರ್ವ್ ಮಾಡಿದ. "ಅನಿಲ್... ಹೇಗೆ ?" ಅವಳನ್ನು ಮಾತಿಗೆ ತೊಡಗಿಸಿದ. ಯಾರು ಎನ್ನುವಂತೆ ಮುಖ ಮಾಡಿದಳು "ಓ..." ನೆನಪೇ ಅವಳಲ್ಲಿ ನಗುವನ್ನು ಉಕ್ಕಿಸಿತು. "ನಿಮ್ಗೇ ಅಪೋಜಿಟ್. ಟೂ ಮಚ್ ಆಫ್ ಸೋಷಿಯಲ್. ಸ್ಟೂಡೆಂಟ್ಸ್‌ಗೆ ಅವ್ರನ್ನು ಕಂಡ್ರೆ ಇಷ್ಟ.." ಮುಕ್ತವಾಗಿ ಹೇಳಿದಳು.

"ನಾನೇನಾದ್ರೂ ಆ ಪ್ರೊಫೆಷನ್‌ಗೆ ಬಂದರೆ..." ಮೆಲ್ಲಗೆ ಕೇಳಿದ. ನಕ್ಕುಬಿಟ್ಟಳು. ಝುಳು ಝುಳು ಹರಿಯುವ ಜಲಪಾತದಂತೆ ಸದ್ದು "ವಾಟ್, ನಂಗೆ ಪಾಠ ಹೇಳೋದು ಗೊತ್ತಿಲ್ವಾ !" ಎಂದ. ಅವಳನ್ನು ಮತ್ತಷ್ಟು ಮಾತಿಗೆಳೆಯುವ ಉದ್ದೇಶವಷ್ಟೇ ಅವನದು.

"ಸಾರಿ, ನಾನೇನಾದ್ರೂ ಹೇಳಿದ್ರೆ ನಿಮ್ಗೇ ಕೋಪ ಬರುತ್ತಷ್ಟೆ ಮೊದಲ್ನೇ ದಿನವೇ ನನ್ನ ಅಸಿಸ್ಟೆಂಟ್ ಕೆಲ್ಸದಿಂದ ವಜಾ ಮಾಡಿಬಿಡ್ತೀರಾ,"

ನಿಧಾನವಾಗಿಯೇ ಬ್ರೇಕ್‌ಫಾಸ್ಟ್ ಮುಗಿದ್ದಿದ್ದು ಕಾಫೀ ಬದಲು ಹಾರ್ಲಿಕ್ಸ್ ತಂದುಕೊಟ್ಟ

"ಮನೀಲಾ... ಹಾರ್ಲಿಕ್ಸ್ ಕುಡಿದಳಾ ?" ಅವಳ ತಂದೆ ಬಾಗಿಲಿನಿಂದ ಒಳ ಬರುತ್ತಿದ್ದಂತೆ ಕೇಳುತ್ತಿದ್ದರು. ಮಗುವಾಗಿದ್ದಾಗ ಒಂದಲ್ಲ ಒಂದು ಕಾಯಿಲೆಗೆ ತುತ್ತಾಗಿದ್ದ ಅವಳು ಸ್ವಲ್ಪ ವೀಕ್ ಆಗಿದ್ದಳು.

ಆದೆಂಥ ಮಮತೆ, ಶುಭ್ರವಾಗಿದ್ದ ಅವಳ ಕಣ್ಣುಗಳಲ್ಲಿ ಕಂಬನಿ ಜಿನುಗಿತು. ಹೊರ ಬಂದಂತೆ ತಡೆದು ನಿಲ್ಲಿಸಿದಳು ಅಲ್ಲಿ.

"ನಾನು ಹಾರ್ಲಿಕ್ಸ್ ಕುಡಿದ್ರೆ ಡುಮ್ಮಿ ಆಗ್ಬಿಡ್ತೀನಿ" ಎದ್ದು ಹೋದಳು. ಅವನಿಗೆ ಅರ್ಥವಾಯಿತು. ನಿಂತಿದ್ದ ಮಾಥುರ್ ಕಣ್ಸನ್ನೆಯಿಂದಲೆ ಒಯ್ಯುವಂತೆ ಹೇಳಿದ. "ಎಂದೂ ಹಾರ್ಲಿಕ್ಸ್ ಕೊಡ್ಬೇಡ."

ನೆನಪುಗಳು ಅವಳ ಪಾಲಿಗೆ ಅಪಾಯ. ಜೊತೆಗೆ ಭವಿಷತ್ ಬೇಡದ ವಾಸ್ತವಿಕ ಬದುಕು ಅವಳಿಗೆ ಅಗತ್ಯ. 'ಛೇ... ಅವಳಲ್ಲಿನ ನೆನಪುಗಳು ಅಳಿಸಿಹೋಗಬಾರದೆ' ಎಂದುಕೊಂಡ ಮನದಲ್ಲಿ.

ಕ್ಯಾಮರ, ಬೈನಾಕ್ಯುಲರ್ ಹಿಡಿದು ಬಂದವ "ಹೋಗೋಣ್ವಾ..." ಎಂದ ಹಿಂದಿನದನ್ನು ಮರೆಸಲು ಹೊಸ ಹೊಸ ಅನುಭವಗಳನ್ನು ಅವಳಲ್ಲಿ ತುಂಬಬೇಕೆಂಬುದು ಕೂಡ ಅವನ ತಂತ್ರ.

ಮಿಕಿ ಮಿಕಿ ನೋಡಿದಳು. "ಮಾವನಿಗೆ ಹೇಳ್ಬೇಕಲ್ಲ..." ಇಂದಿನ ಉಳಿದ

ಪ್ರೋಗ್ರಾಂ ನೆನಪು ಮಾಡಿಕೊಂಡಳು. "ಏಳು ಗಂಟೆಗೆ ಕಾಲೋನಿ ಮೆಂಬರ್ಸ್ ಮೀಟಿಂಗಿದೆ. ಅದ್ಕೇ ಮೊದ್ಲು ಆರುಣಗೆ ಪಾಠ ಹೇಳ್ಬೇಕು. ನಾಯರ್‌ಗೆ ಔಷ್ಧಿ ತಂದು ಕೊಡ್ಬೇಕು...." ಉಳಿದದ್ದನ್ನು ಹೇಳದಂತೆ ಕೈಯೆತ್ತಿ ತಡೆದ "ಮಿಕ್ಕ ಪ್ರೋಗ್ರಾಂ ಕ್ಯಾನ್ಸಲ್ ಆದ್ರೂ ಕೂಡ... ಕಾಲೋನಿ ಮೆಂಬರ್ಸ್ ಮೀಟಿಂಗ್‌ನಲ್ಲಿ ನೀನು ಅಟೆಂಡ್ ಆಗ್ಬಹ್ದು. ನಾನು ಹೊಸ ಮೆಂಬರ್ ಅಲ್ವಾ, ನಾನು ಕೂಡ ಭಾಗವಹಿಸ್ತೀನಿ." ಬೇರೆ ಸಮಯವನ್ನು ತನ್ನದಾಗಿ ಮಾಡಿಕೊಳ್ಳುವುದರ ಜೊತೆ ನೂತನ ಭರವಸೆಯನ್ನಿತ್ತ.

"ನೀವಿನ್ನ ಮೆಂಬರ್ ಆಗಿಲ್ಲ" ಎಂದಳು.

"ಯಾಕಾಗಿಲ್ಲ, ನೀನು ಫಾರಂ ತುಂಬಿದ್ಮೇಲೆ ನಾನು ಸಹಿ ಹಾಕೋದು, ಅಸಿಸ್ಟೆಂಟ್ ಅಂದ್ಮೇಲೆ ಇಷ್ಟೆಲ್ಲ ಕಾರ್ಯಗಳ್ನ ನಿರ್ವಹಿಸ್ಬೇಕಾಗುತ್ತೆ ಎಂದ." ಮುಖ ದುಮ್ಮಿಸ್ಸಿದಳು. ಪುಟ್ಟ ಮಗುವಿನ ಅನುಪಮ ಸೌಂದರ್ಯ ಹೊರ ಹೊಮ್ಮಿದಂತಾಯಿತು.

ಅವರಿಬ್ಬರನ್ನು ಹೊತ್ತ ಮಾರುತಿ ಪಂಚವಟಿ ಗೇಟು ದಾಟಿದಾಗ ರಂಗಯ್ಯ ವಿಸ್ಮಯದಿಂದ ನಿಂತುಬಿಟ್ಟ ಅಲ್ಪಸ್ವಲ್ಪ ಊಹಿಸಬಲ್ಲ ಮಾಥುರ್, ಮನೀಲಾ ಬಗ್ಗೆ ವಿಶ್ವಾಸ, ಗೌರವ, ಸಹಾನುಭೂತಿ ಬೆರೆತ ಅಭಿಮಾನ.

"ನಂಗೆ... ಆಶ್ಚರ್ಯ !" ಚಕಿತನಾಗಿ ನುಡಿದ ರಂಗಯ್ಯ ಕೈಯಲ್ಲಿನ ಟವಲನ್ನು ಕೊಡವಿ ಹಾಕಿಕೊಂಡ, ಮತ್ತೆ ಹೆಗಲ ಮೇಲೆ "ಯಾಕೆ, ಏನಂಥ ಆಶ್ಚರ್ಯದ ಸಂಗ್ತಿ ? ನಿಂಗೆ ಜುಜುಬಿ ತೋಟ, ಗಾರ್ಡನ್ ಕೆಲ್ಸ ಗೊತ್ತು, ದೊಡ್ಡ ದೊಡ್ಡ ಜನರಿಗೆಲ್ಲ ಚೆಂದದ ಹುಡ್ಗೀಯರೇ ಸೆಕ್ರೇಟರಿಗಳು, ನಮ್ಮ ಮನ್ನೀಯಮ್ಮ ಯಾವ ಅಂದಗಾತಿಗಿಂತ ಕಡ್ಮೇ" ಜಂಬದ ಮುಖ ಮಾಡಿದ.

ಆ ವೇಳೆಗೆ ಮಾರುತಿ ಹತ್ತು ಕಿಲೋಮೀಟರ್ ದಾರಿಯನ್ನು ಕ್ರಮಿಸಿ ಮುಂದಕ್ಕೆ ಹೋಗಿತ್ತು. ಮಡ್ಡುರೋಡು ದಾಟಿ ಟಾರು ರೋಡಿಗೆ ಇಳಿದಿದ್ದರಿಂದ ಕಾರು ಹಂಸ ತೂಲಿಕದಂತೆ ತೋರುತ್ತಿತ್ತು.

ಈ ಕಾರಿನ ಅನುಭವವೇ ಅವಳನ್ನು ಹಿಂದಿನ ದಿನಗಳಿಗೆ ಹಾರುವಂತೆ ಮಾಡುತ್ತದೆಯೆಂದು ಶಮಂತ್‌ಗೆ ಗೊತ್ತು.

"ಮನೀಲಾ..." ಸ್ವರಕ್ಕೆ ತೀರಾ ಮೋಹಕತೆಯನ್ನು ಬೆರೆಸಿ ಕೂಗಿದ. ರೋಡು ನೋಡುತ್ತಿದ್ದವಳು ಅವನ ಕೂಗಿಗೆ ಪರವಶಳಾಗಿ ಅವನತ್ತ ತಿರುಗಿದಳು. "ಇಲ್ಲಿ ಕಾರು ನಿಲ್ಸಿ ಎಲನೀರು ಕಡಿಯೋಣ್ವಾ !" ಕಾರಿನ ವೇಗ ನಿಧಾನವಾಗಿ ಸ್ವಲ್ಪ ಸ್ವಲ್ಪವೇ ತಗ್ಗಿಸುತ್ತ "ನೀನು ಓ.ಕೆ... ಅಂದರೆ ಮಾತ್ರ." ಇಂಜಿನ್ ಆಫ್ ಮಾಡಿದ.

ಇವನು ಕಾರು ನಿಲ್ಲಿಸಿದ ಎದುರುಗಡೆಗೆ ಅಂದರೆ ಒಂದು ಇಪ್ಪತ್ತೈದು ಹೆಜ್ಜೆಗಳ ಅಂತರದಲ್ಲಿ ಒಂದು ಎಳನೀರಿನ ರಾಶಿ ಇತ್ತು.

ಇವರು ಡೋರ್ ತೆಗೆಯುವ ಮುನ್ನ ಎರಡು ಎಳನೀರು ಹಿಡಿದು ಓಡಿ ಬಂದ. ''ಸಲಾಂ ಸಬ್, ಕ್ಯಾ ಮಿಟೆ ಹೈ...'' ಅವನ ಮುಂದೆ ಹಿಡಿದೇ ಬಿಟ್ಟ.

ಕಣ್ಣಲ್ಲಿಯೇ ಅವಳನ್ನು ಕೇಳಿ ಸಮ್ಮತಿ ಸಿಕ್ಕಿತು ಎನ್ನುವಂತೆ ಅವನು ಕೊಚ್ಚಿಕೊಟ್ಟ ಎಳನೀರನ್ನು ಅವಳತ್ತ ರವಾನಿಸಿದ.

''ತುಂಬ ಸಿಹಿಯಾದ ಎಳನೀರು. ಯು ವಿಲ್ ಲೈಕ್ ಇಟ್.'' ಎಂದವ ಡೋರ್ ತೆಗೆದುಕೊಂಡು ಕೆಳಗಿಳಿದ.

ಮರದ ನೆರಳು, ದೂರದಲ್ಲಿ ಕಾಣುವ ದಟ್ಟವಾದ ಹಸಿರು. ಎಳ ನೀರು ಕೈಯಲ್ಲಿ ಹಿಡಿದೇ ಇಳಿದಳು.

''ವಂಡರ್‌ಫುಲ್...'' ದೂರಕ್ಕೆ ಬೆರಳು ತೋರಿದಳು. ಮರದ ಮೇಲೆ ಎರಡು ಕೋತಿ ಇವರ ಕಡೆ ನೋಡಿ ಹಂಗಿಸುತ್ತಿತ್ತು. ''ನಿಮ್ಮ ಬಗ್ಗೆ...'' ಎಂದಳು ಕಣ್ಣಲ್ಲಿಯೇ.

''ಷಟಪ್....'' ಎಂದ ನಗುಮುಖದಿಂದಲೇ ಎರಡು ಕಾಯಿ ಕೆತ್ತಿಸಿ ಕಪಿಗಳ ಮುಂದೆ ಹಿಡಿದಳು. ಎಳ ನೀರಿನವ ಗೊಣಗಿದ. ''ಇದು ನನ್ನ ಪರ್ಮನೆಂಟ್ ಜಾಗ. ಇವು ಶಾಶ್ವತವಾಗಿ ಇಲ್ಲೇ ಉಳ್ದುಬಿಟ್ಟರೇ.... ಪ್ಯಾಸೆಂಜರ್ಸ್ ತಮ್ಮ ವೆಹಿಕಲ್‌ಗಳ್ನ ನಿಲ್ಲಿಸ್ತಾರೆ ಸಾಬ್, ಮೇಮ್ ಸಾಬ್ ಕಾಯಿ ಕೊಟ್ಟಿದ್ದು ತಪ್ಪು'' ಗೊಣಗಿದ.

''ಬಿಸಾಕಿದಾಗಲ್ಲಾದ್ರೂ ತಗೋತಾ ಇದ್ವು.'' ಪರ್ಸ್‌ನಿಂದ ಇಪ್ಪತ್ತರ ಕೆಂಪು ನೋಟು ಕೊಟ್ಟು ಉಳಿದದ್ದು ನೀನೇ ಇಟ್ಕೋ...'' ಎಂದು ಹೇಳಿದ.

ಅವನು ತುಂಬಿಟ್ಟಿದ್ದ ಚೀಲ ತೆಗೆದು ತೋರಿಸಿದ. ''ಒಂದು ಕಾಯಿ ಸಿಕ್ಕಿಸಿಯೇನಾ, ಅವಕ್ಕೆ, ಎಲ್ಲಾ ಚೀಲದಲ್ಲಿ ತುಂಬಿಡ್ತೀನಿ'' ತನ್ನ ಜಾಣ್ಮೆಯನ್ನು ತೋರಿಸಿಕೊಳ್ಳುವುದು ಅವನಿಗೆ ಹೆಚ್ಚಿನ ವಿಷಯವಾಗಿ ಕಂಡಿತು.

ಮತ್ತೆ ಐದು ಕಿಲೋಮೀಟರ್ ಮುಂದಕ್ಕೆ ಹೋಗಿದ್ದು ಪಕ್ಕಕ್ಕ ಹೊರಳಿ ಅಷ್ಟು ದೂರದಲ್ಲಿ ಮರದ ನೆರಳಲ್ಲಿ ನಿಂತಿತು.

ಹ್ಯಾಂಡ್ ಬ್ಯಾಗ್ ಅವಳ ಕೈಯಲ್ಲಿತ್ತು.

ಕ್ಯಾಮರ, ಕುತ್ತಿಗೆಗೆ ತಗುಲಿ ಹಾಕಿಕೊಂಡೇ ಬೈನಾಕ್ಯುಲರ್ ಹಿಡಿದು ಮುಂದೆ ಹೊರಟವನು ನಿಂತು, ''ಮನೀಲಾ...'' ಎಚ್ಚರಿಸಬೇಕೆಂದು ಕೊಂಡವನು ಸುಮ್ಮನಾದ.

''ಈಗ ಎಲ್ಲಿಗೆ ಹೋಗ್ತಾ ಇರೋದು ?'' ಮುಗ್ಧಳಂತೆ ಕೇಳಿದಳು. ಹಸನಾದ ನಗೆ ಬೀರಿದ ಅವಳತ್ತ. ''ಪ್ರಕೃತಿ ನಿರ್ಮಿತ ಸುಂದರ ಜಗತ್ತಿಗೆ. ಇದು ಅತ್ಯಂತ ಪರಿಪೂರ್ಣ ಅದ್ಭುತ.''

ಸಣ್ಣ ಹಾದಿ ಹಾಯ್ದು ತುಸು ದಟ್ಟವಾದ ಹಸಿರು ಪ್ರದೇಶಕ್ಕೆ ಬಂದರು. ಬೈನಾಕ್ಯುಲರ್ ಹಿಡಿದು ಸುತ್ತಲೂ ನೋಡತೊಡಗಿದವನು ಒಂದು ಕಡೆ ನೋಟ ನೆಟ್ಟ

ಎರಡು ಗಿಣಿಗಳ ಮಧುರ ಸಂಭಾಷಣೆ. ತೀರಾ ಸದ್ದಾಗದಂತೆ ಮುಂದಕ್ಕೆ ಹೋದ. ಅವನೆಷ್ಟು ಎಚ್ಚರದಿಂದ ಇದ್ದನೆಂದರೆ ಶತ್ರುಪಡೆಯನ್ನು ಧ್ವಂಸ ಮಾಡಲು ಹೊರಟ ಒಂಟಿ ಸೈನಿಕನಂತೆ.

ಒಂದಾದ ಮೇಲೊಂದರಂತೆ ನಾಲ್ಕು ಫೋಟೋಗಳನ್ನು ಕ್ಲಿಕ್ಕಿಸಿದ ನಂತರ ದೂರದಲ್ಲಿ ನಿಂತ ಮನೀಲಾನ ಬರುವಂತೆ ಕರೆದ ಕೈಸನ್ನೆಯಿಂದ.

ಹೆಜ್ಜೆಯ ಮೇಲೆ ಹೆಜ್ಜೆಯಿಟ್ಟು ಅವನನ್ನು ತಲುಪಿದಾಗ ಕೆಂಪಡರಿ ಹೋಗಿದ್ದಳು.

''ಇಲ್ನೋಡು...'' ಬೈನಾಕ್ಯುಲರ್ ಅವಳಿಗೆ ಕೊಟ್ಟ.

ಯಾವುದೇ ದುರಾಭಿಪ್ರಾಯಗಳಿಂದ ಅವಳಲ್ಲಿ ಅರಳಬಹುದಾದ ನವಿರಾದ ಪುಷ್ಪದಂಥ ಭಾವನೆಗಳು ಬಿಸಿಲಿಗೆ ಸೋಕಿದಂತಾಗಬಾರದು- ಅಂಥ ಎಚ್ಚರಿಕೆ ಅವನದು.

ನೋಡಿದಳು ಅವನು ಕೈತೋರಿದ ಕಡೆ. ನಿರ್ದಿಷ್ಟ ಜಾಗ ಬಿಟ್ಟು ಬೇರೆಡೆ ತೋರಿದ್ದ ಅವಳನ್ನು ದಿಕ್ಕು ತಪ್ಪಿಸಲೆಂದೆ.

''ಅಲ್ಲೇನು ಕಾಣ್ತಾ ಇಲ್ವಲ್ಲ'' ಎಂದಳು.

''ವಿಸ್ಮಿತ ಅತಿ ಆಕರ್ಷಕ ಬಣ್ಣದ ಜೋಡನೆಯ ಗಿಣಿಗಳು. ಸ್ವಲ್ಪ ಸರ್‍ಯಾಗಿ ನೋಡು'' ಹುರಿದುಂಬಿಸಿದ.

ಶಮಂತ್ ತೋರಿದ ನೇರದಲ್ಲಿ ಅವಳಿಗೇನೂ ಕಾಣಲಿಲ್ಲ. ಅವನ ನೋಟಕ್ಕಿರುವ ತೀಕ್ಷ್ಣತೆ ಅವಳಿಗಿರಲು ಸಾಧ್ಯವಿರಲಿಲ್ಲ. ತೀವ್ರವಾದ ಶ್ರದ್ಧೆ ಅಧ್ಯಯನಶೀಲತೆಯಿಂದ ಅವನು ಸ್ವಯಂ ಗಳಿಸಿಕೊಂಡಿದ್ದು.

''ನೋ, ಅಲ್ಲೇನು ಇಲ್ಲ'' ಬೈನಾಕ್ಯುಲರ್ ತೆಗೆದುಕೊಟ್ಟುಬಿಟ್ಟಳು. ಈ ಸಮಯ ಅವನ ಉಪಯೋಗಕ್ಕೆ ಬಂತು. ಅವಳೆರಡು ಭುಜಗಳ ಮುಖಾಂತರ ಬೈನಾಕ್ಯುಲರನ್ನು ತಾನೇ ಅವಳ ಕಣ್ಣುಗಳಿಗೆ ಇಟ್ಟು ಸರಿಯಾದ ನೇರಕ್ಕೆ ಹೊಂದಿಸಿದ. ''ಈಗ ನೋಡು...'' ಬೃಹತ್ತಾದ ಮರದಿಂದ ಟಿಸಿಲೊಡೆದ ದೊಡ್ಡ ರೆಂಬೆಯ ಸಣ್ಣ ಕೊಂಬೆಯ ಮೇಲೆ ಕುಳಿತಿತ್ತು ಜೋಡಿ ಗಿಣಿಗಳು.

ಮೃದು ಸಜ್ಜನಿಕೆಯ ಮುಖದಲ್ಲಿ ಹರ್ಷದ ಗುಲಾಬಿಗಳು ಅರಳಿದವು.

''ಬ್ಯೂಟಿಫುಲ್...'' ಉದ್ಗರಿಸಿದಳು.

ಆರಾಮಾಗಿ ಅವಳನ್ನು ಅವಳ ಪಾಡಿಗೆ ಬಿಟ್ಟು ಚಾಚಿದಂತೆ ಬಿದ್ದಿದ್ದ ಕಲ್ಲಿನ ಮೇಲೆ ಕೂತ.

ಡಾ|| ಪಿತ್ರೆಯವರನ್ನ ಹೋಗಿ ಭೇಟಿ ಮಾಡಿದ್ದ. ಚಿಂತಿತರಾಗಿದ್ದರು.

''ಸೋ ಸಾರಿ, ಮಿಸ್ಟರ್ ಶಮಂತ್. ಶಿ ಈಸ್ ನಾರ್ಮಲ್. ಸೈಕೊಲೋಜಿಕಲ್

ಟೆಸ್ಟಿಂಗ್ ಮತ್ತು ನಾರ್ಕೋ ಅನಾಲಿಸಿಸ್. ಬೇರೆಲ್ಲ ರೀತಿಯ ತಪಾಸಣೆ ಮಾಡಿಯಾಗಿದೆ. ಪ್ರತಿಯೊಂದು ನೈನ್‌ಟಿನೈನ್ ಪರ್ಸೆಂಟ್ ನಾರ್ಮಲ್. ಎರಡು ಮಕ್ಕಳ ಸಾವಿನ ಹಿಂದೆ ಯಾವುದೇ ನಿರ್ದಿಷ್ಟ ಪ್ರತಿಕ್ರಿಯೆಗಳು, ವೈಜ್ಞಾನಿಕ ಪ್ರಮಾಣಗಳು ಇಲ್ಲ. ಐ ಡೋಂಟ್ ಸೇ ಎನೀಥಿಂಗ್..." ನೋವಿನಿಂದ ಕೈಯಾಡಿಸಿಬಿಟ್ಟಿದ್ದರು.

ಒಂದು ಗಂಟೆಯ ಚರ್ಚೆಯ ನಂತರ ಕೆಲವು ಸಲಹೆಗಳನ್ನು ಮಾತ್ರ ಕೊಟ್ಟಿದ್ದರು. ಅದನ್ನು ಕಾರ್ಯಗತ ಮಾಡುವ ದಿಸೆಯಲ್ಲಿ ಅವನು ಇಟ್ಟಿದ್ದು ಮೊದಲ ಹೆಜ್ಜೆ.

ಬೈನಾಕ್ಯುಲರ್‌ನಲ್ಲಿ ಅವನನ್ನ ನೋಡಿದಳು. ಮನೀಲಾ ಕಲ್ಪನೆಯಲ್ಲಿ ಅವನಿಗೊಂದು ರೂಪ ಕೊಟ್ಟಳು. ಹಣೆಯಲ್ಲಿ ನಾಮ, ತಲೆಯಲ್ಲಿ ಜಟೆ, ನಾರುಡಿಗೆ, ಕೈಯಲ್ಲಿ ಬಿಲ್ಲು ಅತಿಮೋಹಕವೆನಿಸಿತು.

ಹಾರುವ ನಡಿಗೆಯಲ್ಲಿ ಧಾವಿಸಿ ಬಂದಳು ಬೈನಾಕ್ಯುಲರ್ ಹಿಡಿದು "ನಾಳೆ ನಿಮಗೊಂದು ಪರ್ಸೆಂಟೇಷನ್. ಕೋಪ ಮಾಡಿಕೊಳ್ಳೋಲ್ಲಾಂತ ಪ್ರಾಮಿಸ್ ಮಾಡ್ಬೇಕು" ಕೈ ಚಾಚಿದಳು.

"ನನ್ನ ಪೇಷನ್ಸ್ ಪರೀಕ್ಷೆ ಮಾಡೋಂಥ ಪ್ರಸಂಟೇಷನ್ ಯಾಕೆ ಕೊಡ್ತೀಯಾ ! ಉಡುಗೊರೆ ಕೊಡೋ ಉದ್ದೇಶವೇನು ? ಅವ್ರಿಗೆ ಇಷ್ಟವಾಗ್ಲಿ, ಉಪಯೋಗವಾಗ್ಲೀ, ಬಹಳ ಕಾಲ ನೆನಪಿನಲ್ಲಿ ಉಳಿಯಲೀಂತ ತಾನೇ." ನವಿರಾಗಿ ಪೀಡಿಸಿದ. ಅವಳ ಕಪ್ಪು ಕಣ್ಣುಗಳು ಮತ್ತಷ್ಟು ಅಗಲವಾದವು.

"ಯು ಆರ್ ಕರೆಕ್ಟ್. ನಾನು ಕೊಡೋದು ಅಂಥ ಪ್ರೆಸಂಟೇಷನ್ನೆ ಇಷ್ಟವಾಗುತ್ತೋ, ಉಪಯೋಗವಾಗುತ್ತೋ ಗೊತ್ತಿಲ್ಲ. ಖಂಡಿತ ಬಹಳ ಕಾಲ ನೆನಪಿನಲ್ಲಿರುತ್ತೆ" ಛಾಲೆಂಜ್ ಎಸೆದಳು.

ಒಂದೂವರೆ ಗಂಟೆಯ ಕಾಲ ಅಲ್ಲೆಲ್ಲ ತಿರುಗಾಡಿದರು. ಸದಾ ಸೈಕಲ್‌ನಲ್ಲೇ ಸುತ್ತುವ ಅವಳಿಗೆ ಕಾಲು ನೋವೆನಿಸಿದರೂ ಹಸಿರಿನ ಮಧ್ಯೆ ಮರೆತಳು.

ಕಾರಿನ ಬಳಿಗೆ ಬರುವ ವೇಳೆಗೆ ಸ್ವಲ್ಪ ಬಳಲಿದಂತೆ ಕಂಡಳು. ಆದರೂ ವಾಚ್ ನೋಡಿದವಳು "ಅರುಣನ ಪಾಠ ಮಿಸ್ ಆಯ್ತು. ಮಂತ್ಲೀ ರಿಪೋರ್ಟ್‌ನಲ್ಲಿ ಈ ಸಲ ಹದಿನೆಂಟನೆ ರ್‍ಯಾಂಕ್, ಹೀಗೆ ಮುಂದುವರಿದ್ರೆ ಜಸ್ಟ್ ಪಾಸ್ ಆಗ್ತಾನೆ. ಮೆಡಿಸಿನ್‌ಗೆ ಹೋದಂಗೆಯೇ" ಅವಳ ಸ್ವರದಲ್ಲಿ ಪುಟ್ಟ ಅರುಣನ ಬಗ್ಗೆ ಕಾಳಜಿ ಇದ್ದಿದ್ದು ಸ್ಪಷ್ಟವಾಯಿತು.

ಭಾರವಾದ ದನಿಯಲ್ಲಿ ಹೇಳಿದ್ದರು ಅಗ್ನಿಹೋತ್ರಿಗಳು.

"ಕಾಲೇಜಿಗೆ ಹೋಗ್ತಾಳೆ. ಅವಳೆಂದು ಓದಿದ್ದಿಲ್ಲ. ನಾನು ಎಂದು ಆ ಬಗ್ಗೆ ಹೇಳಿಲ್ಲ. ಎರಡು ಸಾವಿನ ಘಟನೆಗಳನ್ನು ನೋಡಿದ ನಂತರ ನಾಳೆಯ ಬೆಳಗಿನ ಭರವಸೆ ಅವಳಿಗಿಲ್ಲ"

ಶಮಂತ್‌ನ ಗಂಭೀರ ಕಣ್ಣುಗಳಲ್ಲಿಯು ವ್ಯಥೆಯಾಡಿತು. "ಎಷ್ಟು ಗಂಟೆಗೆ ನಿಮ್ಮ ಕಾಲೋನಿಯ ಮೀಟಿಂಗ್?" ಗಮನವನ್ನ ಬೇರೆಡೆ ಸೆಳೆಯಲು ಮಾತ್ರವಲ್ಲ, ತನ್ನ ದುಗುಡವನ್ನು ಕಮ್ಮಿಮಾಡಿಕೊಳ್ಳಲು ಕೂಡ ಮಾತಾಡಿದ.

ಇಂಜಿನ್‌ಗೆ ಜೀವ ಬಂತು. ಚಕ್ರಗಳು ಮುಂದಕ್ಕೆ ಉರುಳಿದವು. ಪಂಚವಟಿ ಸನಿಹವಾಗುತ್ತಿದ್ದಂಗೆ "ಈ ಹೊತ್ತಿನ ನನ್ನ ಕೆಲ್ಸ ಮುಗೀತಲ್ಲ ಸರ್. ನಾನು ಇಲ್ಲೇ ಇಳ್ಕೊಂಡ್ಬಿಡ್ತೀನಿ. ನಮ್ಮ ಮಾವ ಊಟ ಕೂಡ ಮಾಡಿರೋಲ್ಲ" ಆತುರ ವ್ಯಕ್ತಪಡಿಸಿದಳು.

ಏನು ಹೇಳಲಿಲ್ಲ. ಕಾರು ಕಾಲೋನಿಯ ದಾರಿ ಹಿಡಿಯಿತು. ಇವರ ಮನೆಯ ಮುಂದೆ ನಿಂತಾಗ ಇಳಿದವಳು ಆಹ್ವಾನಿಸಿದಳು.

"ಬನ್ನಿ ಸಾರ್..." ಎಂದಳು ಕಾರಿನ ವಿಂಡೋ ಬಳಿ ಬಗ್ಗಿ "ಮೀಟಿಂಗ್‌ಗೆ ಬರ್ತೀನಲ್ಲ..." ಕಾರು ಸ್ಟಾರ್ಟ್ ಮಾಡಿದವನು "ಬೈ ದಿ ಬೈ, ಮನೀಲಾ, ನಂಗೂ ಒಂದು ಹೆಸರಿದೆ! ಶಮಂತ್..." ಕಾರು ಮುಂದಕ್ಕೆ ಹೋಯಿತು.

ಹೊರಗೆ ಬಂದ ಕಲ್ಯಾಣಮ್ಮ ಹಾಗೆಯೇ ನಿಂತುಬಿಟ್ಟರು. ಅಂದು ಬರ್ತ್‌ಡೇಗೆ ಬಂದ ಶಮಂತ್‌ನ ಮೊದಲ ಸಲ ನೋಡಿದ್ದು.

ಸ್ವಲ್ಪ ಹುಬ್ಬುಗಳು ಬಿಗಿದುಕೊಂಡು ತಾನು ಇಲ್ಲಿ ಸೇರಿರುವ ಜನರಿಗಿಂತ ಹೆಚ್ಚು ಎನ್ನುವ ಭಾವ ಶಮಂತ್‌ನ ಮುಖದಲ್ಲಿ ಇದ್ದರೂ, ಅವರ ಸಾಧಾರಣ ಹೆಣ್ಣು ಹೃದಯ 'ನಮ್ಮ ಮನೀಲಾಗೆ ಒಳ್ಳೆ ಜೊತೆ' ಎಂದು ಕೊಂಡಿದ್ದುಂಟು.

"ಮನ್ನೀ..." ಕೂಗಿದರು.

ಬೆರಳುಗಳಿಂದ ಕೂದಲನ್ನು ಸರಿಪಡಿಸಿಕೊಳ್ಳುತ್ತ ಅತ್ತ ಓಡಿದಳು "ಆಂಟೀ, ಈಗ ಮಾತಾಡೋಕೆ ಕೂಡ ಸಮಯವಿಲ್ಲ. ಸಂಜೆ ಮೀಟಿಂಗ್‌ಗೆ ಪ್ರಿಪೇರ್ ಆಗ್ಬೇಕು. ಏನು ಅರೇಂಜ್‌ಮೆಂಟ್ ಆಗಿದೆಯೋ ನೋಡ್ಬೇಕು. ಮಿಕ್ಕಿದ್ದೆಲ್ಲ ಆಮೇಲೆ ಮಾತಾಡೋಣ" ಅಷ್ಟೇ ವೇಗವಾಗಿ ಹಿಂದಕ್ಕೆ ಹೋದಳು.

ಆಕೆಯ ಕಣ್ಣುಗಳಲ್ಲಿ ಮನೀಲಾ ಬಗ್ಗೆ ಅಭಿಮಾನ ಉಕ್ಕಿ ಉಕ್ಕಿ ಹರಿಯಿತು.

ಒಳಕ್ಕೆ ಬಂದಾಗ ಪೂರ್ತಿ ನಿಶ್ಶಬ್ದ. ಸೋಫಾ ಮೇಲೆ ಕೂತ ಅಗ್ನಿಹೋತ್ರಿ ಎರಡು ಕಾಲುಗಳನ್ನು ಟೀಪಾಯಿ ಮೇಲಾಕಿ ಕಣ್ಮುಚ್ಚಿದ್ದರು.

ಸ್ಯಾಂಡಲ್ಸ್ ಬಿಚ್ಚಿ ಹೆಜ್ಜೆ ಮೇಲೆ ಹೆಜ್ಜೆ ಇಟ್ಟು ಸದ್ದಾಗದಂತೆ ಅವರನ್ನು ಸಮೀಪಿಸಿದಳು "ಮನೀಲಾ..." ಎಂದರು. ಕಣ್ಮುಚ್ಚಿಯೇ "ಬೋಗಸ್ ನಿದ್ದೆ..." ಅವರ ಪಕ್ಕ ಕೂತು ತೋಳುಗಳಿಗೆ ಮುಖ ಉಜ್ಜಿದಳು.

"ನಾಟೀ ಗರ್ಲ್..." ಅವಳ ಕೆನ್ನೆ ತಟ್ಟಿದರು.

ಮನೀಲಾ ಪಂಚವಟಿಗೆ ಹೋದಾಗಿನಿಂದ ಬರುವವರೆಗೂ ಪ್ರತಿಯೊಂದು ಕ್ಷಣವನ್ನ ಪ್ರಯಾಸದಿಂದ ಕಳೆದಿದ್ದರು. ಅವಳು ಎದುರಿಗಿದ್ದಾಗ ಸಂಪೂರ್ಣ ಅವಳದೇ ಯೋಚನೆ. ಅವಳಿಲ್ಲದಾಗ ನೆನಪುಗಳು ಅವರನ್ನು ಚಿತ್ರವಧೆ ಮಾಡುತ್ತಿತ್ತು.

''ಇದೇನಿದು...'' ಅವರು ಕೇಳಿಕೆ ಷುರು ಮಾಡುವ ಮುನ್ನವೇ ಪ್ರತಿಯೊಂದನ್ನು ಅವರಿಗೆ ಹೇಳಿದಳು. ''ಬಹಳ ಇಂಟರೆಸ್ಟಾಗಿದೆ ಮಾವ, ಗಿಣಿಗಳು ಅಷ್ಟೊಂದು ಸುಂದರಾಂತ ನಂಗೆ ಅನ್ನಿಸಿರಲೇ ಇಲ್ಲ'' ಎಂದಳು. ಪುಟ್ಟ ಮಗು ತನ್ನ ಅನಿಸಿಕೆಗಳನ್ನ ತೋಡಿಕೊಂಡಂತಿತ್ತು ತಾಯಿಯ ಮುಂದೆ.

''ಷ್ಯೂರ್, ಫೋಟೋಗ್ರಾಫಿ ನೋಟಕ್ಕೆ ಸಾಧಾರಣವಾದದ್ದನ್ನು ಅಸಾಧಾರಣ ವಾಗಿಸುವ ಅದ್ಭುತ ಮ್ಯಾಜಿಕ್ ಕಲೆ ಗೊತ್ತು ಅದಕ್ಕೆ. ಪ್ರಕೃತಿ, ಪಕ್ಷಿ ಜಗತ್ತಿನ ಅದ್ಭುತ ಸೃಷ್ಟಿ ಆದರೆ ಬರಡು ಯಂತ್ರಗಳನ್ನು ಅಸಾಧಾರಣವಾದ ತಮ್ಮ ಫೋಟೋಗ್ರಫಿ ಕಲೆಯಿಂದ ಜೀವಂತವಾಗಿಸಿದ್ದಾರೆ. ಮಿತ್ತರ್ ಬೇಡಿ ಕಾರ್ಖಾನೆಯ ಚಿಮಣಿಯನ್ನು ತಮ್ಮ ಫೋಟೋಗ್ರಫಿಯಲ್ಲಿ ಸೃಜನಶೀಲ ವಸ್ತುವನ್ನಾಗಿ ಬಳಸಿಕೊಂಡಿದ್ದರು. ಔದ್ಯೋಗಿಕ ಛಾಯಾಗ್ರಹಣದಲ್ಲಿ ಅವ್ರದು ದೊಡ್ಡ ಹೆಸರು. ಜಗತ್ತಿನ ಶ್ರೇಷ್ಠ 700 ಛಾಯಾಗ್ರಾಹಕರಲ್ಲಿ ಅವರು ಒಬ್ಬರಾಗಿದ್ದರು. ಅವರಿಗೆ ಬಂದ ಪ್ರಶಸ್ತಿಗಳಿಗೆ ಲೆಕ್ಕವಿಲ್ಲ'' ತಾವು ತಿಳಿದ ಇಂಡಸ್ಟ್ರಿಯಲ್ ಫೋಟೋಗ್ರಾಫರ್ ಮಿತ್ತರ್ ಬೇಡಿಯವರ ಬಗ್ಗೆ ಹೇಳಿದರು.

ಇಂದು ಶ್ರದ್ಧೆಯಿಂದ ಆಲಿಸಿದಳು. ಯಾವುದೇ ಸೀರಿಯಸ್ ವಿಷಯಗಳು ಬಂದಾಗ ಬೇಸರದಿಂದ ಎದ್ದು ಹೋಗುತ್ತಿದ್ದಳು. ಅವರು ಕೂಡ ಅಂಥ ವಿಷಯಗಳನ್ನ ಮನೀಲಾ ಮುಂದೆ ಪ್ರಸ್ತಾಪಿಸುತ್ತಿರಲಿಲ್ಲ.

''ನಡೀ... ಊಟ ಮಾಡೋಣ'' ಎಬ್ಬಿಸಿಕೊಂಡು ಹೋದರು. ''ಪವಳಕುಡಿ ಕಾದು ಮನೆಗೆ ಹೋದ್ಲು, ನಾವು ಊಟ ಮುಗಿಸಿದ್ರೆ ತಾನು ಏನಾದ್ರೂ ಒಂದಷ್ಟು ತಿಂತಾಳೆ. ಇಲ್ಲ, ಸುಮ್ನೆ ಹೋಗ್ಬಿಡ್ತಾಳೆ'' ಅವಳ ಬಗ್ಗೆ ಅನುಕಂಪ ವ್ಯಕ್ತಪಡಿಸಿದರು.

ಅವಳಿದ್ದ ಮೂಡ್‌ನಲ್ಲಿ ಈ ಮಾತುಗಳೇನು ಕೇಳಲಿಲ್ಲ.

ಸ್ವಲ್ಪ ಖುಷಿಯಿಂದಲೇ ಊಟದ ಮಧ್ಯ ಹರಟಿದಳು. ''ಮಾವ, ರಾಮ ಹೇಗೆ ಇರ್‍ತಾನೆ ?'' ಮಿಡಿ ಉಪ್ಪಿನ ಕಾಯಿಯಲ್ಲಿ ಬೆರಳದ್ದಿ ಚೀಪಿದವಳು ಕೇಳಿದಳು. ಬಾಯಲ್ಲಿನ ಚಪಾತಿ ನುಂಗಿದ ಅಗ್ನಿಹೋತ್ರಿಗಳು ''ನಾನೆಲ್ಲಿ ನೋಡಿದ್ದೀನಿ. ತುಂಬ ಘಟಿಂಗ ಅಂತಾರೆ. ಪವಳಕುಡಿ ಮಗ ರಾಮನ ಬಗ್ಗೆ ಎಂದೂ, ಏನು ಹೇಳಿಲ್ಲ, ಅದು ಅವ್ರ ಇಂಟರ್‌ನಲ್ ಕ್ರೈಸಿಸ್. ನಾವು ಆ ಬಗ್ಗೆ ತಲೆ ಕೆಡಿಸ್ಕೊಳ್ಳೋದ್ಬೇಡ'' ಅವರು ಊಹಿಸಿದ್ದು ಪವಳಕುಡಿಯ ಮಗ ರಾಮನ್ ಬಗ್ಗೆ.

''ಅಯ್ಯೋ, ಆ ರಾಮನ ಬಗ್ಗೆಯಲ್ಲ ಮಾವ, ಅವ್ನು ಕಲ್ಯಾಣರಾಮ. ನಾನು ಹೇಳ್ತಾ ಇರೋದು ಸೀತಾರಾಮ, ಅಯೋಧ್ಯರಾಮ, ದಶರಥ ರಾಮ, ಪಂಚವಟಿಯ

ರಾಮ ಅಂತಾರಲ್ಲ ಆ ರಾಮನ ಬಗ್ಗೆ'' ದೀರ್ಘವಾದ ವಿವರಣೆ ನೀಡಿದಳು.

''ಖೊ, ಖ್ಖೊ, ಖೊ'' ಎಂದು ಜೋರಾಗಿ ನಕ್ಕರು.

ಮೊಸರನ್ನ ತಟ್ಟೆಗೆ ಸುರಿದುಕೊಳ್ಳುತ್ತ ''ರಾಮ, ಹೇಗಿದ್ದ ಹೇಳಿ ಮಾವ?'' ಮತ್ತೆ ಅದೇ ಪ್ರಶ್ನೆ.

ಆದರೆ ಮನೀಲಾ ಅದೇ ಮೂಡ್‌ನಲ್ಲಿದ್ದಳು. ಒಂದು ಸುಂದರ ರೂಪು ವಿಗ್ರಹದ ರೂಪದಲ್ಲಿ ನಿಂತಿತ್ತು. ಅವಳ ಮನದಲ್ಲಿ ಅದಕ್ಕೆ ಮತ್ತಷ್ಟು ಸ್ಪಷ್ಟತೆ ನೀಡುವುದು ಅವಳ ಉದ್ದೇಶ.

ಬಾಗಿಲು ತಟ್ಟುವ ಸದ್ದು. ಮನೀಲಾ ಕೈ ತೊಳೆದು ಎದ್ದು ಹೋದಳು. ಸದಾ ಮಂಕಾಗಿ, ಮೂಕಿಯಂತಿರುವ ಪವಳಕುಡಿ ಮತ್ತಷ್ಟು ಅಸ್ತವ್ಯಸ್ತವಾಗಿ ಕಂಡಳು.

''ಯಾಕೆ, ಒಂದು ತರಹ ಇದ್ದೀ ?'' ಕೇಳಿದಳು.

ಉತ್ತರಿಸದೆಯೇ ಒಳಗೆ ಬಂದು ವರಾಂಡದ ಒಂದು ಮೂಲೆಯಲ್ಲಿ ಮಂಡಿಯ ಮೇಲೆ ತಲೆಯೂರಿ ಕೂತಳು.

''ಏನಾಯ್ತು ಪವಳಕುಡಿ ?'' ಅವಳ ಭುಜದ ಮೇಲೆ ಕೈಯಿಟ್ಟಳು. ಇವಳ ಕೈಯನ್ನು ಕಣ್ಣು ಮುಖಕ್ಕೆ ಒತ್ತಿಕೊಂಡಳು. ಕಣ್ಣೀರಿನ ಒದ್ದೆ ಅವಳ ಕೈಗೆ ಅಂಟಿದಾಗ ಮಂಡಿಯೂರಿ ಕೂತು. ''ಪ್ಲೀಸ್, ಅದೇನು ಹೇಳು ? ಬರೀ ಅಳೋದ್ರಿಂದ ಏನು ಉಪಯೋಗ ?'' ಮನೀಲಾ ಸ್ವರ ಕೂಡ ಮೆತ್ತಗಾಯಿತು.

ಗಾಬರಿಯಿಂದಲೇ ಬಂದ ಅಗ್ನಿಹೋತ್ರಿಗಳು ಅವಳನ್ನು ನೋಡಿ ಇಷ್ಟೇ ಎನ್ನುವಂತೆ ನಿಂತರು.

''ಏನು ಪ್ರಾಬ್ಲಮ್... ಅಂತೆ ? ಅವ್ಳ ಮಗ ರಾಮ.... ಅಲ್ಲಿ ಕಲ್ಯಾಣ ರಾಮ ಮತ್ತೆ ಬಂದಿದ್ದಾನಂತೆಯೋ ? ಇಲ್ಲಿಗೆ ಬರ್ಲಿ, ಈಡಿಯಟ್... ಶೂಟ್ ಮಾಡಿ ಬಿಸಾಕ್ತೀನಿ'' ಕಣ್ಣು ಕೆಂಪಗೆ ಮಾಡಿದರು.

ಅವಳ ಮಗ ಕಲ್ಯಾಣರಾಮ ಆಗಾಗ ಬಂದು ದುಡ್ಡಿಗೆ ಪೀಡಿಸೋದು, ಕಾಡೋದನ್ನೆಲ್ಲ ಸಂಜೀವಯ್ಯನವರು ಹೇಳಿದ್ದರು. ಆದರೂ ಮಗನ ಮೇಲೆ ಅವಳ ಅಭಿಮಾನ ಆಕಾಶದೆತ್ತರ.

''ಮಾವ.....' ಅವರ ಬಳಿ ಬಂದಳು ''ಒಂದಿಷ್ಟು ಹಣನೇನೋ ಕೊಟ್ಟು ಕಳ್ಸಿ ಬಿಡಿ. ಸುಮ್ನೇ ಅಳ್ತಾಳೆ'' ಸಂತಾಪ ವ್ಯಕ್ತಪಡಿಸಿದಳು.

ತುಸು ಬೇಸರದಿಂದಲೇ ಸೋಫಾ ಮೇಲೆ ಆಸೀನರಾಗಿ ''ಕರೀ ನಿನ್ನ ರಾಮನ್ನ... ಕರ್ಕೊಂಡ್ಬಾ ಹೋಗು'' ಆಜ್ಞಾಪಿಸಿದರು.

ಭಯಪಡುತ್ತಲೇ ಮೇಲಕ್ಕೆದ್ದಳು "ಇಲ್ಲಿಗೆ ಬರೋಕೆ ಹೆದರ್ತಾನೆ" ಗೊಗ್ಗರು ಸ್ವರದಲ್ಲಿ ನುಡಿದಳು. ಸ್ವರ ಒತ್ತಿ ಪದಗಳು ಹೊರಗೆ ಬರಲೇ ತಡಕಾಡುತ್ತಿದ್ದೆಯೆನಿಸಿತು.

"ಇಲ್ಲಿರೋದು ಮನುಷ್ಯರೇ. ಹೋಗಿ ಕರ್ಕೊಂಡ್ಬಾ" ಗದರಿದರು. ಅವಳ ಮಗನ ಮೇಲಿನ ಅತಿಯಾದ ವಾತ್ಸಲ್ಯದ ಬಗ್ಗೆ ಅವರಿಗೆ ಬೇಸರ. "ಪೂರ್ ಲೇಡಿ, ಸ್ವಲ್ಪ ಕೂಡ ಕಾಮನ್‌ಸೆನ್ಸ್ ಇಲ್ಲ. ಹೋಗಿ ಕರೀಯೋಗು ನಿನ್ನ ರಾಮನನ್ನು ಮತ್ತಷ್ಟು ಜೋರು ಮಾಡಿದರು.

"ಕಲ್ಯಾಣರಾಮ...." ಆ ಸಮಯದಲ್ಲೂ ಆಕೆ ಮಗನ ಹೆಸರಿನ ತಿದ್ದುಪಡಿ ಇಚ್ಛಿಸಿದರು.

"ಹೋಗು, ಕರೀ ಹೋಗು... ನಿನ್ನ ಕಲ್ಯಾಣ ಗುಣದ ರಾಮನನ್ನ" ಆರ್ಭಟಿಸಿದರು. ಅವಳು ಗಡಗಡ ನಡುಗುತ್ತ ಬಾಗಿಲ ಬಳಿ ಹೋದವಳು ಅಲ್ಲೇ ನಿಂತಳು. ಅವಳ ನೋಟ ಆ ಕಡೆಗೊಮ್ಮೆ, ಈ ಕಡೆಗೊಮ್ಮೆ, ಅರ್ಥವಾಯಿತು. ಅಗ್ನಿಹೋತ್ರಿಗಳಿಗೆ, "ಅಲ್ಲಿ ನಿಂತಿರಬೇಕು. ಅವಳ ಮಗ ಕಲ್ಯಾಣರಾಮ, ಅವನನ್ನ ಕರೀ." ಮನೀಲಾಗೆ ಹೇಳಿದರು.

ಬಾಗಿಲಿಗೆ ಮನೀಲಾ ಹೋದಾಗ ಹೆಚ್ಚು ಮಾಸಿದ ಬಟ್ಟೆ ತೊಟ್ಟ ಅಡ್ಡಾದಿಡ್ಡಿ ಬೆಳೆದ ವ್ಯಕ್ತಿಯೊಬ್ಬ ನಿಂತಿದ್ದ ಅಷ್ಟು ದೂರದಲ್ಲಿ. ಬರುವಂತೆ ಸನ್ನೆ ಮಾಡಿದಳು.

ಎರಡು ಹೆಜ್ಜೆ ಮುಂದಕ್ಕೆ ಬಂದವನು ನಿಂತ.

"ಬಾರಯ್ಯ ಕಲ್ಯಾಣರಾಮ.... ಮಾವ ಹೊರ್ಗೇ ಬಂದರೇ ಫೈರ್ ಮಾಡಿ ಬಿಸಾಕ್ತಾರೆ" ಹಾಸ್ಯವಾಗಿಯೇ ಕರೆದಳು.

ಐದೂ ಎಂಟು ಎತ್ತರ ಇರುವ ಕಲ್ಯಾಣರಾಮ ಐದಕ್ಕೆ ಸರಿ ಹೊಂದುವಂಥ ಮೈಯನ್ನು ಬಗ್ಗಿಸಿ ಅತ್ಯಂತ ವಿನಯದಿಂದ ಬಂದು ತಲೆ ತಗ್ಗಿಸಿ ನಿಂತ.

"ನೀನೇನಾ... ರಾಮ?"ಕೇಳಿದರು ಅಧಿಕಾರದ ದನಿಯಲ್ಲಿ.

"ರಾಮ ಅಲ್ಲ, ಕಲ್ಯಾಣರಾಮ" ಅವನು ತಿದ್ದಿದ.

ಜೋರಾಗಿ ನಕ್ಕುಬಿಟ್ಟರು ಅಗ್ನಿಹೋತ್ರಿಗಳು. ಅವನಿಗೆ ತನ್ನ ಪೂರ್ಣ ಹೆಸರಿನ ಮೇಲಿರುವಷ್ಟು ವ್ಯಾಮೋಹದ ಕಾಲುಭಾಗ ಹೆತ್ತ ತಾಯಿಯ ಬಗ್ಗೆ ಇದ್ದಿದ್ದರೇ, ಪವಳಕುಡಿ ಮೂಕಿಯಂತೆ ಮಂಕಾಗಿ ಅವರಿವರ ಮನೆಯಲ್ಲಿ ದುಡಿಯಬೇಕಾಗಿರಲಿಲ್ಲವೆಂದು ಕೊಂಡರು.

"ಈಗೇನು... ಆಗ್ಬೇಕಿದೆ ? ಯಾಕೆ ನಿಮ್ಮಮ್ಮನ್ನ ಕಾಡ್ತೀಯಾ !" ಜೋರು ದನಿಯಲ್ಲಿ ಕೇಳಿದರು ಅಗ್ನಿಹೋತ್ರಿಗಳು.

ವಾರೆಗಣ್ಣಿಂದ ತಾಯಿಯ ಕಡೆ ನೋಡಿದನೇ ವಿನಾ ಮಾತಾಡಲಿಲ್ಲ, ಪ್ರಶ್ನಿಸಿ ಪ್ರಶ್ನಿಸಿ ಸೋತುಹೋದರು.

"ಈ ಸಲ ಉತ್ತರ ಹೇಳದಿದ್ರೆ ಒದ್ದು ಹೊರ್ಗೆ ಹಾಕ್ತೀನಿ" ಮತ್ತಷ್ಟು ಕಟುವಾಗಿ ಹೇಳಿದರು. ಆಡಿದಂತೆ ಮಾಡಲು ಸಿದ್ಧವಿದ್ದರು.

ಕಡೆಗೆ ಬಾಯಿ ಬಿಟ್ಟ "ಕಲ್ಯಾಣಂ... ಕಲ್ಯಾಣಂ..." ಎಂದು.

ಅಗ್ನಿಹೋತ್ರಿಗಳು ಪೂರ್ತಿ ತಾಳ್ಮೆ ಕಳೆದುಕೊಂಡು ಅವನ ಕುತ್ತಿಗೆ ಪಟ್ಟಿ ಹಿಡಿದುಕೊಂಡರು. "ಯು ಸ್ಕೌಂಡ್ರಲ್, ನೀನು ಕಲ್ಯಾಣರಾಮನೇ ಆಗು ನಂಗೇನು ! ಬೊಗಳೋದು ಇದ್ದರೇ ಬೇಗ ಬೊಗಳು" ಕೋಪದಿಂದ ಅಬ್ಬರಿಸಿದರು.

ಆಮೇಲೆ ಹೇಳಿಕೊಂಡ. ಅವನಿಗೆ 'ಕಲ್ಯಾಣ' ಅದಕ್ಕಾಗಿ ಹೆಣ್ಣಿನ ಬೆರಳಿಗೆ ಹಾಕಲು ಒಂದು ಚಿನ್ನದ ಉಂಗುರ ಬೇಕು, ಅದಿಲ್ಲದೆ ತನ್ನ ಮದುವೆ ನಡೆಯದೆಂದು.

ತಕ್ಷಣ ತನ್ನ ಉಂಗುರದ ಬೆರಳಿನಲ್ಲಿದ್ದ ಉಂಗುರವನ್ನು ತೆಗೆದ ಮನೀಲಾ. "ತಗೋ... ನೀನು ಮದ್ವೆ ಆಗೋ ಹೆಣ್ಣಿಗೆ ಕೊಡು" ಎಂದಳು ಧಾರಾಳವಾಗಿ, ಒಂದು ಪುಟ್ಟ ಮಗುವಿಗೆ ಚಾಕಲೇಟು ಕೊಟ್ಟಂಥ ಭಾವ ಅವಳದು.

ಪವಳಕುಡಿಯಿಂದ ಹಿಡಿದು ಆಗ ತಾನೇ ಬಂದ ಮಾಥುರ್‌ವರೆಗೂ ಎಲ್ಲಾ ದಿಗ್ಭ್ರಾಂತರಾದರು.

ಉಂಗುರವಿಡಿದ ಕಲ್ಯಾಣರಾಮನ ಕೈ ನಡುಗುತ್ತಿತ್ತು.

ವಾತಾವರಣದ ಗಂಭೀರತೆಯನ್ನು ತಿಳಿಗೊಳಿಸಲು ಅಗ್ನಿಹೋತ್ರಿಗಳು "ಉಂಗುರ ಸಿಕ್ಕಿತಲ್ಲ, ತಗೊಂಡ್ಹೋಗಿ ಮದ್ವೆ ಮಾಡ್ಕೊ, ನಿಮ್ಮಮ್ಮನ ಕಾಡಬೇಡ." ಬುದ್ಧಿ ಹೇಳಿದರು.

ಕೈಯಲ್ಲಿರುವ ಚಿನ್ನವನ್ನು ತೆಗೆದು ಕೊಡುವಂಥ ಮನೋಭಾವ ಅವಳಲ್ಲಿ ಉಂಟಾಗಿರಬಹುದಾದರೆ - ಮುಂದೆ ಯೋಚಿಸಲಾರದೆ ಹೋದರು.

ಇಬ್ಬರಿಗೂ ಅಡ್ಡಿದ್ದ ಕಲ್ಯಾಣರಾಮ ಮಾತುಬಾರದ ಮೂಢನಂತೆ ಕಣ್ಣೊರೆಸಿಕೊಂಡ.

"ಹೆಂಡ್ತಿ ಜೊತೆ ಬಾ" ಅಗ್ನಿ ಹೋತ್ರಿಗಳು ಒಳಗೆ ಹೋದರು, "ಮನ್ನೀ... ಸಂಜೆ ಮೀಟಿಂಗಿದೆ" ನೆನಪಿಸಿದರು.

"ಬಾ.. ಮಾಥುರ್" ಒಳಗೆ ಕರೆದೊಯ್ದಳು.

ಉಂಗುರ ಖಾಲಿಯಾದ ಬೆರಳಿನತ್ತ ನೋಡಿದ ಮಾಥುರ್ "ಯಜಮಾನ್ರು, ಫಾರಂ ಕಳ್ಸಿಕೊಟ್ರು...." ಅವಳಿಗಿತ್ತು ನಿಂತ. ಗದ್ದಕ್ಕೆ ಬೆರಳಾಡಿಸಿ ಯೋಚಿಸಿದಂತೆ ಕಂಡಳು. "ಯಜಮಾನ್ರ ಅಂದರೇ ಸರಿಹೋಗೋಲ್ಲ, ಆ ಪದಕ್ಕೆ ಮರ್ಯಾದೆ ಸಿಕ್ಕಬೇಕಾದ್ರೆ... ಮುಖದ ಮೇಲೆ ಕೆಲವು ಸುಕ್ಕುಗಳ ಜೊತೆ, ಅಲ್ಪಸ್ವಲ್ಪ ಕೂದಲು ಬಿಳಿಯಾಗಿರ್ಬೇಕು. ಮಾತಿನ ಗತ್ತು ಕೂಡ ಸ್ವಲ್ಪ ಬದಲಾಗ್ಬೇಕು" ಚಿಂತಿಸಿ ಚಿಂತಿಸಿ ಒಂದೊಂದೇ ಸೇರಿಸತೊಡಗಿದಳು.

ಬಾಯಿ ಮುಚ್ಚಿಕೊಂಡು ನಕ್ಕ, ಮನೀಲಾ ನಗು, ಮಾತಿನ ನಡುವೆ ವೇಳೆ ಸರಿಯುವುದು ಅವನಿಗೆ ಗೊತ್ತಾಗುತ್ತಲೇ ಇರಲಿಲ್ಲ.

"ಇನ್ಮೇಲೆ ಬಾಸ್ ಅಂದ್ಬಿಡು" ಅವಳೆ ಸಲಹೆ ಕೊಟ್ಟಳು.

ಮೆಂಬರ್‌ಷಿಪ್ ಫಾರಂನಲ್ಲಿ ಏನು ತುಂಬಿರಲಿಲ್ಲ. ಬರೀ ಸಹಿ ಹಾಕಿ ಕೊಟ್ಟಿದ್ದ.

"ಎಲ್ಲಾ ನೀವೇ ಬರ್ಕ್ಕೋಬೇಕಂತೆ" ಐವತ್ತರ ನೋಟು ಅವಳ ಮುಂದಿಟ್ಟ "ಅವ್ರ ತಂದೆ ಹೆಸರೇನು?"

ಏನು ಹೇಳುವ ಸೂಚನೆ ಇರಲಿಲ್ಲ ಅವನಿಗೆ. "ನಾಳೆ, ನೀವು ಬಂದಾಗ ಕೇಳಿ ಬರ್ದು ಕೊಳ್ಳಿ. ಸಂಜೆ ಬರ್ತೀನಲ್ಲ" ಹೊರಟೇಬಿಟ್ಟ.

ಇವಳು ಬಂದ ಮೇಲೆಯೆ ಕಾಲನಿಯಲ್ಲಿ ಒಂದು ಸಂಘ ಮಾಡಿ, ಪ್ರತಿಯೊಬ್ಬರಿಗೂ ಒಂದೊಂದು ವಹಿಸಿ, ಮಾದರಿಯೆನಿಸುವಂತೆ ಮಾಡಿದ್ದಳು.

ಪ್ರತಿಯೊಬ್ಬರ ಬರ್ತ್‌ಡೇಗೂ ಕಾಲೋನಿಯ ಪುಟಾಣಿಗಳನ್ನೆಲ್ಲ ಕರೆದು ಕೊಂಡು ಹೋಗಿ ಶುಭ ಹಾರೈಸಿ ಹೂವಿನ ಬುಕ್ಕೆ ಕೊಟ್ಟು ಸಿಹಿ ತಿನ್ನಿಸಿ ಬರುವ ಕಾರ್ಯಕ್ರಮವಿಟ್ಟು ಕೊಂಡಿದ್ದಳು. 'ಮನೀ, ಮನೀಲಾ...' ಈ ಹೆಸರು ಇಡೀ ಕಾಲೋನಿಗೆ ಜನಪ್ರಿಯ.

"ಮಾವ..." ಹಾರಿ ಹೋದವಳು ಅವರ ತೊಡೆಯ ಮೇಲೆ ತಲೆ ಇಟ್ಟು "ಫೋಟೋಗ್ರಫಿ ತುಂಬ ಇಂಟರೆಸ್ಟ್ ಆಗಿರುತ್ತೆ ಅಲ್ವಾ ! ನಂಗೆ ಕ್ಯಾಮರ ಹಿಡ್ದು ಕಾಯೋಂಥ ಪೇಷನ್ಸ್ ಇಲ್ಲ. ಮಾತಾಡ್ದೇ ಏನಾದ್ರೂ ಮಾಡೋದ್ಹೇಗೆ ? ನಂಗೆ ನಿಶ್ಯಬ್ದ ಅಂದರೆ ಇಷ್ಟವಿಲ್ಲ." ಪಟ ಪಟ ಹೇಳಿದಳು.

ನಿಧಾನವಾಗಿ ಕಣ್ಮುಚ್ಚಿಕೊಂಡಳು, ಅವರಿಗೆ ಭಯ. ಹೃದಯ ಕಿತ್ತು ಬಾಯಿಗೆ ಬಂದಂತಾಯಿತು. 'ನೋ... ನೋ.... ಮನೀಲಾ...' ಕೂಗಿ ಬಿಡಬೇಕೆಂದು ಕೊಂಡರೂ ಉಸಿರು ಹೊರಗೆ ಬರಲಿಲ್ಲ.

ಕಂಪಿಸುವ ಕೈಯನ್ನ ಅವಳ ತಲೆಯ ಮೇಲಿಟ್ಟರು. "ಮನೀಲಾ..." ಪೂರ್ತಿ ಭಯಭೀತರಾಗಿದ್ದರು. "ಮಾವ, ನನ್ನ ಡಿಸ್ಟರ್ಬ್ ಮಾಡ್ಬೇಡಿ. ನಾನು ರಾಮನ ಕಲ್ಪನೆಯಲ್ಲಿದ್ದೀನಿ. ಪವಳಕುಡಿಯ ಮಗ ಕಲ್ಯಾಣ ರಾಮನಲ್ಲ. ಎಲ್ರೂ ಆರಾಧಿಸುವ ಜನಗಳ ರಾಮನ ಬಗ್ಗೆ" ಕಣ್ ತೆರೆಯದೆಯೆ ಹೇಳಿದಳು.

ಭಾರವಾದ ಅವರೆದೆಯ ಉಸಿರನ್ನು ತೀರಾ ಸದ್ದಾಗದಂತೆ ಹೊರತಳ್ಳ ತೊಡಗಿದರು ಅಗ್ನಿಹೋತ್ರಿಗಳು. ಕಾರ್ಖಾನೆಯ ಚಿಮಣಿಯಿಂದ ಹೊರ ಹೋಗುವಂತೆ ನಿಧಾನವಾಗಿ ಹೋಯಿತು. ಎರಡು ಕಡೆಯ ಕೀಲುಗಳು ಹಿಡಿದಂತಾಯಿತು.

"ಮನ್ನೀ..." ಅವರ ಸ್ವರ ಅತ್ಯಂತ ಮೃದುವಾಯಿತು. ಅವರ ಕೈಯ ನಡುಕ ನಿಂತಿರಲಿಲ್ಲ. "ಸಂಜೆ ಕಾಲೋನಿಯ ಮೀಟಿಂಗ್ ಇದೆಯಲ್ಲ. ಎಲ್ಲಾ ಒಂದೊಂದು

ಕಾರಣ ಹೇಳಿ ತಪ್ಪಿಸಿಕೊಂಡ್ಬಿಡ್ತಾರೆ, ಚಳಿ ಬೆರೆತ ಸಂಜೆ ನೋಡು, ಎಲ್ಲರಿಗೂ ಒಳ್ಗೇ ಬೆಚ್ಚಗೆ ಇರೋ ಇಚ್ಛೆ ಇರುತ್ತೆ'' ಅವಳ ಹಣೆಯ ಮೇಲೆ ಹರಡಿಕೊಂಡ ಕೂದಲನ್ನು ಸರಿ ಮಾಡತೊಡಗಿದರು.

ದಡಕ್ಕನೆ ಎದ್ದು ಬಾಗಿಲಿಗೆ ಹೋದಳು.

ಮೋಡ ಮುಸುಕಿದ ಆಕಾಶ, ಲಘುವಾಗಿ ಗುಡುಗುವುದು ಕೇಳಿ ಬರುತ್ತಿತ್ತು ಆಗಾಗ. ತಣ್ಣನೆಯ ಚಳಿಗಾಳಿ ಕ್ಷಣ ನಡುಗುವಂತೆ ಮಾಡಿತು.

''ಮಳೆ ಬರೋ ಹಾಗಿದೆ. ಹೇಗೆ ಅಟೆಂಡ್ ಮಾಡ್ತಾರೆ ಮೀಟಿಂಗ್?'' ಅವರ ಮುಂದೆ ಶಿಲಾ ಪ್ರತಿಮೆಯಂತೆ ನಿಂತಳು.

ಹಿಂದಿನಿಂದ ಸಂಜೀವಯ್ಯನವರ ಸ್ವರ. ''ನಾವಂತು ಬಂದುಬಿಟ್ಟಿದ್ದೀವಿ. ಯಾವ ಮಳೆಗೂ ನಮ್ಮ ಕಾಲೋನಿ ಜನನ ಮೀಟಿಂಗ್ ಬರ್ದಂತೆ ತಡ್ಯೋಕ್ಕಾಗೋಲ್ಲ'' ಪತ್ನಿ ಸಮೇತರಾಗಿ ಬಂದು ಸೋಫಾ ಮೇಲೆ ಕೂತರು.

''ಬೈದಿ ಬೈ, ಸಂಜೀವಯ್ಯ... ಯಾವ್ದೇ ತಿಂಡಿಯ ಅರೇಂಜ್‌ಮೆಂಟ್ಸ್ ನಡೆದಂಗಿಲ್ಲ, ಪವಳಕುಡಿ ಅವ್ಳ ಮಗ ಕಲ್ಯಾಣರಾಮನ ಜೊತೆ ಹೋದ್ಲು. ಯಾವ್ದೇ ಮೀಟಿಂಗ್ ಸಕ್ಸಸ್‌ಗೂ ತಿಂಡಿ, ಡ್ರಿಂಕ್ಸ್ ಕಾರಣವಾಗುತ್ತೆ'' ಕಣ್ಣೊಡೆದರು, ಅಗ್ನಿಹೋತ್ರಿಗಳು ಅವರತ್ತ ತಿರುಗಿ.

ಕಲ್ಯಾಣಮ್ಮ ಎದ್ದೇಬಿಟ್ಟರು. ''ಅದ್ರ ಜವಾಬ್ದಾರಿ ನಂಗಿರ್ಲಿ...'' ಸೊಂಟಕ್ಕೆ ಸೆರಗನ್ನು ಸಿಕ್ಕಿಸಿ ಕಿಚನ್‌ಗೆ ನುಗ್ಗಿದರು. ಹಿಂಬಾಲಿಸಿದ ಮನೀಲಾ ''ನಾನೇನು ನಿಮ್ಗೇ ಹೆಲ್ಪ್ ಮಾಡ್ಲಾರೇ ಆಂಟೀ. ನಂಗೆ ಒಂದಿಷ್ಟು ಕೆಲ್ಸವಿದೆ. ಏನೇನು ಮಾಡ್ಕೋಬೇಕೋ ನೋಡ್ಕೊಳ್ಳಿ.'' ಅವಸರ ಅವಸರ ಹೇಳಿ ಹೋದವಳು ಸೈಕಲ್ ಹತ್ತಿಯೆ ಬಿಟ್ಟಳು.

ಎರಡೇ ಕ್ಷಣಕ್ಕೆ ಹೊರ ಬಾಗಿಲಿಗೆ ಹೋದ ಅಗ್ನಿಹೋತ್ರಿಗಳು. ''ಮನೀಲಾ...'' ಅವರ ಕೂಗು ಗಾಳಿಯಲ್ಲಿ ತೇಲಿ ಹೋಗಿ ಅವಳಿಗೆ ತಲುಪಿಸಿತೇನೋ, ಕೆಳಗಿಳಿದು ಕೈಯೆತ್ತಿ ಸನ್ನೆ ಮಾಡಿದಳು. ಮರುಕ್ಷಣ ಸೈಕಲ್ ಮಾಯ.

ಮುಷ್ಟಿ ಬಿಗಿದು ಗಾಳಿಯಲ್ಲಾಡಿಸಿದರು. ಅಡಕತ್ತರಿ ಮಧ್ಯೆ ಸಿಕ್ಕಿಕೊಂಡ ಅಡಕೆಯಂತೆ ನಿಸ್ಸಹಾಯಕತೆ ಅವರನ್ನು ತಬ್ಬಿ ಸರಿಯಾಗಿ ಉಸಿರಾಡದಂತೆ ಮಾಡುತ್ತಿತ್ತು.

''ಮನ್ನಿ... ಮನೀಲಾ... ನೀನು ಸಾಯಬಾರ್ದು.'' ಅರಿವಾಗದಂತೆ ಜೋರಾಗಿ ಅಡಿದರು. ಅದನ್ನ ಗಾಳಿ ಯಾರ ಕಿವಿಗೂ ಹಾಕದಂತೆ ಎತ್ತಲೋ ಒಯ್ದಿತು.

ಇನ್ನೂ ಅವರು ಅಲ್ಲಿಯೇ ನಿಂತಿದ್ದರು. ರಭಸದಿಂದ ಮನೀಲಾ ಸೈಕಲ್ ಬಂದೇ ಬಿಟ್ಟಿತು. ಹಿಂದೆ ಉಲ್ಲಾಸ್, ಮುಂದೆ ಅರುಣ ಅವನ ತಂಗಿ.

ಹ್ಯಾಂಡಲ್ ಹಿಡಿದುಕೊಂಡರು. ''ನಾನೆಲ್ಲ ಅರೇಂಜ್ ಮಾಡಿದ್ದೀನಿ. ಪ್ರತಿಯೊಬ್ಬರ ಮನಯೆಲ್ಲೂ ಕೊಡೆಗಳಿವೆ. ಬರಲಿಲ್ಲಾಂದ್ರೆ ರೂಲ್ಸು ಪ್ರಕಾರ ಫೈನ್

ಹಾಕೋಣ. ಒಂದಿಷ್ಟು ಫಂಡ್ ಆದ್ರೂ ಶೇಖರವಾಗುತ್ತೆ ಸಂಘಕ್ಕೆ ಎಂದರು. ಅವರ ಮಾತನ್ನು ತಳ್ಳಿಹಾಕಲು ಅವಳಿಂದಾಗಲಿಲ್ಲ, ನೆಟ್ಟಗೆ ಒಳಗೆ ಹೋದಳು.

ಉಲ್ಲಾಸ್ ವಶಕ್ಕೆ ಸೈಕಲ್ ಹೋಯಿತು.

ಹತ್ತು ನಿಮಿಷದಲ್ಲಿ ಒಬ್ಬೊಬ್ಬರಾಗಿ ಬಂದು ಸೇರತೊಡಗಿದರು. ಕಡೆಯವರಾಗಿ ಬಂದಿದ್ದು ಮಾಥುರ್, ರಂಗಣ್ಣ. ಅವರಿಬ್ಬರು ಕೂಡ ಕಾಲೋನಿ ಸಂಘಕ್ಕೆ ಮೆಂಬರ್‌ಗಳು ಅವರ ಮೆಂಬರ್‌ಷಿಪ್ ಹಣವನ್ನು ತಾನೇ ತುಂಬಿದ್ದಳು ಮನೀಲಾ.

'ಎಲ್ಲಿ ?' ಎನ್ನುವಂತೆ ಕಣ್ಣಲ್ಲಿಯೆ ಕೇಳಿದಳು. ಅವರಿಬ್ಬರು ಹಿಂದಿರುಗಿ ನೋಡಿದರಷ್ಟೆ

ಮುಂಬಯಿಯಿಂದ ಶಮಂತ್‌ನ ತಂದೆಯ ಫೋನ್ ಬಂದಿತ್ತು. ಇವರುಗಳು ಹೇಳಿ ಬರುವಾಗ ಮುಖ ಬಿರುಸಾಗಿದ್ದುಅವರ ಅರಿವಿಗೆ ಬಂದಿತ್ತು.

ಮೀಟಿಂಗ್ ಷುರುವಾಯಿತು. ಕಾಲೋನಿಯಲ್ಲಿ ತಕ್ಷಣಕ್ಕೆ ಆಗ ಬೇಕಾದ ಕಾರ್ಯಕಲ್ಪಗಳ ಪಟ್ಟಿ ಸಿದ್ಧವಾಯಿತು. ಯೋಜನೆಯ ಮೊದಲ ಸಾಲಿನಲ್ಲಿ ಪಾರ್ಕ್‌ಗೆಂದು ಬಿಟ್ಟ ಸ್ಥಳವನ್ನೇ ಮಕ್ಕಳಿಗಾಗಿ ಬೇಗ ಸಿದ್ಧಪಡಿಸಬೇಕೆಂಬುದು ಮೊದಲ ನಿರ್ಣಯ.

ಆಗ ಅಗ್ನಿಹೋತ್ರಿಗಳು ಒಂದು ಮಾತು ಹೇಳಿದರು "ಈ ಕೆಲ್ಸವನ್ನ ತಡಮಾಡುವಂತಿಲ್ಲ, ತಕ್ಷಣ ಪಾರ್ಕಿನ ಕೆಲ್ಸ ಷುರು ಮಾಡಿದ್ರು ಒಂದೆರಡು ತಿಂಗಳಿಗೆ ಅಲ್ಪಕಾಲದ ಗಿಡ, ಸಸ್ಯ, ಹೂಗಳಿಂದ ತುಂಬಿಕೊಳ್ಳುತ್ತೆ. ಅದಕ್ಕೆ ಇಂತಿಷ್ಟೆ ದೇಣಿಗೆ ಕೊಡ್ಬೇಕೂಂತ ಇಲ್ಲ, ಅವರವ್ರ ಅನ್ಕೂಲಕ್ಕೆ ತಕ್ಕಂತೆ ಕೊಡ್ಬಹುದ್ದು" ಇದಿಷ್ಟು ಒಂದೇ ಮಾತುಯೆನಿಸಿಕೊಂಡರು ಪೂರ್ತ ವಿವರಣೆಯನ್ನು ನೀಡಿದರು.

ಹಿತ್ತಾಳೆಯ ಚಿತ್ತಾರದ ಒಂದು ಪಾತ್ರೆಯನ್ನು ಉಲ್ಲಾಸ್ ಕೈಗೆ ಕೊಟ್ಟರು ಸಂಜೀವಯ್ಯ "ಸಾಧ್ಯವಾದಷ್ಟು ಈಗ ಕೊಡಬಹುದಾದಷ್ಟು ಕೊಡಿ. ಅದಕ್ಕಾಗಿಯೇನು ತೊಂದರೆ ತೆಗ್ದುಕೊಳ್ಳಬೇಕಿಲ್ಲ, ನನ್ನಂಥ ರಿಟೈರ್ಡ್ ಆದವ್ರು ಕೆಲವರಿದ್ದಾರೆ. ನಿಂತು ಕೆಲ್ಸ ಮಾಡಿಸ್ತೀನಿ, ಮಾಡ್ತೀವಿ - ನಮ್ಮ ಪುಟಾಣಿಗಳ ದಂಡು ಸಹಾಯಕ್ಕೆ ಇದ್ದೇ ಇರ್ತಾರೆ." ಆದಷ್ಟು ಕೆಲಸವನ್ನು ತಾವೊಬ್ಬರೆ ಹೊರುವ ದೃಢ ವಿಶ್ವಾಸವಿತ್ತು ಅವರಲ್ಲಿ,

ಆ ಪಾತ್ರೆ ಕಡೆಯದಾಗಿಯೇ ಅಗ್ನಿಹೋತ್ರಿಗಳ ಬಳಿ ಬಂದಿದ್ದು. ಐದು ಸಾವಿರದಷ್ಟು ಮೊತ್ತವನ್ನು ಚೆಕ್‌ನ ರೂಪದಲ್ಲಿ ಅದರಲ್ಲಿ ಹಾಕಿದರು. ಆಮೇಲೆ ಅವರ ಬಗ್ಗೆ ಒಂದು ಮಾತಾಡಲಿಲ್ಲ.

ಆಗಲೇ ಪಾರ್ಕ್ ನಿರ್ಮಾಣಕ್ಕಾಗಿ ಒಂದು ಕಮಿಟಿ ಫಾರಂ ಆಗಿ ಅದರ ಕ್ಯಾಶಿಯರ್ ಕೈಗೆ ಹೋಯಿತು ಸಂಗ್ರಹವಾಗಿದ್ದ ಹಣ.

ಎಲ್ಲಾ ಮುಗಿದಂತೆ, ಬಂದವರಿಗೆಲ್ಲ ವಗ್ಗರಣೆ ಅವಲಕ್ಕಿ, ಬಿಸ್ಕತ್, ಹಣ್ಣುಗಳ ಸಮಾರಾಧನೆಯಾಯಿತು.

ಯಾರಿಗಾಗಿಯೋ ಕಾದು ಕಾದು ಭಾರವಾಯಿತು ಅವಳ ಕಣ್ಣುಗಳು, ಆತಂಕಗೊಂಡಿದ್ದರು ಅಗ್ನಿಹೋತ್ರಿಗಳು ಕೂಡ.

ಆಗಾಗ ಒಂದೊಂದು ಹನಿ ಉದುರುತ್ತಿದ್ದುದರಿಂದ ಬೇಗ ಬೇಗ ಎಲ್ಲರು ಖಾಲಿಯಾದರು. ಮಾಥುರ್, ರಂಗಣ್ಣ ಹೊರಟಾಗ ವಿರಳವಾಗಿ ಉದುರುತ್ತಿದ್ದ ಮಳೆಯ ಹನಿಗಳು ಸಾಂದ್ರವಾಗತೊಡಗಿತು.

ಮುಂದಿದ್ದ ಪುಟ್ಟ ಬಾಲ್ಕನಿಯಲ್ಲಿ ನಿಂತು ಹೊರಗೆ ನೋಡುತ್ತಿದ್ದಳು. ಧಾರೆಯಾಗಿ ಸುರಿಯುತ್ತಿದ್ದ ಮಳೆಯ ರಭಸ ಹೆಚ್ಚಿತ್ತು.

ಅಂಗೈಯಾಡಿದ್ದಳು ಮಳೆಗೆ ; ಒಂದು ಬಲವಾದ ಕೈ ರಭಸವಾಗಿ ಹಿಂದಕ್ಕೆಳೆದು ಕೊಂಡಿತು.

ಸನಿಹದಲ್ಲಿ ನಿಂತ ಶಮಂತ್ ತುಟಿಗಳ ಮೇಲೆ ಕಿರುನಗುವಿತ್ತು. ತೊಟ್ಟಿದ್ದ ಓವರ್ ಕೋಟಿನಂಚಿನಿಂದ ಒಂದೊಂದೆ ಮಳೆ ಹನಿ ತೊಟ್ಟಿಕ್ಕುತ್ತಿತ್ತು. ಅಷ್ಟೆ ಅವನೇನು ನೆಂದಿರಲಿಲ್ಲ.

ಇಂಗ್ಲಿಷ್ ಚಿತ್ರಗಳ 'ಹೀರೋ'ನಂತೆ ಕಂಡ. ಅದು ಸರಿಯೆನಿಸಲಿಲ್ಲ. ಅದು ಅವಳ ಮನಸ್ಸಿಗೆ ಕಷ್ಟವೆನಿಸಿತು.

"ಹಲೋ, ಸಾರಿ ಫಾರ್ ದಿ ಲೇಟ್ ಕಮಿಂಗ್. ಮೊದಲನೇ ತಪ್ಪು ಕ್ಷಮಾರ್ಹವೆ" ಕಣ್ಣಲ್ಲಿ ಅರುಣರಾಗದ ತೆರೆಗಳನ್ನು ಹರಿಸಿದ. ಆ ಸಮಯದಲ್ಲೂ "ಎಕ್ಸ್‌ಕ್ಯೂಜ್ ಮೀ, ಮೇಡಂ" ಮತ್ತೆ ಹೇಳಿದ.

"ದಟ್ಸ್ ಓ.ಕೆ. ಬನ್ನಿ ಶಮಂತ್..." ಒಳಗೆ ನಿಂತಿದ್ದ ಅಗ್ನಿಹೋತ್ರಿಗಳು ನಗುತ್ತ ಆಹ್ವಾನಿಸಿದರು. "ನಿಮ್ಮ ಅಪ್ಲಿಕೇಷನ್ ಅಕ್ಸೆಪ್ಟ್ ಆಗಿಲ್ಲಿಲ್ಲ. ನಿಮ್ಗೇ ಬರಹದ ಮೂಲಕ ಇನ್ವಿಟೇಷನ್ ಕೂಡ ಇರ್ಲಿಲ್ವಲ್ಲ. ಈಗ ನೀವು ನಮ್ಮ ಗೆಸ್ಟ್" ಆತ್ಮೀಯತೆ ಅವರ ಸ್ವರದಲ್ಲಿ ಮಿನುಗಿತು.

"ಸಾರಿ..." ಈಗ ಅವಳೇ ಕೇಳಿದಳು.

ಶಮಂತ್ ಅವಳ ಜೊತೆಯಲ್ಲಿಯೇ ಒಳಗೆ ಬಂದವನು ಮೇಲಿನ ರೈನ್ ಕೋಟು ಬಿಚ್ಚಿದ.

"ಅಂಚಿನಿಂದ ಇನ್ನು ಮಳೆ ಹನಿಗಳು ತೊಟ್ಟಿಕ್ಕೋ ಸಾಧ್ಯತೆ ಇದೆ. ಇದ್ರಲ್ಲಿ ಏಳು ಮಲ್ಲಿಗೆ ತೂಕದ ರಾಜಕುಮಾರಿ ತೇಲಿ ಹೋಗ್ಬಾರ್ದಲ್ಲ" ಮನೀಲಾಗೊಬ್ಬಳಿಗೆ ಕೇಳಿಸುವಂತೆ ನುಡಿದ. ಆ ಸಮಯದಲ್ಲಿ ಅವಳ ಮಿದುಳು ಚುರುಕಾಗಿರಲಿಲ್ಲವೇನೋ, ಅವಳಿಗೇನು ಅರ್ಥವಾಗಲಿಲ್ಲ.

ತಿಂಡಿ ತಂದಿತ್ತಳು. ನಯವಾಗಿ ನಿರಾಕರಿಸಿದ "ಸ್ವಲ್ಪ ಖಾರ ಕೂಡ ನನ್ನ ನಾಲಿಗೆ ತಡೆಯೋಲ್ಲ, ಸಪ್ಪೆ ಸಿಹಿನೆ ಇಷ್ಟ' ಬರೀ ಬಿಸ್ಕತ್‌ನಲ್ಲೇ ಮುಗಿಸೋದ್ಬೇಡ" ಅವನ ಕೈಯಲ್ಲಿನ ಬಿಸ್ಕತ್ ತೆಗೆದು ಪ್ಲೇಟಿಗೆ ಹಾಕಿದರು, ಅಗ್ನಿಹೋತ್ರಿಗಳು.

ಜಾಮೂನ್ ಬಟ್ಟಲು ತಂದು ಅವನ ಮುಂದಿಟ್ಟಳು, "ಏನೀ ಹೌ ಯು ಆರ್ ಲೇಟ್, ಪೂರ್ತಿ ತಿನ್ನೋ ಪನಿಷ್‌ಮೆಂಟ್" ಹಾಸ್ಯದ ನಗೆ ಬೀರಿದಳು. ಸಾವಿರ ಸಾವಿರ ನಕ್ಷತ್ರಗಳು ನಕ್ಕಂತಾಯಿತು, "ಥ್ಯಾಂಕ್ಯೂ ಮಿಸ್, ನಂಗೆ ಇಷ್ಟವಾದ ತಿಂಡಿ. ಇದೇನು ಪನೀಷ್‌ಮೆಂಟ್ ಅನ್ನಿಸೋಲ್ಲ, ಖಾರ...." ಮೈಯೆಲ್ಲ ನಡುಗಿಸಿದ.

ಅಗ್ನಿಹೋತ್ರಿ ಮತ್ತು ಶಮಂತ್ ಮಾತುಕತೆಗಳು ಸಾಗಿದ್ದು ಪಕ್ಷಿವೀಕ್ಷಣೆ, ಪರಿಸರದ ಬಗ್ಗೆ ಹೆಚ್ಚು ಮಾತಾಡಿದ್ದು ಅಗ್ನಿಹೋತ್ರಿಗಳೇ. ಸಹಜ ಮಿತಭಾಷಿಯೆನ್ನುವುದು ಅವನ ಮುಖ ನೋಡಿಯೇ ಹೇಳಬಹುದಿತ್ತು.

ಒಂದು ಮಾತಾಡದ ಮನೀಲಾ ಗದ್ದಕ್ಕೆ ಕೈಯಾನಿಸಿ ಕೂತು ಕೇಳುತ್ತಿದ್ದಳು. ಆಗಾಗ ಅವಳ ತುಟಿಯಂಚಿನಲ್ಲಿ ನಗು ಮಿನುಗಿದರೇ, ಅದನ್ನು ಅಳಿಸಿ ಹಾಕುವಂಥ ವಿಷಣ್ಣತೆಯನ್ನು ಕಣ್ಣುಗಳು ಪ್ರತಿಫಲಿಸುತ್ತಿದ್ದವು.

"ಹೇಗೆ, ನಾಳೆಯಿಂದ ಕಾಲೇಜ್‌ಗೆ ರಜ, ಫುಲ್ ಟೈಮ್ ಅಸಿಸ್ಟೆಂಟ್ ಕಮ್ ಪರ್ಸನಲ್ ಸೆಕ್ರೆಟರಿಯಾಗಿ ಮನೀಲಾ ನನ್ನೊತೆ ಇರ್ಲಿ. ನಂಗೆ ತುಂಬ ಹೆಲ್ಪ್ ಆಗುತ್ತೆ, ಮರಳುಗಾಡಿನಲ್ಲಿ ಓಯಸಿಸ್" ಎಂದ ಮುಗುಳ್ನಗುತ್ತ. ಇದಕ್ಕೆ ಒಪ್ಪಿಗೆ ನೀಡಿ, ಎನ್ನುವ ಒತ್ತಾಯವು ಅವನ ಕಣ್ಣುಗಳಲ್ಲಿತ್ತು.

ಮನೀಲಾನ ಮತ್ತಷ್ಟು ದಿನ ತಮ್ಮೊಂದಿಗೆ ಉಳಿಸಿಕೊಳ್ಳುವ ಹೋರಾಟದಲ್ಲಿ ಪೂರ್ತಿ ಹಸ್ತ ಚಾಚಿದ್ದ. ಅದಕ್ಕೆ ಅವರು ಇಲ್ಲವೆನ್ನಲು ಸಾಧ್ಯವೇ ?

"ವಾಟ್ ಡು ಯು ಮೀನ್, ನಾನು ಮನೀಲಾ ಜೊತೆ ಬರ್ಬೇಕಾಗುತ್ತಷ್ಟೆ. ಅವಳಿಲ್ಲದಿದ್ರೆ ಮನೆಯಲ್ಲಿ ಮಾತ್ರವಲ್ಲ ನನ್ನೆದೆಯಲ್ಲಿ ಕೂಡ ಜೀವ ಸಂಚಾರವಿಲ್ಲ" ಅವರ ಕೊರಳುಬ್ಬಿದ್ದು ಅವನ ಗಮನಕ್ಕೆ ಬಂತು.

ಡಾ|| ಪಿತ್ರೆಯವರು ಈಚೆಗೆ ಅವರಿಗೊಂದು ಪತ್ರ ಬರೆದಿದ್ದರು.

"ಬದ್ಕೀನ ಬಗ್ಗೆ ಕಲ್ಪನೆಗಳು, ಕನಸುಗಳು ಮೂಡಿದಾಗ ಸುಖ ನಿದ್ರೆಯ ರಾತ್ರಿಗಳಾಗುತ್ತೆ ಮನೀಲಾಗೆ. ಭಯ, ದುರ್ಘಟನೆಯ ಮೇಲೆ ತೆಳುವಾದ ಪರದೆ ಮುಚ್ಚಿಕೊಳ್ಳುತ್ತೆ, ಬದ್ಕಿರುವಷ್ಟು ದಿನಗಳಾದ್ರೂ ಸಂತೋಷದಿಂದ ಹಾಯಾಗಿರ್ತಾಳೆ. ನಾವೆಲ್ಲ ಅಷ್ಟನ್ನೇ ಬಯಸಬೇಕು ಈಗ. ಶೂನ್ಯದಿಂದ ಅವಳನ್ನು ಹೊರಗೆಳೆದು ಕನಸುಗಳನ್ನು ತುಂಬಲು ಶಮಂತ್ ಒಪ್ಪಿದ್ದಾರೆ. ಅವರಿಗೆ ಸಹಕಾರ ನೀಡಿ, ಆಲ್ ದಿ ಬೆಸ್ಟ್"

ಸಹಿಯೊಂದಿಗೆ ಕೆಳಗೆ ಕೆಲವು ಮಾತನ್ನು ದಾಖಲಿಸಿದ್ದರು. ಕಾಸಿಲ್ಲದ ವ್ಯಕ್ತಿ ಹೋಟೆಲ್‌ಗೆ ಹೋಗಿ ಆಯ್‌ಸ್ಟರ್‌ಗೆ (ಮುತ್ತಿನ ಚಿಪ್ಪು) ಆರ್ಡರ್ ಮಾಡುತ್ತಾನಂತೆ. ಏಕೆಂದರೆ ಆ ಚಿಪ್ಪಿನಲ್ಲಿ ಮುತ್ತು ದೊರಕುವುದೆಂದು ಆಶಾವಾದಿಯ ಆಸೆ. ಅದರಲ್ಲಿ ಹೋಟೆಲ್ ಬಿಲ್ ಕೊಡಬಹುದೆಂದು - ನಿರಾಶಾವಾದಕ್ಕಿಂತ ಇಂಥ ಆಶಾವಾದಿಯಾಗಿರೋದೇ ಒಳ್ಳೆಯದು.

"ವೈ ನಾಟ್, ನೀವು ಬರ್ಬಹ್ದು. ಆದರೆ ಆಲಮಾರಿತನಕ್ಕೆ ಹೊಂದಿಕೋಬೇಕು" ಎಂದ ಮಾತು ಅವರನ್ನು ಎಚ್ಚರಿಸಿತು.

ಹಾರ್ದಿಕವಾಗಿ ನಕ್ಕುಬಿಟ್ಟರು "ಈಗ ನಾನು ಸೋಮಾರಿತನಕ್ಕೆ ಹೊಂದಿಕೊಂಡಿದ್ದೀನಿ. ಮಾತು, ಕೂತ ಕಡೆ ಮಾತು... ಎಷ್ಟು ಬೇಕಾದರೂ ಆಡಬಲ್ಲೆ. ನಿಮ್ಗೇ ರಾತ್ರಿ ನಿದ್ದೆ ಬರದಿದ್ರೆ ಕತೆ ಹೇಳಬಲ್ಲೆ" ಎಂದರು. ನಗು ಸಾಂಕ್ರಾಮಿಕವಾಗಿ ಹರಡಿಕೊಂಡಿತು.

ಪ್ರತಿ ರಾತ್ರಿ ಮನೀಲಾಗೆ ನಿದ್ದೆ ಬರುವವರೆಗೂ ಕತೆ, ಹಾಸ್ಯ ಕಾದಂಬರಿಯ ಸಂಕ್ಷಿಪ್ತ ಸಾರಾಂಶ, ಜಗತ್ತಿನ ಯಾವುದೇ ಮೂಲೆಯಲ್ಲಿ ನಡೆದ ಘಟನೆಯನ್ನು ಅತಿ ಸ್ವಾರಸ್ಯವಾಗಿ ಹೇಳುತ್ತಿದ್ದರು.

ಶಮಂತ್ ಎರಡು, ಮೂರು ಸಲ ಹೊರಟ. ಭಯಂಕರ ಮಳೆ ದೆಸೆಯಿಂದ ಸಾಧ್ಯವಾಗಲಿಲ್ಲ.

"ಮಳೆ ನಿಲ್ಲೋ ಸಾಧ್ಯತೆ ಕಡ್ಮೇ. ನೋ ಪ್ರಾಬ್ಲಮ್. ಡ್ರೈವಿಂಗ್‌ನಲ್ಲಿ ಎಕ್ಸ್‌ಪರ್ಟ್. ನನ್ನ ಕಾರು ಕೂಡ ಎಂತಹ ಸಮಯದಲ್ಲು ನಂಗೆ ಒಬಿಡಿಯೆಂಟ್, ಡೋಂಟ್‌ವರೀ" ಕಡೆಯ ಸಲ ಹೊರಟು ನಿಂತ. ಆಗ ಹತ್ತರ ವೇಳೆ.

ಉತ್ಸಾಹ, ಉಲ್ಲಾಸದಿಂದ ಮಾತಾಡುತ್ತಿದ್ದ ಮನೀಲಾ ಮುಖದ ಮೇಲೆ ಕಾರ್ಮೋಡಗಳು ಕವಿದವು. ಅದೆಷ್ಟು ದಟ್ಟವಾಗಿತ್ತೆಂದರೆ ಆಕಾಶದಲ್ಲಿ ಕವಿದ ಮೋಡಗಳಿಗಿಂತ ಒಂದು ಪಾಲು ಹೆಚ್ಚೇ ಇತ್ತು.

"ಇಂಥ.. ಮಳೆ!" ಬಾಯಿ ಮೇಲೆ ಕೈ ಇಟ್ಟಕೊಂಡಳು.

ಹೊರಡುವ ಯೋಚನೆ ಬಿಟ್ಟು ಆರಾಮಾಗಿ ಕೂತುಬಿಟ್ಟ . ಕಾರಿನ ಮೇಲೆ ಒಂದೇ ಸಮ ಸುರಿಯುತ್ತಿದ್ದ ಮಳೆ ನೋಡಲು ಚೇತೋಹಾರಿಯಾಗಿತ್ತು.

"ನಿಂತ್ಮೇಲೆ ಹೊರಡೋದು. ಅದ್ವರ್ಗೂ ನೀನು ಎದುರಿನಲ್ಲಿ ಕೂತಿರಬೇಕಷ್ಟೆ" ಎಂದ ಅವಳತ್ತ ನೋಟ ಹರಿಸುತ್ತ.

ಎಲ್ಲರ ನಿರೀಕ್ಷೆ ತಲೆ ಕೆಳಕಾಗಿ ಸುರಿಯುವ ಮಳೆ ನಿಧಾನವಾಗಿ ಕಡೆಗೆ ನಿಂತೇಹೋಯಿತು.

'ಸರಿಯಾ' ಎನ್ನುವಂತೆ ಅವಳತ್ತ ನೋಡಿದವನು ಹೊರಗೆ ಬಂದ. ಅಗ್ನಿಹೋತ್ರಿ ಒಳಗೆ ಉಳಿದರು. ಪಕ್ಕದಲ್ಲಿ ಬಂದು ನಿಂತ ಮನೀಲಾ ಕೈಯನ್ನು ಚಾಚಿ ಹೊರಗೆ ಹಿಡಿದ.

ಪೂರ್ತಿ ಮಳೆ ನಿಂತಿದ್ದರೂ ಮುತ್ತಿನಂಥ ದಪ್ಪ ಹನಿಯೊಂದು ಅವಳ ಅಂಗೈಯಲ್ಲಿ ಬಿತ್ತು. ಆಗ ಅವಳ ಕೈಯನ್ನು ಶಮಂತ್ ಹಿಡಿದಿದ್ದ - ಒಂದೊಂದೇ ಅವಳ ಬೆರಳನ್ನು ಮಡಚಿ ಕಣ್ಣಲ್ಲಿ ಕಣ್ಣಿಟ್ಟು ನೋಡಿದ.

''ತೀರಾ ವ್ಯಾಲ್ಯುಬಲ್ !'' ಸರಳವಾಗಿ ಅಂದ.

ಮಳೆಯ ನೀರಿನ ನಡುವೆ ಬೂಡ್ಸುಗಳನ್ನೂರುತ್ತ ನಡೆದವಳು ಕಾರು ಹತ್ತಿ ಕೈ ಬೀಸುವ ಮುನ್ನ ''ನೈನ್ ಟು ಫೈವ್ ನಿನ್ನ ವರ್ಕ್...'' ನೆನಪಿಸಿದವನು ''ನಂಗೆ ಕೊಡೋ ಪ್ರೆಸೆಂಟೇಷನ್‌ನ ಮರೆಯದೆ ತಗೊಂಡ್ಬಾ'' ಉಸುರಿದ ಮೆಲುವಾಗಿ ಹೇಳಿದ್ದರೂ ಗಾಳಿ ಒಯ್ದು ಸಂದೇಶವನ್ನು ಅವಳಿಗೆ ತಲುಪಿಸಿತ್ತು.

ಅಪರೂಪದ, ಮೊದಲೆ ಚೆಂದವಾಗಿದ್ದ ಅವನ ಮುಖದಲ್ಲಿ ಸ್ನೇಹ ತುಳುಕಿದಾಗ, ಮಧ್ಯ ರಾತ್ರಿಯಲ್ಲಿ ಸೂರ್ಯದರ್ಶನವಾದಂತಾಯಿತು.

ಆದರೂ ಅವಳಿಗೆ ನೆನಪಾದದ್ದು ಕಾಡಿನ ಹಚ್ಚ ಹಸುರಿನ ಪರಿಸರದಲ್ಲಿ ನಿಂತ ಶಮಂತ್. ಮಧ್ಯಾಹ್ನ ಅವಳ ಮನಸ್ಸಿನಲ್ಲಿ ರೂಪುಗೊಂಡ ಯೋಜನೆಯನ್ನು ಕಾರ್ಯರೂಪಕ್ಕೆ ತರಲು ನಿರ್ಧರಿಸಿದಳು.

ಹಾಸಿಗೆಯ ಮೇಲೆ ಬೋರಲು ಬಿದ್ದುಕೊಂಡು ಏನೋ ಸ್ಕೆಚ್ ಹಾಕುತ್ತಿದ್ದಾಗ ಒಳ ನಡೆದ ಅಗ್ನಿಹೋತ್ರಿಗಳು ಹಾಗೆಯೇ ನಿಂತರು.

ಒಂಟಿಯಾಗಿ ಅವಳೆಂದು ಕೋಣೆಯಲ್ಲಿ ಉಳಿಯಳು. ''ನಂಗೆ ಭಯ ! ನಿಮ್ಮ ಎದುರಿನಲ್ಲೇ ಇರ್ತೀನಿ'' ಸದಾ ಅವರ ಎದುರಿನಲ್ಲೆ ಇರುತ್ತಿದ್ದವಳು ರೂಮಿನಲ್ಲಿ ಉಳಿದಾಗ ಅವರಿಗೂ ಆಶ್ಚರ್ಯ. ಅದರ ಜೊತೆ ಆತಂಕವಿಲ್ಲದೆ ನಿರಾಳವಾಗಿ ಮಲಗಿದ್ದ ಅವಳ್ನು ನೋಡಿ ಸಂತೋಷಗೊಂಡರು.

''ಸೀರಿಯಸ್ಸಾಗಿ ವರ್ಕ್ ಮಾಡೋ ಹಾಗಿದೆ'' ಅವಳ ಪಕ್ಕದಲ್ಲಿಯೇ ಕೂತರು. ಆಡುತ್ತಿದ್ದ ಅವಳ ಕಾಲುಗಳು ನಿಂತವು. ಎದ್ದು ಕೂತಳು ''ಮಾವ ರಾಮ ಹೇಗಿರ್ತಾರೆ?'' ಅದೇ ಪ್ರಶ್ನೆ, ವರ್ಣನೆ ಅವರಿಗೆ ನಿಲುಕಲಿಲ್ಲ.

''ನಾನು ನೋಡಿಲ್ಲ!'' ಎಂದರು ಚುಟುಕಾಗಿ.

''ಪ್ಲೀಸ್, ನನ್ನ ಪ್ರಶ್ನೆನ ಹಗುರವಾಗಿ ತಗೋಬೇಡಿ ಸ್ವಲ್ಪ ಸೀರಿಯಸ್ಸಾಗಿ ಥಿಂಕ್ ಮಾಡಿ ಹೇಳಿ'' ಪಟ್ಟು ಹಿಡಿದಳು.

ಅವರು ತಲೆ ಕೆರೆದುಕೊಂಡರು. ಕೂದಲು ಸ್ವಲ್ಪ ತೆಳ್ಳಗಾಗಿ ಕಪ್ಪಿನೊಳಗೆ ಬಿಳುಪು ಬೆರೆತಿತ್ತೆ ವಿನಾ ಬಾಲ್ಡಿಯಾಗಿರಲಿಲ್ಲ.

"ಹೇಗೆ ಹೇಳ್ಲಿ, ನಾನು ನಿನ್ನ ಪ್ರಶ್ನೆಗೆ ಉತ್ತರಿಸೋಕಾದ್ರೂ ತ್ರೇತಾಯುಗದಲ್ಲಿ ಹುಟ್ಟಿರಬೇಕಿತ್ತು. ಶ್ಲೋಕದ ರೂಪದಲ್ಲಿ, ಕಾವ್ಯದ ರೂಪದಲ್ಲಿ ಹೇಳಲಾಗದಿದ್ರೂ ಮಾತಿನ ರೂಪದಲ್ಲಿ ಅಷ್ಟಿಷ್ಟು ಹೇಳ್ತಾ ಇದ್ದೆ. ಈಗೊಂದು ತೋಚ್ತಾ ಇಲ್ಲ" ತಮ್ಮ ನಿಸ್ಸಹಾಯಕತೆಯನ್ನು ವ್ಯಕ್ತಪಡಿಸಿದರು.

"ನೋ... ನೋ... ನೋ... ರಾಮನ ರೂಪದ ಬಗ್ಗೆ ಹೇಳೋಕೆ ನೀವೇನು ತ್ರೇತಾಯುಗದಲ್ಲಿ ಹುಟ್ಟಬೇಕಿಲ್ಲ. ವಾಲ್ಮೀಕಿಯ ಮಾತುಗಳಲ್ಲಿ ಹೇಳಿ" ಅವಳದು ಹಟ.

ಕೈ ಕೈ ಹೊಸಕಿಕೊಂಡರು. ರಾಮಾಯಣದ ರಾಮ ನೆನಪಾದರೆ ಎಲ್ಲರ ಹೃದಯದಲ್ಲಿ ಮೂಡುವುದು ದಿವ್ಯಮಂಗಳ ರೂಪ.

"ಒಂದೆರಡು ದಿನ ಕಾಲಾವಕಾಶ ಕೊಡು. ಹೇಳಿ ಕೇಳಿ ಮಿಲಿಟರಿಯಲ್ಲಿದ್ದ ಮನುಷ್ಯ. ನನ್ನ ಅನುಭವಗಳೇ ಬೇರೆ. ಖಂಡಿತ ನಿನ್ನ ಪ್ರಶ್ನೆಗೆ ಉತ್ತರ ಹೇಳೋಕೆ ಟ್ರೈ ಮಾಡ್ತೀನಿ ಪ್ಲೀಸ್..." ಅಂದರು ಮುಖದ ಮೇಲೆ ದೈನ್ಯವನ್ನು ತಂದುಕೊಂಡು.

ಅಡ್ಡಡ್ಡ ಆಡಿಸಿದಳು ಮನೀಲಾ ತಲೆಯನ್ನು.

"ಈಗ್ಲೇ ಹೇಳ್ಬೇಕು, ಆಭರಣಗಳು ವೇಷಭೂಷಣಗಳು ಬೇಡ. ನಂಗೆ ಪಂಚವಟಿಯಲ್ಲಿದ್ದ ಜಟಾಧಾರಿ ರಾಮನ ರೂಪು ಬೇಕು."

ಎಳೆ ಬಿಸಿಲಿನ ಕಾಂತಿ ಮೂಡಿತು ಅಗ್ನಿಹೋತ್ರಿಗಳ ಮುಖದ ಮೇಲೆ.

"ವ್ಹಾ.... ಇದಾ ವಿಷ್ಯ !" ನಗೆಯಾಡಿದರು.

ತಕ್ಷಣ ಅವಳ ಮುಖದ ಮೇಲೆ ಲಜ್ಜೆ ಮೂಡಿದರೂ ಮರುಕ್ಷಣ ಮಸುಕಾಗಿ ಹೋಯಿತು.

"ಸುಂದರ, ಸ್ನಿಗ್ಧ ಮನೋಹರ ಅತ್ಯಂತ ತೇಜಃಪುಂಜದ ಮೂರ್ತಿ ಎನ್ನುತ್ತಾರೆ. ಇನ್ನು ಮಿಕ್ಕಿದ್ದು ನೀನು ಬರಕೋ" ಅವಳನ್ನು ಬಿಟ್ಟು ಎದ್ದು ಹೋದರು.

ಚುಕ್ಕೆಗಳ ಮೂಲಕ ಸ್ಕೇಚ್ ಹಾಕಿದವಳು ಶಮಂತ್ ರೂಪು ನೆನೆಸಿಕೊಂಡು ಅದೇ ಮೂಗು, ಮುಖ, ಕಣ್ಣು ದೀರ್ಘ ಬಾಹುಗಳು - ಹತ್ತೆಂಟು ಬರೆದು ಉಂಡೆ ಮಾಡಿ ಎಸೆದ ನಂತರ ಮತ್ತೊಂದನ್ನು ಅತಿ ಪ್ರಯಾಸದಿಂದ ಬರೆದಳು.

ಮಧ್ಯ ರಾತ್ರಿ ಒಂದರ ನಂತರ ಅಗ್ನಿಹೋತ್ರಿಗಳು ಕೋಣೆಯಲ್ಲಿ ಇಣುಕಿದಾಗ, ಬರವಣಿಗೆಯ ಸಾಮಗ್ರಿ, ಬರೆದ ಚಿತ್ರದ ಬದಿಯಲ್ಲಿಯೇ ಬೋರಲು ಮಲಗಿ ನಿದ್ರಿಸುತ್ತಿದ್ದಳು.

'ಮನೀಲಾ ನಿದ್ದೆಯನ್ನು ಗಮನಿಸಿ' ಡಾ|| ಮಿತ್ರೆಯವರ ಅಣತಿ. ನಿದ್ದೆಯಲ್ಲಿ ಎರಡು ಹಂತಗಳು. ಒಂದು ಸ್ಲೋವೇವ್ ನಿದ್ದೆಯಾದರೆ, ಇನ್ನೊಂದು ರ್‍ಯಾಪಿಡ್ ಐ ಮೂಮೆಂಟ್ ನಿದ್ದೆ. ಸ್ಲೋವೇವ್ ನಿದ್ದೆಯಲ್ಲಿ ಮಾಂಸ ಖಂಡಗಳು ಸಡಿಲವಾಗುತ್ತೆ

ಹೃದಯದ ಬಡಿತ ನಿಧಾನವಾಗಿ ಆಳವಾಗಿ ಕ್ರಮಬದ್ಧವಾಗುತ್ತದೆ. ಇದರಿಂದ ದೇಹದ ಉಷ್ಣತೆ ತಗ್ಗುತ್ತೆ. ಹೀಗಾಗಿ ದೇಹದ ಶಕ್ತಿ ಉಳಿತಾಯವಾಗುತ್ತದೆ. ರ್ಯಾಪಿಡ್ ಐ ಮೂಮೆಂಟ್ .... ನಿದ್ದೆ...''

ಅಷ್ಟರಲ್ಲಿ ಅವಳ ಕೈ ಅಡಿಯಲ್ಲಿದ್ದ ಪೇಪರ್ ಫ್ಯಾನಿನ ಗಾಳಿಗೆ ಹಾರಿ ಇವರ ಕಾಲಿನ ಬುಡದಲ್ಲಿ ಬಂದು ಬಿತ್ತು. ಬಗ್ಗಿ ಎತ್ತಿಕೊಂಡರು.

ನಿಲುವು ಕಣ್ಣು, ಮೂಗು, ವರ್ಚಸ್ಸು ಶಮಂತ್‌ನದೆ. ಇಲ್ಲಿ ನವೀನ ಮಾದರಿಯ ಉಡುಗೆಗಳಿಗೆ ಬದಲಾಗಿ ನಾರುಡಿಗೆ ಧರಿಸಿದ್ದ. ಹಣೆಯಲ್ಲಿ ನಾಮ, ಧನುರ್ಧಾರಿ ರಾಮ ಅಗಲ ಭುಜಗಳನ್ನು ಉಳ್ಳವನಾಗಿದ್ದ. ಕ್ರಾಪ್ ಬದಲು ಎತ್ತಿ ಕಟ್ಟಿದ ಜಟೆ - ಅನುಪಮವಾದ ರಾಮನ ಲಾವಣ್ಯವನ್ನು ತುಂಬಿದ್ದಳು ಶಮಂತ್‌ನ ಚಿತ್ರಕ್ಕೆ, ಪಂಚವಟಿಯ ರಾಮ. ಅರ್ಥಪೂರ್ಣವಾದ ಶೀರ್ಷಿಕೆಯನ್ನು ಬರೆದಿದ್ದಳು.

ಅಗ್ನಿಹೋತ್ರಿಗಳ ಕಣ್ತುಂಬಿ ಬಂತು. ಜೋರಾಗಿ ಉಸಿರಾಡಿದರೆ ಅವಳಿಗೆಲ್ಲಿ ಎಚ್ಚರವಾಗುತ್ತದೆಯೋಂತ ಹೊರಗೆ ಬಂದು ಬಿಟ್ಟರು.

ಮಕ್ಕಳಲ್ಲಿಯೇ ಅತಿ ಬುದ್ಧಿವಂತೆ ಮನೀಲಾ. ನರೋನಾಗೆ ಮಗಳನ್ನು ಕಂಡರೆ ಅವರಿಗೆ ಪಂಚಪ್ರಾಣ. "ನಮ್ಮ ಮನ್ನಿಷಿ ಲುಕ್ಸ್ ವೆರಿ ಬ್ಯೂಟಿಫುಲ್, ಮುಂದೆ ಮಿಸ್ ಇಂಡಿಯಾ... ನೋ.... ನೋ... ಅವೆಲ್ಲ ನನ್ನಗ್ಳಿಗೆ ಬೇಡ. ಆ ವಯ್ಯಾರ ಅವ್ಳಿಗೆ ಬರದು'' ಮೆಚ್ಚಿಗೆಯಿಂದ ಆಡಿಕೊಳ್ಳುತ್ತಿದ್ದರು.

ಅದನ್ನು ಕೇಳುವ ಭಾಗ್ಯ ಮಾತ್ರ ಸಿಕ್ಕಿತ್ತು ಅವರ ಪಾಲಿಗೆ.

ಗೂಡುಕಟ್ಟಿದ್ದ ಯೋಚನೆಗಳೆಲ್ಲ ಬಿಚ್ಚಿಕೊಂಡಿದ್ದರಿಂದ ಅವರಿಗೆ ನಿದ್ರಿಸಲಾಗಲಿಲ್ಲ. ಇಡೀ ಕುಟುಂಬದ ಬಲಿ ಒಂದು ರಾಜಕೀಯ ಸೇಡಿಗೆ!

"ಸಮಾಜ ಘಾತುಕರೆಲ್ಲ ನಮ್ಮ ಶತ್ರುಗಳೆ...'' ಎ.ಸಿ.ಪಿ. ನರೋನಾ ಹೇಳುತ್ತಿದ್ದ ಮಾತುಗಳು. ಆಗ ಅವರ ಕಣ್ಣುಗಳಲ್ಲಿ ಮಿನುಗುತ್ತಿದ್ದುದ್ದು ಪ್ರಾಮಾಣಿಕ ಕರ್ತವ್ಯದ ಬೆಳಕು.

ಅವಳು ಬರೆದಿಟ್ಟಿದ್ದ ಚಿತ್ರವನ್ನು ಮತ್ತೆ ಕೈಯಲ್ಲಿಡಿದು ಕೂತವರು ನೆನಪಿಸಿ ಕೊಂಡು ಕೋಣೆಯಲ್ಲಿ ಉಂಡೆ ಮಾಡಿ ಎಸೆದಿದ್ದ ಆರ್ಟ್ ಶೀಟ್‌ಗಳನ್ನು ತಂದು ಪ್ರತಿಯೊಂದನ್ನು ಬಿಡಿಸಿ ಬಿಡಿಸಿ ನೋಡಿದ್ದರು.

ಯಾವ ಚಿತ್ರಗಳು ಅಷ್ಟೇನು ಕೆಟ್ಟಿರಲಿಲ್ಲ. ಆದರೆ ಅವಳಿಗೆ ಸಂತೃಪ್ತಿ ತಂದಿರಲಿಲ್ಲ.

ತೀರಾ ಘಾಸಿಗೊಂಡ ಅಗ್ನಿಹೋತ್ರಿ ಮಂಚದ ಬದಿಯಲ್ಲಿ ಹೋಗಿ ಕುಳಿತರು. ಮುಂಗೂದಲು ಫ್ಯಾನಿನ ಗಾಳಿಗೆ ಅವಳ ಹಣೆ, ಕೆನ್ನೆಗಳ ಮೇಲೆ ಲಾಸ್ಯವಾಡುತ್ತಿತ್ತು.

❑ ❑ ❑

ಉತ್ತರ ಕನ್ನಡದ ಮುಂಡಗೋಡಿಗೆ ಶಮಂತ್‌ನ ಕಾರು ಬಂದಾಗ ಸಂಜೆ ಆರು. ಅವನ ಡ್ರೈವಿಂಗ್ ಕೆಲವೊಮ್ಮೆ ಹಾರಿಬಲ್ ಆಗಿತ್ತು.

ಸ್ವಲ್ಪ ಮೋಡ ಕವಿದಿದ್ದರಿಂದ ಬೇಗನೆ ಕತ್ತಲು ಮುಸುಕಿತ್ತು. "ಜಸ್ಟ್ ಎ ಮಿನಿಟ್..." ಶಮಂತ್ ಇಳಿದು ಹೋದ. ಈ ಸಲ ಅವನ ಗುರಿ ಕರ್ನಾಟಕದ ಎರಡನೆಯ ರಂಗನತಿಟ್ಟು ಎಂದು ಹೆಸರಾದ 'ಅತ್ತಿಮೇರಿ' ಪಕ್ಷಿಧಾಮದ ಬಗ್ಗೆ ಇತ್ತು.

ಕಾರಿನಿಂದ ಕೆಳಗಿಳಿದ ಮನೀಲಾ ಸುತ್ತಲೂ ನೋಟ ಹರಿಸತೊಡಗಿದಳು. "ಬಾ..." ಎಂದ. ಶಮಂತ್ ಕಾರಿನ ಕೀಯನ್ನು ಜೊತೆಯಲ್ಲಿ ಬಂದ ಬಿಳಿ ಸಮವಸ್ತ್ರಧಾರಿಗೆ ಕೊಟ್ಟು ಅವಳನ್ನು ಕರೆದೊಯ್ದ.

ಕೌಂಟರ್ ದಾಟಿ ಮೇಲೆತ್ತಿ ಹೋದಾಗ ಒಂದು ಎ.ಸಿ. ರೂಮಿನ ಬಾಗಿಲು ತೆಗೆದು ಕಾದಿದ್ದ ಆಫೀಸ್‌ಬಾಯ್ ಅತ್ಯಂತ ವಿನಯ ತೋರಿಸಿದ.

"ಥ್ಯಾಂಕ್ಯೂ..." ಹೋಗು ಎನ್ನುವಂತೆ ಅವನಿಗೆ ಸನ್ನೆ ಮಾಡಿದ.

ಒಳ ಹೆಜ್ಜೆ ಇಡುವ ಮೊದಲೇ ಬೆರಗುಗಣ್ಣುಗಳಿಂದ ನೋಡಿದ ಅವಳ ಮುಖ ಪೆಚ್ಚಾಯಿತು "ರಾತ್ರಿ ಇಲ್ಲಿ ಉಳಿಯೋದಾ ?" ಅವನತ್ತ ತಿರುಗಿದಳು.

"ಯಾಕೆ ಭಯಾನಾ?" ಎನ್ನುತ್ತ ಸೋಫಾ ಮೇಲೆ ಕೂತು ಷೂ ಕಳಚಿದ "ನಾಳೆ ಬೆಳಿಗ್ಗೆ ನಿಂಗೆ ಎಂಥ ಅದ್ಭುತ ಪ್ರದೇಶ ತೋರಿಸ್ತೀನಿ. ಗೊತ್ತಾ" ಕಣ್ಣಲ್ಲಿಯೇ ನಗು ತುಳುಕಿಸಿದ.

ಅವಳ ಕಣ್ಣಲ್ಲಿ ಭಯದ ಛಾಯೆ ಇಣಕಿತು. ಇದು ಅಪಾಯವೆಂದು ಅವನಿಗೆ ಗೊತ್ತು.

ನೀರಿನಲ್ಲಿ ಮಾತ್ರೆ ಕರಗಿಸಿ ಅವಳಿಗೆ ಕುಡಿಸಿದ. ತನಗೆ ಅವಳ ಸ್ಥಿತಿ ಗೊತ್ತಿದೆಯೆಂದು ತೋರ್ಪಡಿಸಿಕೊಳ್ಳಬಾರದೆಂಬುದು ಅವನ ನಿಲುವು ಮಾತ್ರವಲ್ಲ, ಡಾ|| ಪಿತ್ರೆಯವರ ಎಚ್ಚರಿಕೆ ಕೂಡ.

ಒಂದು ಪಕ್ಕಕ್ಕೆ ಮಲಗಿದವಳನ್ನು ಸರಿಯಾಗಿ ಮಲಗಿಸಿ ಕುತ್ತಿಗೆಯವರೆಗೆ ಬ್ಲಾಂಕೆಟ್ಸ್ ಹೊದಿಸಿದ.

ಒಬ್ಬನಿಗಾಗಿಯೇ ಊಟ ಬಂದಿದ್ದು. ಜೋಳದ ರೊಟ್ಟಿ ವಿವಿಧ ಬಗೆಯ ಪುಡಿಗಳು ಬದನೆಕಾಯಿಯ ಖಾರವಾದ ಎಣ್ಣೆಗಾಯಿ.

ಅವನಿಗೇನು ಮುಟ್ಟಲಾಗಲಿಲ್ಲ. ಅದಕ್ಕೆ ಕಾರಣ ಬಂದ ಆಹಾರ ಪದಾರ್ಥಗಳಲ್ಲ, ಮಗುವಿನಂತೆ ಮಲಗಿದ್ದ ಮನೀಲಾ ಮಧ್ಯಾಹ್ನದಿಂದ ಏನು ತಿಂದಿರಲಿಲ್ಲ.

ಹಿಂದಕ್ಕೆ ಕಳುಹಿಸಿದ, ಇನ್ನೊಂದು ಮಂಚವನ್ನು ಸ್ವಲ್ಪ ದೂರಕ್ಕೆ ಎಳೆದುಕೊಂಡ. ಶಿಶು ಸದೃಶವಾದ ಅವಳ ಮುಖದ ಲಾವಣ್ಯ, ಕೋಟಿ ಕೋಟಿ ಜನರಲ್ಲಿ ಅವಳನ್ನು ಬೇರೆಯಾಗಿ ನಿಲ್ಲಿಸುತ್ತಿತ್ತು.

ಮಧ್ಯರಾತ್ರಿಯ ನಂತರವೆ ಶಮಂತ್‌ಗೆ ನಿದ್ದೆ ಬಂದಿದ್ದು.

ಬೆಳಿಗ್ಗೆ ಬೇಗ ಎದ್ದಿದ್ದು ಮನೀಲಾ. ಮೊದಲು ದಿಗ್ಭ್ರಮೆಗೊಂಡರೂ ನಂತರ ವಾಸ್ತವಕ್ಕೆ ಮರಳಿದಳು.

ಹೊರಡುವಾಗ ಶಮಂತ್ ಹೇಳಿದ್ದ "ನೀನು ಪೂರ್ತಿ ಇಂಟರೆಸ್ಟ್ ತಗೊಂಡ್ ನಂಗೆ ಕೋಆಪರೇಟ್ ಮಾಡಿದ್ರೆ.... ನನ್ನ ಪುಸ್ತಕ ಬೇಗ ಮುಗಿಯುತ್ತೆ, ಪಬ್ಲಿಷ್ ಆಗುತ್ತೆ."

ಉತ್ಸಾಹದಿಂದ ಗೋಣಾಡಿಸಿದ್ದಳು. ಶಮಂತ್ ತೋರುವ ಸ್ನೇಹ, ಆತ್ಮೀಯ ನುಡಿಗಳು, ಮೋಹಕ ನೋಟ ಅವಳನ್ನು ಕಟಿ ಹಾಕಿತ್ತು. ಎಷ್ಟೋ ಸಲ ಹಿಂದಿನ ಜನ್ಮದ ನೆನಪುಗಳು ನನ್ನನ್ನು ಮುಗಿಸಲು ಸದಾ ಬೇಟೆಯಾಡುತ್ತಲೇ ಇದೆಯೆಂದು ಅಂಜುತ್ತಿದ್ದಳು.

"ಹಲೋ ಮನೀಲಾ, ಗುಡ್ ಮಾರ್ನಿಂಗ್" ಯಾವುದೋ ಹಳೆಯ ಮ್ಯಾಗಝೀನ್ ತಿರುವುತ್ತಿದ್ದವಳನ್ನು ಅವನ ಸ್ವರ ಎಚ್ಚರಿಸಿತು. "ಗುಡ್ ಮಾರ್ನಿಂಗ್..." ಮುಗುಳ್ನಗುವಿನ ಸ್ವಾಗತ ಅವಳ ತುಟಿಗಳ ಮೇಲೆ.

ಎದ್ದು ಮೈ ಮುರಿದವನು ಕನ್ನಡಿಯ ಮುಂದೆ ನಿಂತು ಕ್ರಾಪ್ ತೀಡಿದವನು ಬಾತ್ ರೂಮಿನತ್ತ ಹೊರಟವನನ್ನು "ಟವಲು..." ಅವಳ ಸ್ವರ ಹಿಡಿದು ನಿಲ್ಲಿಸಿತು.

ಉನ್ನತ ದರ್ಜೆಯ ಸ್ಟ್ರಿಕ್ಟ್ ಎಂದು ಹೆಸರು ಪಡೆದಿದ್ದ ಪೋಲೀಸ್ ಆಫೀಸರ್ ಮುದ್ದಿನ ಮಗಳು.

"ಅಸಿಸ್ಟೆಂಟ್ ಕಮ್ ಸೆಕ್ರೇಟರಿ ಅಲ್ವಾ, ಬೇಗ ಮುಗ್ಸಿಕೊಂಡ್ಬನ್ನಿ..." ಶುಭ್ರ ನಗೆ ಬೀರಿದಳು. ಆದರೂ ಅವಳೆದೆಯಾಳದಲ್ಲಿ ವಿಚಿತ್ರ ಸಂಕಟ, ಹಿಂದಿನ ನೆನಪುಗಳಿಗಿಂತ ವಾಸ್ತವಿಕವೇ ಅವಳನ್ನು ಹೆಚ್ಚು ಕಾಡುತ್ತಿದ್ದುದ್ದು.

"ಥ್ಯಾಂಕು..." ಬಾತ್ ರೂಂ ಹೊಕ್ಕು ಬಾಗಿಲು ಹಾಕಿಕೊಂಡ.

ಗುನುಗುವುದು, ಹಾಡು ಹೇಳುವುದು ಅವನ ಸ್ವಭಾವವಲ್ಲ. ಆದರೂ ಇಂದು ಉತ್ಸಾಹದಿಂದ ಹಾಡಬೇಕೆನಿಸಿತು, 'ಮೇರೇ ಮನ್‌ಕೀ ಗಂಗಾ ತೇರೇ ಮನ್‌ಕೀ ಜಮುನಾಕಾ... ಬೋಲ್ ರಾಧಾ... ಬೋಲ್ ಸಂಗಂ...' ಒಂದೇ ಪಂಕ್ತಿಯನ್ನು ಎರಡು ಸಲ ಗುನುಗಿದ.

ಇಬ್ಬರು ಕೋಣೆಗೆ ಬ್ರೇಕ್‌ಫಾಸ್ಟ್ ತರಿಸಿಕೊಂಡು ತಿಂದರು. ಬರೀ ಪೂರಿ, ಟಮೋಟ ಸಾಸ್ ಮಾತ್ರ ತಿಂದ ಶಮಂತ್.

"ಖಾರ ತಿಂದವ್ರಿಗೆ ಕೋಪ ಜಾಸ್ತಿ ಅಂಥಾರಲ್ಲ, ನೀವು ತಿನ್ನೋದು ಬರೀ ಸಪ್ಪೆ ಸಿಹಿ ನಿಮ್ಗೆ ಯಾಕೆ ಇಷ್ಟೊಂದು ಸಿಡುಕು, ಕೋಪ ?" ಕೆನ್ನೆಗೆ ಕೈಯೊತ್ತಿ ಮೇಲಕ್ಕೆ ನೋಡಿದಳು.

ಬರೀ ನಕ್ಕು ಬಿಟ್ಟ ಶಮಂತ್. ಈಗಲೂ ಅವನದು ರಿಸರ್ವ್‌ಡ್ ನೇಚರ್ ಜನರ

ಮಧ್ಯೆಗಿಂತ ಏಕಾಂತವೆ ಅವನಿಗಿಷ್ಟ ಆದರೆ ಮನೀಲಾನ ಕಂಡರೇ ಮೃದುವಾಗಿ ಬಿಡುತ್ತಿದ್ದ. ಇದು ಪ್ರೀತಿಯೋ, ಅನುಕಂಪವೋ - ಅವನಿಗೇನು ತಿಳಿಯದು.

''ಕಿವ್ವಕ್, ಆಮೇಲೆ ಬಿಸಿಲಾಗಿಬಿಡುತ್ತೆ'' ಕ್ಯಾಮೆರ ತಗುಲಿ ಹಾಕಿಕೊಂಡ ಬೈನಾಕ್ಯುಲರ್ ಅವಳ ತೋಳು ಸೇರಿತ್ತು. ಫಾಸ್ಟ್ ಲೆನ್ಸ್ ಇತರೆ ಸಾಮಾನುಗಳನ್ನು ಅವನೇ ಎತ್ತಿಕೊಂಡ.

ಹುಬ್ಬಳ್ಳಿಗೆ ಹೋಗುವ ಹಾದಿಯಲ್ಲಿ ಹನ್ನೆರಡು ಕಿ.ಮೀ. ಕ್ರಮಿಸಿ ಎಡಕ್ಕೆ ಹೊರಟ ಕಾರು ಕಾಡನ್ನು ಸೀಳಿಕೊಂಡು ಮುಂದುವರಿಯಿತು. ಮಣ್ಣಿನ ರಸ್ತೆಯನ್ನು ಆರು ಕಿ.ಮೀ. ಮೀಟರ್ ಕ್ರಮಿಸಿದಾಗ ಸಿಕ್ಕಿದ್ದು ಸುಂದರ ಪ್ರಕೃತಿ ತಾಣ.

ಕಾರನ್ನು ನಿಲ್ಲಿಸಿ ಇಳಿದರು. ಸಮುದ್ರ ಪಾತಳಿಯಿಂದ 557 ಮೀಟರ್ ಎತ್ತರದಲ್ಲಿರುವ ಅತ್ತಿವೇರಿ ಜಲಾಶಯ ಅತ್ಯಂತ ನಯನ ಮನೋಹರ. ಸುತ್ತಲೂ ಗಿರಿಕಂದರಗಳಿಂದ ಆವೃತವಾದ ಕಾನನ ಜಲಾಶಯ.

ಮೈಯೆಲ್ಲ ಕಣ್ಣಾಗಿ ನೋಡಿದಳು ಮನೀಲಾ.

ಅಲ್ಲೆಲ್ಲ ಓಡಾಡಿದರು. ಎಡಬಿಡದೆ ಕ್ಯಾಮೆರ ಕ್ಲಿಕ್ಕಿಸುತ್ತಿದ್ದ ಶಮಂತ್‌ನ ತಾದಾತ್ಮ್ಯಭಾವವನ್ನು ನೋಡಿ ವಿಸ್ಮಿತಳಾದಳು.

ಕೂತಿದ್ದ ಅವಳ ಪಕ್ಕದಲ್ಲಿ ಬಂದು ಕೂತ, ಆಯಾಸವೆನಿಸಿತು. ಕ್ಷಣ ಯಾಕೆ ಅವಳ ತೊಡೆಯ ಮೇಲೆ ತಲೆ ಇಟ್ಟು ಬಳಲಿಕೆ ಪರಿಹಾರ ಮಾಡಿಕೊಳ್ಳಬಾರದೆನಿಸಿತು.

ಜೋರಾಗಿ ಅವಳಿಗೆ ಕೇಳಿಸುವಂತೆಯೇ ನಕ್ಕು ಬಿಟ್ಟ

ಫ್ಲಾಸ್ಕ್‌ನಲ್ಲಿದ್ದ ಟೀಯನ್ನು ಗ್ಲಾಸ್‌ಗೆ ಬಗ್ಗಿಸುತ್ತಿದ್ದ ಟೀ ಚಿಮುಕಿ ಅವಳ ಸೆಲ್ವಾರ್ ಮೇಲೆಲ್ಲ ಬಿತ್ತು.

''ಸಾರಿ...'' ತನ್ನ ಕರ್ಚೀಫ್‌ನಿಂದಲೇ ಒರೆಸಿದ.

''ನನ್ನ ನಗುವಿನಿಂದ್ಲೇ ಚೆಲ್ಲಿದ್ದು'' ತಪ್ಪು ಒಪ್ಪಿಕೊಂಡ.

ಮತ್ತಷ್ಟು ಬಗ್ಗಿಸಿ ಅವನಿಗೆ ಕೊಡುತ್ತ ''ಅದ್ಕೇ ಪನೀಷ್‌ಮೆಂಟ್, ಕಾರಣ ಹೇಳದೇ ಯಾಕೆ ನಕ್ಕಿರಿ ?'' ಪ್ಲಾಸ್ಕ್‌ಗೆ ಮುಚ್ಚಳ ಹಾಕಿಕೊಟ್ಟಳು.

''ಡೋಂಟ್ ಮೈಂಡ್...'' ಹೇಳಲು ಷುರು ಹಚ್ಚಿದವನು ಸುಮ್ಮನಾದ. ಅವಳ ಕುತೂಹಲ ಮತ್ತಷ್ಟು ಕೆರಳಿತು. ''ನೀವು ಹೇಳಲೇಬೇಕು'' ಒತ್ತಾಯಿಸಿದಳು.

''ಕೆಲವಕ್ಕೆ ಕಾರಣ ಕೊಡೋಕ್ಕಾಗೋಲ್ಲ. ಕೆಲವನ್ನು ಹೇಳೋಕ್ಕಾಗೊಲ್ಲ, ನಿನ್ಮೇಲೆ ಅಂಥ ಒತ್ತಡ ತಂದರೆ ನೀನು ಹೇಳೋಕ್ಕಾಗುತ್ತ?'' ಎಂದ. ಸರಿಯಾದ ಸಮಯ ನೋಡಿ ಇಕ್ಕಳದಲ್ಲಿ ಅವಳನ್ನು ಸಿಕ್ಕಿಸಿದ.

“ಷೂರ್, ಡೆಫೆನೆಟ್ಲಿ ಏನು ಹೇಳ್ಬೇಕ್ಹೇಳಿ” ಛಾಲೆಂಜ್‌ಗೆ ನಿಂತಳು. ಅಂದಿನ ಕಿಸ್‌ನ ವಿಷಯ ಇಂದು ಬರುತ್ತದೆಯೆಂದು ತಿಳಿದಿದ್ದರೆ ಖಂಡಿತ ಹಟಕ್ಕೆ ಬೀಳುತ್ತಿರಲಿಲ್ಲ.

“ಪ್ರಾಮಿಸ್...” ಕೈ ನೀಡಿದ,

ಮುಲಾಜಿಲ್ಲದೆ ಅವನ ಅಂಗೈನಲ್ಲಿ ತನ್ನ ಕೈಯಿಟ್ಟಳು. ತಣ್ಣಗೆ ಕೊರೆಯುತ್ತಿದ್ದ ಕೈಗೆ ಬೆಚ್ಚನೆಯ, ಹಿತವಾದ ಸ್ಪರ್ಶ, ಅವಳ ಮೈ ರೋಮಾಂಚನಗೊಂಡು ‘ಥ್ರಿಲ್’ ಎಂದಿತು.

“ಕೇಳ್ಲಾ...” ಅವಳ ಕೈ ಅವನ ಅಂಗೈಯಲ್ಲೆ ಇತ್ತು “ಓಕೆ...” ಸ್ನೇಹ ತುಳುಕಿಸಿದಳು ಕಣ್ಣಲ್ಲಿ, ಆದರೆ ಆ ಪ್ರಸ್ತಾಪ ಬೇಡವೆನಿಸಿತು. ಅದೊಂದು ರೀತಿಯ ಸಂಸ್ಕೃತಿಯ ನಡೆ ಅಲ್ಲವೆಂದುಕೊಂಡ.

ಹಿಂದಕ್ಕೆ ತಗೊಂಡ ಕೈ “ಇನ್ನೊಂದು ದಿನ ಹೇಳ್ತೀನಿ, ಬಿ ಕ್ವಿಕ್...” ಅವಸರಿಸಿ ಕರೆದೊಯ್ದ.

ತಂದಿದ್ದ ತಿಂಡಿ ತಿಂದರು ಒಂದು ಕಡೆ ಕೂತು.

“ಅಲ್ಲೇ ತಿನ್ನಬಹುದಿತ್ತು” ಅವನು ಅವಸರಿಸಿದ ಉದ್ದೇಶ ಅರ್ಥವಾಗದಂತೆ ಕೇಳಿದಳು. ಕೈಯಲ್ಲಿನ ಬಾಳೆಕಾಯಿ ಚಿಪ್ಸ್ ಪೊಟ್ಟಣವನ್ನು ಮತ್ತೊಂದು ಕೈಗೆ ಬದಲಿಸುತ್ತ “ಅಲ್ನೋಡು...” ದೂರಕ್ಕೆ ಕೈ ಚಾಚಿ ತೋರಿಸಿದ.

ಜಲಾಶಯದ ಮೇಲೆಡೆ ರಮಣೀಯತೆಗೆ ಮೆರಗು ನೀಡಿದಂತೆ ಬಿಳಿ ಬೂಸಾ, ಸಣ್ಣ ನೀರು ಕಾಗೆ ಮುಂತಾದವು ಹಾರಾಡುತ್ತಿದ್ದವು. ಅದೊಂದು ನಯನ ಮನೋಹರ ದೃಶ್ಯ.

“ವ್ಹಾ....” ಚಪ್ಪಾಳೆ ತಟ್ಟಿದಳು.

“ಮುಸ್ಸಂಜೆ ನೋಡ್ಬೇಕು ಇದರ ಅದ್ಭುತವನ್ನು” ಎನ್ನುತ್ತ ಕ್ಯಾಮೆರ ಎತ್ತಿಕೊಂಡ.

ಗುಂಪಾಗಿ, ಒಂಟಿಯಾಗಿರುವ ವಿವಿಧ ಜಾತಿಯ ಕೊಕ್ಕರೆಗಳನ್ನ ತನ್ನ ಕ್ಯಾಮೆರದಲ್ಲಿ ಸೆರೆ ಹಿಡಿದ. ಮರಕ್ಕೆ ಅಂಟಿದ ವಿವಿಧ ಬಗೆಯ ಬಾತುಕೋಳಿಗಳು ಬಣ್ಣ ಬಣ್ಣದ ಹೂಗಳಂತೆ ಕಂಡವು.

ಸೂರ್ಯ ಪಶ್ಚಿಮದಲ್ಲಿ ಇಳಿಯುತ್ತಿದ್ದಂತೆ ಆಹಾರಕ್ಕೆಂದು ಹಾರಿ ಹೋಗಿದ್ದ ಹಕ್ಕಿಗಳು ತಮ್ಮ ತಂಗುದಾಣ ಸೇರಲು ಸಹಸ್ರ ಸಹಸ್ರ ಸಂಖ್ಯೆಯಲ್ಲಿ ಬಂದವು.

ಬಿಳಿ ಬೂಸಾ, ಸಣ್ಣ ನೀರು ಕಾಗೆ, ಇಂಡಿಯನ್ ಶಾಗ್, ಚಮಟಿಕೊಕ್ಕು, ಬೆಳ್ಳಕ್ಕಿಗಳನ್ನು ಹತ್ತಿರದಿಂದಲೇ ಪರಿಚಯ ಮಾಡಿಕೊಟ್ಟ

ಅಂತು ಮನೀಲಾ ಮನಸ್ಸಿನಲ್ಲಿ ಒಂದು ಅದ್ಭುತ ದೃಶ್ಯ ಮರೆಯದಂತೆ ನಿಂತು ಹೋಯಿತು.

□ □ □

ಅಂದು ಕಲ್ಯಾಣಮ್ಮ ಪ್ರೀತಿಯಿಂದ ಗದರಿಕೊಂಡರು. ''ಮುಖವೆಲ್ಲ ಕಂಗೆಟ್ಟಿದೆ. ಕಣ್ಣೆಲ್ಲ ಕೆಂಪಾಗಿದೆ. ಇವತ್ತಾದ್ರೂ ಎಣ್ಣೆ ನೀರು ಹಾಕಿಸ್ಕೋ ಬೇಕು'' ಎಣ್ಣೆ ಹಿಡಿದೇ ಬಂದು ಬಿಟ್ಟರು.

ಮನೆಯಲ್ಲೆಲ್ಲ ಮೂರು ರೌಂಡ್ ಹಾಕಿಸಿದಳು ''ಬೇಡ ಆಂಟೀ, ನಂಗೆ ಇವತ್ತು ತುಂಬ ಕೆಲಸವಿದೆ. ಫೋಟೋಗಳ್ನ ಜಾತಿ ಪ್ರಭೇದಗಳನ್ನು ವಿಂಗಡಿಸಿ ಆಲ್ಬಮ್‌ಗೆ ಹಾಕ್ಬೇಕು'' ಕೊಸರಾಡಿದಳು.

ಆಕೆ ಮಾತ್ರ ಬಿಡಲೊಪ್ಪಲಿಲ್ಲ.

''ಇಂದು ನನ್ನಿಂದ ತಪ್ಪಿಸಕೊಳ್ಳೋಕೆ ಸಾಧ್ಯನೇ ಇಲ್ಲ'' ಹಿಡಿದು ಅವಳ ತಲೆಗೆ ಎಣ್ಣೆ ಹಚ್ಚಿಬಿಟ್ಟರು. ''ಮಾವ...'' ಅವರ ಎದುರಿನಲ್ಲಿ ಒಂದು ನೆಲದ ಮೇಲೆ ಕೂತು ಫಿರ್ಯಾದು ಸಲ್ಲಿಸಿದಳು ''ಆಂಟೀಗೆ, ನೀವಾದ್ರೂ... ಹೇಳಿ, ಶಮಂತ್ ಸಿಡಿಮಿಡಿಗುಟ್ತಾರೆ.''

ಅವರು ಕೈಯಲ್ಲಾಡಿಸಿಬಿಟ್ಟರು ''ಸಾರಿ ಮನ್ನೀ, ನಾನೇನು ಮಾಡ್ಲಾರೆ ನೀನೇ ಏನಾದ್ರೂ ಹೇಳ್ಕೋ'' ಎದ್ದು ಹೋಗಿ ಬಿಟ್ಟರು.

ಹಿತ್ತಾಳೆಯ ಹರಳೆಣ್ಣೆ ಕಾಸಿ ಕಾಸಿ ಮಸಿಗಟ್ಟಿದ್ದ ಮಿಳ್ಳೆಯನ್ನು ಅವಳ ಮುಂದೆಯೆ ಇಟ್ಟುಕೊಂಡು ಕೂತುಬಿಟ್ಟರು.

''ನಿನ್ನ ಕಣ್ಣು ಎಷ್ಟೊಂದು ಚೆನ್ನಾಗಿದೆ. ಸಾವಿರದಲ್ಲಿ ಇಂಥ ಕಣ್ಣುಗಳು ಒಬ್ಬರಿಗೋ, ಇಬ್ಬರಿಗೋ ಇರೋದು. ಉಷ್ಣ ಜಾಸ್ತಿಯಾದರೆ ಕೆಂಪತ್ತಿ ಅಂದ ಕೆಡುತ್ತೆ'' ಮುಖ ಕೈ ಕಾಲುಗಳಿಗೆಲ್ಲ ಹಚ್ಚುತ್ತಲೇ ಹೇಳಿದರು.

ಉಮ್ಮೆಂದು ಅಲ್ಲಿಯೆ ಕೂತಳು ಮನೀಲಾ.

ಪುಸ್ತಕದ ಚೀಲ ಹಿಡಿದು ಬಂದ ಅರುಣ ನಿಧಿ ಸಿಕ್ಕಿದಷ್ಟು ಸಂತೋಷಿಸಿದ. ''ಮನ್ನೀ, ನೀನು ಸಿಕ್ಕಿ ಬಿಟ್ಟೆ, ನಂಗೆ ಒಂದಷ್ಟು ಹೋಂವರ್ಕ್ ಮಾಡೋಕೆ ಸಹಾಯ ಮಾಡು'' ಪಟ್ಟಾಗಿ ಹಿಡಿದ.

ಅಲ್ಲಿ ಶಮಂತ್ ಚಡಪಡಿಸಿಬಿಟ್ಟ, ಒಂಬತ್ತರ ದೊಡ್ಡ ಮುಳ್ಳು ಸರಿದು ಹತ್ತನ್ನೇ ಸಮೀಪಿಸಿದರೂ ಅವಳ ಪತ್ತೆ ಇಲ್ಲ. ಹೃದಯ ಹಿಂಡಿದಂತಾಯಿತು ಅವನಿಗೆ.

ಅರ್ಥವಾಗದ ಕ್ಷೋಭೆಗೆ ಗುರಿಯಾಗಿತ್ತು ಅವನ ಮನ. ಕ್ಷಣಗಳು ಕೂಡ ಯುಗವೆನಿಸಿತು.

''ಟೀ....'' ಮಾಥುರ್ ಬಂದು ಕೋಣೆಯ ಬಾಗಿಲಲ್ಲಿ ನಿಂತ ''ಗೆಟ್ ಔಟ್...'' ಕೋಪದಿಂದ ಅಬ್ಬರಿಸಿದ.

ಅವನ ನಾಲಿಗೆ, ಗಂಟಲೊಳಗಿನ ಪಸೆಯಾರಿತು ಶಮಂತ್ ಸೀರಿಯಸ್ಸಾದ ವ್ಯಕ್ತಿಯಾದರೂ ವಿನಾಕಾರಣ ರೇಗುವ ಸ್ವಭಾವದವನಲ್ಲ.

ಕಿಚನ್‌ಗೆ ಹೋಗಿ ಸುಮ್ಮನೆ ನಿಂತು ಬಿಟ್ಟ, ಬೇಸರದಿಂದ ಬಂದು ಹೊರಗೆ ನಿಂತ.

''ಹಲೋ... ಮಾಥುರ್'' ಮನೀಲಾ ಸ್ವರ ಕೇಳಿಸಿದಂತಾಯಿತು. ಅವನ ದೃಷ್ಟಿ ಎಲ್ಲಾ ಕಡೆಯು ಹುಡುಕಾಡಿತು. ''ರಂಗಣ್ಣ ಮನ್ನೀಯಮ್ಮ ಯಾಕೆ ಬರ್ಲಿಲ್ಲ'' ಕೇಳಿದ.

ಬಗ್ಗಿ ಗಿಡಗಳಿಗೆ ಸರಿಯಾಗಿ ಪಾತಿ ಮಾಡುತ್ತಿದ್ದ ಅವನು ಸೊಂಟ ನೇರ ಮಾಡಿದ ''ಹಾಗೆ... ಅಂದ್ಕೊಂಡೆ. ಇಡೀ ಕಾಲೋನಿಯೇ ಆಯಮ್ಮನದು. ಯಾರೋ ಮಧ್ಯದಲ್ಲೇ ತಡೆದು ಕರ್ಕೊಂಡ್ಹೋಗಿರ್ತಾರೆ'' ಉಸುರಿ ತನ್ನ ಕೆಲಸದಲ್ಲಿ ಮಗ್ನನಾದ.

ಮನ್ನೀ ಷಾಪ್‌ಗೆ ಹೋಗ್ಬೇಕು, ಮನ್ನೀ ದೇವಸ್ಥಾನಕ್ಕೆ. ಮನ್ನೀ ಚರ್ಚ್‌ಗೆ ಇಂಥ ಕರೆಗಳು ಸದಾ ಅವಳಿಗಾಗಿ ಕಾದಿರುತ್ತಿದ್ದವು. ಹುಡುಗರಂತು ಅವಳ ಬಾಲ ಹಿಡಿದೆ ಓಡಾಡುತ್ತಿದ್ದರು. ಅಂತ ಕಾಲೋನಿಯ ಜೀವಾಳ ಅವಳು.

ಹೊರಕ್ಕೂ, ಒಳಕ್ಕೂ ಹತ್ತಾರು ಸಲ ಓಡಾಡಿಬಿಟ್ಟ ಶಮಂತ್. ಅವನೆದೆಯ ಬಡಿತ ಸಮಸ್ಥಿತಿಗೆ ಬರದಷ್ಟು ಏರುತ್ತಿತ್ತು. 'ಮನೀಲಾ, ಮನೀಲಾ' ಇದು ಮನದ ಕೂಗಲ್ಲ, ಹೃದಯದ್ದು ಎಂದು ಗೊತ್ತಾದಾಗ ಬೆಚ್ಚಿ ಬಿದ್ದ.

ಅವನ ಮನೆತನದಲ್ಲಿ ಮದುವೆಯ ನಿರ್ಣಯ ಹಿರಿಯರದ್ದೇ ವಿನಹ ಮದುವೆಯಾಗುವವರದಲ್ಲ. ಅಂಥ ಸೂಚನೆಯನ್ನು ಅಗ್ನಿಹೋತ್ರಿಗಳು ಕೂಡ ಒಪ್ಪಲಾರರು.

ಮನೀಲಾ ವಿಷಯ ಬಂದಾಗಲೆಲ್ಲ ಅನಿಲ್ ನೆನಪಿಸಿಕೊಳ್ಳುತ್ತಿದ್ದ ''ಗ್ರೇಟ್ ಅಂಬಿಷನ್ ಇರಲೀ, ಮನೀಲಾಗೆ ಕನಸುಗಳು ಕೂಡ ಇಲ್ಲ. ನಾನು ಒಮ್ಮೆ ತಮಾಷೆಯಾಗಿ ಪ್ರಸ್ತಾಪಿಸಿ ಬಿಟ್ಟೆ 'ನೋ... ನೆವರ್...' ಅಂದಳು ಅಷ್ಟೇ'' ಕನಿಷ್ಟ ಮದ್ವೆಯ ಯೋಚನೆಯು ಇಲ್ಲದ ವಿಲಕ್ಷಣ ಸ್ವಭಾವದ ಹುಡುಗಿ. ಇದೆಲ್ಲ ಹೇಳಿದರೂ ಮನೀಲಾ ಬಗ್ಗೆ ಕುತೂಹಲ ಮೀರಿದ ಭಾವವೊಂದು ಅಂತು ಅನಿಲ್‌ಗೆ ಅವಳು ಮೆಚ್ಚಿಗೆಯಾಗಿದ್ದಳು.

ಕೋಣೆಯಲ್ಲಿ ಕೂತು ತಾಳ್ಮೆ ಕಳೆದುಕೊಂಡವನು ಸಕಾರಣವಿಲ್ಲದೆ ಮಾಥುರ್‌ನ ದಬಾಯಿಸಿದ.

''ಹೋಗಿ ಮನೀಲಾನ ಕರ್ಕೊಂಡ್ಬಾ'' ಆಜ್ಞೆ ಹೊರಟಿತು.

ಗೇಟಿನ ಬಳಿಗೆ ಮಾಥುರ್ ಬರುವ ವೇಳೆಗೆ ಸೈಕಲ್‌ನಿಂದ ಇಳಿದಳು ''ಹಲೋ ಮಾಥುರ್...'' ನೀನು ಇದೇ ಸೈಕಲ್‌ನಲ್ಲಿ ಹೋಗಿ ನಾಯಕ್ ಅಂಕಲ್‌ಗೆ ಈ ನಶ್ಯ ಕೊಟ್ಬಿಡು'' ಸೈಕಲ್ ನಿಲ್ಲಿಸುವ ತೊಂದರೆಯನ್ನು ತೆಗೆದು ಕೊಳ್ಳದೆ ಬಿಟ್ಟು ಒಳಗೆ ಓಡಿದಳು.

''ಮೆ ಐ ಕಮಿನ್...'' ಸ್ವರ ಅವನ ಮನದ ಆಂದೋಳನವನ್ನು ಸ್ವಲ್ಪ ಮಟ್ಟಿಗೆ ಕಡಿಮೆ ಮಾಡಿತು ''ಯೆಸ್... ಕಮಿನ್...'' ಮುಖ ಗಂಟಿಕ್ಕಿದ.

"ಸಾರಿ, ಸಾರ್..." ಕ್ಷಮೆ ಯಾಚಿಸಿದಳು.

ಅವಳತ್ತ ತಿರುಗಿದವನು ಸ್ನೇಹದಿಂದ ಕಿವಿ ಹಿಡಿದುಕೊಂಡ "ಅಯ್ಯಪ್ಪಾ..." ಎಂದು ಬಿಡಿಸಿಕೊಂಡಳು. ಕೆಂಪೇರಿದ ಮುಖದಲ್ಲಿ ದಿವ್ಯ ಪ್ರಭೆ ಪ್ರತಿಫಲಿಸಿದಂತಾಯಿತು.

ತದೇಕ ಚಿತ್ತನಾಗಿ ಅವಳನ್ನು ನೋಡಿದ.

"ಎಕ್ಸ್‌ಕ್ಯೂಜ್ ಮಿ" ಮತ್ತೊಮ್ಮೆ ಹೇಳಿದಳು.

"ಆಂಟೀ, ತಲೆಗೆ ಎಣ್ಣೆ ಹಚ್ಚಿಬಿಟ್ರು..." ಕೂದಲನ್ನ ಮುಟ್ಟಿ ನೋಡಿಕೊಂಡ ಅವಳ ಕಣ್ಣುಗಳಲ್ಲಿ ವಿಸ್ಮಯ ಮೂಡಿ ನಂತರ ಅಳಿಸಿ ಹೋಯಿತು "ನಾನು ಹೆದ್ರಿಬಿಟ್ಟಿದ್ದೆ. ನನ್ನ ಕೂದಲು ಏನಾಯ್ತೋ ಅಂತ" ಅವಳ ಕತ್ತಿನವರೆಗೂ ಕತ್ತರಿಸಿದ್ದ ವಿಪುಲ ಕೇಶರಾಶಿ ಜಡೆಯಾಕಾರ ತಾಳಿತ್ತು. ಅದರಲ್ಲೊಂದು ಸುಂದರ ಕೆಂಪು ಗುಲಾಬಿ.

ಹಣೆಯ ದುಂಡನೆಯ ಕೆಂಪನೆಯ ಸ್ಟಿಕರ್, ಕಣ್ಣಿಗೆ ಕಾಡಿಗೆ, ಮುಖಕ್ಕೆ ಲಘುವಾದ ಮೇಕಪ್ - ಅತ್ಯಂತ ಲಕ್ಷಣವಾಗಿ, ಎಲ್ಲ ದಿನಕ್ಕಿಂತ ವಿಭಿನ್ನವಾಗಿ ಕಂಡಳು.

ಡ್ರಾಯರ್‌ನ ಫೋಟೋ ಕವರ್‌ನಲ್ಲಿದ್ದ ಫೋಟೋಗಳನ್ನು ಆಯಾ ಹಕ್ಕಿಗಳ ಪ್ರಭೇದಗಳ ಪ್ರಕಾರ ಫೋಟೋಗಳನ್ನು ವಿಭಾಗಿಸಿ ಆಲ್ಬಮ್‌ಗೆ ಹಾಕುವಲ್ಲಿ ಮಗ್ನಳಾದಳು.

"ಯು ಲುಕ್ ವೆರಿ ಬ್ಯೂಟಿಫುಲ್" ಮಂದ ಸ್ವರದಲ್ಲಿ ಅಂದ. ತಕ್ಷಣ ತಲೆಯೆತ್ತಿದಳು. ಎರಡು ಜೊತೆ ಕಣ್ಣುಗಳು ಕಲೆತವು. ಮುಖಕ್ಕೆ ಕೈ ಅಡ್ಡ ಇಟ್ಟುಕೊಂಡು "ಅಬ್ಬಬ್ಬ ಕ್ಯಾಮರ ಕಣ್‌ಗಿಂತ ನಿಮ್ಮ ಕಣ್ಣುಗಳು ಶಾರ್ಪು..." ಎಂದಳು. ಲಜ್ಜಿತ ಮುಖ ಅವನಿಗೆ ಕಾಣಬಾರದೆಂದು ಅವಳ ಮೊದಲ ಉದ್ದೇಶ.

"ಇಂಪಾಜಿಬಲ್..." ಎಂದವನು ಮತ್ತೊಂದು ಕಾಕಿ ಬಣ್ಣದ ದೊಡ್ಡ ಕವರನ್ನು ಅವಳ ಮುಂದೆ ಹಾಕಿದ.

"ಸ್ವಲ್ಪ ತೆಗ್ದು ನೋಡು. ಆ ಹೆಣ್ಣಿನ ಕಣ್ಣುಗಳಲ್ಲಿನ ಶಾರ್ಪ್‌ನೆಸ್ ಅದ್ಕೇ ಮೀರಿದ ಶಾಂತತೆಯ ಹತ್ತನೆ ಒಂದು ಭಾಗದಷ್ಟು ಕೂಡ ನನ್ನ ಕಣ್ಣಲ್ಲಿಲ್ಲ" ಸವಾಲೆಸದಂತೆ ಕಂಡ.

ತುಂಬು ಕುತೂಹಲದಿಂದ ಕವರ್ ಬಿಡಿಸಿದಳು. ಅವಳ ಕಣ್ಣುಗಳನ್ನು ಪ್ರಧಾನವಾಗಿಟ್ಟುಕೊಂಡು ಹತ್ತಾರು ಫೋಟೋಗಳನ್ನು ತೆಗೆದಿದ್ದ.

ಮನೀಲಾ ಏನಾದರೂ ಹೇಳುವ ಮುನ್ನ ಅವನೇ ನುಡಿದ "ಅತ್ತಿವೇರಿಯಲ್ಲಿ ತೆಗೆದಿದ್ದು ನನ್ನ ಕ್ಯಾಮರಾ ಕಣ್ಣಿಗೆ ಹಾರಾಡೋ ಪಕ್ಷಿಗಳಿಗಿಂತ ನಿನ್ನ ಕಣ್ಣುಗಳು ಸುಂದರವಾಗಿ ಕಂಡಿರಬೇಕು" ಹುಬ್ಬು ಕುಣಿಸುತ್ತ ರೇಗಿಸಿದ.

"ಐ ಡೋಂಟ್ ಲೈಕ್" ಮೇಲೆದ್ದಳು.

"ಯಾಕೆ, ನಾನು ನೇಚರ್ ಫೋಟೋಗ್ರಾಫರ್, ಮೈನ್‌ಲಿ ಬರ್ಡ್ಸ್

ಫೋಟೋಗ್ರಫಿ ನನ್ನ ಹಾಬಿ. ಅಲ್ಲಿ ಯಾವ್ದೇ ಪಕ್ಷಿಗಳ ಪರ್ಮಿಷನ್ ಬೇಕಿರ್ಲಿಲ್ಲ'' ಛೇಡಿಸಿ ನಂತರ ಸಂತೈಯಿಸಿದ.

ಅವಳು ಕೂಡ ಆರಾಮಾಗಿ ನಕ್ಕುಬಿಟ್ಟಳು.

ಇಡೀ ಅರ್ಧ ದಿನ ಹಿಡಿಯಿತು ಆಲ್ಬಮ್‌ಗಳನ್ನು ರೆಡಿ ಮಾಡಲು.

''ಮೊದ್ಲು ಲಂಚ್ ಮುಗಿಸೋಣ. ನಮ್ಮ ಮಾಥುರ್ ವಿಶೇಷ ಐಟಮ್ ರೆಡಿ ಮಾಡಿದ್ದಾನೆ'' ಬಲವಂತದಿಂದ ಕರೆದೊಯ್ದ.

ಆಲೂಮಟರ್ ಕರೀ, ಪೂರಿ, ಸ್ಯಾಲಡ್, ಘೀರೈಸ್, ಮೊಸರನ್ನ, ಉಪ್ಪಿನಕಾಯಿ ಜೊತೆ ಫ್ರೈಡ್ ಮಿಕ್ಸೆಡ್ ವೆಜಿಟೇಬಲ್ ವಿದ್ ಗ್ರೀನ್ ಚಿಲ್ಲಿ ನೀರುಳ್ಳಿ ಟೊಮೊಟೊ ಸೂಪ್ ರೆಡಿಯಾಗಿ ಟೇಬಲ್ಲು ಮೇಲೆ ಜೋಡಿಸಲ್ಪಟ್ಟಿತ್ತು.

ಐಸ್‌ಕ್ರೀಮ್ ಬಾಕ್ಸ್ ತಂದಿಟ್ಟ.

''ಇಷ್ಟೆಲ್ಲ ಐಟಮ್, ಇವತ್ತೇನಾದ್ರೂ ವಿಶೇಷನಾ'' ಕೇಳಿದಳು, ಫಳಕ್ಕನೆ ಅವನ ಕಣ್ಣಲ್ಲಿ ಮಿಂಚು ಕಾಣಿಸಿತು. ಎಲ್ಲಿ ಚಲಿಸಿಹೋದೆನೋ ಎಂದು ಹೆದರಿದಳು. ''ನಿಮ್ಮ ಮಾಥುರ್, ರಂಗಣ್ಣನ ಬರ್ತ್‌ಡೇ ಅಂತು ಇಂದಲ್ಲ !'' ಅವಳೇ ಏನೋ ಹೇಳಿದಳು. ಅವಳ ನೋಟದಿಂದ ತನ್ನ ನೋಟವನ್ನು ಮರೆಮಾಡಲು ಹೆಚ್ಚು ಪ್ರಯಾಸಪಡಬೇಕಾಯಿತು ಮನೀಲಾ.

''ನಾನು... ಹೇಳ್ಲಾ!'' ಮಾಥುರ್ ಮಧ್ಯೆ ತಲೆ ಹಾಕಿದ.

''ಮಾಥುರ್...'' ಶಮಂತ್‌ನ ಸ್ವರ ಕಠಿಣವಾಯಿತು.

ಚೇಷ್ಟೆಯ ನಗುವಿತ್ತು ಅವನ ಮುಖದ ಮೇಲೆ ''ಸಾರಿ...'' ಹೊರಗೆ ಹೋದ.

ಮಧ್ಯೆ ಮಧ್ಯೇ ತನ್ನ ಪಕ್ಷಿವಿಚಕ್ಷಣೆ ರೋಮಾಂಚಕಾರಿ ಘಟನೆಗಳನ್ನು ಶಮಂತ್ ಹೇಳುತ್ತಿದ್ದರಿಂದ ಊಟ ನಿಧಾನವಾಗಿ ಸಾಗಿತು. ಹೆಚ್ಚು ತಿಂದಳು ಕೂಡ.

ನೆನಪಿಸಿಕೊಂಡವನಂತೆ ಕೇಳಿದ. ''ಎಲ್ಲಿ, ನಂಗೋನೋ ಪ್ರೆಸೆಂಟೇಷನ್ ಕೊಡ್ತೀನೀಂದೆ. ಯಾವಾಗ್ಲೂ ಉಡುಗೊರೆಗಳು ಸರ್‌ಪ್ರೈಸಾಗಿ ಬಂದರೇನೇ ವರ್ತ್. ಸತಾಯಿಸಿ ಕೊಡೋ ಪ್ರೆಸೆಂಟೇಷನ್ ಕೈ ತಲುಪುವ ಮುನ್ನವೆ, ಆದ್ರೆ ಬೆಲೆ ಕಡ್ಮೆಯಾಗಿರುತ್ತೆ...'' ಮುಖದಲ್ಲಿ ಬೇಸರ ತುಂಬಿಕೊಂಡಿದ್ದ.

ಕ್ಷಣ ಇದು ಅವನ ಒರಿಜಿನಲ್ ಸ್ವಭಾವ ಅಲ್ಲವೆನಿಸಿತು. ಯಾಕೋ ಅಷ್ಟೆಲ್ಲ ತಲೆಕೆಡಿಸಿಕೊಳ್ಳಬೇಕೆನಿಸಲಿಲ್ಲ, ಅವಳ ಮಿದುಳು ಅಂಥ ಪವರ್‌ನ ಕಳೆದುಕೊಂಡು ಬಿಟ್ಟಿತ್ತು.

ಮೆಲ್ಲಗೆ ತಪ್ಪಿಸಿಕೊಳ್ಳುವವಳಂತೆ ಅಡಿಗೆ ಮನೆ ಸೇರಿದಳು. ಅಡಿಯಿಂದ ಮುಡಿಯವರೆಗೂ ನೋಟವರಿಸಿದ ಮಾಥುರ್ ಮೆಚ್ಚಿಗೆ ತುಂಬಿಕೊಂಡ ಕಣ್ಣುಗಳಲ್ಲಿ.

''ಬಹಳ ಬ್ಯೂಟಿಪುಲ್ಲಾಗಿ ಕಾಣಿಸ್ತೀರಾ ಮನ್ನೀಯಮ್ಮ.''

ಹಣೆಯೊತ್ತಿಕೊಂಡಳು ಮನೀಲಾ, ''ಮಾಥುರ್, ಹೆಸರಿಗೆ ಅಂಥ ಗೌರವ ಸೇರ್ಪಡೆ ಬೇಡಾಂತ ಎಷ್ಟು ಸಲ ಹೇಳಿಲ್ಲ. ಎಲ್ಲಾ ಕರೆಯೋ ಹಾಗೆ ಮನ್ನೀ ಅಂತ ಕರಿ. ನಿಂಗೆ ಇನ್ನು ಸ್ವಲ್ಪ ದೀರ್ಘವಾಗಿ ಕರಿಯಬೇಕೂನ್ನಿಸಿದರೇ ಮನೀಲಾ ಅನ್ನು ಸಾಕು.''

ಹತ್ತು ನಿಮಿಷ ಅಲ್ಲಿ ಹರಟಿದಳು.

ಶಮಂತ್ ಸ್ಟಡೀ ರೂಮಿಗೆ ಬಂದಾಗ ಅವನೇನೋ ನೋಟ್ ಮಾಡುತ್ತಿದ್ದ ''ಸರ್...'' ಎಂದಳು.

''ಷಟಪ್...'' ಎಂದ ಹಿಂದಕ್ಕೆ ತಿರುಗಿ.

ಮೊದಲು ಘೊಳ್ಳನೆ ನಕ್ಕುಬಿಟ್ಟಳು. ನಂತರ ಅವನ ಕಣ್ಣುಗಳಲ್ಲಿನ ಕಿಡಿಗಳನ್ನು ನೋಡಿ ಕೈಯಿಂದ ಬಾಯಿ ಮುಚ್ಚಿಕೊಂಡಳು.

''ಹೆಸರಿನ ಬಳಕೆ ಸಾಕು. ಈ ಸರ್ ಅನ್ನೋ ಸಂಬೋಧನೆ ಬೇಡಾಂತ ಹೇಳಿಲ್ವಾ!'' ನಸು ಕೋಪ ಪ್ರದರ್ಶಿಸಿದಳು.

ಎರಡು ಕಿವಿ ಹಿಡಿದುಕೊಂಡುಹತ್ತು ಉಠ್‌ಬೈಸ್ ಮಾಡಿಬಿಟ್ಟಳು. ಶಮಂತ್ ಕೂಡ ನಕ್ಕುಬಿಟ್ಟ, ಇಡೀ ರೂಮಿನಲ್ಲಿ ನಗೆಯ ತರಂಗಗಳು ಹರಡಿಕೊಂಡವು.

''ನೀವು ಪರ್ಮಿಷನ್ ಕೊಟ್ಟರೇ ನಾನು ಇಡೀ ಪಂಚವಟಿಯಲ್ಲೆಲ್ಲ ತಿರುಗಾಡ್ತೀನಿ'' ಎಂದಳು. ಅದು ಅವಳ ಹತ್ತಿಕ್ಕದ ಆಸೆ.

ಎಕರೆಗಟ್ಟಲೆ ಪ್ರದೇಶದಲ್ಲಿದ್ದುದು ಬಂಗಲೆ. ಅವಳು ಹೆಚ್ಚು ನೋಡಿರೋದು ಮುಂದಿನ ಪ್ರದೇಶದ ಬಂಗ್ಲೆಯ ಹಿಂಭಾಗದಲ್ಲಿ ಕಾಡಿನೋಪಾದಿ ಮರಗಳು ಬೆಳೆದಿದ್ದವು.

''ನಡೀ, ನಾನು ಕಂಪನಿ ಕೊಡ್ತೀನಿ'' ಮೇಲೆದ್ದ.

ಮುಂಭಾಗದಲ್ಲಿ ಕಣಗಲೆ, ಸಂಪಿಗೆ, ದಾಸವಾಳ ಮುಂತಾದ ಜಾತಿಯ ಹೂ ಗಿಡ ಮರಗಳ ಜೊತೆ ಸಪೋಟ, ಸೀಬೆ ಮುಂತಾದ ಹಣ್ಣಿನ ಮರಗಳು ಇಡೀ ಪ್ರದೇಶವನ್ನು ತುಂಬಿಕೊಂಡಿದ್ದವು.

ಹಿಂದುಗಡೆ ವೃಕ್ಷಗಳ ತಾಣ... ಬಿಲ್ವ, ಬನ್ನಿ, ಬೇವು, ಅರಳಿ, ಅತ್ತಿ ಮರಗಳು ಬೃಹದಾಕಾರವಾಗಿ ಬೆಳೆದು ನಿಂತಿತ್ತು.

ಸುತ್ತಿ ಬಂದವಳು ಬೃಹತ್ ಅರಳಿ ಮರದ ನೆರಳಲ್ಲಿ ಬಂದು ಕೂತು ಬಿಟ್ಟಳು.

ಸುಡುವ ಬಿಸಿಲು ತನ್ನ ಕೆಳಗೆ, ಆಸರೆಯಲ್ಲಿದ್ದವರಿಗೆ ಸೋಕದಿರಲಿಯೆನ್ನುವಂತೆ ಎಲೆಗಳು ಪ್ರಸರಿಸಿಕೊಂಡಿದ್ದವು.

ಎಷ್ಟೋ ಮಾತಾಡಿದರೂ ಎಂದೂ ಮನೀಲಾ, ಶಮಂತ್‌ನ ಪರ್ಸನಲ್

ವಿಷ್ಯಗಳ ಬಗ್ಗೆ ಮಾತಾಡುತ್ತಿರಲಿಲ್ಲ. ಅವನು ಅಪ್ಪಿತಪ್ಪಿ ಮನೀಲಾ ವ್ಯಕ್ತಿಗತ ವಿಷಯಗಳಾದ ಅವಳ ಅಪ್ಪ ಅಮ್ಮ ವಿದ್ಯಾಭ್ಯಾಸದ ಬಗ್ಗೆಯು ಎಂದು ವಿಚಾರಿಸಿದವನಲ್ಲ.

ಅರಳಿ ಮತ್ತು ಬೇವಿನ ಮರ ಅಂಟಿಕೊಂಡಂತೆ ಇದ್ದವು. ಅದರ ಬುಡವನ್ನು ಸ್ವಚ್ಛವಾಗಿಟ್ಟು ಕೆಳಭಾಗದಲ್ಲಿ ಕೂತುಕೊಳ್ಳಲು ಹಿತವಾಗುವಂಥ ಸಣ್ಣನೆಯ ಮರಳನ್ನು ಹರಡಿಸಿದ್ದ.

ಶಮಂತ್ ಕೂಡ ಬಂದು ಅವಳ ಪಕ್ಕದಲ್ಲಿಯೇ ಕೂತ. ತಣ್ಣನೆಯ ಗಾಳಿ ಆಸ್ವಾದಿಸುತ್ತ ಮೈ ಮರೆತಳು.

"ಐ ಲೈಕ್ ಪಂಚವಟಿ. ಮೊದಲು ನನ್ನನ್ನು ಆಕರ್ಷಿಸಿದ್ದು ಆ ಹೆಸರೇ. ಎಂಥ ಸುಂದರವಾದ ಹೆಸರು. ಮೊದಲೇ ಈ ಬಂಗ್ಲೆಯ ಪ್ರವೇಶಕ್ಕೆ ಈ ಹೆಸರು ಇತ್ತಾ ?" ಅವನನ್ನೇ ನೇರವಾಗಿ ಕೇಳಿದಳು.

ಅಡ್ಡಡ್ಡ ತಲೆಯಾಡಿಸಿದ ಶಮಂತ್.

"ಪಂಚವಟಿ, ನಾಮಕರಣಕ್ಕೆ ನಾನು ಕಾರಣನಾದ್ರೂ, ಇದ್ದ ಹಿಂದಿನವ್ರು ಪಂಚವಟಿಯಾಗಿಸಿದ್ರು. ಬಿಲ್ವ, ಬನ್ನಿ, ಬೇವು, ಅರಳಿ, ಅತ್ತಿ ಮರಗಳನ್ನು ಕೂಡಿಯೇ ಪಂಚವಟಿ ಅಂತಾರೆ. ಅಂಥ ಅಪರೂಪದ ಪ್ರದೇಶವಿದು." ಮೈಮರೆತವನಂತೆ ನುಡಿದ.

ಕೂತಲ್ಲಿಂದಲೇ ಮರಗಳನ್ನು ತೋರಿಸಿದ. ಅವನೊಬ್ಬ ಪರಿಸರವಾದಿ. ಪಕ್ಷಿವಿಚಕ್ಷಣೆ, ಫೋಟೋಗ್ರಫಿಯ ಜೊತೆ ಅವನಿಗೆ ಸಸ್ಯರಾಶಿಯೆಂದರೆ ಪ್ರಾಣ. ಪ್ರತಿಯೊಂದು ಮರದ ಬಗ್ಗೆಯು ಓದಿ ತಿಳಿದಿದ್ದ.

"ತ್ರಿದಳಂ ತ್ರಿಗುಣಾಕಾರಂ ತ್ರಿನೇಂತ್ರಂಚ ತ್ರಿಯಾಯುಧಂ ತ್ರಿಜನ್ಮ ಪಾಪ ಸಂಹಾರಂ ಏಕಬಿಲ್ವಂ ಶಿವಾರ್ಪಣಂ" ಎಂದು ಶಿವನ ಆರಾಧಕರು ಬಿಲ್ವದಿಂದ ತಮ್ಮ ಇಷ್ಟದೈವವನ್ನು ಪೂಜಿಸುತ್ತಾರೆ. ಬಿಲ್ವ ಹಣ್ಣು, ಕಾಂಡ, ಎಲೆಗಳ ಎಷ್ಟೋ ಕಾಯಿಲೆಗಳನ್ನು ವಾಸಿ ಮಾಡಬಹುದೆಂದು ಆಯುರ್ವೇದ ವಿಜ್ಞಾನ ಹೇಳುತ್ತೆ" ಎಂದ ಅವಳ ಮುಡಿಯಲ್ಲಿನ ಗುಲಾಬಿಯಿಂದ ಉದುರಿದ ಪಕಳೆಗಳನ್ನಾರಿಸುತ್ತ.

ಎಲ್ಲಿಂದಲೋ ಹಾಯ್ದು ಬಂದ ಅಳಿಲು, ತನ್ನ ಜೊತೆ ಅಳಿಲಿನೊಂದಿಗೆ ಸರಸವೋ, ಜಗಳವೋ ನೇರವಾಗಿ ಅವಳ ಮಡಿಲಲ್ಲಿ ಬಿತ್ತು.

ಯಾವುದೋ ಗುಂಗಿನಲ್ಲಿದ್ದವಳು ಜೋರಾಗಿ ಕಿರಿಚಿದವಳು ಅವನನ್ನು ಅಪ್ಪಿಬಿಟ್ಟಳು. ಬಳಸಿದ ಅವನ ಕೈ ಮಗುವನ್ನು ತಟ್ಟುವಂತೆ ಅವಳ ಬೆನ್ನನ್ನು ತಟ್ಟಿತು.

"ಸಾರಿ..." ದೂರಕ್ಕೆ ಸರಿದಳು.

ಕೆಂಪು ಕೆಂಪಾದ ಅವಳ ಮುಖದಲ್ಲಿ ಜಗತ್ತಿನ ಸೌಂದರ್ಯವೆಲ್ಲ ಅಡಗಿದೆಯೇನೋ ಅನ್ನಿಸಿ ಬಿಟ್ಟಿತು.

ತಟ್ಟನೆ ಮೇಲೆದ್ದವಳು "ನಂಗೆ.. ಭಯ ಅಂದರೂ ಏನಿಲ್ಲ.." ಎಂದು ಅಲ್ಲಿಯೇ ಕೂತಳು.

ಇದುವರೆಗೆ ಅವಳ ಜೀವನದಲ್ಲಿ ನಡೆದು ಹೋದ ಭಯಂಕರ ಘಟನೆಗಳಿಗಿಂತ ಹೆಚ್ಚಿನ ಭಯವನ್ನುಂಟು ಮಾಡುವಂಥದ್ದು ಏನು ನಡೆಯಲು ಸಾಧ್ಯವಿರಲಿಲ್ಲ. ಮಾನವನಿಗೆ ಸಾವಿಗಿಂತ ಭಯಂಕರವಾದದ್ದು ಬೇರೇನೂ ಇಲ್ಲ!

ಅರ್ಥ ಮಾಡಿಕೊಂಡವನಂತೆ ಮೇಲೆದ್ದ "ಕಮ್, ಬನ್ನಿ ಪತ್ರೆ ನಂಗೆ ಇಷ್ಟವಾದದ್ದು ಅದ್ರ ಪುಟ್ಟ ಪುಟ್ಟ ರೆಂಬೆಗಳನ್ನು ಕತ್ತರಿಸಿ ತಂದು ಮಾಥುರ್ ತನ್ನ ಕೋಣೆಯಲ್ಲಿ ಹೂಗಳಿಗೆ ಬದಲಾಗಿ ವಾಶ್‌ನಲ್ಲಿ ಅದ್ನ ಇಡ್ತಾನೆ' ಮರದ ಬಳಿಗೆ ಕರೆದೊಯ್ದ.

"ನಮ್ಮ ಕವಿ ಶ್ರೇಷ್ಠ ಕಾಳಿದಾಸನಿಗೆ ಬನ್ನಿ ಮಹಾಂಕಾಳಿದೇವಿ. ಅಂದರೆ ಬನ್ನಿ ಗಿಡವೆ ಅವ್ನ ಜ್ಞಾನೋದಯಕ್ಕೆ ಮೂಲ ಎಂದು ಪುರಾಣ ಪುಣ್ಯಕತೆಗಳಲ್ಲಿದೆ. ಪಾಂಡವರು ತಮ್ಮ ವನವಾಸ ಕಾಲದಲ್ಲಿ ತಮ್ಮ ಶಸ್ತ್ರಾಸ್ತ್ರಗಳನ್ನು ಬನ್ನಿ ಗಿಡದಲ್ಲಿ ಮುಚ್ಚಿಟ್ಟು ಅದನ್ನು ಸಂರಕ್ಷಿಸುವಂತೆ ಕೇಳಿದರಂತೆ, 'ಶಮೀಶಮೀ ಮೇ ಪಾಪಂ, ಶಮೀ ಶತ್ರು ವಿನಾಶಿನೀ, ಅರ್ಜುನಸ್ಯ ಧನುರ್ಧಾರೀ ರಾಮಸ್ಯ ಪ್ರಿಯದರ್ಶಿನಿ' ಎಲೈ ಶಮಿ ಪತ್ರೆಯ, ನನ್ನ ಪಾಪಗಳನ್ನು ಹೋಗಲಾಡಿಸು. ಶತ್ರುಗಳನ್ನು ವಿನಾಶ ಮಾಡುವ ಕಾರಕನಾಗಿದ್ದೀಯೆ, ಅರ್ಜುನನ ಬಾಣ, ಬಿಲ್ಲುಗಳ ಸಂರಕ್ಷಣಕಾರಿಯಾಗಿದ್ದೀಯೆ. ಇಂಥ ಮಹತ್ವವನ್ನು ಹೊಂದಿರುವ ನೀನು ನನ್ನ ಪಾಪಗಳನ್ನು ಹೋಗಲಾಡಿಸು' ಎಂದು ಜನ ಪೂಜಿಸುವ ಗಿಡ ಬಹು ಉಪಕಾರಿ ಮಾನವ ಜನಾಂಗಕ್ಕೆ, ಪರಿಸರ ಸಮತೋಲನಕ್ಕೆ" ಎಂದು ಕೆಳಗೆ ಬಿದ್ದ ಒಂದು ಸಣ್ಣ ಬನ್ನಿ ರೆಂಬೆಯನ್ನೆತ್ತಿ ಅವಳ ಕೈಯಲ್ಲಿಟ್ಟ.

ಶಮಂತ್‌ನ ಪಾಂಡಿತ್ಯದ ಬೆಳವಣಿಗೆಗೆ ದಂಗಾದಳು. ಸಮಯವನ್ನು ಎಷ್ಟು ಉಪಯುಕ್ತವಾಗಿ ಬೆಳೆಸಿಕೊಂಡಿದ್ದಾನೆಂದುಕೊಂಡಾಗ, ಅವಳ ದೃಷ್ಟಿಯಲ್ಲಿ ಶಮಂತ್ ವ್ಯಕ್ತಿತ್ವ ಆಕಾಶದೆತ್ತರಕ್ಕೆ ಬೆಳೆಯಿತು.

"ಇನ್ನು ತಿಳಿಯೋದಿದೆ ! ನಾನು ಬಹಳ ಇನೋಸೆಂಟ್. ಕಲಿತಿದ್ದು ಬರೀ ಶಾಲೆಯಲ್ಲಿ ಹೇಳಿ ಕೊಟ್ಟಿದ್ದು ಮಾತ್ರ. ಅಲ್ಲಿ ಸಿಕ್ಕ ರ‍್ಯಾಂಕೇ ನನ್ನ ಬುದ್ಧಿವಂತೆಯೆಂದು ಸಾರಿತು. ಈಗ ಅದೊಂದು ಭ್ರಮೆ, ತಪ್ಪು ತಿಳಿವಳಿಕೆ ಅನ್ನಿಸುತ್ತೆ" ಅವಳ ಸ್ವರದಲ್ಲಿ ಪಶ್ಚಾತ್ತಾಪ ತುಂಬಿಕೊಂಡಿತು.

ಪೂರ್ತಿ ಕತ್ತಲಾಗುವವರಗೂ ಅಲ್ಲೇ ಇದ್ದರು. ಹಿಂದಿರುಗಿದಾಗ ಅವಳ ಕಣ್ಣುಗಳಲ್ಲಿ ಹುಡುಗಾಟಕ್ಕೆ ಬದಲಾಗಿ ಗಾಂಭೀರ್ಯವಿತ್ತು.

"ನಂಗೆ ಇದು ಇಷ್ಟವಾಗಲ್ಲ !" ಎಂದ ಅವಳ ಕಣ್ಣುಗಳನ್ನು ನೋಡುತ್ತ ನಕ್ಕುಬಿಟ್ಟಳು. ನಕ್ಕಾಗ ಅವಳ ಕಣ್ಣು ತುಂಬಿಕೊಂಡಿದ್ದು ಅಶ್ರುಬಿಂದುಗಳು, ಪಕ್ಕಕ್ಕೆ ತಿರುಗಿ ಒರೆಸಿಕೊಂಡಳು.

❑ ❑ ❑

ಹತ್ತು ನಿಮಿಷ ಮೊದಲೆ ಜಾಗಿಂಗ್‌ಗೆ ಸಿದ್ಧವಾದ ಮನೀಲಾ ಅವಸರಪಡಿಸಿದಳು ಅಗ್ನಿಹೋತ್ರಿಗಳನ್ನು.

"ಬಿ ಕ್ವಿಕ್... ಬನ್ನಿ ಮಾವ ಬೇಗ ಹೋಗೋಣ. ಇವತ್ತು ಇನ್ನೊಂದು ಕಿಲೋಮೀಟರ್ ಮುಂದಕ್ಕೆ ಓಡೋದಿದೆ" ನಿಂತಲ್ಲೆ ಜಾಗಿಂಗ್ ಮಾಡತೊಡಗಿದಳು.

ಅವಳ ಉತ್ಸಾಹ, ಉಲ್ಲಾಸ ಅವರ ವಯಸ್ಸನ್ನು ಹತ್ತು ವರ್ಷ ಹಿಂದಕ್ಕೆ ಹಾಕಿತ್ತು.

"ಐಯಾಮ್ ರೆಡಿ..." ಷೂ ಕಟ್ಟಿಕೊಂಡು ರೆಡಿಯಾದರು. "ಆವತ್ತು ಕಾಲೇಜಿದೆ... " ನೆನಪಿಸಿದರು.

"ನಾನು ಹೋಗೋಲ್ಲ!" ಎಂದಳು ಕೂದಲಿಗೆ ಪಿನ್ನು ಸಿಕ್ಕಿಸುತ್ತ, ಅವರೇನು ಮಾತಾಡಲಿಲ್ಲ, ಮುಖದಲ್ಲಿ ಮ್ಲಾನತೆ ಹರಡಿತು. "ಮಾವ..." ಅವರ ಕೈ ಹಿಡಿದುಕೊಂಡಳು "ಇವತ್ತೊಂದು ದಿನ ಕಾಲೇಜಿಗೆ ಹೋಗೋಲ್ಲ ಅಷ್ಟೆ.." ಅವಳ ದನಿಯಲ್ಲಿ ವಿಚಿತ್ರವಾದ ಶಾಂತತೆ ಇತ್ತು.

ದಿಕ್ಕು ಬದಲಾಯಿಸಿದಳು ಇಂದು ಮನೀಲಾ, ಇವರುಗಳು ತಲುಪಿದ್ದು ಒಂದು ಅರಳಿಕಟ್ಟೆಯನ್ನು, ಜೋಡಿಯಾಗಿ ಬೇವಿನ ಮರವಿತ್ತು, ನಾಲ್ವರು ಜನ ಹೆಂಗಳೆಯರು ಸುತ್ತುತ್ತಿದ್ದರು.

"ಮಾವ, ನಾನು ಸುತ್ತಲಾ ?" ಅವರ ಕಡೆ ನೋಡಿದಳು.

"ದಿನ ನೂರೊಂದು ಸಲ ಸುತ್ತಿದರೆ ಆರೋಗ್ಯ ಸುಧಾರಿಸಿ, ಅವ್ರ ಆಸೆಗಳು ನೆರವೇರುತ್ತದೆಯಂತೆ, ಪಂಚವಟಿಯ ಮಹಾನ್ ವೃಕ್ಷಗಳಲ್ಲಿ ಇವು ಎರಡು ತಲೆಯೆತ್ತಿ ಅಭಿಮಾನ, ಆರಾಧನೆ, ಗೌರವ ಪೂರ್ವಕವಾಗಿ ಆ ವೃಕ್ಷಗಳನ್ನು ನೋಡಿದಳು.

"ಮೂಲತೋ ಬ್ರಹ್ಮರೂಪಾಯಾ, ಮಧ್ಯತೋ ವಿಷ್ಣು ರೂಪಿಣೆ, ಅಗ್ರತ ಶಿವ ರೂಪಾಯ, ವೃಕ್ಷರಾಜಾಯ ತೇ ನಮಃ" ಒಬ್ಬ ಯುವತಿ ಜೋರಾಗಿ ಶ್ಲೋಕ ಹೇಳಿಕೊಳ್ಳುತ್ತ ಮರ ಸುತ್ತುತ್ತಿದ್ದಳು.

"ಮಾವ ನಾನು ಸುತ್ತಲಾ?" ಮತ್ತೆ ಅದೇ ಪ್ರಶ್ನೆ

"ನಿನ್ನಿಷ್ಟ ನಂಗೂ ಆರ್ಡರ್ ಮಾಡಿದರೆ ನಾನು ಸುತ್ತುತ್ತೀನಿ" ನಗುವಿನಲ್ಲಿ ಹೇಳಿದರು. ಇದು ನಿಜವಾಗಲಿದೆಯೆಂದು ಹಾರೈಸಿತು ಅವರ ಮನ.

ಅಷ್ಟರಲ್ಲಿ ಉಲ್ಲಾಸ್, ಅರುಣ ಜೊತೆ ನಾಲ್ಕಾರು ಹುಡುಗರು ಬಂದು ಆವರನ್ನು ಸೇರಿಕೊಂಡರು.

"ಮನ್ನೀ, ನಂಗೆ ಟೆಸ್ಟ್ ಒಂದಿಷ್ಟು ಲೆಕ್ಕ ಹೇಳಿಕೊಡೋದಿದೆ" ಉಲ್ಲಾಸ್ ತಮ್ಮ ಫಣಿ ಅವಳ ಕೈ ಹಿಡಿದುಕೊಂಡ "ಓಕೆ... ಹೋಗೋಣ ಮಾವ" ಎಲ್ಲರೂ ಕೂಡಿ ಹಿಂದಕ್ಕೆ ಓಡತೊಡಗಿದರು.

"ನಾಳೆ ಬರೋವಾಗ ನನ್ನ ಪ್ರೆಸೆಂಟೇಷನ್ ತಗೊಂಡ್ಬಾ. ಅದಕ್ಕೋಸ್ಕರನಾದ್ರೂ ನಾಳೆನೇ ನನ್ನ ಹುಟ್ಟಿದ ಹಬ್ಬ ಅನ್ಕೋ" ಬಿಗಿದ ಮುಖದಿಂದ ಎಚ್ಚರಿಸಿ ಕಳುಹಿಸಿದ್ದ ಶಮಂತ್.

'King of trees" ಅಶ್ವತ್ಥ ವೃಕ್ಷವನ್ನು ಬಣ್ಣಿಸಿದ್ದ ಶಮಂತ್. ಬೇರು, ತೊಗಟೆ, ಎಲೆ, ಕಾಯಿಯಿಂದ ಪ್ರವಹಿಸುವ ಹಾಲಿನಿಂದ ಎಷ್ಟೋ ರೋಗಗಳ ನಿವಾರಣೆ

ಅದನ್ನು ದಾರಿಯಲ್ಲಿ ಜಾಗಿಂಗ್ ಮಾಡುತ್ತಲೇ ಹುಡುಗರಿಗೆ ಹೇಳಿದಳು. "ಇನ್ಮೇಲೆ ಜಾಗಿಂಗ್ ನಿಲ್ಲಿಸಿ ಅರಳಿ ಮರನ ನೂರೊಂದು ಸಲ ಸುತ್ತೋಣ' ಎಂದಾಗ ಉಲ್ಲಾಸ್ ಘೊಳ್ಳನೆ ನಕ್ಕ.

"ಎಲ್ಲಾ ನಗಾರ್‍ತೆ ಅಷ್ಟೆ, ನಮ್ಮಕ್ಕ ಮಕ್ಕಳಾಗಿಲ್ಲಂತ ಸುತ್ತುತ್ತಾ ಇದ್ದರಷ್ಟೆ' ಅಂದ. ಅವನ ತಿಳಿವಳಿಕೆಗೆ ದಂಗಾದರು ಜೋರಾಗಿ ನಕ್ಕು ಬಿಟ್ಟರು.

ಮನೆಯನ್ನು ತಲುಪಿದಾಗ ಮಾಥುರ್ ಅವಳಿಗಾಗಿ ಕಾಯುತ್ತಿದ್ದ "ಒಂದಿಷ್ಟು ಸಿಟಿಗೆ ಹೋಗ್ಬೇಕು. ಸೈಕಲ್ ತಗೊಂಡ್ ಹೋಗ್ತೀನಿ" ಅಂದವನು ವರಾಂಡದಲ್ಲಿ ನೋಡಿದ. ಅಲ್ಲೇನು ಇರಲಿಲ್ಲ.

ಇಲ್ಲವೆಂದು ಕೈಯಾಡಿಸಿದ. ಮನೀಲಾ ಸೈಕಲ್ ಒಂದು ಕಡೆ ಇರುತ್ತಿರಲಿಲ್ಲ. ಇಡೀ ಕಾಲೋನಿಯ ಜನಕ್ಕೆಲ್ಲ ಸ್ವಂತ. ಅಂದು ನಿಂತಿದ್ದೆ ಇಲ್ಲ. ಯಾರಾದರೊಬ್ಬರು ಓಡಾಡಿಸುತ್ತಿದ್ದರು. ಅಂತೂ ಎಲ್ಲೋ ಒಂದು ಕಡೆ ಇರುತ್ತಿತ್ತು. ಹುಡುಕಿಕೋಬೇಕು. ಕಡೆಗೆ ಯಾರೋ ಒಬ್ಬರು ತಂದು ಅವಳ ಮನೆಯಲ್ಲಿ ನಿಲ್ಲಿಸುತ್ತಿದ್ದರು.

ಬಂದ ಸಂಜೀವಯ್ಯನವರು ಸೈಕಲ್ ತಂದು ನಿಲ್ಲಿಸಿದರು. "ತರಕಾರಿ ತರೋದಿತ್ತು ನಿನ್ನ ಕಾಲೇಜಿಗೆ ಸಮಯವಾಗುತ್ತೇಂತ...ಬೇಗ್ಬಂದೆ"

"ನೀನು ತಗೊಂಡ್ಹೋಗು ಮಾಥುರ್. ನಾನು ಕಾಲೇಜಿಗೆ ಹೋಗೋಲ್ಲ" ಒಳಗೆ ಓಡಿದಳು.

ಮಾಥುರ್, ಸಂಜೀವಯ್ಯ ಇಬ್ಬರೂ ಅಗ್ನಿಹೋತ್ರಿಗಳ ಕಡೆ ನೋಡಿದರು. ಅವರ ನೋಟ ಶೂನ್ಯದಲ್ಲಿತ್ತು. ತಕ್ಷಣ ಒಳಗೆ ನಡೆದು ಬಿಟ್ಟರು.

ಅನುಮಾನವಿದ್ದರೂ ಸಂಜೀವಯ್ಯನವರಿಗೇನು ತಿಳಿಯದು. ಮಾಥುರ್‌ಗೆ ಗೊತ್ತು ದುಃಖದಿಂದ ಅವನ ಗಂಟಲುಬ್ಬಿತು. ನಿಲ್ಲಲಾರದೆ ಸೈಕಲ್ ತಳ್ಳಿಕೊಂಡು ಹೋಗಿ ಬಿಟ್ಟ

ಒಂದು ಗಂಟೆ ಕಾಲ ಫಣಿಗೆ ಲೆಕ್ಕ ಹೇಳಿಕೊಟ್ಟು ತಾನು ಬರೆದಿದ್ದ ಆರ್ಟ್ ಶೀಟ್‌ನ ತೆಗೆದು ಫೈನಲ್ ಟಚಪ್ ಮಾಡಿ ಎಲ್ಲಾ ಕಡೆಯಿಂದಲೂ ನೋಡಿದಳು.

ರಾಮನ ಪರಿಪೂರ್ಣ ವ್ಯಕ್ತಿತ್ವಕ್ಕೆ ಶಮಂತನ ರೂಪ, ನಿಲುವನ್ನು ಬಳಸಿಕೊಂಡಿದ್ದಳು. ಅವನ ರೂಪ ಅವಳ ಮನದಲ್ಲಿ ಎಷ್ಟು ಅಚ್ಚು ಒತ್ತಿತ್ತೆಂದರೆ ಪೆನ್ಸಿಲ್ ತೆಗೆದುಕೊಂಡ ಕೂಡಲೇ ಚಿತ್ರಿತವಾಗುತ್ತಿದ್ದುದ್ದು ಶಮಂತ್‌ನ ಸ್ಫುರದ್ರೂಪವೆ.

ದೊಡ್ಡ ಸೈಜಿನ ಕವರ್‌ಗೆ ಹಾಕಿಬಿಟ್ಟಳು.

ಸ್ನಾನ ಮುಗಿಸಿ ಎದುರು ಮನೆಗೆ ಹೋದಳು. ಕಲ್ಯಾಣಮ್ಮ ದೇವರ ಮನೆಯಲ್ಲಿದ್ದರು. ಪೂಜೆ ಮಾಡುತ್ತಿದ್ದ ಅವರ ಪಕ್ಕದಲ್ಲಿ ಕೂತಳು. ದತ್ತಾತ್ರೇಯನ ದೊಡ್ಡ ಫೋಟೋ ಮುಂದೆ ಹಲವಾರು ಕಂಚಿನ, ಹಿತ್ತಾಳೆಯ ವಿಗ್ರಹಗಳು ಇತ್ತು.

ಅತ್ತಿಯ ಮರದಲ್ಲಿ ದತ್ತಾತ್ರೇಯ ವಾಸವಾಗಿರುವುದರಿಂದ ಇದು ಪವಿತ್ರ. ಅತ್ಯಂತ ಪೂಜ್ಯನೀಯ. ಇದರ ಎಲೆ, ಹಣ್ಣು, ಚಕ್ಕೆ, ಬೇರುಗಳಿಂದ ಹಲವು ರೋಗಗಳು ವಾಸಿಯಾಗುತ್ತದೆಯೆಂದು ಆಯುರ್ವೇದ ಶಾಸ್ತ್ರ ಹೇಳುತ್ತದೆ' ಶಮಂತ್ ಹೇಳಿದ್ದು ಅವಳಿಗೆ ನೆನಪಾಯಿತು.

''ಮನೀಲಾ...'' ಆಕೆ ಎಚ್ಚರಿಸಿದಾಗಲೇ ಅವಳು ಈ ಲೋಕಕ್ಕೆ ಮರಳಿದ್ದು ''ನಾನು ಪಂಚವಟಿಯ ಗುಂಗಿನಲ್ಲಿಯೇ ಇದ್ದೆ, ಆಂಟೀ. ನೀವು ಪೂಜೆ ಮಾಡೋ ದತ್ತಾತ್ರೇಯನ ವಾಸಸ್ಥಳ ಅತ್ತಿ ಮರವಂತೆ''

ಆಕೆಗೆ ಇಷ್ಟೆಲ್ಲ ಪರಿಜ್ಞಾನವಿಲ್ಲ. ಹೊಸಲಲ್ಲಿಟ್ಟು ಅಕ್ಕಿ ಚೆಮ್ಮಿ ಮನೆಯಲ್ಲಿ ಕಾಲಿಟ್ಟಾಗ ಕಲ್ಯಾಣಮ್ಮನ ಅತ್ತೆ ''ನಮ್ಮ ಮನೆ ದೇವರು ದತ್ತಾತ್ರೇಯ....'' ಎಂದಿದ್ದರು. ಅಂದಿನಿಂದ ಇಂದಿನವರೆಗೂ ಅದೇ ರೂಪವನ್ನು ಪೂಜೆ ಮಾಡುತ್ತಿದ್ದರು.

''ನಂಗೆ ಅದೆಲ್ಲ ಗೊತ್ತಿಲ್ಲ, ಪ್ರಸಾದ ತಗೋ'' ಅಕ್ಕಿಯ ಸಜ್ಜಿಗೆಯನ್ನು ಅವಳ ಅಂಗೈನಲ್ಲಿಟ್ಟರು ''ಪಂಚವಟಿಯ ಗುಂಗು ಅಂತೀಯಾ, ಏನು ಸಮಾಚಾರ. ಪಂಚವಟಿಯ ಗುಂಗೋ ಅಥವಾ ಅದರ ಒಡೆಯನ ಆಕರ್ಷಣೆಯೋ'' ತಮಾಷೆ ಮಾಡಿದ್ದರು.

ಮನೀಲಾ ಮನಸ್ಸು ಎತ್ತರಕ್ಕೆ ಬಹು ಎತ್ತರಕ್ಕೆ ಹಾರಿತು. ಎಷ್ಟೋ ಹೊತ್ತು ಸುಪ್ತ ಸ್ಥಿತಿಯಲ್ಲಿದ್ದು ಬಿಟ್ಟಳು.

ಕಾರಿನ ಸದ್ದು. ಹೊರಗೆ ಓಡಿ ಬಂದಳು. ಕಪ್ಪು ಕನ್ನಡಕ ಹಾಕಿಕೊಂಡಿದ್ದ ಶಮಂತ್ ಇಳಿಯುತ್ತಿದ್ದ.

''ಮನೀಲಾ....'' ಕನ್ನಡಕ ತೆಗೆದ.

ಅವನ ಕಣ್ಣುಗಳಲ್ಲಿ ದುಗುಡ ಮಿಶ್ರಿತ ಭಾವ, ಎದೆಯ ಹಾರುವಿಕೆಯನ್ನು ಸಮಸ್ಥಿತಿಗೆ ತರಲಾರದೆ ಹೋಗಿದ್ದ.

''ಬನ್ನಿ...'' ಒಳಗೆ ಕರೆದೊಯ್ದಳು.

ಅಡಿಗೆ ಮನೆಯಲ್ಲಿದ್ದುದು ಪವಳಕುಡಿ ಮಾತ್ರ.

''ನಾನು ಮುಂಬಯಿಗೆ ಹೋಗ್ತಾ ಇದ್ದೀನಿ. ಬೇಗನೆ ಬರ್ತೀನಿ'' ಎಂದ. ಅರಿವಾಗದಂತೆ ಅವನ ದನಿ ಕಂಪಿಸಿತು. ಫೋನಿನಲ್ಲಿ ಅವನ ತಂದೆ ''ನೀನು ಮುಂಬಯಿಗೆ

ಬರುವ ಫ್ಲೈಟ್‌ಗೆ ಟಿಕೆಟ್ ಬುಕ್ ಆಗಿದೆ ಏರ್‌ಪೋರ್ಟ್‌ನಲ್ಲಿ ನಿನ್ನ ಸತ್ಯಂ ರಿಸೀವ್ ಮಾಡ್ಕೋತಾರೆ. ಕಾರು ಅವರ ವಶಕ್ಕೆ ಬಿಟ್ಟು ಫ್ಲೈಟ್ ಹತ್ತು'' ಅವನ ಪ್ರತಿಕ್ರಿಯೆಗೆ ಕಾಯದ ಫೋನ್ ಇಟ್ಟಿದ್ದರು.

ಶಮಂತ್ ಕೂಡ ಒಬ್ಬ ಅವಿಧೇಯ ಮಗನಲ್ಲ, ಕೂಡಲೇ ಹೊರಟಿದ್ದ ಫ್ಲೈಟ್ ಹಿಡಿಯಲು. ಆದರೆ ಜೀವನದಲ್ಲಿ ಎಂದೂ ಅನುಭವಿಸಿರದ ತಳಮಳವನ್ನು ಅನುಭವಿಸುತ್ತಿದ್ದ

ಮನೀಲಾ ಬಾಯಿಂದ ಮಾತುಗಳೇ ಬರಲಿಲ್ಲ, ಮೂಕಳಾದಳು. ಮಾತಿನ ಜಾಗವನ್ನು ನೀರವತೆ ಆವರಿಸಿತು.

''ಬರ್ತೀನಿ... ಎಲ್ಲಿ ನನ್ನ ಪ್ರೆಸಂಟೇಷನ್'' ಉಸಿರುಗಟ್ಟುವ ವಾತಾವರಣವನ್ನು ತಿಳಿ ಮಾಡಲು ಕೇಳಿದ. 'ಹಾ...' ಎಂದವಳು ಒಳಗೆ ಹೋಗಿ ಒಂದು ಕವರನ್ನು ತಂದುಕೊಟ್ಟಳು.

''ನಂಗೆ ಹೊತ್ತಾಗಿ ಹೋಗುತ್ತೆ. ಬಂದ್ಮೇಲೆ ಅಂದಿನ ನಗುವಿಗೆ ಕಾರಣ, ನಾನು ಕೇಳಬೇಕೆಂದುಕೊಂಡ ವಿಷ್ಯವನ್ನು ಅಗ್ನಿಹೋತ್ರಿಗಳಿಗೆ... ಹೇಳು.'' ನಗಲಾರದೆ ನಕ್ಕ.

ಎಷ್ಟು ಭಾರವಾಗಿದ್ದವು ಅವನ ಹೆಜ್ಜೆಗಳು ಎಂದರೆ ಒಂದೊಂದು ಹೆಜ್ಜೆಯನ್ನು ಬಲವಂತವಾಗಿ ಕಿತ್ತು ಕಾರು ಹತ್ತ ಬೇಕಾಯಿತು.

ಧೂಳೆಬ್ಬಿಸುತ್ತ ಕಾರು ಮರೆಯಾಗುವವರೆಗೂ ಅಲ್ಲಿಯೆ ನಿಂತಿದ್ದಳು ಮನೀಲಾ.

❑ ❑ ❑

ಮುಂಬಯಿ ಏರ್‌ಪೋರ್ಟ್‌ನಲ್ಲಿ ಶಮಂತ್‌ನ ಅಣ್ಣನೆ ಬಂದು ರಿಸೀವ್ ಮಾಡಿಕೊಂಡ.

''ಕಂಗ್ರಾಜುಲೇಷನ್, ನಮ್ಮೆಲ್ಲರ್ಗಿಂತ ನೀನು ಲಕ್ಕಿ'' ಕೈ ಕುಲುಕಿದ. ಯಾಕೆಂದು ಕೂಡ ಶಮಂತ್ ಕೇಳಲಿಲ್ಲ. ''ಡ್ಯಾಡಿ ಆರೋಗ್ಯ ಹೇಗಿದೆ ?'' ಅವನು ವಿಚಾರಿಸಿದ್ದು ತಂದೆಯ ಆರೋಗ್ಯ.

'ಓಕೇ, ಅವ್ರಿಗೇನು ಬ್ರಹ್ಮಾಂಡವಾಗಿದ್ದಾರೆ. ದೆಹಲಿಯಲ್ಲಿ ಇದೊಂದು ಪ್ರತಿಷ್ಠಿತ ಮದುವೆ. ರಾಷ್ಟ್ರಪತಿಗಳು, ಪ್ರಧಾನಿಗಳಿಂದ ಹಿಡಿದು ವಿದೇಶೀ ಗಣ್ಯರೆಲ್ಲ ಬರುವ ನಿರೀಕ್ಷೆ'' ಕಾರಿನಲ್ಲಿ ದಾರಿಯುದ್ದಕ್ಕೂ ಇದನ್ನು ಹೇಳುತ್ತಲೇ ಇದ್ದ. ಅವನಿಗೆ ಏನೂ ಅನಿಸಲಿಲ್ಲ.

ತಂದೆ ದೊಡ್ಡ ಇಂಡಸ್ಟ್ರಿಯಲಿಸ್ಟ್, ಸರಕಾರಕ್ಕೆ ಅತಿ ಹೆಚ್ಚಿನ ತೆರಿಗೆ ಕೊಡುವ ವ್ಯಕ್ತಿ ಚುನಾವಣೆಗಳಲ್ಲಿನ ಪಾರ್ಟಿಯ ಫಂಡ್‌ಗಾಗಿ ಕೋಟಿ ಗಟ್ಟಲೆ ಕೊಡುವ ಶ್ರೀಮಂತ. ಈಗ ಕೇಂದ್ರ ಹಣಕಾಸು ಮಂತ್ರಿಯೊಡನೆ ಸಂಬಂಧ.

ಇವೆಲ್ಲದರಲ್ಲಿ ಅವನಿಗೇನು ಹೆಚ್ಚಿಗೆ ಕಾಣಲಿಲ್ಲ.

ಮಗನಿಗಾಗಿಯೇ ಕಾಯುತ್ತ ಕೂತಿದ್ದರು ಮಲಾನಿ.

''ವೆಲ್‌ಕಮ್, ಮೈ ಬಾಯ್... ಮದ್ವೆಗೆ ಇನ್ನು ಏಳು ದಿನ ಉಳಿದಿದೆ. ಈಗಲಾದ್ರೂ ಪಶು, ಪಕ್ಷಿ, ಕಾಡು, ಮೇಡು ಅನ್ನೋದು ಬಿಟ್ಟು ಜನರ ಜೊತೆ ಎಂಜಾಯ್ ಮಾಡು'' ಬೆನ್ನು ತಟ್ಟಿ ಅಷ್ಟೇ ಹೇಳಿದ್ದು.

ಮನೆಯ ತುಂಬ ತುಂಬಿಕೊಂಡ ಬಂಧು ಬಳಗ. ಇಲ್ಲಿ ಸುಂದರ ಪ್ರಕೃತಿಯ ಸಹಜ ವಾಸನೆ ಇರಲಿಲ್ಲ. ವಿದೇಶಿ ಲಾವೆಂಡರ್‌ಗಳ ಪೈಪೋಟಿ ನಾಲಕ್ಕೇ ದಿನಕ್ಕೆ ಅವನಿಗೆ ಅಸಹನೀಯವೆನಿಸಿತು.

ರಾತ್ರಿ ಡಿನ್ನರ್ ಬೇಡವೆಂದು ಹಾಸಿಗೆಯ ಮೇಲೆ ಒರಗಿದವನು ನೆನಪಿಸಿಕೊಂಡು ಬಂದು ತನ್ನ ಪರ್ಸನಲ್ ಬ್ರೀಫ್‌ಕೇಸ್ ಓಪನ್ ಮಾಡಿ ಮನೀಲಾ ಕೊಟ್ಟ ಕವರ್ ಹೊರಗೆ ತೆಗೆದ.

ಅವನೆದೆಯಲ್ಲಿ ಅನುರಾಗದ ಮಿಡಿತ. ಬಹಳ ಎಚ್ಚರದಿಂದ ಹೊರ ತೆಗೆದ. ಪಂಚವಟಿಯಲ್ಲಿ ಒಂದು ಬಂಡೆಯ ಮೇಲೆ ಧನುರ್ಧಾರಿಯಾಗಿ ಕೂತ ರಾಮನ ಚಿತ್ರ, ಅವನದೆ ತದ್ರೂಪು ನೋಡುತ್ತ ನೋಡುತ್ತ ಮೈ ಮರೆತು ಬಿಟ್ಟ.

ಮೇಲೆದ್ದವನು ಮುಂಬಯಿನಿಂದ ಬೆಂಗಳೂರಿಗೆ ಒಂದು ಏರ್ ಟಿಕೆಟ್ ಬುಕ್ ಮಾಡಲು ಆಫೀಸ್ ಪಿ.ವಿ. ಜಾನಕಿರಾಮ್‌ಗೆ ಹೇಳಿದ.

''ಬೆಳಿಗ್ಗೆ ನಾನು ಹೋಗ್ಲೇಬೇಕು. ನಿಮ್ಮ ಪವರ್, ನಾಲೆಡ್ಜ್ ಎಲ್ಲ ಉಪಯೋಗ್ಸಿಕೊಂಡಾದ್ರೂ... ನಂಗೂ ಒಂದು ಟಿಕೆಟ್ ದೊರಕಿಸಿ ಕೊಡಿ'' ಫೋನಿಟ್ಟ.

ಇದು ಮಲಾನಿಯವರ ಪರ್ಸನಲ್ ಸೆಕ್ರೆಟರಿ ಎಸ್.ಪಿ. ಪಾಂಚೆ ಗಮನಕ್ಕೆ ಬಂದಿದ್ದರೇ ಮುಂದಿನ ಚಿತ್ರವೇ ಬೇರೆಯಾಗಿಬಿಡುತ್ತಿತ್ತು.

''ಟಿಕೆಟ್... ರೆಡಿ ಇದೆ. ಸರ್'' ಅನ್ನೋ ಇನ್‌ಫರ್ಮೇಷನ್ ಬಂದಿದ್ದರಿಂದಲೇ ನಿಶ್ಚಿಂತೆಯಿಂದ ಒಂದೆರಡು ಗಂಟೆಗಳು ನಿದ್ರಿಸಿದ.

ಟ್ಯಾಕ್ಸಿ ಪಂಚವಟಿಯ ಮುಂದೆ ನಿಂತಾಗ ಅಪಸ್ವರ ಕೇಳಿದಂತಾಯಿತು ಶಮಂತ್‌ಗೆ. ಪರ್ಸ್‌ನಲ್ಲಿ ಸಿಕ್ಕಿದಷ್ಟನ್ನು ಟ್ಯಾಕ್ಸಿಯವನಿಗಿತ್ತ.

ಗೇಟು ತೆಗೆದ ರಂಗಯ್ಯ ಪಕ್ಕಕ್ಕೆ ಹೋಗಿಬಿಟ್ಟ. ಎಂದಿನ ವಿನಮ್ರತೆಯಾಗಲಿ, ಸೊಂಟ ಬಗ್ಗಿಸುವುದಾಗಲಿ ಇಂದು ನಡೆಯಲಿಲ್ಲ.

ಭಯ ಆವರಿಸಿದಂತಾಯಿತು ಅವನಿಗೆ, ಪಕ್ಷಿಗಳ ಕಲರವ ಕೂಡ ಇಂದು ಶೋಕ ಗೀತೆಯಂತೆ ಕೇಳಿಸಿತು. ಗದ್ದಕೆ ಕೈಯೊತ್ತಿ ಕೂತಿದ್ದ ಮಾಥುರ್ ತಟ್ಟನೆ ಎದ್ದ. ಟವಲನ್ನು ಬಾಯಿಗಡ್ಡವಿಟ್ಟು ಬಿಕ್ಕಿದ.

"ಅಗ್ನಿಹೋತ್ರಿಗಳು ಬಂದ ಕೂಡ್ಲೇ ನಿಮ್ಮನ್ನ ಬಂದು ಕಾಣೋಕೆ ಹೇಳಿದ್ದಾರೆ" ಅಷ್ಟು ಹೇಳಿದವನು ಒಳಗೆ ಹೋಗಿಬಿಟ್ಟ.

ಏನೋ ಅನಾಹುತವಾಗಿದೆ. ಮನೀಲಾ.... ಕೋಮಾ... ಬೆವರಿನಿಂದ ಅವನ ಇಡೀ ಮೈ ತೊಯ್ದುಹೋಯಿತು.

ದಢದಢನೆ ಹೊರಗೆ ಬಂದ, ಕಾರು ಇರಲಿಲ್ಲ, ನಡೆದು ಹೋಗುವ ಸಾಮರ್ಥ್ಯ ಅವನ ಕಾಲುಗಳಿಗೆ ಇರಲಿಲ್ಲ.

ಆಕಸ್ಮಿಕವಾಗಿ ಬಂದ ಅನಿಲ್ ಸ್ಕೂಟರ್ ನಿಲ್ಲಿಸಿದ "ನೀನು... ಇಳೀ" ಎಂದು ತಾನು ಹತ್ತಿದ. ಕಾರಿನಲ್ಲಿ ಓಡಾಡಿ ಬೆಳೆದವ. ಎಂದೋ ಕಾಲೇಜು ದಿನಗಳಲ್ಲಿ ಸ್ಕೂಟರ್ ಓಡಿಸಿದ ಅನುಭವವಿದ್ದುದರಿಂದ ಇಂದು ಪ್ರಯೋಜನವಾಯಿತು.

ಇಡೀ ಕಾಲೋನಿ ನಿರ್ಜನ. ನಿರ್ಮಾನುಷ್ಯವೆನಿಸಿತು. ಎದುರು ಸಿಕ್ಕವರ ಮುಖಗಳಲ್ಲಿ ಕಳೆ ಇರಲಿಲ್ಲ.

ಸ್ಕೂಟರ್ ನಿಲ್ಲಿಸಿ ಒಳಹೋದ. ಅಗ್ನಿಹೋತ್ರಿಗಳು ತಾರಸಿ ನೋಡುತ್ತ ಕೂತಿದ್ದರು. ನೀರವತೆ ಬೆಚ್ಚಿ ಬೀಳಿಸುವಂತಿತ್ತು.

"ಹಲೋ..." ಅವನ ಸ್ವರ ಪ್ರಯಾಸದಿಂದ ಬಂತು. ಅವನತ್ತ ನೋಟ ಹರಿಸಿದ ಅಗ್ನಿಹೋತ್ರಿಗಳು ನಕ್ಕರು. ಅದೆಂಥ ಕೆಟ್ಟ ನಗು ! ಮೃತ್ಯು ನರ್ತನವಾದ ನಂತರ ಮಿನುಗುವ ವಿಷಾದದ ನಗು 'ಬಾ... ಬಾ... ನಾನು ನಿನಗೋಸ್ಕರನೇ ಕಾಯ್ತ ಇದ್ದಿದ್ದು. ಎಲ್ಲಾ ಕೆಲ್ಸ ಮುಗ್ದು ಒಂದು ಮಾತ್ರ ಬಾಕಿ ಇದೆ' ಅಪ್ಪಿಕೊಂಡರು. ಅವರ ಕಣ್ಣೀರು ಅವನ ಭುಜವನ್ನು ತೊಯಿಸಿತು.

ನಡೆಯಬಾರದ ಅನಾಹುತ ನಡೆದು ಹೋಗಿದೆಯೆನ್ನುವ ವಿಷಯ ಅವನ ಗಮನಕ್ಕೆ ಬಂತು. ಒಂದು ಕ್ಷಣ ಅವನ ದೇಹದ ಎಲ್ಲಾ ಅವಯವಗಳು ನಿಷ್ಕ್ರಿಯವಾದವು.

ತಮ್ಮಗೇ ತಾವೇ ಸಮಾಧಾನ ಮಾಡಿಕೊಂಡ ಅಗ್ನಿಹೋತ್ರಿಗಳು ಅವನನ್ನು ಕೂಡಿಸಿ ಕೋಣೆಗೆ ಹೋಗಿ ಬಿಚ್ಚಿದ್ದ ಒಂದು ಕವರ್‌ನ ತಂದು ಅವನ ಕೈಗೆ ಕೊಟ್ಟರು.

"ಮನೀಲಾ, ನಿಂಗೆ ಬರೆದಿರೋ ಪತ್ರ. ಆ ಪತ್ರದ ಒಕ್ಕಣೆಯ ಒಂದು ಸಾಲಿನಂತೆ ಅವಳ ಚಿತಾಭಸ್ಮವನ್ನೂ ನಿನಗೆ ಒಪ್ಪಿಸಲು ನಿರ್ಧರಿಸಿದ್ದೀನಿ. ನನ್ನ ಕೆಲ್ಸ ಮುಗೀತು. ನಾಳೆ ಬೆಳಿಗ್ಗೆ ನಾನು ಇಲ್ಲಿರೋಲ್ಲ" ಎಂದವರು ಕಣ್ಣೊರೆಸಿಕೊಂಡರು.

ಚಿತಾಭಸ್ಮವಿದ್ದ ಮಣ್ಣಿನ ಪವಿತ್ರ ಕುಂಡವನ್ನು ತಂದು ಅವನ ಮುಂದಿನ ಟೀಪಾಯಿ ಮೇಲಿಟ್ಟರು.

ಮತ್ತೆ ಅವನ ದುಃಖದ ಕಟ್ಟೆಯೊಡೆಯಿತು. "ಶಮಂತ್, ನೀನು ಅಂದು ಹೋಗದಿದ್ರೆ ಮನೀಲಾನ್ನ ಕರೆದೊಯ್ಯುವ ಧೈರ್ಯ ಮೃತ್ಯುವಿಗೂ ಬರುತ್ತಿರಲಿಲ್ಲ" ಅವನನ್ನು ಅಪ್ಪಿಕೊಂಡು ಗೋಳಾಡಿಬಿಟ್ಟರು.

ಶಮಂತ್ ಕಲ್ಲಾಗಿದ್ದ. ಅವನೆದೆಯ ಭಾವನೆ, ಸಂವೇದನೆಗಳೆಲ್ಲ ಆ ಕ್ಷಣ ಸುಟ್ಟು ಭಸ್ಮವಾಗಿದ್ದವು.

ಮತ್ತೆ ಅಗ್ನಿಹೋತ್ರಿಗಳು ಸಮಾಧಾನ ಮಾಡಿಕೊಂಡರು "ಇದು ಕಡೆ ಭೇಟಿ ಅಂದುಕೊಂಡರೂ, ಪಂಚವಟಿಯ ರೆಂಬೆ, ಕೊಂಬೆ, ಪಕ್ಷಿಗಳ ಕಲರವ, ಅಲ್ಲಿನ ಗಾಳಿಯಲ್ಲಿ ಹರಿದಾಡುವ ನನ್ನ ಮನೀಲಾನ ನೋಡೋಕೆ ಬದುಕಿದ್ದರೇ ಖಂಡಿತ ಬರ್ತೀನಿ" ಅವನ ಕೈ ಹಿಡಿದು ತುಟಿಗೊತ್ತಿಕೊಂಡರು.

ಚಿತಾಭಸ್ಮವನ್ನು ಎತ್ತಿಕ್ಕೊಂಡು ಬರುವ ವೇಳೆಗೆ ಅನಿಲ್ ಸ್ಕೂಟರ್ ಬಳಿ ನಿಂತಿದ್ದ. ಉಲ್ಲಾಸ್, ಅರುಣ, ಫಣಿ ಅಲ್ಲಲ್ಲಿ ನಿಂತಿದ್ದರು. ಅವರ ಕಣ್ಣುಗಳಲ್ಲಿ ದುಃಖ ಮಡುವುಗಟ್ಟಿತ್ತು. ಬಿಕ್ಕಿ ಬಿಕ್ಕಿ ಅಳಲು ಶುರು ಮಾಡಿದರು.

ಒಂದಿಬ್ಬರ ಕೆನ್ನೆ ತಟ್ಟಿದ. ಸಂತೈಸಲಾರದ ಸ್ಥಿತಿ ಅವನದು. ಸ್ಕೂಟರ್‌ನತ್ತ ನಡೆದ.

ಅನಿಲ್ ಮುಂದೆ ಹತ್ತಿ ಪಿಲಿಯನ್ ಮೇಲೆ ಅವನಿಗೆ ಜಾಗ ಮಾಡಿಕೊಟ್ಟ ಚಿತಾಭಸ್ಮದ ಕುಂಡ ಅವನ ಕೈಯಲ್ಲಿತ್ತು.

ಚಿತಾಭಸ್ಮವನ್ನು ಅತ್ಯಂತ ಶೋಕದಿಂದ, ಗೌರವದಿಂದ ಸ್ವಾಗತಿಸುವಂತೆ ಪಂಚವಟಿಯ ಪ್ರತಿಯೊಂದು ಸ್ತಬ್ಧವಾದವು ಕೆಲವು ಕ್ಷಣ.

ಸ್ಟಡೀ ರೂಮಿಗೆ ಒಯ್ದವನು ಟೇಬಲ್ಲು ಮೇಲೆ ಅವಳ ಚಿತಾಭಸ್ಮವಿಟ್ಟು ಎರಡು ಕೈಯಲ್ಲು ಮುಖ ಮುಚ್ಚಿಕೊಂಡು ಕೂತುಬಿಟ್ಟ

ಬಂದ ಅನಿಲ್ ಅವನ ಭುಜದ ಮೇಲೆ ಕೈಯಿಟ್ಟ

"ಅಂದು ಮನೀಲಾ ಕ್ಲಾಸ್‌ಗೆ ಬಂದಿದ್ದು ಲೇಟೇ. ಯಾಕೋ ಒಂದು ತರಹ ಗಡಿಬಿಡಿಯಲ್ಲಿದ್ದಳು. ಎಂದಿನ ನಗು ಅವಳ ತುಟಿಗಳ ಮೇಲೆ ಇರಲಿಲ್ಲ. ನನ್ನದೇ ಇಂಗ್ಲಿಷ್ ಪಿರಿಯಡ್. ಒಬ್ಬ ವಿದ್ಯಾರ್ಥಿಯ ಪ್ರಶ್ನೆಯಿಂದ, ಫ್ರೆಡರಿಕ್ ಫಾರ್ ಸೈಡ್‌ರ 'ದಿ ನೆಗೋಷಿಯೇಟರ್' ಥ್ರಿಲ್ಲರ್ ಕಾದಂಬರಿಯ ವಿಷಯ ವಿವರಿಸುತ್ತಿದ್ದೆ. ಅಮೆರಿಕಾ ಅಧ್ಯಕ್ಷರ ಪುತ್ರನನ್ನು ಅಪಹರಿಸಿ ಅವನನ್ನು ಅನಂತರ ಓಡಿ ಹೋಗಲು ಬಿಟ್ಟು ಅವನ ಬೆಲ್ಟ್‌ನಲ್ಲಿದ್ದ ಸ್ಫೋಟಕವನ್ನು ರಿಮೋಟ್ ಕಂಟ್ರೋಲರ್ ಮೂಲಕ ಸಿಡಿಸಿಕೊಂದ ವಿಷಯವನ್ನು ಪ್ರಸ್ತಾವಿಕವಾಗಿ ಹೇಳುತ್ತಿದ್ದೆ."

ಅಧ್ಯಕ್ಷರ ಮಗನನ್ನು ಬಿಡುಗಡೆ ಮಾಡುವ ಮುನ್ನ ಅವನಿಗೆ ಹೊಸ ದಾದ ನೀಲಿ ಷರ್ಟ್, ನೀಲಿ ಜೀನ್ಸ್ ತೊಡಲು ಕೊಟ್ಟು ಅವನ್ನ ಹಿಡಿದಿಡಲು ಮೂರು ಅಂಗುಲ ಅಗಲದ ಹಿತ್ತಾಳೆಯ ಬೆಲ್ಟ್ ತೊಡಿಸಲಾಗಿತ್ತು. ಬೆಲ್ಟ್‌ನ ಎರಡು ಪದರಗಳ ಮಧ್ಯೆ ತರುಣನ ಬೆನ್ನ ಮೂಳೆಯ ಹತ್ತಿರ ಅತಿ ತೆಳು ಪದರದ ಗುಂಡಗಿನ ಆಕಾರದ ಸಿಡಿಮದ್ದು. ಪ್ಲಾಸ್ಟಿಕ್ ಸಿಡಿಮದ್ದಿನ ಒಳಗೆ ಸಿಡಿಸುವ ಅತಿ ಸೂಕ್ಷ್ಮ ಸಾಧನ... ನನ್ನ ವಿವರಣೆ ಪೂರ್ತಿ

ಮಾಡುವ ಮುನ್ನ ಮನೀಲಾ ಎರಡು ಕಿವಿಗಳನ್ನೂ ಮುಚ್ಚಿಕೊಂಡು ಚೀತ್ಕರಿಸಿದಳು. ಅಷ್ಟೆ'' ಅವಳ ಸಾವಿನ ಕೊನೆಯ ನಿಮಿಷದ ಸತ್ಯವನ್ನು ಉಸುರಿದ.

ಸ್ಫೋಟಗೊಂಡ ಅವಳ ತಂದೆ ತಾಯಿಯರ ಜೀವಗಳು ಚೆಲ್ಲಾಪಿಲ್ಲಿಯಾದುದ್ದನ್ನು ಕಣ್ಣಾರೆ ಕಂಡಿದ್ದಳು. ಅಗ್ನಿಹೋತ್ರಿಗಳು ಹೇಳಿದ್ದು ನೆನಪಾಯಿತು.

ದಿಢೀರನೆ ಎದ್ದು ಅನಿಲ್‌ನ ಕೊರಳ ಪಟ್ಟಿ ಹಿಡಿದ ''ಯು ಆರ್ ಎ ಕಿಲ್ಲರ್ ನೀನು ಮನೀಲಾ ಕೊಲೆಗಾರ'' ಅಬ್ಬರಿಸಿದ.

ತಕ್ಷಣ ಅವನಲ್ಲಿನ ವಿವೇಕ ಸಂತೈಯಿಸಿತು. ''ಸಾರಿ ಫ್ರೆಂಡ್, ಲೀವ್ ಮಿ ಅಲೋನ್'' ತನ್ನ ಬೆಡ್ ರೂಮಿಗೆ ಹೋಗಿ ಬಾಗಿಲು ಹಾಕಿಕೊಂಡ.

'ನಾನು ಮನೀಲಾ ಸಾವಿಗೆ ಹೇಗೆ ಕಾರಣ?' ಎನ್ನುವ ಪ್ರಶ್ನೆ ಅನಿಲ್ ಮನದಲ್ಲಿ ಉಳಿದುಹೋಯಿತು.

ಹಾಸಿಗೆಯ ಮೇಲೆ ಹೊರಳಾಡಿ ಅತ್ತ, ಬಿಕ್ಕಿ ಬಿಕ್ಕಿ ಅತ್ತ. ಅತ್ತು ಅತ್ತು ಸೊರಗಿದ ನಂತರ ಅಗ್ನಿಹೋತ್ರಿಗಳು ಕೊಟ್ಟ ಕವರ್‌ನಲ್ಲಿದ್ದ ಚೀಟಿಯನ್ನು ಹೊರತೆಗೆದ.

ಡಿಯರ್ ಫ್ರೆಂಡ್ ಎಂದು ಆರಂಭಿಸಿದ್ದಳು.

ಈ ಸಂಬೋಧನೆ ಎಷ್ಟು ಸರಿಯೆನ್ನಲಾರೆ. ಯಾಕೋ ಏನೋ ಪತ್ರ ಬರೆಯಬೇಕೆನಿಸಿದೆ. ಸಾವಿನ ನೆರಳಿನಲ್ಲಿ ನನ್ನ ಬದುಕು. ಬಲವಂತವಾಗಿ ನಗುತ್ತ ಬದುಕುತ್ತ ಜನರ ಮಧ್ಯೆ ಇರುವ ನಾನು ಏಕಾಂತ ಕಂಡರೆ ಹೆದರುತ್ತಿದ್ದೆ ಕನಸು ಕಲ್ಪನೆಗಳು ಕಾಣದಂಥ ವಾಸ್ತವಿಕ ಬದ್ಕು ನನ್ನದು. ನನಗಾಗಿ ನನ್ನನ್ನು ಇನ್ನಷ್ಟು ದಿನ ಉಳಿಸಿಕೊಳ್ಳಲು ಮಾವ ಎಷ್ಟು ಪ್ರಯಾಸಪಡುತ್ತಿದ್ದಾರೆ. ಪ್ರತಿ ರಾತ್ರಿ ಗಂಡಾಂತಕಾರಿಯೆಂದು ಅವರು ಹೆದರುತ್ತಾರೆ, ನಂಗೆ ಪೂರ್ತಿ ನಿದ್ರೆ ಆವರಿಸುವವರೆಗೂ ಹಳೆಯ ನೆನಪುಗಳು ನನ್ನ ಮಿದುಳಲ್ಲಿ ಇಣುಕದಂತೆ ಪ್ರಯಾಸಪಡುತ್ತಾರೆ. ಇದೊಂದು ಪ್ರತಿ ದಿನದ ಹೋರಾಟ, ಮನುಷ್ಯನ ಬದ್ಕಿನಲ್ಲಿ ಕಲ್ಪನೆಗಳು. ಕನಸುಗಳು ಇಲ್ಲದಿದ್ದರೇ ತೀರಾ ಭಯಂಕರ. ಅಂಥ ಸ್ಥಿತಿಯಲ್ಲಿದ್ದ ನನ್ನಲ್ಲಿ ಕನಸುಗಳನ್ನು ಮೂಡಿಸಿದ್ದೀರಿ. ನಂತರದ ರಾತ್ರಿಗಳು ತೀರಾ ಸುಖಮಯವಾಗಿದ್ದವು. ನಿಮ್ಮ ಸ್ನೇಹ ಸಿಕ್ಕಷ್ಟು ನನ್ನಲ್ಲಿ ಜೀವಿಸುವ ಆಸಕ್ತಿ ಜಾಸ್ತಿಯಾಗುತ್ತಿತ್ತು, ಎಷ್ಟೋ ಸಲ ನಮ್ಮ ಮಾವನ ತೊಡೆಯ ಮೇಲೆ ತಲೆ ಇಟ್ಟು 'ಮಾವ ನಂಗೆ ಸಾಯೋಕೆ ಇಷ್ಟವಿಲ್ಲ, ನಂಗೆ ಬದುಕೋಕೆ ಆಸೆ' ಎಂದು ಅತ್ತಿದ್ದುಂಟು.

ಆದರೂ ಕೆಲವು ದಿನ. ಕೆಲವು ಕ್ಷಣಗಳಲ್ಲಿ ಮುಗಿಯಬಹುದಾದ ಬದುಕು ನಂದು.

ಮರುಹುಟ್ಟು ಇದ್ದರೆ ಪಂಚವಟಿಯಲ್ಲಿ ಒಂದು ಪುಟ್ಟ ಹಕ್ಕಿಯಾಗಿ ಹುಟ್ಟುವ ಆಸೆ. ಆ ವಾತಾವರಣದಲ್ಲಿ ಹಾರುತ್ತ ಹಾಡುತ್ತ ನೀವು ಉಸಿರಾಡಬಹುದಾದ

ಗಾಳಿಯಲ್ಲಿಯೇ ಇರುವೆ. ನನ್ನ ಅಂತಿಮ ಆಸೆಯಂತೆ ಪಂಚವಟಿ ಪವಿತ್ರ ನೆಲೆಯಲ್ಲಿ ನನ್ನ ಚಿತಾಭಸ್ಮವನ್ನು ಚಿಮುಕಿಸಿಬಿಡಿ. ಆ ಮಣ್ಣಲ್ಲಿ ಬೆರೆತು ಸದಾ ನಿಮ್ಮ ಸನ್ನಿಧಿಯಲ್ಲೆ ಇರುವೆ.

ಅತ್ತಿವೇರಿಯಲ್ಲಿ ಒಂದು ಪ್ರಶ್ನೆ ಕೇಳುತ್ತೇನೆಂದು ಸುಮ್ಮನಾದಿರಿ. ಹೊರಟಾಗಲು ಬಂದು ಕೇಳುತ್ತೇನೆಂದಿರಿ. ಯಾಕೋ ಆ ಗಳಿಗೆ ಬರುವುದಿಲ್ಲವೆನಿಸಿದೆ. ಅದೇನೆಂದು ನನಗೆ ಗೊತ್ತು. 'ನಾನು ಕಿಸ್ ಕೊಟ್ಟ ಕಾರಣ ತಾನೇ.'

ನನ್ನ ಹೃದಯದಲ್ಲಿ ಕನಸುಗಳನ್ನು ಬಿತ್ತಿದ ರಾಜಕುಮಾರ ನೀವು. ಮನದಲ್ಲಿದ್ದುದ್ದನ್ನೆಲ್ಲ ಬರೆಯಲಾರದೆ ಹೋಗುತ್ತಿದ್ದೇನೆ.

ಒಕ್ಕಣೆಯ ಕೆಳಗೆ ಪುಟ್ಟ ಸಹಿ ಇತ್ತು. ಬಾಯಿಗೆ ಕೈ ಅಡ್ಡ ಹಿಡಿದು ಬಿಕ್ಕಿದ ಶಮಂತ್. ಅವನ ಕಣ್ಣುಗಳಿಂದ ಹರಿದ ಕಂಬನಿಯ ಬಿಂದುಗಳು ಪತ್ರಕ್ಕೆ ಅಶ್ರುತರ್ಪಣ ಮಾಡುತ್ತಿತ್ತು.

❑ ❑ ❑

ಪಕ್ಷಿ ಶಾಸ್ತ್ರದ ಬಗ್ಗೆ ಶಮಂತ್ ಅನೇಕ ಪುಸ್ತಕಗಳನ್ನು ರಚಿಸಿದ್ದಾನೆ. ರಾಷ್ಟ್ರೀಯ ಅಂತರಾಷ್ಟ್ರೀಯ ಪ್ರಶಸ್ತಿಗಳು ಅವನದಾಗಿದೆ. ಆದರೆ ಇಂದಿಗೂ ಪಂಚವಟಿಯ ಹಕ್ಕಿಗಳಲ್ಲಿ ಮನೀಲಾನ ಅರಸುತ್ತವೆ ಅವನ ಕಣ್ಣುಗಳು.

❑